STAÐUR Í NÝJUM HEIMI

KONUNGASAGAN MORKINSKINNA

Ármann Jakobsson

STAÐUR Í NÝJUM HEIMI

KONUNGASAGAN MORKINSKINNA

Háskólaútgáfan 2002

Heimspekideild Háskóla Íslands
hefur metið ritgerð þessa hæfa til varnar
við doktorspróf í heimspeki.

Reykjavík, 25. október 2002

Anna Agnarsdóttir
deildarforseti

Menningarsjóður styrkti þessa útgáfu.

STAÐUR Í NÝJUM HEIMI
Konungasagan Morkinskinna

Útgefandi: Háskólaútgáfan, Reykjavík 2002
Hönnun kápu: Þorfinnur Skúlason
Umbrot: Háskólaútgáfan, Kristinn Gunnarsson
Prentun og bókband: Gutenberg

ISBN 9979-54-522-4

Bók þessa tileinka ég

Finni Jónssyni prófessor

(1858–1934)

EFNISYFIRLIT

AÐFARARORÐ

Í ágúst 1998 leit ég fyrst augum handrit Morkinskinnu. Það var í Kaupmannahöfn og ég var floginn yfir hafið til fundar við þessa skinnbók.

Fundum okkar Morkinskinnu bar fyrst saman haustið 1994. Það var í námskeiði á meistarastigi í íslenskum bókmenntum. Kennari var Ásdís Egilsdóttir og ber hún alla ábyrgð á kynnum okkar Morkinskinnu. Ég lauk prófi með 20 síðna ritgerð sem mér þótti aldrei lokið að fullu. Nú er hún orðin að þessari ritsmíð.

Þessi bók er að sumu leyti sprottin upp úr fyrri bók minni, *Í leit að konungi* (1997). Þó eru þessi verk eðlisólík. Ég setti saman nokkrar greinar um efnið á meðan ritið var í smíðum. Stundum er þar ítarlegar fjallað um einstök atriði en hér. Efni 3. kafla er rætt í greinunum „Um uppruna Morkinskinnu" sem birtist í Griplu árið 2000 og grein um Finn Jónsson og Morkinskinnu sem væntanleg er í tímaritinu Opuscula („Den kluntede afskriver"). Efni 4.–6. kafla er rætt í greinunum „The Amplified Saga" í tímaritinu Medium Aevum árið 2001 og „Strukturelle Brüche in der Morkinskinna" sem birtist í ráðstefnuritinu Arbeiten zur Skandinavistik árið 2001. Snemma á sköpunartíð þessarar bókar skrifaði ég nokkrar greinar sem flestar varða efni í 1.–6. kafla. Þær eru „Rundt om kongen" sem birtist í Maal og minne árið 1999, „Konge og undersåt i Morkinskinna" sem er í ráðstefnuritinu Sagas and the Norwegian Experience, „King and Subject in Morkinskinna" sem kom á prent í þýska tímaritinu Skandinavistik árið 1998 og „Kongesagaen som forsvandt" sem birtist í ráðstefnuritinu Den nordiske renessansen i høymiddelalderen. Greinin „Dulargervið" í afmælisriti til Hermanns Pálssonar (Sagnaheimur) árið 2001 samsvarar efni í 11. kafla. Efni 11.–13. kafla er rætt í greininni „The Individual and the Ideal" sem kom á prent í Journal of English and Germanic Philology árið 2000 og í greininni „Að sofna undir sögum" í afmælisriti Ásdísar Egilsdóttur (Þorlákstíðir) árið 1996. Allar þessar greinar eru sjálfstæð rit en þó skyldar þessu verki.

Í þessu rannsókn verður útgáfa Finns Jónssonar á Morkinskinnu lögð til grundvallar. Vísað er til blaðsíðna í þeirri útgáfu í sviga í meginmáli og hún skammstöfuð (Msk.). Útgáfa Finns er stafrétt og studdst við tvö handrit þannig að á henni er tvenns konar stafsetning. Auk þess eru þar ófáar skammstafanir og hún er af þeim sökum torskilin öðrum en sérfróðum. Þar af leiðandi verður í þessu riti notuð nútímastafsetning þegar vitnað er beint í Morkinskinnu en reynt að hrófla eins lítið við textanum og kostur er.

Bjarni Guðnason var aðalleiðbeinandi minn í doktorsnámi og ljósmóðir þessa verks en fyrstu árin var Vésteinn Ólason leiðbeinandi minn. Davíð Erlingsson og Ásdís Egilsdóttir sátu einnig í doktorsnefnd minni. Ég þakka þeim öllum þarfar ábendingar og góða kennslu í áranna rás. Fjöldi manna hefur liðsinnt mér þó að ég beri einn ábyrgð á annmörkum verksins. Ég þakka sérstaklega Kari Ellen Gade, Theodore M. Andersson, Stefanie Würth, Susanne Kramarz-Bein, Robert Cook, Birnu Bjarnadóttur, Svövu Jakobsdóttur, Hrefnu Róbertsdóttur, Huldu Egilsdóttur, Kristrúnu Heimisdóttur, Jóhannesi Bjarna Sigtryggssyni og Katrínu Jakobsdóttur. Ernu Erlingsdóttur þakka ég gerð nafnaskrár og lestur síðustu prófarkar. Helsti yfirlesari minn hefur nú sem endranær verið bróðir minn, Sverrir Jakobsson.

Vísindasjóður og Rannsóknarnámssjóður studdu mig fjárhagslega við þetta verk. Árið 1998 dvaldi ég í Kaupmannahöfn í fjóra mánuði og í aðra tvo árið 2000. Ég þakka Den arnamagnæanske Kommission myndarlegan styrk og Det Arnamagnæanske Institut góða aðstöðu. Ég þakka styrk úr minningarsjóði Lárusar Ottesen við upphaf verksins. Starfsfólk Þjóðarbókhlöðu hefur reynst mér vel nú sem endranær. Ég naut góðrar aðstöðu í Árnagarði og Nýja Garði. Nágrönnum þar þakka ég góðan félagsskap öll þessi ár.

Að lokum er þrjár skuldir að gjalda. Í fyrsta lagi þakka ég öllum kennurum mínum frá árinu 1976. Rit þetta er afurð íslenska skólakerfisins. Þá þakka ég sambýliskonum mínum þá þolinmæði sem þær hafa sýnt Morkinskinnu. Síðast en ekki síst þakka ég þeim risum sem reistu grunninn sem þessi rannsókn hvílir á en mest manninum sem ég tileinka þessa bók. Við stöndum öll á herðum hans.

Þessi viðureign hefur kostað talsvert þrek og þolinmæði. Mér hefur þó allan tímann þótt Morkinskinna ómaksins virði. Þó að einum áfanga sé lokið tel ég engan veginn komið að kveðjustund; Morkinskinna er efni í margar bækur. Vonandi hvetur þetta rit sem flesta til að lesa hana sjálfa.

I. VIÐFANGSEFNIÐ

1. Morkinskinna

Morkinskinna er íslensk saga frá 13. öld sem greinir í núverandi mynd sinni frá norskum konungum sem ríktu á árunum 1030 til 1157. Hún er meiri að vöxtum en aðrar konungasögur, frumleg og sérstæð. Hún varðveitir margar alkunnar sögur og þætti. Ljóst þykir að hún hefur haft veruleg áhrif á þróun íslenskrar konungasagnaritunar þar sem hún er helsta heimild konungasagnanna Fagurskinnu og Heimskringlu.

Morkinskinna varð til á blómaskeiði íslenskrar konungasagnaritunar, nálægt 1220. Markar hún tímamót í ritun konungasagna. Flestar konungasögur frá 12. öld eru stuttar. Í þeim hópi eru norskar yfirlitssögur þar sem greint er frá mörgum konungum í Noregi: Historia de antiquitate regum Norwagiensium, Historia Norvegiae og Ágrip af Noregskonungasögum. Einnig eru til fyllri sögur þar sem einn konungur er í aðalhlutverki: sögur Ólafs Tryggvasonar, Ólafs helga og Sverris konungs. Morkinskinna er á hinn bóginn fyrsta varðveitta ritið á norrænu máli þar sem saga margra konunga er rakin öllu rækilegar en áður hafði tíðkast. Vera kann að hún sé fyrsta íslenska konungasagan sem rekur ævi margra konunga. Morkinskinna er talsvert ólík eldri konungasögum. Hún er lengri og fyllri. Í henni eru talsvert fleiri dróttkvæði en í eldri sögum. Formgerð hennar er auk heldur sérstæð og á vart sinn líka meðal norrænna konungasagna. Flateyjarbók er mun yngri og er að sumu leyti arftaki Morkinskinnu en þó ólík henni.

Morkinskinna er því fyrir margra hluta sakir mikilvægt rannsóknarefni. Þó fer því fjarri að íslenskir fræðimenn hafi fjallað um hana að ráði enda er þar við ramman reip að draga. Veldur því einkum tvennt. Torvelt hefur reynst að gera fulla grein fyrir uppruna Morkinskinnu. Þá hefur hún jafnan staðið í skugga Heimskringlu. Í seinasta þriðjungi Heimskringlu er Morkinskinna meginheimild. Þó eru efnistök þar ólík og frásögn Heimskringlu ekki nærri því jafn rækileg. Morkinskinna hefur verið rannsökuð vegna tengsla sinna við aðrar konungasögur en sjaldnast sjálfrar sín vegna. Hugmyndir fræðimanna um Morkinskinnu hafa löngum verið óljósar. Meginmarkmið þessa rits er að bæta úr og reyna eftir megni að varpa ljósi á eðli og tilgang Morkinskinnu.

Hér fer á eftir ritskýring Morkinskinnu, sú fyrsta þar sem glímt er við söguna í heild sinni. Ekki er þó úr vegi að skoða fyrst tvær stuttar frásagnir þar sem sjá má ýmis leiðarminni í sögunni og fá þannig smjörþef af henni.

„Þorvarður hét maður krákunef, vestfirskur maður að kyni, auðigur maður og drengur góður. Hann fór milli landa og mast vel þar sem hann kom" (Msk., 201). Með þessum orðum hefst kafli í miðri sögu Haralds konungs harðráða sem réð Noregi frá 1046 til 1066. Fátt er hetjulegt við auðugan og ættlausan vestfirskan kaupmann. Slíkir menn eru fáséðir gestir í ævisögum konunga á miðöldum. Þorvarður er persóna í Morkinskinnu þó að hann hafi hvorki verið mikilvægur í sögu Noregs á miðri 11. öld né örlagavaldur í lífi Haralds konungs. Samt hefur sagnaritara Morkinskinnu þótt ástæða til að hafa í konungasögu sinni stutta sögu um Þorvarð krákunef.

Í þeim þætti gerist það eitt að gjöf er afþökkuð fyrst en síðan þegin tvisvar. Þorvarður krákunef kemur í Niðarós og vill færa Haraldi konungi segl. Konungur er þungbúinn og neitar að þiggja seglið þar sem hann hafi áður þegið segl „að yður Íslendingum" sem hafi reynst illa. Eysteini orra konungsmág þykir þetta illa gert og hann þiggur seglið í staðinn. Síðan er sagt frá því að Eysteinn brunar skipi sínu framhjá Þorvarði á leið út til hafs og býður honum gistingu meðan hann bíði byrjar. Veitir hann Þorvarði vel og gefur honum skarlatskyrtil, skikkju og gullhring. Þorvarður fer til Íslands og er úr sögunni. Þættinum lýkur á að konungur og Eysteinn sigla fyrir land og konungur hefur orð á því hve gott segl Eysteins sé. Eysteinn býður seglið en segir honum síðan að hér sé komið segl Íslendingsins. Lætur konungur sér vel líka og þiggur nú seglið sem hann hafnaði áður.

Saga þessi er að mörgu leyti lýsandi fyrir Morkinskinnu. Í fyrsta lagi er efnið hversdagslegt og gildi sögunnar almennt: Hún er dæmisaga. Í henni felst þar að auki mannlýsing konungs sem hefur víðari skírskotun og snýst um konungsvaldið og hvernig konungar rækja hlutverk sitt. Í þriðja lagi er engin tilviljun að Þorvarður er Íslendingur enda hafnar konungur seglinu þess vegna. Í fjórða lagi er lýst samfélagi þar sem hlutir eru mikilvægir en enn veigameiri eru þó siðir manna og virðing þeirra. Aðalpersónur eru þrjár: konungur, gamalreyndur hirðmaður og aðkomumaðurinn, Íslendingurinn. Allt er þetta dæmigert fyrir konungasöguna Morkinskinnu.

Frásögnin um Þorvarð krákunef er heildstæð saga með upphaf, miðju og endi. Hún er þó ekki stök í sögunni heldur í venslum við aðrar frásagnir. Miklu aftar í Morkinskinnu er önnur lítil saga um Íslending, reyndari hirðmenn og konung. Hún er í sögu Sigurðar Jórsalafara og hefst þegar konungur gengur til aftansöngs úr miðri drykkju og eru menn „drukknir og kátir" (Msk., 385). Hjá kirkju hitta þeir fyrir karl í stuttum feldi sem kveðst á við konung og reynist vera Íslendingur að nafni Þórarinn. Hann er ekki ættfærður, frekar en Þorvarður krákunef. Konungur býður Íslendingi að koma til sín undir morgun. Þegar þar að kemur verður fyrir maður að nafni Árni fjöruskeifur sem segir Þórarni að konungur vilji að Íslendingurinn kveði vísu um Hákon nokkurn Serksson. Sá sé kallaður mörstrútur og þess skuli getið í vísunni. Íslendingurinn kveður um Hákon og notar auknefnið en reynist hafa verið gabbaður. Þeir Hákon hefna sín síðar með kvæði um Árna þar sem viðurnefni hans kemur fram. Konungur er sáttur og veitir Þórarni leyfi til að flytja drápu um sig, svonefnda Stuttfeldardrápu. Síðan fær hann Þórarni fé til að ganga suður til Rómar og heitir honum sæmd ef hann komi aftur á fund sinn „en hér greinir eigi um hvort þeir fundust síðan" (Msk., 387).

Þessi frásögn er þrjár vísur og fjórðipartur úr vísu og umhverfis er rammafrásögn um drykkju, kveðskap og keppni hirðmanna. Hún er furðu endaslepp en margt er líkt með þessari sögu og þeirri fyrri. Fléttan snýst um hirðsiði, um aðkomumann og konung. Efnið er lítilfjörlegt og aftur er söguhetjan Íslendingur. Hvorug sagan gerist á tilteknu ári heldur á ríkisárum ákveðins konungs. Íslendingarnir eru ekki ættfærðir eða kenndir við tiltekinn bæ eða sveit á Íslandi.

Það er óvænt að konungasagnaritari hafi slíkt efni í sögu sinni, hvað þá margar sögur af þessu tagi. Hvaða tilgang hafa þær í riti um konunga? Til að skilja það þarf að huga að heildarsamhengi Morkinskinnu. Og það er fjarri því að vera einfalt verk.

Eins og dæmin um þá Þorvarð og Þórarin gefa til kynna er samband Íslendinga við norska konunga ofarlega á baugi í Morkinskinnu. Hún er afar mikilvæg heimild um það hvernig íslenskt þjóðerni var skilgreint á miðöldum. Í Morkinskinnu er enn fremur afar sérstök umræða um konungsvald. Næst á undan þættinum um Þórarin stuttfeld er frásögn þar sem konungarnir Eysteinn og Sigurður bera saman mannkosti sína (Msk., 382–85). Þar er í stuttu máli gerð grein fyrir flóknu hlutverki konungs í samfélaginu þar sem bornar eru saman krossferð og hafnargerð (sjá kafla 12). Konungsvaldið og eðli þess er mikilvægt umfjöllunarefni sögunnar. Í henni er kafað dýpra í það efni en í flestum öðrum miðaldasögum. Enn er þó ekki upp talið allt það sem er forvitnilegt við Morkinskinnu. Í henni er einstaklingum og tilfinningum lýst af mikilli nærfærni. Morkinskinna er til marks um að sumar aðferðir sálfræðinga á 20. öld eru ævafornar.

Í þessari rannsókn verður sjónum beint að því sem virðist skipta mestu máli fyrir heildartúlkun Morkinskinnu. Eins og fram kemur í sögunum um Þorvarð krákunef og Þórarin stuttfeld eru konungar ekki einir á sviðinu í þessari konungasögu. Þvert á móti er þar mikill fjöldi manna. Í Morkinskinnu er lýst samfélagi sem er býsna ólíkt því sem ætla má að höfundur sögunnar hafi alist upp í. Samfélagið í Morkinskinnu er hæverskt, fjölmennt og þéttbýlt. Þar er stunduð kaupmennska og önnur friðsamleg iðja. Iðulega er glatt á hjalla. Þetta er skrautlegt samfélag og í fjarska er stór og framandi heimur sem stundum er ferðast til. En þrátt fyrir skraut og siðfágun er samfélagið einnig harðneskjulegt og stöðugt keppt um völd og áhrif. Morkinskinna er samfélagssaga. Það eru öll sagnarit vitaskuld á einhvern hátt en í Morkinskinnu er lýsing á hirðsamfélaginu meginatriði. Þó eru það ekki síst lögmál sálarlífsins sem skipta máli, ekki hagkerfi eða samfélagslegir þættir.

Í Morkinskinnu er á fimmta hundrað nafngreindra manna. Aðalpersónurnar eru þó fyrst og fremst tvær: Konungur og hirðmaður. Þau hlutverk eru leikin af mörgum. Í sögunni sjást á þriðja tug konunga og fjöldamargir hirðmenn en í grunninn mynda margar persónur tvær. Í öndvegi eru samskipti þessara tveggja persóna sem varpa ljósi á þær báðar og hlutverk þeirra. Í sögunni eru hið almenna og einstaka í nánu félagi. Allir konungar sögunnar eru í ákveðnum skilningi einn. Hið sama gildir um þegna. Sérstöðu hafa þó íslenskir þegnar. Samband Íslendinga og konungs er í kastljósi sögunnar. Þó að hún gerist aðallega í Noregi er Ísland ekki gleymt. Konungur og íslenskir hirðmenn eru vegnir og metnir hvor í ljósi annars. Samband þeirra er kjarni sögunnar.

Morkinskinna lýsir gjarnan sjálfri sér. Í sögunni eru sagðar sögur og farið er með kvæði. Sagan snýst því að verulegu leyti um hlutskipti skáldsins. Það skáld er einnig hirðmaður og Íslendingur og þannig tengist þessi áhugi á listinni því hvernig sagan verður til úr reynslu skáldsins. Ásamt hirðsamfélaginu og samskiptum konunga og hirðmanna er skáldskapurinn meginviðfangsefnið í Morkinskinnu.

Morkinskinna er þversagnakenndur texti. Hún snýst um konunga og Íslendinga, nýjan kurteisan heim steinhalla og skrautmuna, forna siðu og íþróttir, fjarlæg lönd, heimahaga og hirðsamfélag. Hún er háleit. Hún er lágkúruleg. Hún er full siðavendni. Hún er gáskafull og glaðvær. Hún er andleg. Hún er veraldleg. Hún einkennist af íslensku viðhorfi. Hún einkennist af hrifningu á öllu útlendu. Þessi konungasaga er ferð til framandi landa og í heimana nýja. Sumpart hefur sú söguveröld verið nálæg þeim sem á hlýddu á 13. öld, að öðru leyti framandi.

Þessi ritskýring er fyrst og fremst nákvæmur lestur á einum texta en ekki samanburður á Morkinskinnu og öðrum sögum. Í lokin verður þó hugað að félagslegu samhengi sögunnar. Öll sagnarit spretta úr samtíma sínum og umhverfi. Ekki verður skilist við Morkinskinnu án þess að víkja að höfundi hennar. Hann verður þó ekki nafngreindur í þessu riti.

Morkinskinna er vandmeðfarin. Nafninu sjálfu fylgja ákveðin vandkvæði þar sem það var í fyrstu gefið handritinu sem geymir elstu varðveitta gerð textans. Síðan færðist það einnig yfir á söguna sjálfa. Hér er það notað sem nafn á konungasögu, svipað og nafnið Heimskringla um aðra konungasögu. Fleiri vandamál hafa fylgt Morkinskinnu. Bæði vantar á hana upphafið og sögulokin og má heita nokkur djörfung að freista þess að túlka sögu án þess að þekkja þetta tvennt. Um uppruna sögunnar hefur talsvert verið deilt. Þó að margir öndvegisfræðimenn hafi tekist á við þá gátu er hún enn óleyst.

Þegar fengist er við Morkinskinnu er fyrsta skrefið að takast á við uppruna sögunnar. Fyrri rannsóknir á henni hafa einkum snúist um hann. Áður en hafist er handa við ritskýringuna verður að vega og meta hugmyndir eldri fræðimanna um Morkinskinnu enda hlýtur öll túlkun miðaldatexta að grundvallast á skýrri afstöðu til upprunans. Seint verður þó hægt að komast að óyggjandi niðurstöðu um það hvenær og hvernig Morkinskinna varð til. Það á raunar við um flesta texta 13. aldar. Oftast verður að styðjast við það sem sennilegast er. Þau sjónarmið sem hér eru sett fram eru að sumu leyti ólík sjónarmiðum eldri fræðimanna enda hafa viðhorf í textafræði breyst síðari ár. Menn hneigðust forðum til þess að sundurgreina sagnarit og bera saman við hinn sögulega veruleika til að nálgast löngu glataða frumtexta. Nú beina fræðimenn fremur sjónum að þeim textum sem varðveittir eru en varast tilgátur um glötuð verk án þess að hafa fasta stoð í textasamanburði.

Rækileg greinargerð fyrir umræðunni um uppruna Morkinskinnu er ekki síst nauðsynlegt þar sem allar forsendur hennar eru komnar á níræðisaldur. Snemma á 20. öld urðu til áhrifamiklar leiðartilgátur um uppruna Morkinskinnu. Seinustu ár hafa menn þokast frá þeim án þess að glíma við forsendur þeirra. Hér verður reynt að lýsa þessari umræðu og gera grein fyrir forsendunum á bak við tilgátur um uppruna sögunnar. Ekki er nóg að reka sífellt fleiri varnagla heldur þarf að taka nýja stefnu.

Ekki er nóg með að hugmyndir um uppruna Morkinskinnu hafi verið reistar á veikum grunni. Einnig hefur skort skilning á formgerð sögunnar. Ekki er það að undra þar sem hún er flókin. Sagan hefur þótt sundurleit og sú sundurleitni hefur dregist inn í umræðuna um uppruna sögunnar. Á 19. öld og fram yfir miðbik þeirrar 20. var lítið hugað að formgerð Morkinskinnu enda féll hún engan veginn að þeirri fagurfræði sem lögð hafði verið til grundvallar allt frá endurreisnarskeiðinu. Á seinustu áratugum hefur skilningur fræðimanna á formgerð miðaldaverka hins vegar aukist. Sú umræða auðveldar skilning á formgerð Morkinskinnu og á henni er því hægt að byggja. Engin leið er þó að segja allan sannleik um hana í fyrstu atrennu. Hér verður reynt að hefja umræðu sem síðan þarf að halda áfram. Áður en fjallað er um inntak Morkinskinnu verður því gerð stutt grein fyrir formgerð hennar. Formið verður þó ekki yfirgefið heldur verður reynt að samþætta athuganir á formgerð verksins og inntaki þess.

Morkinskinna er flókin saga og mörg ljón á vegi þess sem vill varpa ljósi á hana. Í þessu riti verður leitað nýs skilnings á uppruna og formgerð Morkinskinnu. Fyrst verður rætt um þær kenningar sem hafa verið uppi um tilurð sögunnar, gerð verður rækileg grein fyrir forsendum þeirra og þær vegnar og metnar. Síðan verður vikið að fagurfræði sögunnar og því sem mótar hana. Með nýjan skilning á þessu tvennu að leiðarljósi er hægara um vik að glíma við inntak sögunnar, einkum þau málefni sem eru efst á baugi í sögunni allri, frá upphafi til enda. Þar á meðal eru hirðsamfélagið, konungsvaldið, staða íslenskra hirðmanna og hlutverk skáldskaparins í samfélaginu.

Hér verður lögð áhersla á bókmenntalega túlkun á Morkinskinnu. Slíkar túlkanir hafa verið fágætar á konungasögum almennt. Fyrir hálfum öðrum áratugum lýsti Theodore M. Andersson rannsóknum á konungasögum svo:

> Most of the critical effort devoted to the kings' sagas has gone into establishing the sources of a given text. As a consequence, the nonexpert will be surprised at the relative absence of general literary comment […] [1]

Orð Anderssons eiga ennþá býsna vel við. Þó að ágætar rannsóknir á konungasögum hafi síðan komið á prent hefur þeim verið sinnt talsvert minna en ýmsum öðrum greinum miðaldasagna og þá fremur frá sjónarhóli sagnfræði en bókmennta.[2] Þessi tregða til að fást við konungasögurnar sem bókmenntir stafar öðrum þræði af innbyrðis venslum þeirra. Konungasögurnar eru margar frásagnir um sömu atburði og tengjast hver annarri. Vensl þeirra eru flókin og eðlilega hefur áhugi fræðimanna beinst að þeim. Vera má einnig að þetta fæli menn frá konungasögum. Erfitt er að fást við þær nema þekkja hinar sögurnar einnig og átta sig á því hvað hver þiggur frá hverri. Um leið má vera að konungasögur hafi verið álitnar síðri listaverk en til að mynda Íslendingasögur þar sem allt efni þeirra kunni að vera sótt annað. Hafa verður á hinn bóginn í huga að þetta kann einnig að gilda um Íslendingasögur. Einnig er vert að hafa í huga að þó að sumt efni konungasagna sé sótt í aðrar sögur er þar einnig margt sem hvergi annarstaðar er að finna. Það á við um Morkinskinnu. Drjúgur hluti efnis hennar hefur hvergi varðveist nema þar. Enn stærri hluti finnst hvergi í eldri sögum. Það merkir ekki að Morkinskinna sé byggð á engu. Á hinn bóginn þarf ekki að vera flóknara að fást við Morkinskinnu sem heildstætt listaverk en Brennu-Njálssögu eða Grettissögu.

Önnur orsök fyrir takmörkuðum áhuga á konungasögum kann einfaldlega að vera að þær eru um erlenda konunga. Konungasögurnar eru norskt-íslenskt samvinnuverkefni. Sumar þeirra eru að vísu íslenskar og þar á meðal Morkinskinna. Þær gerast þó ekki á Íslandi og snúast ekki um Ísland, þó að Morkinskinna fjalli raunar um Íslendinga. Slíkar sögur geta lent milli stafs og hurðar. Einnig kann að skipta máli að sumar konungasögur (og þar á meðal Morkinskinna) hafa enn ekki verið gefnar út handa íslenskum almenningi.

Þó að tengsl konungasagnanna séu mikilvægt viðfangsefni er tími til kominn að velta nánar fyrir sér eðli og listrænum einkennum hvers verks fyrir sig. Ekki verður litið framhjá textasögu Morkinskinnu en aðalatriðið er túlkun sögutextans. Rannsóknaraðferðin er söguleg en þó ekki fyrst og fremst. Þó að oft verði litið til annarra sagna er samanburður við aðrar sögur ekki heldur kjarninn í þessari rannsókn. Fyrst og fremst er hér á ferð nákvæmur lestur sögutextans, í ætt við nýrýni. Sagan er túlkuð sem listaverk, á svipaðan hátt og fræðimenn nálgast gjarnan nútímatexta en þó með fyrirvara um mun miðaldatexta og texta frá síðari öldum. Aðalatriðið er síungur sögutextinn en ekki verður heldur framhjá því litið að hann er frá 13. öld og hafa þarf í huga í hvaða samhengi hann varð til.

Í þessari túlkun er leiðarljósið að leita þess sem mestu skiptir fyrir söguheildina, þess sem telja má höfuðtilgang Morkinskinnu og er hvarvetna á ferðinni í sögunni. Margt er áhugavert í einstökum köflum sögunnar og þáttum sem ekki verður rætt jafn ítarlega og hægt væri. Markmiðið er að leita þess sem er kjarni sögunnar og túlka hana í heild sinni. Í Morkinskinnu er þó margt fleira að finna en hér verður rætt. Hún er brunnur sem fræðimenn munu seint komast til botns í.

[1] Andersson, Kings' Sagas, 197.

[2] Þar má nefna athuganir Bagge: Society and Politics in Snorri Sturluson's Heimskringla; From Gang Leader to the Lord's Anointed; Icelandic Uniqueness or a Common European Culture?; Mannlýsingar í konungasögum.

II. UPPRUNI

2. Handritið

2.1 Handrit gefið konungi

Konungsbókhlaða (Det Kongelige Bibliotek) í Kaupmannahöfn var sett á stofn af Friðrik 3. Danakonungi árið 1661. Hún er í tveimur deildum, Gammel og Ny kongelig samling. Í þeirri fyrrnefndu er handrit í arkarbroti (fol.) sem ber skráningarnúmerið GKS 1009 en er oftar kallað Morkinskinna. Skinn þess er þó ekki morkið. Það ber aldurinn með sér en þær síður sem best hafa komist frá tímans tönn eru enn fallegar og til vitnis um að handritið hefur verið hin mesta gersemi á sinni tíð.

Á 17. öld var handritið í eigu Brynjólfs byskups Sveinssonar í Skálholti sem hafði efni og færi umfram aðra til að komast yfir gömul og sjaldgæf handrit. Árið 1656 gaf byskup konungi sjálfa Flateyjarbók þegar hann var beðinn um að útvega fornrit og sögubækur í bókasafn konungs í Kaupmannahöfn. Árið 1662 var Friðrik 3. hylltur einvaldur. Það sumar kom til Brynjólfs annar erindreki frá konungi. Þormóður Torfason hafði verið ráðinn til að þýða íslensk handrit í Konungsbókhlöðu og reyndist slíkur eljumaður að innan tíðar tók hann að skorta efni. Hann hélt því til Íslands að safna fleiri handritum fyrir konung og aftur til Hafnar um haustið með sjö dýrmæt handrit sem voru gjöf til konungs frá Skálholtsbyskupi og til viðbótar handrit sem hann hafði sjálfur útvegað, m.a. keypt af Hólabyskupi sem ekki var jafn gjafmildur og starfsbróðir hans í Skálholti.

Í þeim hópi var Morkinskinna og er hún síðan í Konungsbókhlöðu. Saga handritsins áður en byskup eignaðist það er hulin ráðgáta. Lítið er um spássíukrot í því og ekkert af því virðist varpa ljósi á sögu þess. Morkinskinna kemur á svið sögunnar tæpra fjögurra alda gömul árið sem Íslendingar hylltu Friðrik 3. í Kópavogi.[1] Haustið 1662 er hennar getið í skrá yfir nýkomin handrit og kölluð „Regum qvorundam Norvegorum historia — folio.“[2] Skömmu síðar var Þormóður Torfason sendur til Noregs og sumarið 1682 skipaður konunglegur Noregssöguritari. Þá kom hann við í Kaupmannahöfn og tók með sér íslensk handrit úr eigu konungs. Hélt hann þeim til ársins 1704 og nýtti sér við sagnaritun, einkum Noregssögu sem prentuð var árið 1711.

Á Stangeland í Noregi fékk handritið hið lítt aðlaðandi nafn sem á latínu Þormóðs útleggst „putrida membrana“ og sést fyrst í bréfi til Árna Magnússonar árið 1691 en síðar í riti um Orkneyjar.[3] Þormóður segist í Noregssögu sinni kalla handritið þessu nafni sakir aldurs og niðurníðslu.[4] Nafnið hefur ekki þótt eiga vel við. Nokkur blöð hafa orðið fyrir rakaskemmdum, einkum neðst, í sumum eru holur og fyrsta síðan er svo dökk og slitin að erfitt er að lesa hana. Handritið er eigi að síður í óvenju góðu ástandi miðað við íslensk handrit yfirleitt.[5] Líklega hefur Þormóði þótt það ljótt hjá hinum handritunum sem hann hafði að láni: Kringlu, Fagurskinnu, Jöfraskinnu og Gullinskinnu. Þau eru óvenju glæsileg og munu á þessum árum hafa borið aldurinn betur en Morkinskinna. Gullinskinna var talsvert yngri en Kringla og Jöfraskinna höfðu verið fluttar til Noregs snemma.

Ef marka má orð Þormóðs hefur hann fremur miðað við bandið en handritið sjálft þegar hann gaf Morkinskinnu og Hrokkinskinnu nafn.[6] Um réttmæti nafngiftarinnar verður ekki dæmt þar sem band Morkinskinnu á dögum Þormóðs er ekki lengur til. Núverandi band þessara handrita beggja er frá tíð Kristjáns 7. en þegar Morkinskinna var sett í band nálægt 1800 víxluðust blöð og röð þeirra varð röng. Árið 1927 var hún bundin á ný, eldra bandinu haldið en röðin lagfærð.[7]

Útgáfusögu Morkinskinnu má rekja í stuttu máli. Árið 1832 var handritið haft til hliðsjónar við útgáfu Fornmanna sagna, sjötta og sjöunda bindis sem Þorgeir Guðmundsson skrifaði upp en Rasmus Christian Rask las yfir. Fyrir útgáfunni stóð Carl Christian Rafn.[8] Árið 1867 komst Morkinskinna sjálf á prent þegar Norðmaðurinn Carl Richard Unger gaf hana út í Kristjaníu með styrk frá norska stórþinginu. Árin 1928–1932 gaf Finnur Jónsson Morkinskinnu út í ritröð Samfund til udgivelse af gammel nordisk litteratur. Unger gaf út texta handritsins GKS 1009 fol. en Finnur fyllti í eyður með hjálp Flateyjarbókar. Útgáfu hans er þannig ætlað að gefa fyllri mynd af því hvernig textinn á GKS 1009 fol. hafi verið í öndverðu.[9] Jón Helgason sá um ljósprentaða útgáfu Morkinskinnu í ritröðinni Corpus codicum Islandicorum medii aevi árið 1934.[10]

Allar þessar útgáfur eru ætlaðar sérfræðingum. Útgáfur Ungers og Finns eru báðar stafréttar. Árið 2000 kom út vönduð ensk Morkinskinnuþýðing Theodore M. Anderssons og Kari Ellen Gade og er það fyrsta greiðlæsa útgáfa sögunnar.[11] Morkinskinna hefur ekki enn verið gefin út handa íslenskum almenningi.

2.2 Skrifararnir

Handritið sem er kallað Morkinskinna er 28,5 sm hátt og 17,5 sm breitt. Nú eru í því 37 blöð. Heita má öruggt að í handritinu hafi í upphafi verið sjö kver. Af því fyrsta eru aðeins fyrsta og seinasta (áttunda) blaðið varðveitt en inn í vantar sex blöð og er það stærsta eyðan í Morkinskinnu fram að seinasta kveri. Í öðru kveri hafa verið átta blöð en hið sjötta vantar (blað 14 í upphaflega handritinu). Auk þess vantar blað á eftir blaðinu sem nú er hið níunda í röðinni en hefur upphaflega verið 16. blað handritsins. Annað kver hefur þannig í öndverðu verið níu blöð en hið seinasta hefur glatast. Texti fyrstu kveranna tveggja hefur verið vanáætlaður þannig að auka hefur þurft við blaði í annað kverið og sést af því hvernig skrifarar hafa skipt með sér verkum.

Skrifarar hafa verið tveir, að öllum líkindum atvinnumenn. Hefur sá fyrri ritað fyrstu níu blöðin (fyrstu tvö kver handritsins) og frá og með blaði 18 meira eða minna en hinn skrifað blöðin sem nú eru 10–17 og línur 11–48 á forsíðu blaðs 25, seinasta blaðsins í fjórða kveri.[12] Skrift þess fyrra hefur þótt talsvert fallegri en hins. Kaflafyrirsagnir og upphafsstafir eru lýst með rauðu bleki og hefur fyrri ritari annast það. Skrifararnir hafa hafist handa báðir í einu, sá fyrri á fyrsta kveri en sá seinni á þriðja kveri, eins og sést á blaðinu sem nú er hið tíunda í handritinu en þar hefur seinni skrifarinn starfann. Því miður vantar næsta blað á undan, níunda blaðið í annarri örk þannig að ekki er víst hvort það hafi verið fullskrifað. Finnur Jónsson taldi að svo hefði ekki verið og miðaði við Morkinskinnutextann í Flateyjarbók. Aðeins munaði þó nokkrum línum.

Þriðja og fjórða kver eru á blöðum 10–25 í hinni varðveittu Morkinskinnu en hafa upphaflega verið á blöðum 18–33. Þau eru varðveitt í heild sinni. Í fimmta kveri hafa einnig verið átta blöð en hið fyrsta og seinasta vantar (blöð 34 og 41 upphaflega). Eyður eru þannig nú milli blaðanna sem nú eru 25. og 26. blað handritsins og 31. og 32. blað þess. Sjötta kver hefur hins vegar aldrei verið nema sex blöð, er núna á blöðum 32–37 en hefur upphaflega verið á blöðum 42–47. Það er varðveitt í heild sinni.

Sjöunda kver hefur glatast. Ef Morkinskinna náði fram að lokum sögu Magnúsar Erlingssonar vantar sennilega fimm blöð aftan á. Finni Jónssyni þótti líklegt að í þessu seinasta kveri hefðu verið sex blöð, eins og því næstseinasta, en seinasta blaðið hefði ekki verið fullskrifað.[13] Morkinskinna var þannig að öllum líkindum 53 blöð í upphafi en blöð 2–7, 14, 17, 34, 41 og 48-53 hafa glatast, alls 16 blöð.

	Msk.hdr. (upphafl.)	Msk.hdr. (nú)	útg. Finns Jónssonar (bls.)
1. kver	1–8	1–2	1–14, 70–81
2. kver	9–17	3–9	81–141, 148–69
3. kver	18–25	10–17	178–258
4. kver	26–33	18–25	259–348
5. kver	34–41	26–31	348–400
6. kver	42–47	32–37	400–462
7. kver	48–53		

Seinni skrifari ritaði aðeins þriðja kver, hluta af seinustu síðu fjórða kvers og vera má að hann hafi skrifað seinasta kverið, það sem vantar.[14] Skriftin á handritinu er oftast auðlesin og bókstafirnir fallegir og reglulegir. Handritið er snoturt og þekkilegt yfirleitt, eins og sjá má í ljósprentaðri útgáfu þess frá 1934.[15]

Þar sem blöð vantar í handritið eru eyður í sögu Magnúsar góða og Haralds harðráða (blöð 2–7, 14 og 17), sögu Sigurðar Jórsalafara (34) og Haralds gilla (41). Auk þess vantar botninn í söguna, henni lýkur í miðri frásögn af dauða Eysteins Haraldssonar. Um sögulokin og efni glataðra síðna í sögum Sigurðar Jórsalafara og Haralds gilla er aðeins hægt að geta sér til. Að vísu hefur Morkinskinna verið notuð sem heimild í Fagurskinnu og Heimskringlu. Morkinskinnutexti er einnig í handritunum Huldu (AM 66 fol.) og Hrokkinskinnu (GKS 1010 fol.) sem bæði eru frá 14. öld. Þar eru allnokkrar breytingar frá textanum í Morkinskinnuhandritinu.[16] Saga Magnúsar góða og Haralds harðráða er aftur á móti einnig í yngri hluta Flateyjarbókar (GKS 1005 fol.). Er sá texti náskyldur texta Morkinskinnu og veitir góða vísbendingu um efnið í eyðunum.[17]

Flateyjarbók er rituð milli 1387 og 1394 en á síðari hluta 15. aldar var bætt við hana þremur örkum með sögum Magnúsar góða og Haralds harðráða, texta sem er mjög á sömu lund og texti Morkinskinnu. Flateyjarbók er ítarleg frásaga af sögu Noregs frá fornöld. Uppistaða hennar eru fjórar miklar konungasögur: Ólafssaga Tryggvasonar, Ólafssaga helga, Sverrissaga og Hákonarsaga Hákonarsonar. Í fyrstu hefur verið hlaupið yfir árin milli Ólafs og

Sverris (1030–1177) í sögu Noregs. Jonna Louis-Jensen hefur getið sér til að Jón Hákonarson í Víðidalstungu (um 1350–eftir 1398), sem lét rita Flateyjarbók, hafi átt handrit með sögu þessa tíma, þ.e. Huldu, og látið það duga. Undir lok 15. aldar hafi aftur á móti handritin tvö, Flateyjarbók og Hulda, ekki lengur verið í eigu sama manns. Þáverandi eigandi Flateyjarbókar, líklega Þorleifur Björnsson hirðstjóri á Reykhólum (um 1439-um 1486), hefði því látið bæta við þremur örkum sem hafi þá fyllt að hluta í þessa „eyðu“.[18] Til eru tvö handritsbrot, tvö blöð hvort, AM 325 IV β og AM 325 XI,3 4to, talin frá seinni hluta 14. aldar. Louis-Jensen hefur fært rök fyrir því að þau séu leifar forrits þessa yngri hluta Flateyjarbókar. Á því forriti hafi verið saga Magnúsar góða og Haralds harðráða. Þær sögur einar hafi fyllt um 150 blöð í fjórðungsbroti (4to) og þykkara hafi handrit í þessu broti tæpast verið. Sá sem setti þennan texta í Flateyjarbók hafi enda ætlað sér að bæta úr því að ekki er fjallað þar um sögu Noregs á árunum 1030–1177. Líklegust ástæða þess að ekki hafi verið bætt við meira efni en sögu þessara tveggja konunga sé sú að sögur annarra konunga hafi ekki verið í forritinu.[19]

Morkinskinnutexti Huldu og Hrokkinskinnu er frábrugðnari textanum á GKS 1009. Þó hefur hann verið hafður til hliðsjónar við að fylla í fyrstu þrjár eyðurnar (eftir blöðin sem nú eru 1, 7 og 9). Einnig í fjórðu eyðunni (eftir blað 25 í Morkinskinnu eins og hún er nú) má hafa hliðsjón af Huldu og Hrokkinskinnu.[20] Þá má geta þess að inn í aðrar konungasögur, t.d. Ólafssögu Tryggvasonar hina mestu og í y-handritaflokk Heimskringlu og Codex Frisianus, hefur verið skotið þáttum úr Morkinskinnu.[21]

Saga Morkinskinnuhandritsins hefst á Íslandi og þar mun handritið skrifað. Finnur Jónsson taldi ástæðu til að ætla það ritað á Suðurlandi eða Suðvesturlandi en skýrði það ekki frekar.[22] Í handritinu gætir tilhneigingar til að sleppa h fyrir framan r og l og jafnvel n eins og gert var í norsku á þeim tíma. Ekki er þó þar með sagt að handritið sé norskt. Mörg dæmi eru um norskt máláhrif í íslenskum handritum. Þetta gæti stafað af því að skrifararnir voru atvinnumenn og vanir að skrifa handrit sem flytja átti til Noregs. Raunar er handritið skrifað áður en sá útflutningur hefst í stórum stíl en þó eftir að Íslendingar urðu þegnar Noregskonungs.[23]

Flestir telja handritið ritað á seinni hluta 13. aldar, nálægt 1275–80.[24] Þá er það jafngamalt Konungsbók Eddukvæða og í hópi eldri miðaldahandrita. Finnur Jónsson taldi að fyrri skrifari handritsins væri maður sem Kålund og Guðbrandur Vigfússon höfðu eignað hóp fornsagnahandrita. Unger hafði gefið út ýmsar þeirra sagna sem um ræðir en hann taldi Morkinskinnu ekki með sömu hendi.[25] Jón Helgason tók undir það en benti á líkindi milli rithandar fyrri ritara Morkinskinnu og tveggja skrifara Perg. 4to nr. 2 í Konungsbókhlöðu í Stokkhólmi (sem geymir Ólafssögu helga). Taldi hann að þessar rithendur gætu verið frá sama hluta Íslands eða að tengsl væru milli skrifaranna.[26] Vandinn er að ekki er vitað hvar á Íslandi Perg. 4to nr. 2 er ritað.[27]

Skrift Morkinskinnu hafa lítil skil verið gerð. Fyrri skrifari virðist meira gamaldags en sá seinni. Mörg dæmi eru um samfall æ og œ (i-hljóðvarps af á og ó) hjá seinni skrifara en fá hjá þeim fyrri. Sá fyrri greinir einnig að hljóðin ǫ og ø sem eru talin hafa fallið saman þegar um aldamótin 1200. Storm taldi skrift fyrri skrifara nær frumriti og Finnur Jónsson taldi þessi fornu máleinkenni ættuð frá forriti sem ekki væri yngra en frá fyrsta þriðjungi 13. aldar. Jonna Louis-Jensen telur aftur á móti að ef skrifari greini reglubundið milli ǫ og ø sé eðlilegra að ætla að sá munur eigi sér stoð í hans eigin máli. Fornar myndir sjáist einnig í handritinu AM 519 a 4to sem geymi Alexanderssögu en það muni vera frá sama tíma og GKS 1009. Ef Alexanderssaga er þýdd af Brandi Jónssyni 1262–63 hafi þessar gömlu myndir komið úr penna skrifara á síðari hluta 13. aldar. Finnur Jónsson hafi því tekið of stórt upp í sig þegar hann taldi fornu myndirnar í Morkinskinnu benda til frumrits sem væri líklega frá 12. öld.[28]

Flest bendir þannig til að Morkinskinnuhandritið sé ritað nálægt árinu 1280.

2.3 Eyður, ritunartími og ritunarstaður

Á Morkinskinnuhandritið vantar upphaf og endi. Flestir hafa talið að í Morkinskinnu hafi verið sögð saga Noregs fram til 1177, eins og í Fagurskinnu og Heimskringlu. Sagt er um Orm Ívarsson að hann hafi orðið „mikill höfðingi sem síðan mun getið verða“ (Msk., 440). Hafa menn talið þar vísað til atburða í stjórnartíð Magnúsar Erlingssonar (1161–1184) og ályktað að sagt muni hafa verið frá ríkisárum Magnúsar í sögunni. Þá hefur þótt líklegt að sögunni hafi verið látið ljúka á sama tíma og þeim sögum sem nota hana sem heimild, Fagurskinnu og Heimskringlu.[29] Odd Sandaaker telur á hinn bóginn að saga Magnúsar hafi ekki verið í Morkinskinnu.[30] Þar sem seinasta kver handritsins er glatað er ógjörningur að skera úr um það.

Þá er óvíst hvernig Morkinskinna hófst í öndverðu. Gustav Indrebø taldi að hún hefði hafist á falli Ólafs helga árið 1030, enda segi þegar Haraldur harðráði kemur til sögu að hann hafi verið „á Stiklastöðum, sem fyrr var sagt, með Ólafi konungi“ (Msk., 57).[31] Þó að þessi rök séu góð og gild er ekki þar með sagt að í Morkinskinnu hafi verið löng frásögn af falli Ólafs helga. Vera kann að sagan hafi alltaf hafist á svipaðan hátt og nú. Gera verður ráð fyrir því nema sterkari vísbendingar komi fram um annað.

Engin leið er að skera úr um þessi ágreiningsefni. Hér er fjallað um hinn varðveitta Morkinskinnutexta. Það sem er horfið kemur ekki við sögu.

Lítið hefur verið deilt um aldur Morkinskinnu. Raunar taldi Þormóður Torfason hana yngri en Heimskringlu sem væri þar notuð sem heimild.[32] Seinustu öld hefur aftur á móti almennt verið talið að Morkinskinna væri yngri en Ágrip af Noregskonungasögum en eldri en Fagurskinna og Heimskringla. Jón Þorkelsson taldi Morkinskinnu ritaða á árunum 1217–1237 úr því að Skúli Bárðarson væri þar nefndur jarl (Msk., 284) en það heiti bar hann á því árabili.[33] Gustav Storm bætti því við að ættir væru raktar til Sörkvis Svíakonungs sem sagður er „faðir Jóans konungs" (Msk., 357). Jón Sörkvisson var konungur Svía á árunum 1216–1222. Einnig sé ætt Saxvíkinga rakin til Jóns á Austurátt „er átti Sigríði, systur Inga konungs Bárðarsonar" (Msk., 365). Sá Jón lést 1214 en Ingi var konungur 1204–1217. Taldi Storm að numið hefði verið staðar við Jón þar sem höfundi hefði ekki verið kunn gifting dóttur hans og Ásólfs jarlsfrænda á Austurátt. Að mati Storms var verkið því samið eftir 1217, þegar Skúli varð jarl, en fyrir 1222, þegar Jón Sörkvisson lést en Ásólfur erfði Austurátt. Þetta kæmi heim við að Morkinskinna væri notuð í Fagurskinnu og Heimskringlu sem væru samdar litlu síðar en 1222.[34]

Margir hafa álitið að í textanum í GKS 1009 fol. væru ófáir viðaukar, þ.e. frá árunum frá 1220 til 1280 (sbr. kafla 3). Allar hugmyndir um aldur textans hljóta að velta á því hvort menn aðhyllast þá viðaukakenningu. Bjarni Aðalbjarnarson benti þannig á að þó að minnst væri á Skúla jarl í hinni varðveittu Morkinskinnu væri hann ekki nefndur á samsvarandi stað í Fagurskinnu. Ekki væri því hafið yfir allan vafa að sú klausa í Morkinskinnu væri upphafleg. Þó taldi hann það sennilegt þar sem Skúla væri getið á sama stað í Heimskringlu (en kallaður hertogi þar). Þá væri Jón Sörkvisson nefndur í Fagurskinnu á samsvarandi stað og í Morkinskinnu, en ekki í Heimskringlu.[35]

Eins og áður sagði taldi Finnur Jónsson forn máleinkenni handritsins benda til að frumritið væri gamalt. Hann taldi sig sjá þar á bak við fornar sögur einstakra konunga sem hefðu verið ritaðar nálægt 1170. Jonna Louis-Jensen taldi þessi rök gagnslítil, sem fyrr var sagt. Tor Ulset taldi á hinn bóginn hinar fornlegu orðmyndir svo margar og áberandi að óhætt væri að gera ráð fyrir forriti frá fyrri hluta 13. aldar.[36] Fleiri rök eru til að ætla Morkinskinnu samda nálægt árinu 1220. Einu sinni er vísað til Þorgils nokkurs sem hefur frásögn eftir Guðríði Guttormsdóttur Steigar-Þórissonar en Þorgils hafði sjálfur séð gripi sem Haraldur harðráði gaf Steigar-Þóri árið 1046 (Msk., 96–97).[37] Sé enn fremur litið til hinna gömlu röksemda Storms, tengslanna við Fagurskinnu og hins forna málstigs ber allt að sama brunni.[38] Böndin berast að árunum nálægt 1220.

Í Morkinskinnu má sjá augljósan áhuga á Íslandi og öllu íslensku. Það kemur ef til vill hvergi betur fram en í frásögn af falli Magnúsar blinda. Þar lýkur upptalningu á föllnum mikilmennum á þessum orðum: „Þá féllu tveir íslenskir menn“ (Msk., 434). Stundum er þess getið hvaðan af Íslandi menn koma, t.d. Auðunn vestfirski (Msk., 180) og Sneglu-Halli (Msk., 234). Þá er í Morkinskinnu fjöldi sagna um Íslendinga en þeir þættir hafa verið taldir innskot (sjá kafla 3–4). Þó að sagan hafi almennt verið talin íslensk eru rökin fyrir því gjarnan sótt til kafla sem taldir hafa verið íaukar.

Vera má að Gustav Indrebø hafi áttað sig á þessari þversögn og ætlað að sýna fram á að Morkinskinna væri norsk.[39] Íslenskur uppruni Morkinskinnu hefur þó aldrei verið dreginn í efa.[40] Eivind Kvalén taldi landafræðiþekkingu Morkinskinnuhöfundar sanna að hann væri af íslensku bergi brotinn.[41] Þó að þeir Finnur Jónsson hafi líkast til verið sammála um fátt voru þeir þar á einu máli. Finnur segir: „Mk. slutter sig i et og alt til den øvrige sagalitteratur på Island og tilhører den fra først til sidst.“[42] Theodore Andersson er á sama máli og telur að Morkinskinna sé að verulegu leyti „written from an explicitly Icelandic point of view“ sem skapi ákveðna fjarlægð við norskt samfélag.[43]

Óvissara hefur þótt hvaðan af landinu Morkinskinna væri. Jóni Þorkelssyni rektor þótti líklegt „að einhver af Sturlungum, eða þeim mjög nákominn“ hefði sett hana saman. Rök hans voru að nafngreindir íslenskir menn (m.a. Oddur Gellisson, Úlfur Óspaksson og Halldór Snorrason) væru frá Vesturlandi og Norðurlandi.[44] Á sömu slóðum var Borgfirðingurinn Finnur Jónsson. Hann áleit þó að þar sem þættirnir hefðu ekki verið í Frum-Morkinskinnu væri erfitt að styðjast við þá.[45] Á hinn bóginn hefur Andersson viljað leita róta Morkinskinnu til Eyjafjarðar og „sagnaskóla“ á Munkaþverá.[46]

Rökin fyrir íslenskum uppruna Morkinskinnu eru ærin. Í fyrsta lagi er handritið íslenskt og virðist hafa verið á landinu til ársins 1662. Í öðru lagi er viðfangsefnið íslenskt að verulegu leyti og mikill áhugi á Íslendingum og öllu íslensku. Það á þó aðeins við um hina varðveittu Morkinskinnu. Verður nú vikið að tilgátum fræðimanna um uppruna Morkinskinnu og þær raktar í tímaröð en síðan verður rætt um helstu rök í málinu.

1 Um handrit Brynjólfs og skipti við konung, sjá Jón Helgason, Bókasafn Brynjólfs biskups; Jón Helgason, Handritaspjall 83–86; Þórhallur Guttormsson, Brynjólfur biskup Sveinsson, 69-75; Finnur Jónsson, Indledning, iii; Louis-Jensen, Kongesagastudier, 62; Jón Helgason, Introduction, 1; Katalog over de oldnorsk-islandske håndskrifter, xl–xli og 19; Einar Gunnar Pétursson, Eddurit Jóns Guðmundssonar lærða I, 27–55.

2 Katalog over de oldnorsk-islandske håndskrifter, xli; Guðbrandur Vigfússon, Prolegomena, cxlv–cxlvi. Skráin sú er aðeins til í afriti Árna Magnússonar frá árinu 1712 og nefnist: „Manuscriptorum in pergamenta Catalogus. Cla. Episcopus Schalholtiæ hos misit: suntqve"; meðal annarra handrita í henni eru Hrokkinskinna, Tómasskinna og Flateyjarbók (sem hafði komið til konungs nokkrum árum fyrr). Þar er Morkinskinna sögð úr fórum Brynjólfs byskups og vera má að hann hafi áður (Katalog over de oldnorsk-islandske håndskrifter, xxiii, xliii) lánað hana vini sínum, bókasafnaranum Jørgen Seefeld.

3 Árni Magnússon, Brevveksling med Torfæus, 133; Þormóður Torfason, Orcades, 80.

4 Þormóður Torfason, Prolegomena, C verso: „ob vetustatem et sqvalorem".

5 Þetta sést á ljósprentaðri útgáfu sögunnar frá 1934 (Morkinskinna: MS. No. 1009). Sbr. Finnur Jónsson, Indledning, iii; Jón Helgason, Introduction, 9; Louis-Jensen, Kongesagastudier, 62–63; Bjarni Aðalbjarnarson, Om de norske kongers sagaer, 135.

6 Þormóður Torfason, Series dynastarum et regum Daniæ, 46: „pergamenti, qvibus ab involucro hæc nomina indidi". Sbr. Louis-Jensen, Kongesagastudier, 62 nmgr. 3.

7 Katalog over de oldnorsk-islandske håndskrifter, 19; Finnur Jónsson, Indledning, iv.

8 Til grundvallar var þar lögð Hulda (AM 66 fol.), sem síðar verður vikið að.

9 Í eintaki af þessari útgáfu í Árnasafni í Kaupmannahöfn (Det Arnamagnæanske Institut) hefur Jonna Louis-Jensen aukið við því sem hún las við útfjólublátt ljós um miðbik 7. áratugarins.

10 Þá má geta þess að Tor Ulset gaf út nokkra þætti úr sögunni í ritröðinni Nordisk filologi (Utvalgte þættir fra Morkinskinna).

11 Morkinskinna hefur einnig komið út nýlega í norskri þýðingu Kåre Flokenes (Morkinskinna: Norske kongesoger).

12 Obbi þess sem seinni skrifari ritaði er prentað á síðum 178–258 í útgáfu Finns Jónssonar.

13 Jón Helgason taldi 6–7 blöð vanta aftast og miðaði þá við Heimskringlu (Introduction, 10).

14 Sjá Finnur Jónsson, Indledning, iii–v; Louis-Jensen, Kongesagastudier, 62–63.

15 Morkinskinna: MS. No. 1009. Síður úr Morkinskinnu eru prentaðar í Palæografisk Atlas (no. 28) og sýnisbók Hreins Benediktssonar (Early Icelandic Script, xxxviii). Sbr. Finnur Jónsson, Indledning, iii.

16 Sbr. deilu Kvaléns (Den eldste norske kongesoga, 125–28), Storms (Snorre Sturlassöns Historieskrivning, 71–72) og Bjarna Aðalbjarnarsonar (Om de norske kongers sagaer, 166–68) um efni eyðunnar í upphafi sögu Haralds gilla.

17 Hann er á bls. 251–400 í 3. bindi Flateyjarbókarútgáfu Ungers. Raunar er örlítill munur á, sá helstur að í Flateyjarbókartextann vantar nokkrar af vísum Morkinskinnu. Einnig er munur á orðalagi og nokkra þætti Morkinskinnu vantar eða þeir eru í breyttri mynd í Flateyjarbók. Sjá Indrebø, Fagrskinna, 11; Finnur Jónsson, Flateyjarbók, 185–89; Bjarni Aðalbjarnarson, Om de norske kongers sagaer, 135–36; Hødnebø, Morkinskinna, 704; Louis-Jensen, Kongesagastudier, 65.

18 Finnur Jónsson, Flateyjarbók, 185–89; Louis-Jensen, Kongesagastudier, 65. Sbr. Louis-Jensen, Introduction, 14–15; Louis-Jensen, Den yngre del af Flateyjarbók; Louis-Jensen, Et forlæg til Flateyjarbók?

19 Louis-Jensen, Kongesagastudier, 66. Ef handritið hefði geymt Morkinskinnu alla hefði það verið 200–300 blöð í fjórðungsbroti en annars eru handrit í því broti stærst 170 blöð.

20 Sjá Jón Helgason, Introduction, 11. Ítarleg umfjöllun um þessi textavensl er hjá Louis-Jensen

(Kongesagastudier, 62–108). Í Fornmannasögum Rafns var notaður texti úr Morkinskinnu, Flateyjarbók, Huldu og Hrokkinskinnu. Hulda er til ljósprentuð í ritröðinni Early Icelandic Manuscripts in Facsimile.

21 Louis-Jensen, Kongesagastudier, 66.

22 Sjá Finnur Jónsson, Indledning, iii. Hødnebø (Morkinskinna, 704) tók undir þessa hugmynd en Louis-Jensen (Kongesagastudier, 64 nmgr. 1) benti á að röksemdir fyrir þessu skorti.

23 Sjá Finnur Jónsson, Indledning, vii; Stefán Karlsson, Islandsk bogeksport til Norge i middelalderen; Stefán Karlsson, Om norvagismer i islandske håndskrifter.

24 Sjá m.a. Katalog over de oldnorsk-islandske håndskrifter, 19; Storm, Snorre Sturlassöns Historieskrivning, 28; Finnur Jónsson, Indledning, iv; Bjarni Aðalbjarnarson, Om de norske kongers sagaer, 135; Lindblad, Det isländska accenttecknet, 115; Hreinn Benediktsson, Early Icelandic Script, xxxviii; Louis-Jensen, Morkinskinna, 419. Unger (Forord, ii) telur handritið eldra, frá fyrri hluta 13. aldar.

25 Í þessum hópi voru Egilssögubrot (AM 162 A δ fol.), brot af Laxdælasögu og Eyrbyggjasögu (AM 162 E fol.), Ólafssaga Tryggvasonar í handritinu Perg. 4to nr. 18, brot af Orkneyingasögu (AM 325 III β 4to) og brot af Maríusögu (AM 655 XXXII 4to). Finnur Jónsson bætti Morkinskinnu í hópinn (Fortale, xvii). Sbr. Kaalund, Indledning, xxi; Unger, Fortsatte Bemærkninger om islandske Haandskrifter; Katalog over den arnamagnæanske håndskriftsamling I, 554 og II, 66.

26 Jón Helgason, Introduction, 8–9.

27 Sjá m.a. Louis-Jensen, Kongesagastudier, 63–65; Louis-Jensen, Morkinskinna, 419.

28 Finnur Jónsson, Indledning, v–viii; Louis-Jensen, Kongesagastudier, 63–5. Louis-Jensen fetar sömu braut og Storm í þessum rökstuðningi (Snorre Sturlassöns Historieskrivning, 28).

29 Meðal þeirra sem hafa gert ráð fyrir þessu eru Jón Helgason (Introduction, 11), Bjarni Aðalbjarnarson (Om de norske kongers sagaer, 135), Indrebø (Nokre merknader til den norröne kongesoga, 62–3) og Jonna Louis-Jensen (Kongesagastudier, 65). Indrebø taldi setninguna um Orm hluta innskotskafla í Morkinskinnu en tók eigi að síður undir niðurstöðuna.

30 Sandaaker, Ágrip og Morkinskinna, 42–45 o.v.; Sandaaker, Magnus Erlingssons kroning, 189–90.

31 Sjá Indrebø, Nokre merknader til den norröne kongesoga, 62–63. Finnur Jónsson (Indledning, xvi) taldi að hér væri um að ræða innskot í Morkinskinnu sem hefði verið skotið inn hugsunarlaust.

32 Þormóður Torfason, Prolegomena, C verso. Undir það tóku ýmsir, þar á meðal Maurer (Ueber die Ausdrücke, 667–70).

33 Jón Þorkelsson, Morkinskinna, 66.

34 Storm, Snorre Sturlassöns Historieskrivning, 28–29. Nýlega hefur Ólafía Einarsdóttir (Fagrskinnas forfattelsestidspunkt) fært rök að því að Fagurskinna sé rituð síðar en flestir hafa talið, nokkru eftir 1235.

35 Bjarni Aðalbjarnarson, Om de norske kongers sagaer, 136–37.

36 Ulset, Innledning, ii. Enn hefur enginn sýnt fram á að mismikið sé um fornlegar orðmyndir í ólíkum hlutum handritsins og dregið fram þess háttar rök fyrir því að þeir séu misgamlir.

37 Steigar-Þórir var fæddur um 1030. Sonardóttir hans gæti verið fædd nálægt 1100 og er þá gömul kona þegar hún segir Þorgils þessum söguna, nálægt 1170. Nokkrum áratugum síðar segir hann höfundi Morkinskinnu hana.

38 Þá má geta þess að Theodore Andersson telur Morkinskinnu samda milli 1215 og 1220 í líkri mynd og hún er nú. Hann tengir tilurð hennar við deilur Íslendinga og Norðmanna á þessum árum. Sjá m.a. Andersson, Snorri Sturluson and the saga school at Munkaþverá; Andersson, The Politics of Snorri Sturluson; Andersson, The Literary Prehistory of Eyjafjǫrðr, Andersson, The Unity of Morkinskinna; Andersson og Gade, Introduction, 64–72. Um þetta er fjallað nánar í kafla 13 og 15.

39 Indrebø, Nokre merknader til den norröne kongesoga, 72. Sbr. kafla 3. Til þessa entist Indrebø ekki aldur því að hann lést fyrir aldur fram árið 1942.

40 Seip (Trondhjems bynavn, 54) vildi kalla Frum-Morkinskinnu X og taldi vestur-norskar heimildir á bak við bæði Frum-Morkinskinnu og Fagurskinnu. Undir þá niðurstöðu hefur Kari Ellen Gade tekið að hluta (Kaupangr–Þrándheimr–Niðarós) en hún telur Morkinskinnu íslenska fyrir því, þó að þekking höfundar og aðdáun á Niðarósi séu umtalsverð. Gade telur að sumir hlutar sögunnar byggist á eldra efni en aðrir. Það hefur Lockertsen (Namnet på Trondheim by i de eldste kjeldene) dregið í efa.

41 Kvalén, Den eldste norske kongesoga. Gade (Kaupangr–Þrándheimr–Niðarós) tekur ekki að öllu leyti undir þetta en Lockertsen (Namnet på Trondheim by i dei eldste kjeldene) er ósammála henni. Hér er erfitt að sanna nokkuð til eða frá en ekki er hægt að útiloka áhrif frá norskum heimildum á t.d. notkun örnefna.

42 Finnur Jónsson, Indledning, xxxix.

43 Andersson, Snorri Sturluson and the saga school at Munkaþverá, 16. Þetta telur hann ekki síst eiga við um þættina: „But a more palpable index is the omnipresence of the þættir, which consistently focus the stories of Norwegian kings through an Icelandic lens" (Andersson, The Unity of Morkinskinna, 5. Andersson tengir þetta við mannlýsingu einstakra konunga (sbr. kafla 13). Sjá einnig Andersson og Gade, Introduction, 64–72.

44 Jón Þorkelsson, Morkinskinna, 66. Í Morkinskinnu er Oddur nefndur sem heimild: „Sá maður var þar með konungi er Oddur hét og var Gellisson. Hann hefir sagt suma hluti frá þessum tíðendum" (Msk., 43). Oddur er ekki þekktur úr öðrum heimildum en menn hafa bendlað hann við Gelli Þorkelsson, son Guðrúnar Ósvífursdóttur. Húnvetningurinn Már Húnröðarson er sjónarvottur síðar í sögunni: „vildi Már tala við Harald en Haraldr vildi ekki við hann eiga og fékk Már ekki þar af" (Msk., 60).

45 Þó gat hann þess að í Hreiðarsþætti sé sagt: „norður í Svarfaðardal" (Msk., 136). Sjá Finnur Jónsson, Indledning, xxxviii–xxxix. Sbr. Bjarni Aðalbjarnarson, Om de norske kongers sagaer; nmgr. 1 bls. 171.

46 Sjá m.a. Andersson, Snorri Sturluson and the saga school at Munkaþverá, 17–23; Andersson, The Literary Prehistory of Eyjafjǫrðr.

3. Gátan um uppruna Morkinskinnu

3.1 Fyrstu rannsóknir

Frumkvöðullinn í Morkinskinnurannsóknum var Norðmaðurinn C.R. Unger sem gaf handritið út árið 1867. Um svipað leyti gaf hann út Flateyjarbók og vakti athygli á venslum textans í Morkinskinnu og sögu Magnúsar góða og Haralds harðráða í yngri hluta Flateyjarbókar. Unger taldi texta Flateyjarbókar runninn frá handriti sem geymdi aðra gerð Morkinskinnutextans. Meiri munur væri á textunum en svo að Flateyjarbókartextinn gæti verið runninn beint frá Morkinskinnu.[1]

Árið 1873 setti Gustav Storm fram niðurstöður um Morkinskinnu sem standa sumar óhaggaðar enn. Storm gerði ráð fyrir að Morkinskinna væri upphaflega frá árabilinu 1217 til 1222 og hefði sagt sögu Noregskonunga frá 1030 til 1177. Hún væri yngri en Ágrip af Noregskonungasögum og Ágrip væri heimild hennar. Aftur á móti væri hún eldri en Heimskringla Snorra Sturlusonar og notuð þar sem heimild. Gerði Storm jafnan ráð fyrir að sögutextinn í handritinu væri sú Morkinskinna sem nýtt væri í Fagurskinnu og Heimskringlu. Hann taldi þannig að öllu efni sem væri í Morkinskinnu en ekki í hinum sögunum hefði verið markvisst sleppt af höfundum þeirra.[2]

Að mati Storms var Morkinskinna full af mótsögnum og höfundurinn ógagnrýninn. Í henni væru auk þess þættir sem ryfu heildarsvip sögunnar:

> Morkinskinna har som nævnt den Egenhed at optage en hel Del Sagn om (især) Islændinger, som under sit Ophold i Norege kom i större eller mindre Forbindelse med Kongerne. Derved fremtræder vistnok som oftest karakteriske Træk hos Kongerne, men Sagaerne opfyldes derved med et mangeartet Stof, og Opmærksomheden drages som oftest bort fra Hovedpersonen i Sagaen.[3]

Þar sem Storm var að rannsaka Heimskringlu eru rit Snorra Sturlusonar mælikvarði hans. Hann lýsir einkennum þessara þriggja rita vel en rannsóknir hans — og flestar rannsóknir á konungasögum síðan — snúast um Snorra Sturluson og Heimskringlu. Aðrar sögur eru áhugavert samanburðarefni, sagnaritun á lægra stigi sem sýnir snilld Snorra.

Árið 1901 ræddi Finnur Jónsson Morkinskinnu í bókmenntasögu sinni. Hann tók undir ýmsar niðurstöður Storms en gerði þó greinilega ráð fyrir tveimur Morkinskinnum: sögunni á handritinu og þeirri sem hann kallar „originalsagaen" en í þeirri síðarnefndu hefði margt efni sögunnar á handritinu ekki verið, þar á meðal þættir um Íslendinga. Finnur telur að þeir séu gamlir í hettunni: „þættir har eksisteret fra gammel tid som selvstændige små sagaer, og [...] er optagne i Mork.-sagaerne og da noget ændrede".[4] Meðal annars efnis sem hann telur innskot í „frumsöguna" eru vísur, ræður í sögunni og smáfrásagnir með heildarsvip, þar á meðal hin svokallaða Þingasaga, frásögn af deilum konunganna Eysteins og Sigurðar Magnússona.

Finnur lýsir Morkinskinnu þannig: „Mork. er således et alt andet end kunstnerisk harmonisk sammenstøbningsværk; de oprindelige, til grund liggende sagaer var de ægte jævne og vistnok i det hele velordnede enkeltsagaer uden episoder".[5] Öfugt við Storm telur Finnur Morkinskinnu ekki eitt verk heldur safn sagna sem hafi verið steypt saman og síðan skotið inn útúrdúrum og óþörfu efni. Finnur telur að sögurnar í Morkinskinnu hafi verið ágætar sögur einstakra konunga (Magnúsar góða, Haralds harðráða, Ólafs kyrra o.s.frv.) sem hafi verið spillt af ritstjóra sem hafi skotið inn í söguna efni sem dró úr listrænni heild hennar. Óljóst er aftur á móti á hvaða stigi „innskotin" hafi slæðst inn, við samsetninguna eða síðar.

Storm fjallaði um þá Morkinskinnu sem hann þekkti en Finnur Jónsson vildi sundurgreina hana í frumþætti. Útgáfu hans á Morkinskinnu frá árunum 1928–1932 fylgdi ítarleg greinargerð um sjónarmið hans enda voru þá komnar fram nýjar tilgátur um uppruna Morkinskinnu sem þurfti að taka tillit til.

3.2 Brautryðjandinn Indrebø

Árið 1917 kom út rit um Fagurskinnu eftir Gustav Indrebø og hugmyndir hans hafa mótað viðhorf fræðimanna til Morkinskinnu síðan. Storm hafði einkum fjallað um Heimskringlu en Indrebø fékkst við Fagurskinnu. Það hafa verið örlög Morkinskinnu að dragast inn í rannsóknir á öðrum konungasögum.

Indrebø bar saman Morkinskinnu og Fagurskinnu til að komast að óyggjandi niðurstöðum um það hvor þægi frá hvorri. Þar með væri hægt að renna styrkari stoðum undir ríkjandi hugmyndir um aldur þeirra. Indrebø hafnaði þeirri hugmynd Finns Jónssonar að líkindi textanna mætti skýra með því að notaðar hefðu verið sömu heimildir, þær glötuðu sögur einstakra konunga sem Finnur taldi stofn Morkinskinnu.[6] Niðurstaðan var að Morkinskinna hlyti að vera eldri. Við smíð hennar hefði greinilega verið stefnt að því að safna á einn stað sem mestum fróðleik. Í Fagurskinnu væri getið færri staðreynda en þó sumra sem ólíklegt væri að Morkinskinnuhöfundur hefði látið vera að geta. Þetta taldi Indrebø sýna að í Fagurskinnu væri stuðst við Morkinskinnu en ekki öfugt.

Samkvæmt Indrebø var sú Morkinskinna sem notuð var af Fagurskinnuhöfundi ekki sú sama og í GKS 1009. Um tvær Morkinskinnur væri að ræða, Frum-Morkinskinnu og þá í Morkinskinnuhandritinu. Um Frum-Morkinskinnu segir Indrebø:

> Denne eldre, upphavlegare tilemningi kann vi kalla *den eldste Mork.* Ho har skilt seg fraa den kjende Mork. paa fylgjande punkt:
> 1. Teksten, sjølve ordvalet har vore noko annleis.
> 2. Ho har vanta
>   a) alle laan fra Ágr;
>   b) den eine versjonen om koss Harald Hardraade kom til Noreg ?
>   c) nokre tætter utan vers ?
>   d) ymis direkte tale (og samtalar).[7]

Indrebø bendir á að víða sé munur á orðalagi Fagurskinnu og Morkinskinnu í textabútum sem séu augljóslega tengdir. Honum þykir ólíklegra að Fagurskinnuhöfundur hafi hnikað orðalagi til en sá (eða þeir) sem hafi borið ábyrgð á yngri gerð Morkinskinnu. Eins og hann orðar það: „det er imot Fgsk.-forfattaren si natur.“[8]

Indrebø benti á að í Morkinskinnu væru „lán“ úr Ágripi af Noregskonungasögum sem væru „merkeleg konsekvent“ ekki í Fagurskinnu. Hann ræddi þau ítarlegar en annan meintan mun á Frum-Morkinskinnu og hinum varðveitta texta. Þau „lán“ sem hann taldi upp eru á annan tug, flest afar stuttar klausur. Má þar sjá skýra fylgni milli Ágrips og Morkinskinnu. Indrebø taldi að þar sem þessar klausur væru ekki í Fagurskinnu hlyti þeim að hafa verið skotið inn í yngri gerð Morkinskinnu. Indrebø taldi raunar að þó að Fagurskinnuhöfundur hafi þekkt Ágrip hefði hann þurft að bera textana vel saman til að þessara kafla sæist ekki staður. Líklegra væri að þessar klausur væru komnar til síðar.[9]

Þá eru í Morkinskinnu tvær gerðir frásagna um komu Haralds harðráða til Noregs sem Indrebø þóttu mótsagnakenndar. Vegna þessara meintu mótsagna taldi hann að aðeins önnur hefði verið í Frum-Morkinskinnu.[10] Í fjórða lagi taldi hann að þar hefðu ekki verið þeir „útúrdúrar“ sem sumir eru kallaðir þættir. Í Morkinskinnu segi um frásögn af skiptum Sveins Úlfssonar og kerlingar einnar að hún sé „gamans frásögn og eigi sögulegt einskostar“ (Msk., 215). Þetta taldi Indrebø sýna að höfundur Frum-Morkinskinnu hefði ekki talið slíkar sögur eiga heima í sagnariti en það viðhorf kæmi ekki heim við fjölda þátta í hinni varðveittu Morkinskinnu (í GKS 1009 fol.).[11] Þá taldi Indrebø að í Frum-Morkinskinnu hefði ekki verið jafn mikið um beina ræðu og í varðveittu gerðinni. Þar studdist hann aðeins við samanburð við Fagurskinnu sem hann taldi standa nær Frum-Morkinskinnu en textinn í GKS 1009.[12]

Röksemdir Indrebøs hafa reynst áhrifamiklar þó að greinargerð hans sé stutt og snúist einkum um þá textabúta í hinni varðveittu Morkinskinnu sem hann telur innskot úr Ágripi. Að þessu leyti var Indrebø sammála Finni Jónssyni. Á hinn bóginn hafði Storm talið að Heimskringla yrði til úr deiglu hinnar margorðu Morkinskinnu og hinnar fáorðu Fagurskinnu.[13] Eins og sjá má voru ýmsir óvissuþættir í upptalningu Indrebøs á viðaukum í frumsöguna. Þó að umfjöllunin um „lánin“ úr Ágripi sé ítarlegust voru rök hans fyrir því að þau væru innskot fyrst og fremst sú sannfæring að höfundur Fagurskinnu hefði ekki sleppt þessu efni úr Ágripi algerlega, eins og raunin er. Liður b og c í upptalningu hans eru með spurningarmerki og hann skýrir ekki nánar hverjir þessir „nokre tætter“ séu. Að síðustu telur hann að beinni ræðu hafi iðulega verið aukið við en byggir þar aðeins á samanburði við Fagurskinnu.

Þó að hugmyndir Indrebøs væru ekki fjarri Finni Jónssyni gerði Indrebø þó ráð fyrir höfundarverki, „Frum-Morkinskinnu“, sem stæði nær Fagurskinnu en hinni varðveittu Morkinskinnu. Finnur áleit Morkinskinnu sagnasafn og virtist ætla ritstjóra þess að hafa skotið inn því efni sem þeim Indrebø þótti óþarft og valda mótsögnum. Að mati Finns átti Morkinskinna sér ekki höfund („forfatter“), aðeins ritstjóra („bearbejder“). Slíkur ritstjóri (eða ritstjórar) hafi ekki náð að eyða mótsögnum úr frásögn sinni. Og þeir Indrebø eru sammála um að það bendi ekki til höfundar.

3.3 Deigla þriðja og fjórða áratugarins

Áratugirnir tveir eftir að Indrebø setti fram hugmyndir sínar um Morkinskinnu urðu fjörugir. Eivind Kvalén gagnrýndi hugmyndir Indrebøs harðlega árið 1925. Honum þótti þeir Finnur ganga langt í að gera ráð fyrir innskotum í Morkinskinnu og spurði: „Ein vert freista til á spyrje Finnur Jónsson og Indrebø: Finst det noko i Mork. som ikkje er interpolera? Ei bok av berre interpolasjonar — er det teoretisk mogelegt?“[14] Í kjölfarið setti Kvalén fram eigin hugmyndir og hélt því m.a. fram að Ágripshöfundur notaði Morkinskinnu en ekki öfugt. Rök hans voru svipuð rökum Indrebøs og Finns, „villur“ og klaufaskapur sýna hvort ritið er yngra. Hann fjallaði þó ítarlegar um staðfræði og örnefni.[15] Hugmyndum hans var tekið af fálæti.[16]

Árið 1928 notaði Indrebø tækifærið í afmælisgrein til Finns Jónssonar og setti fram rök fyrir því að þættir væru innskot. Höfuðrökin eru að mynd Haralds harðráða sé mismunandi í þáttunum og „meginsögunni“: „Um ein vilde bruka roman-maal og setja det paa egg, kunde ein segja at i den sammanhangande soga er Harald helt (jamsides Magnus); i mannjamningstættene — tekne under eitt —, vert han illmenne (»skurk«).“[17] Þetta telur hann dæmi um „sjölvmotsegjingar“ í Morkinskinnu sem sýni að þættir séu innskot eftirritara. Indrebø tekur fram að Frum-Morkinskinna hafi verið ágætt verk: „Morkinskinna-meisteren — originalforfattaren — hev vore ein större forfattar enn han jamleg fær ære for.“[18] Að meistaraverkinu megi komast með því að hreinsa burt viðauka eftirritara. Þeir þekkist á því að þeir skapi mótsagnir, m.a. í mannlýsingu Haralds harðráða. Höfuðrök Indrebøs fyrir að þættir Morkinskinnu séu innskot eru þannig að mynd Haralds harðráða í Morkinskinnu eins og hún er nú varðveitt sé þversagnakennd.[19]

Árin 1928–1932 kom út ný útgáfa Finns Jónssonar á Morkinskinnu þar sem hann notaði yngri hluta Flateyjarbókar til þess að fylla í eyður í GKS 1009. Sú útgáfa er og verður væntanlega lengi enn aðalútgáfa Morkinskinnu. Í formála gerir Finnur grein fyrir sjónarmiðum sínum og gengur lengra en áður hafði verið gert í að ákvarða hvað sé upprunalegt í sögunni og hvað innskot. Er sú athugun ennþá ítarlegasta greinargerðin um það hvaða kaflar Morkinskinnu gætu verið innskot. Flestir síðari fræðimenn hafa þó talið Finn ganga of langt í þeim efnum.

Finnur Jónsson talar eins og Indrebø um „Frum-Morkinskinnu“ sem sé öðruvísi en sú sem varðveitt er: „Mk. er i dens nuværende skikkelse ikke den originale. Denne er i tidens løb, næppe først i den bevarede afskrift, bleven udvidet, interpoleret, hvad der kan bevises, ikke blot ved de gentagelser, der findes (hvorom senere), men også ved andre omstændigheder, hvad vi straks skal se.“[20] Hann gerir hins vegar ráð fyrir að sköpun „Frum-Morkinskinnu“ hafi verið millistig, á bak við séu sjálfstæðar sögur einstakra konunga sem hafi verið skeytt saman af ritstjóra:

> Når man taler om Mk., som denne er — og selv om man ser bort fra de indskudte þættir —, er det indlysende, at det er meningsløst , at tale om eller tænke på en forfatter-individualitet; der er og må være tale om flere forfattere, én til den oprindelige Magnus-Haraldssaga, vistnok mere end

> én til sagaerne om tiden 1066–1130, og så Eiríkr. Der kan kun være tale om en bearbejder- og samler-interesser, og disse fremgår tydelig af det hele og er allerede fremhævede i det foregående.[21]

Í samræmi við þessa niðurstöðu fjallar Finnur ítarlega um þær sögur sem hann telur liggja á bak við og nefnir dæmi um frásagnir sem hann telur að hafi verið skotið inn síðar. Þær séu mótsagnakenndar, ekki í samhengi við „meginsöguna" og hafi óljósan tilgang í henni. Rökvísin sker úr um hvað sé upprunalegt. Finnur gefur sér að rökhugsun hinna klassísku höfunda söguldar sé svipuð og hans eigin og miðar hið varðveitta rit augljóslega við fyrirmyndarsagnarit þar sem aðeins koma fram aðalatriði, það sem sagnfræðingar 19. aldar hefðu talið skipta máli fyrir ævi hvers konungs.[22] Á hinn bóginn geti „bearbejdere" aukið við efni sem eigi þar ekki heima og við það skapist mótsagnir.

Meginágreiningur Finns og Indrebøs er um „frumsögurnar" á bak við „Frum-Morkinskinnu". Á hinn bóginn eru þeir sammála um að þættir sögunnar, bæði um Íslendinga og aðra, séu viðbætur. Finnur segir: „De gamle sagaer om de enkelte konger er bleven udvidede med större og mindre þættir, der skal tjæne til at belyse kongernes karakter; de står ikke i nogen organisk sammenhæng med hovedsagaen."[23] Orðalagið „organisk sammenhæng" felur í sér að til sé lífrænt samhengi í konungasögu sem þættir rjúfi. Finnur gefur sér fyrirmyndarformgerð. „Innskotin" þekkist sem frávik frá þeirri formgerð. Hann segir að þættirnir séu „i og for sig [...] ejendommelige og morsomme nok, men som falder udenfor en kongebiografi."[24] Í stuttu máli er til betri aðferð til þess að setja saman konungasögu. Viðmiðið um hver hún sé hlýtur að vera önnur sagnaritun miðalda og Heimskringla hefur eflaust verið Finni ofarlega í huga.

Finnur lýsir vinnubrögðum ritstjórans þannig:

> Ved sammenföjningerne af de enkelte stykker er han ikke altid heldig og han gör sig skyldig i gentagelser og forskellige ujævnheder og han er ikke helt fri for modsigelser. Det er således klart, at han har haft en række skrevne þættir og anden litteratur for sig.[25]

Finnur telur ekki um höfund að ræða og raunar kunni margir afritarar að hafa komið við sögu. Leiðin til að finna „innskotin" sé að hafa hið rökrétta samhengi í huga en gefa einnig gaum að endurtekningum, „ójöfnum" og mótsögnum. Þær finnur Finnur víða í sögunni, t.d. í Karlsþætti vesæla sem virðist gefa tvær andstæðar skýringar á komu Magnúsar góða til Noregs. Hér telur Finnur mótsögn á ferð og útskýrir hana þannig:

> Det forekommer nu at være den rimeligste forklaring, at en senere redaktör har ændret den oprindelige begyndelse af Magnus-sagaen og optaget denne þáttr; om det er den oprindelige (ældre) Mk., der har haft den, eller om det er en yngre redaktör, der er mand for den, bliver usikkert, men det er ikke usandsynligt, at det sidste er tilfældet; det synes at være i god samklang med den nuværende redaktion iøvrigt. Da bliver den nævnte modsigelse fuldt forklarlig.[26]

Mótsagnirnar í þættinum sýni að hann hafi ekki staðið í frumsögu Magnúsar góða.[27] Til greina komi að ritstjóri „Frum-Morkinskinnu" hafi skotið honum inn. Enn líklegra sé þó að yngri eftirritari sé ábyrgur. Virðist það tengjast vaxandi fjarlægð frá sögulegum kjarna verksins. Í máli Finns kemur fram að frumsögurnar séu ekki aðeins rökvísari heldur einnig „mest ægte" en innskotin „uhistoriske". Grunnforsenda Finns er að sannleikurinn, hin raunverulega atburðarás, sé rökréttur. Því nær sem sögur standi hinum sagnfræðilega raunveruleika, þeim mun rökréttari séu þær.

Þó að það séu einkum endurtekningar, smekkleysi og mótsagnir sem koma upp um „innskotin" styðst Finnur einnig við textasamanburð. Hann bendir á að nokkrir þættir Morkinskinnu séu ekki eða þá gjörbreyttir í yngri hluta Flateyjarbókar (þ.e. sögu Magnúsar góða og Haralds harðráða) þó að sá texti fari að öðru leyti nærri texta GKS 1009. Þeir þættir sem vantar eða hefur verið breytt eru Hreiðarsþáttur heimska, Halldórsþáttur Snorrasonar, Auðunarþáttur vestfirska, Brandsþáttur örva, Íslendingsþáttur sögufróða og Sneglu-Hallaþáttur — allir um Íslendinga. Finnur hafnar því að þetta stafi af eyðum í forritinu sem notað var við ritun Flateyjarbókar:

> Dette kan ikke forklares ved at antage lakuner i det hds., som Flat.-afskriveren nyttede. De nævnte afsnit har ikke eksisteret i Flat.s. original af sagaen, med andre ord: de er senere tilføjede i nuværende Mk. Allerede dette berettiger til at tale om en ældre Mk. og en yngre, eller hvad der er det samme, en interpoleret Mk.[28]

Eins og sést á þessum orðum telur Finnur þetta eitt ekki ráða úrslitum um mat á uppruna sögunnar. Þetta styrki þó þær niðurstöður sem fá megi með því að kanna mótsagnir og klaufaskap í hinni varðveittu Morkinskinnu.

Árið 1936 setti Bjarni Aðalbjarnarson fram hugmyndir sínar um Morkinskinnu. Hann féllst á kenningu Indrebøs um áhrif Morkinskinnu á Fagurskinnu en var ósammála því að texti Fagurskinnu stæði yfirleitt nær Frum-

Morkinskinnu en texti Morkinskinnu. Með samanburði sýndi hann fram á að texta Morkinskinnu og Heimskringlu beri oft saman gegn Fagurskinnu en í öðrum tilvikum sýni Fagurskinna og Heimskringla „upprunalegri" texta. Niðurstaðan var „at *Msk.* og *Fsk.* vekselvis viker av fra den eldste *Msk.*'s tekst."[29]

Þannig gróf Bjarni í raun undan hugmyndum Indrebøs um tilurð Morkinskinnu því að eins og áður sagði tengdust rök Indrebøs þeirri sannfæringu hans að texti Fagurskinnu stæði nær Frum-Morkinskinnu en Morkinskinna. Bjarni taldi þó eins og Indrebø að Frum-Morkinskinna væri býsna ólík hinni varðveittu en vildi leita lengra og fjallaði rækilega um heimildir hennar. Hann gerði ráð fyrir sögum einstakra konunga („spesialsagaer") eins og Finnur en taldi þó ekki ástæðu til að gera ráð fyrir sjálfstæðri sögu hvers einasta konungs.[30] Bjarni lagði lítið upp úr málfarslegum og bókmenntasögulegum rökum Finns fyrir þessum sögum. Bestu rökin væru „komposisjonsfeil som kunde opfattes som arr efter sammenføiningen av de særskilte sagaer."[31] Það sem hann kallaði „komposisjonsfeil" eru endurtekningar, órökvísi, klunnaskapur, smekkleysi og mótsagnir sem einnig léku lykilhlutverk í rökfærslu Finns og Indrebøs.

Bjarni fjallar ítarlegar um stöðu þáttanna en Indrebø hafði gert. Hann nefnir sextán þætti sem hann telur að gætu hafa verið sjálfstæðir áður en þeir voru teknir inn í Morkinskinnu.[32] Hjá honum eru þessir þættir þá sambærilegir við hinar sérstöku sögur hjá Finni, byggingareindir Morkinskinnu. Greining hans á þeim tengist sundurgreiningu sögunnar almennt. Meginrök hans eru þau að þeir séu ekki nógu mikilvægir í sögu konunganna til að eiga heima í slíkri sögu: „De meste av det som tættene forteller om de norske konger, er ubetydelige hendelser i disses liv og kan neppe falle innenfor rammen av deres historie".[33] Eins og Finnur er Bjarni með ákveðið fagurfræðiviðmið í huga sem hann kallar „rammen", þ.e. það sem eigi heima í slíkri sögu.

Leiðin til að finna hina sjálfstæðu þætti er í anda Finns og Indrebøs. Bjarni telur endurtekningar í þáttum vitnisburð um að þeir hafi verið til sjálfstæðir. Sumir þættir hafi ótvírætt ekki verið í Frum-Morkinskinnu, til að mynda þeir sem Finnur hafði bent á að væru ekki eða í talsvert breyttri mynd í Flateyjarbók. Bjarni bendir aftur á móti ekki á nýjar leiðir til að skera úr um það hvaða þættir hafi ekki verið í Frum-Morkinskinnu.[34] Eins og þá var alsiða telur hann þættina gera lítið gagn í sögunni og brjóta gegn smekkvísi, þeir séu „stykker som på ingen måte berører sagaens tråd, og som kunde skjæres bort uten å efterlate noen arr."[35] En Bjarni bendir einnig á að einmitt þeir þættir sem skipti minnstu fyrir söguna séu ólíklegastir til að hafa verið til sjálfstæðir. Þannig felst ákveðin þversögn í forsendum hans. Meginrökin fyrir því að þættir eigi ekki heima í sögunni eru að þeir séu ekki nógu mikilvægir. Um leið kemur fram að margt efni sem mætti skera burt hljóti að hafa verið í Frum-Morkinskinnu þar sem þær frásagnir hafi varla verið til sjálfstæðar.

Eins og Finnur Jónsson veltir Bjarni ekki aðeins fyrir sér Frum-Morkinskinnu heldur einnig sögum einstakra konunga á bak við. Í grófum dráttum fellst Bjarni á þá niðurstöðu Indrebøs og Finns að þættir séu gjarnan innskot en rekur ýmsa varnagla og telur erfitt að upplýsa málið. Hann vill ekki fallast á að allt það efni sé innskot sem Finnur telur vera það: „Det tør ikke betraktes som sikkert at alt dette er interpolasjoner.“[36] Þannig gerir hann ráð fyrir Frum-Morkinskinnu sem í hafi verið allmargir þættir en ekki þó allir. Samt þykir honum slíkt efni tæplega hafa átt þar vel heima.

Bjarni fjallar mest um þá kafla sem eigi sér hliðstæður í Ágripi og hann telur lán þaðan. Þar á hann einkum í deilu við Kvalén. Bjarni telur að „lánin“ séu innskot og með sömu rökum og Indrebø: þessa kafla vanti í Fagurskinnu. Hann sýnir fram á klunnaskap sem valdi endurtekningum eða mótsögnum. Þar sem endurtekningar og mótsagnir bendi til eftirritara en ekki höfunda hafi „lánin“ úr Ágripi því ekki verið í Frum-Morkinskinnu. Aðalrökin eru þó að þau eru ekki í Fagurskinnu. Bjarni er þó ekki alveg samstíga Indrebø í mati á því hvaða klausur séu „lán“ úr Ágripi, hann nefnir miklu fleiri til.[37]

Árið 1939 skýrði Indrebø hugmyndir sínar um Morkinskinnu í ýmsum atriðum. Hann taldi Bjarna hafa rökstutt vel að lánin úr Ágripi væru „sekundære innskot“ en þótti hann ganga of skammt í að álykta um mun Frum-Morkinskinnu og hinnar varðveittu sögu. Það væri meginverkefni Morkinskinnurannsókna:

> interpolasjonane [...] hev gjort boki til ei urydjug röys, og det er ei forvitneleg uppgåve, og ei viktug uppgåve for granskingi av den norröne kongesoga, å få skilt ut dette sekundære, so me kunde koma inn til den upphavlege kjernen i verket, — inn til det som me kann kalla Eldste Mork.[38]

Indrebø var sannfærður um að þetta væri hægt: „Det skulde undra meg, um ein ikkje då skulde kunna nå fram til å segja med relativ visse noko meir enn det bokskrivaren hev tort segja“.[39] Það taldi hann þó verkefni síðari tíma.[40]

Indrebø setti sem fyrr stefnuna á hina glötuðu Frum-Morkinskinnu. Hann tók upphaf sögunnar sem dæmi um það hvernig mætti með nákvæmum lestri ákvarða hvað væri viðbætur en hvað upphaflegt.[41] Í þeim kafla væru ófáar mótsagnir. Þannig kæmu fram tvær andstæðar hugmyndir um hver hefði átt frumkvæði að komu Magnúsar til Noregs:

> Forteljingi no i Mork. er soleis heller ihopp-lappa. Og samanstöypingi hev tydeleg valda vanskar. Ymis sjölvmotsegjing og ujamnskap stend att til minne um det. Mork. no grunngjev soleis på tvo ulike måtar at nordmennene for til Gardarike [...] [42]

Mótsagnir í kaflanum um komu Magnúsar góða til Noregs urðu þannig að hyrningarsteini þeirrar tilgátu Indrebøs að greina mætti hið upprunalega efni frá innskotunum.

Indrebø taldi Bjarna Aðalbjarnarson of varfærinn í að lýsa þætti innskot en í þessari grein fjallaði hann þó nánast ekkert um þætti sögunnar, aðra en söguna um Karl vesæla sem honum þótti ekki eiga heima í Frum-Morkinskinnu. Um þætti segir Indrebø: „For ikkje so fåe andre tætter og lauststående stykke òg måtte ein kunna koma til resultat ved nögnare gransking, — endå um der er store vanskar og ofte vert nok att av uvisse-moment.“[43] Hann gerir þó enga tilraun til frekari rannsóknar, skýrir ekki hvað hann eigi við með „lauststående stykke“ og rekur að lokum varnagla um óvissuþætti.

Að innskotunum slepptum taldi Indrebø fást skynsamlegt vit í söguna sem væri að auki betri saga, höfundarverk en ekki hrófatildur eftirritara:

> Eg er huga til å tru, at kunde det lukkast oss å få skala burt av den Mork. me hev alt det som er seinare tillegg og yverarbeiding so me nådde inn til sjölve originalverket, so skulde me få sjå ein merkeleg sogeskrivar. Det skulde koma fram eit sogaverk som vitna om mykje meir kristisk sans og mykje meir evne hjå forfatteren til litterær komposisjon, enn det som Mork. no syner. Dette sogaverket munde kann henda stå næmare Fgsk. enn det stend den berga Mork.[44]

Indrebø telur að Frum-Morkinskinna væri ef til vill réttnefndari Frum-Fagurskinna, svo gerólík hafi hún verið hinni varðveittu Morkinskinnu. Hann telur þá sögu „originalverk“ en ekki „kompilasjon“.[45] Í því liggur ágreiningur hans við Finn Jónsson.

Bjarni Aðalbjarnarson hafði eins og Finnur gert ráð fyrir eldri sögum. Indrebø hafnar ekki þeim möguleika en leggur áherslu á að sannanir skorti:

> Fullt avgjerande kann me ikkje segja at desse argumenti er. Men når me legg alt i hop, tykkjer eg det vert rettast å lata gjelda som *arbeidstanke* so lenge, at E. Mork. er ein manns originalverk [...] og at dei spesialsogur som sume meiner ligg til grunn, ikkje hev vore til. Umogelegt er det ikkje at dei hev vore til. Men det er rett å halda seg til dei kjeldor me veit um, so lenge ikkje faktiske åtgåingar *tvingar* oss til noko anna. Og åtgåingane til no tvingar oss ikkje til a rekna med meir enn samlingsverket Morkinskinna.[46]

Að mati Indrebøs er Frum-Morkinskinna höfundarverk eins manns sem bar að vísu lítinn svip af hinni varðveittu Morkinskinnu.

3.4 Rannsóknir Jakobsens og Jonnu Louis-Jensen

Skoðanaskipti Finns Jónssonar, Indrebøs og Bjarna Aðalbjarnarsonar skildu eftir ýmsa lausa enda. Indrebø taldi að líta bæri á Morkinskinnu sem sérstaka sögu og í því máli var tíðarandinn honum hliðhollur.[47] Enginn hélt áfram starfi Finns og Bjarna við að leita uppi sérsögur á bak við söguna. Á hinn bóginn höfðu bæði Finnur og Bjarni gert allskýra grein fyrir innskotunum, Bjarni fullur efa en Finnur viss í sinni sök. Um þau hafði Indrebø hins vegar haft óljós og almenn orð. Hann ræddi aðeins eitt tilvik rækilega, komu Magnúsar góða til Noregs.

Indrebø gerði sér manna best grein fyrir því að ekki var nóg að gert og skoraði á aðra að gera ítarlega úttekt á tilurð sögunnar.[48] Honum þótti Bjarni Aðalbjarnarson of varfærinn. Í útgáfu sinni á Heimskringlu virðist Bjarni að sumu leyti færast nær hugmyndum Indrebøs. Þar segir hann um Frum-Morkinskinnu: „Mun Fsk. að sumu leyti vera beztur fulltrúi þeirrar bókar, en hefir ekki að geyma nándar nærri allt efni hennar.“[49] Ekki má af þessu ráða hvort Bjarni sé ósáttur við fyrri niðurstöðu sína: að Fagurskinna og hin varðveitta gerð víki til skiptis frá texta Frum-Morkinskinnu. Hitt er ljóst að honum þykir ekki nóg að gert í Morkinskinnurannsóknum: „Brestur mikið á, að mönnum hafi tekizt að gera sér ljóst, hversu Morkinskinna varð til og hverjum breytingum hún hefir sætt.“[50]

Um heimildir Morkinskinnu hefur enginn fjallað rækilegar en Bjarni Aðalbjarnarson og nú nýlega Andersson og Gade. Almennt er gert ráð fyrir munnlegum heimildum á bak við söguna.[51] Einnig hefur verið stuðst við ritheimildir. Vísað er í sögunni til Jarlasagna (Msk., 31), sögu Knúts helga

(Msk., 293) og Hryggjarstykkis (Msk., 419) auk þess sem rætt er um notkun vísna (Msk., 83, 170, 213, 290, 319). Þá hefur Ágrip af Noregskonungasögum greinilega verið notað, eins og áður sagði. Aðrar heimildir sem nefndar hafa verið til eru hin glataða Hákonarsaga Ívarssonar, hin glataða Hlaðajarlasaga, Orkneyingasaga, Jómsvíkingasaga og Ljósvetningasaga.[52]

Fáar nýjar rannsóknir á uppruna Morkinskinnu komu fram fyrstu árin eftir 1940. Áhugi fræðimanna á öðrum konungasögum en Heimskringlu virtist tæmdur. Ritum um þróun konungasagnaritunar fór fækkandi. Þó að flest ágreiningsmál um uppruna Morkinskinnu væru óútkljáð var látið þar við sitja. Heinrich Gimmler fjallaði um þætti Morkinskinnu í doktorsritgerð sem lokið var árið 1972. Megintilgangur hans var að meta hvaða þættir hefðu verið til sjálfstæðir en í sögunni væru einnig „þáttalíki" („Þættir-ähnliche Stücke") sem hefðu sennilega aldrei verið sjálfstæðar frásagnir. Hann var sammála Bjarna Aðalbjarnarsyni um að ekki þyrfti allt að vera innskot sem væri í lausum tengslum við „meginsöguna" og taldi Finn Jónsson ganga of langt. Gimmler gerði eins og Bjarni ráð fyrir að í Frum-Morkinskinnu hefðu verið þættir og „þáttalíki" en var ekki sammála honum um hversu margir þættir í sögunni væru innskot og taldi þar tólf sjálfstæða þætti.[53]

Árið 1968 fór Alfred Jakobsen betur í saumana á venslum Fagurskinnu og Morkinskinnu. Hann taldi ekki útilokað að ritstjóri (redaktør) Morkinskinnu hefði sleppt einhverju sem getið er í Fagurskinnu og varaði við að dregnar væru of miklar ályktanir af tiltölulega smávægilegum stílatriðum, eins og Indrebø hefði gert. Hann bar saman textana og komst að því að í Fagurskinnu væru klausur úr Morkinskinnu teknar upp og styttar. Ólíklegra væri að í Morkinskinnu hefði meðvitað verið aukið við. Jakobsen tók undir með Finni Jónssyni um að í Morkinskinnu væri orðalag víða fornlegra en í Fagurskinnu og þótti ólíklegt að yngra ritið hefði nýtískulegra málstig.[54] Jakobsen styrkti þannig hina mikilvægu niðurstöðu Indrebøs um afstöðu Morkinskinnu og Fagurskinnu.[55]

Árið 1977 sendi Jonna Louis-Jensen frá sér niðurstöður sínar úr fyrstu ítarlegu samanburðarrannsókn á GKS 1009 fol. og öðrum handritum sem Morkinskinnutextinn er í, þ.e. yngri hluta Flateyjarbókar, Huldu og Hrokkinskinnu og handritsbrotunum AM 325 IV β og AM 325 XI,3 4to en hún hafði áður fært rök fyrir því að þau væru leifar forrits yngra hluta Flateyjarbókar.[56] Rannsókn Louis-Jensen markar tímamót þar sem hún var fyrsta athugunin á textavenslum Morkinskinnutexta. Fyrri tilgátur höfðu allar byggst á venslum Morkinskinnu við aðrar konungasögur, einkum Ágrip og Fagurskinnu.

Jonna Louis-Jensen benti réttilega á að þrátt fyrir rannsóknir Indrebøs, Bjarna Aðalbjarnarsonar og annarra væri „ÆMsk. stadig en størrelse med ret vage konturer.“[57] Ítarlegust væri greinargerð Bjarna Aðalbjarnarsonar um „lánin“ frá Ágripi en hún benti þó á að „(n)ogen fuldstændig sikker afgrænsning af indskudderne er næppe mulig, og Bjarni Aðalbjarnarson udgiver heller ikke sin liste for at være definitiv.“[58] Hið sama gildi um þættina, jafnvel Indrebø geri ráð fyrir að einhverjir þættir hafi verið í Frum-Morkinskinnu. Að mati Louis-Jensen eru helstu rökin fyrir því að þættirnir séu innskot að:

> de har ofte en meget løs forbindelse med hovedhandlingen, som de i flere tilfælde afbryder på en klodset måde; de billeder de tegner af de norske konger stemmer undertiden dårligt overens med den opfattelse af kongernes personlighed der ellers hævdes i værket; endelig er det ikke udelukket at der kan påvises stilistiske forskelle mellem de enkelte *þættir* og grundstammen i værket.[59]

Þessi gömlu rök tekur Louis-Jensen góð og gild þó að þau byggist ekki á samanburði við aðra texta. Hún bendir þó einnig á að stílrannsókn vanti á mun þátta og „meginsögu“.[60]

Louis-Jensen tók hins vegar til endurskoðunar þau mikilvægu rök Finns Jónssonar að sex þættir væru ekki í yngri hluta Flateyjarbókar eða hefði verið breytt talsvert í þeirri gerð. Með samanburði við Huldu og Hrokkinskinnu sýnir Louis-Jensen fram á að þessir þættir hafi verið í sameiginlegu forriti GKS 1009 fol. og yngri hluta Flateyjarbókar sem hún kallar „*Msk 2“, þ.e. Morkinskinnu með þáttum og öðrum „innskotum.“[61] Setur hún þetta upp í eftirfarandi stemma:

```
            *Msk2
 ___________________________
 MskMS                     m
          ____________________________
          *H                  325—YFlb
```

Allar varðveittar gerðir Morkinskinnutextans má rekja til þessarar *Msk 2, þ.e. Morkinskinnu með þáttum og fleiri „innskotum“.[62]

Í raun og veru felur þetta í sér að ógerlegt er að ákvarða með textasamanburði hvað af efni Morkinskinnuhandritsins hafi ekki verið í „Frum-Morkinskinnu“. Louis-Jensen fjallar nánar um upphaf Morkinskinnu og kemst að því að í þessum hluta hafi verið enn fleiri „indre modsigelser“ í *Msk 2 en Indrebø gerði ráð fyrir. Þær hafi ritstjóri yngri hluta Flateyjarbókar eða næsta forrits sléttað út. Þetta er að hennar mati „en yderligere bekræftelse“ á þeim dómi Indrebøs að Karlsþáttur vesæla hafi ekki staðið í Frum-Morkinskinnu.[63] Hún gerir samt ráð fyrir að yngri ritstjórar („bearbejdere“) greiði stundum úr mótsögnum eða endurtekningum. Finnur Jónsson og Indrebø höfðu hins vegar báðir litið á mótsagnir og endurtekningar sem merki um ungan aldur texta. Louis-Jensen er sammála þeim og telur mótsagnirnar í *Msk 2 sýna að Karlsþáttur sé innskot en sýnir eigi að síður fram á að í enn yngri gerð fækki mótsögnum.

Þó að Jonna Louis-Jensen taki undir fyrri tilgátur grafa athuganir hennar eigi að síður undan forsendum þeirra að tvennu leyti. Annars vegar eru nú horfin þau rök að þeir þættir sem voru ekki eða mjög breyttir í yngri hluta Flateyjarbókar hefðu ekki verið í forriti Morkinskinnuhandritsins. Hins vegar sýnir hún hvernig mótsögnum er stundum eytt eftir því sem texti þróast. Ekki er hægt að telja þær óræka vísbendingu um ungan aldur.[64]

Jonna Louis-Jensen vekur athygli á að í Huldu og Hrokkinskinnu séu meiri breytingar á Morkinskinnutextanum en Heimskringlutextanum og veltir því upp hvort verið geti að það merki að texti Morkinskinnu hafi verið í sífelldri endurvinnslu, öfugt við Heimskringlu. Ekki kemst hún þó að skýrri niðurstöðu um það enda telur hún sig ekki hafa næg textafræðileg rök til þess.[65] Önnur tilgáta sem hún nefnir er að safnara Huldu og Hrokkinskinnu hafi þótt Heimskringlutextinn betri og fylgt honum frekar.[66]

Jonna Louis-Jensen fjallar fyrst og fremst um yngri gerðir Morkinskinnutextans en bætir litlu við niðurstöður Indrebøs um þróun Morkinskinnu fyrir daga handritsins GKS 1009. Meginniðurstaða hennar er að allir varðveittir Morkinskinnutextar renni frá því sem hún kallar „*Msk 2“, texta með „lánum“ úr Ágripi, þáttum og öðrum „innskotum“ í Frum-Morkinskinnu. Þessi niðurstaða er afar mikilvæg til skilnings á uppruna Morkinskinnu. Rökrétt afleiðing hennar er að sönnunarbyrðin hvílir nú á þeim sem vilja gera ráð fyrir róttækum breytingum frá Frum-Morkinskinnu til hinnar varðveittu gerðar.

3.5 Vaxandi efi

With the sources at our disposal the question
as to the genesis of the Morkinskinna is insoluble.
Jón Helgason[67]

viðleitni fræðimanna að greina alla íaukana með vissu frá stofni ritsins
hefir borið fremur lítinn árangur, og örvænt má kalla,
að það muni nokkru sinni takast til hlítar.
Bjarni Aðalbjarnarson[68]

Þrátt fyrir allnokkra umræðu um uppruna Morkinskinnu á fyrri hluta 20. aldar voru tveir merkir fræðimenn þá orðnir afar svartsýnir á að óvissu um málið yrði eytt. Allar tilraunir til að greiða úr flækjunni hafa lent í blindgötu óvissunnar. Fræðimenn urðu aldrei sammála um umfang innskotanna í Morkinskinnu og með árunum hefur óvissan aukist.

Seinustu ár hafa menn tekið að hverfa hægt og hljótt frá þeirri sýn Indrebøs að Frum-Morkinskinna hafi verið líkari Fagurskinnu en Morkinskinnu. Árið 1985 bar Bjarni Einarsson saman Morkinskinnu og Fagurskinnu. Þó að hann gerði ekki upp við hugmyndir Indrebøs valdi hann Morkinskinnutextann í GKS 1009 fol. en ekki Fagurskinnu sem fulltrúa Frum-Morkinskinnu. Þannig tók hann í verki afstöðu gegn þeirri tilgátu að Fagurskinna sé betri fulltrúi Frum-Morkinskinnu en hinn varðveitti Morkinskinnutexti. Bjarni telur að höfundur Fagurskinnu hafi sleppt mörgu úr heimild sinni, Frum-Morkinskinnu.[69] Hann gerir þannig ótvírætt ráð fyrir að sumt sem aðrir höfðu talið innskot hafi verið í því riti.[70] Hann gerir til að mynda ráð fyrir að í Frum-Morkinskinnu hafi verið þættir.[71] Samanburður Bjarna sýnir einnig að ekki aðeins er Morkinskinna stundum samhljóða Ágripi heldur einnig Fagurskinna. Þannig eru niðurstöður Bjarna um margt andstæðar hugmyndum Indrebøs. Einkum draga þær úr mikilvægi Fagurskinnu sem heimildar um útlit Frum-Morkinskinnu.

Fáir hafa hætt sér í að ræða Frum-Morkinskinnu síðari ár en margir haft efasemdir.[72] Nýlega hefur Odd Sandaaker sett fram þá tilgátu að Morkinskinna hafi verið til í núverandi mynd á þriðja áratug 13. aldar. Í Heimskringlu sé sú gerð notuð, með „innskotum" úr Ágripi.[73] Sandaaker setur þessu til stuðnings fram allflókið stemma sem skýrir málið ekki mjög. Það telst þó til tíðinda að dregið sé í efa að „lánin" frá Ágripi hafi vantað í Frum-Morkinskinnu enda hafði mest verið fjallað um þau. Þá hafa Andersson og fleiri nýlega talið að þættir séu ekki aðskotahlutir í sögunni.[74]

Á seinustu áratugum hefur Morkinskinna verið tekin til skoðunar af ýmsum fræðimönnum án þess að afstaða sé tekin til uppruna textans. Marianne Kalinke orðar það svo:

> The purpose of this inquiry is neither to determine the character of the "original" Morkinskinna nor to distinguish between the original composition and later accretions and interpolations, but rather to assess the art of Morkinskinna in the form transmitted to us.[75]

Það er þó augljóst að þegar fjallað er um Morkinskinnu sem heild en ekki þætti hennar er horfið frá þeirri skoðun Finns Jónssonar að það sé „meningsløst, at tale om eller tænke på en forfatter-individualitet" í Morkinskinnu. Auk heldur er sú Morkinskinna sem er til umræðu þá ekki Frum-Morkinskinna heldur hinn varðveitti texti.

Vitaskuld er hægt að fjalla um Morkinskinnu án þess að hafa skoðun á tilurð textans og aldri. Sá sem fjallar um hana sem heilsteypt höfundarverk gerir þó ráð fyrir öðru hvoru: að Morkinskinna hafi verið til nokkurn veginn eins og hún er nú árið 1220, eða að til hafi verið Frum-Morkinskinna sem hafi verið gjörólík hinni varðveittu. Þá er réttara að líta svo á að Morkinskinna í núverandi mynd sé að hluta höfundarverk þess (eða þeirra) sem skaut inn þáttum og öðru efni milli 1220 og 1280 og megi jafnvel teljast verk frá síðari hluta 13. aldar. Sá sem vill leggja mikið til málanna um Morkinskinnu verður að gera grein fyrir því hvoru sjónarmiðinu er fylgt. Til þess þarf að vega og meta þær forsendur sem umræðan um uppruna Morkinskinnu hefur byggst á.

3.6 Rökin fyrir innskotum

Rök í umræðunni um uppruna Morkinskinnu hafa verið margs konar. Í fyrstu var talið að hægt væri að byggja á textasamanburði við Flateyjarbók. Rannsóknir Jonnu Louis-Jensen sýndu hins vegar að Morkinskinnutextarnir í yngri hluta Flateyjarbókar og í Huldu og Hrokkinskinnu hafa ekki sjálfstætt gildi þannig að hægt sé að nota samanburð við þá til að fullyrða um mun Frum-Morkinskinnu og hinnar varðveittu Morkinskinnu.[76] Það eru ekki síst þær niðurstöður sem kalla á að málið verði athugað á ný. Mikilvægt er þó að standa ekki á sama stað og fyrri fræðimenn og reka varnagla í tilgátur þeirra. Snúa þarf sönnunarbyrðinni við og spyrja: Hvaða efni hinnar varðveittu Morkinskinnu var að öllum líkindum ekki í Frum-Morkinskinnu?[77] Annars erum við stöðugt á valdi leiðartilgátna sem byggjast á forsendum sem nú eru ekki lengur í gildi.

Þá stendur eftir samanburður við önnur konungasagnarit, einkum Fagurskinnu. Indrebø reisti tilgátuna um Frum-Morkinskinnu á mati sínu á fagurfræði þessara rita. Jakobsen færði síðar haldbetri rök fyrir því að Morkinskinna væri heimild Fagurskinnu en skaut ekki nýjum stoðum undir tilgátur Indrebøs um hvaða efni textans í GKS 1009 fol. hefði ekki verið í Frum-Morkinskinnu. Það gerði Louis-Jensen ekki heldur enda hugaði hún einkum að yngri textum. Bjarni Einarsson bar Fagurskinnu og Morkinskinnu saman og eins og fram hefur komið virðist hann hafa gert sér í hugarlund Frum-Morkinskinnu sem hafi verið líkari texta GKS 1009 fol. en Indrebø hafði gert ráð fyrir.

Það mikilvægasta við athugun Bjarna Einarssonar er að hún sýnir að textasamanburður við Fagurskinnu dugar skammt til að álykta um efni Frum-Morkinskinnu. Morkinskinna, Fagurskinna og Heimskringla eru sjálfstæð konungasagnarit, samin í ólíkum tilgangi og fagurfræði þeirra ólík. Þannig hefur það lítið sem ekkert sönnunargildi þó að ýmsum þáttum Morkinskinnu hafi verið sleppt í Fagurskinnu og Heimskringlu. Það kann einfaldlega að skýrast af því að höfundar þessara sagna hafi ekki haft viðlíka dálæti á dæmisögum og Morkinskinnuhöfundur.

Tilgátur um efni Frum-Morkinskinnu hafa að óverulegu leyti byggst á ytri rökum, þ.e. textasamanburði við önnur handrit. Það sem hefur skipt mestu máli eru innri rök. Með innri rökum á ég við það hvaða efni hefur þótt falla vel og smekklega að heild sögunnar og hafa þar skýran tilgang. Þegar litið er á rökin fyrir því að tilteknu efni hafi verið aukið við síðar reynast þau oftast vera þess eðlis.

„Lánin" úr Ágripi hafa langmest verið rædd. Haft hefur verið fyrir satt að þeim köflum sem eru samhljóma Ágripi hafi verið skotið inn eftir að Fagurskinna varð til enda væru þessar klausur sjaldnast í henni. Bjarni Aðalbjarnarson gerði úttekt á þessu.[78] Alls tilgreindi hann 43 staði í Morkinskinnu þar sem skýrar orðalagslíkingar séu við Ágrip en sex tilvikum fylgdi þó spurningamerki. Þeir Indrebø voru ekki á einu máli um öll „lánin"; í lengstu úttekt Indrebøs á málinu dró hann mörk „lánanna" víða öðruvísi.[79]

Dæmi um „lán" úr Ágripi er þessi klausa:

> En þá er guð tók at birta jartegnum um inn helga Óláf, þá réðusk bǫztu menn til at fara ór landi at sœkja Magnús, son ins helga Óláfs, því at menn fundu misræði sín ok iðruðusk ok vildu þá þat bœta á syni hans, er þeir hǫfðu á sjálfum hónum brotit[80]

Í Morkinskinnu segir hins vegar:

> Í þenna tíma lét guð mjög birtast helgi hins heilaga Ólafs konungs, og sáu þá margir satt mál um sína hagi og fundu nú misræði sitt og glæp þann er þeir höfðu gjört, og þóttust nú þann veg helst mega sýna, að bæta það nú á syni hans er þeir höfðu á sjálfum honum misgjört (Msk., 17).

Orðalagstengsl textanna eru auðsæ þó að á þeim sé nokkur munur. Þar nægir að nefna orðið „misræði". Í Fagurskinnu er enginn hliðstæður texti.

Í Ágripi segir á einum stað:

> Ok raufsk þing þat með <þeima> hætti, at konungr bað alla menn finnask þar um morgininn. Ok fannsk þá í hans orðum, at guð hafði skipt skapi hans, ok var þá freka snúin til miskunnar, hét ǫllum mǫnnum gœzku ok efndi sem hann hét eða betr[81]

Í Morkinskinnu er orðalagið svona:

> og með þessum hætti var slitið þinginu þann dag og bað konungur þar alla finnast um morgininn eftir, og þóttust menn þá finna í orðum konungs að guð hafði þá mýkt skap hans og var þá freka snúið til miskunnar. Og annan dag undruðu menn er konungur var þá svo linur og voru þá mjúkar tölur til landsmanna og svo til Þrænda sem annarra. Hét konungur þá öllum mönnum gæsku og friði og efndi það æ betur (Msk., 31).

Hér er tekið til orða á svipaðan hátt. Morkinskinnukaflinn er þó mun lengri. Auk þess eru umræddar klausur rétt hjá hvor annarri í Ágripi en langur kafli á milli í Morkinskinnu.

Í langflestum tilvikum svipar hálfri eða einni setningu saman í Ágripi og Morkinskinnu en í öðrum er um aðeins lengri texta að ræða. Samanlagt er þetta nálægt 10 síðum í Morkinskinnuútgáfu Finns Jónssonar. Einn lengsti textinn er frásögnin af upphafi ríkis Magnúsar berfætts og Hákonar Magnússonar. Þar er texti Morkinskinnu líkur texta Ágrips á köflum en orðalag þó mismunandi. Því fer þannig fjarri að sömu lýsingarorð og sagnorð séu jafnan notuð.[82] Hið sama á við um frásögn frá ríki Ólafs kyrra sem síðar verður rædd (kafla 13 og 14); þar er Ólafur helgi ýmist sagður „frændi" Ólafs kyrra eða „föðurbróðir".[83] Orðrétt eru þessi „lán" því ekki.

Þó að lítill vafi sé á textavenslum Ágrips og Morkinskinnu má velta því fyrir sér hvað þau merki. Indrebø taldi „merkeleg konsekvent“ hlaupið yfir þessi dæmi í Fagurskinnu.[84] Í sjálfu sér sannar það ekki að þau séu innskot eða að þau hafi ekki verið í Frum-Morkinskinnu enda taldi Indrebø að báðar sögurnar hefðu verið notaðar af Fagurskinnuhöfundi.[85] Fagurskinna er svo miklu styttri en Morkinskinna að engar styttingar ættu að koma á óvart, eins og samanburður Bjarna Einarssonar á ritunum tveimur sýnir.[86] Því getur tæpast talist óvænt að einnig þessum klausum sé sleppt í Fagurskinnu. Þá ber að hafa í huga að talsverð óvissa ríkir um hvaða klausur séu „lán“ úr Ágripi eða hvernig skuli afmarka þær.[87] Um það urðu Indrebø og Bjarni Aðalbjarnarson aldrei sammála.

Þannig skipti samanburður við Fagurskinnu miklu máli fyrir þá niðurstöðu að þessi „lán“ hefðu ekki verið í Frum-Morkinskinnu. Bjarni Aðalbjarnarson áleit það þó einnig mikilvæg rök að þessi „lán“ leiddu til mótsagna og klaufaskapar.[88] En hvað sannar sá klaufaskapur? Höfundum geta ekki síður orðið mislagðar hendur en afriturum og klaufaskapur af þessu tagi er ekki hliðstæður villum handritaskrifara. Varasamt er að byggja upprunatilgátur á klaufaskapnum einum enda kann sitt að sýnast hverjum um hann. Meðal þess sem hefur þótt klaufalegt er hvernig Bersöglisvísur koma inn í frásögn Morkinskinnu. Í Ágripi er sagt frá þingi í Niðarósi þar sem konungur er harðráður við Þrændi uns maður að nafni Atli stendur upp og segir: „Svá skorpnar skór at fœti mér, at ek má eigi ór stað komask.“[89] Þá kveður Sighvatur vísu. Í Morkinskinnu hefur Sighvatur áður kveðið Bersöglisvísur og konungur stillt sig vel en verið þó „mikið í skapi“ (Msk., 31). Þá heldur hann þingið og Atli segir hin fleygu orð. Þetta hefur ýmsum þótt klaufaleg framsetning en um það mætti lengi deila.

Segja má því að enn ríki talsverð óvissa um það hvort þessi „lán“ úr Ágripi séu innskot afritara eða sérviska Morkinskinnuhöfundar sjálfs. Samanburður við Fagurskinnu hefur takmarkað sönnunargildi; hann leiðir það eitt í ljós að höfundur Morkinskinnu hefur stundum haldið orðalagi úr Ágripi þar sem Fagurskinnuhöfundur hefur umorðað. Þá standa aðeins eftir innri rök sem eru hæpin ein sér til að reisa á miklar tilgátur. Samt eru þessar klausur úr Ágripi þeir íaukar sem mest hefur verið fjallað um en sú umfjöllun hefur ekki eytt allri óvissu. Öðru nær.

Klaufaskaparrök skipta miklu máli fyrir þá sem vilja gera því skóna að „lánin“ úr Ágripi séu innskot, þ.e. að þau hafi einfaldlega ekki staðið í Frum-Morkinskinnu fremur en að Fagurskinnuhöfundur hafi látið vera að taka þau upp, eins og svo margt annað efni úr Morkinskinnu. Í rökfærslu sinni beindi

Bjarni Aðalbjarnarson sjónum að „komposisjonsfeil“, endurtekningum, smekkleysu, klunnaskap og mótsögnum. Leit að þess háttar „villum“ í Morkinskinnu hefur verið meginaðferðin til að sýna fram á að eitthvert efni hafi ekki verið í Frum-Morkinskinnu, hvort sem er Karlsþáttur í upphafi, sagan af komu Haralds harðráða til Noregs, frásögnin af andláti Magnúsar góða, Þingasagan eða „lánin“ úr Ágripi. Hér virðist í fyrstu vera notuð sama aðferð og í textafræði þar sem villur í handriti geta nýst fræðimönnum til að komast að skyldleika handrita. Hún er þó eðlisólík.

Þegar mótsagnir eru notaðar sem rök fyrir að tiltekið efni sé innskot þarf auðvitað að svara því hvað sé mótsögn. Það kann að reynast þrautin þyngri. Indrebø tók frásögnina um komu Magnúsar góða til Noregs sem dæmi til að rökstyðja nánar tilgátu sína um innskot.[90] Í þeirri frásögn er þáttur um Karl vesæla sem hvorki Gimmler né Bjarni Aðalbjarnarson töldu til Íslendingaþátta.[91] Þó er sú frásögn til í sjálfstæðri gerð (í handritunum AM 533 4to og AM 557 4to) sem hefur verið talin runnin frá Morkinskinnugerðinni en er ólík henni að stíl.[92] Finnur Jónsson, Indrebø og Jonna Louis-Jensen voru öll sannfærð um að þessi frásögn hefði ekki verið í Frum-Morkinskinnu.[93] Rökin fyrir því voru að tvennum sögum færi af því hvernig Magnús góði væri kallaður til Noregs. Fyrst væri sagt að fóstri hans Jarisleifur sendi boð til norskra höfðingja en síðan væri hann tregur til að leyfa Magnúsi að fara. Þetta hefur þótt mótsagnakennt og Louis-Jensen hefur bent á að þessum mótsögnum hafi verið eytt í yngri hluta Flateyjarbókar eða forriti þess handrits.[94] Þessar breytingar yngri afritara á texta Morkinskinnu sanna þó ekkert um innskot. Þvert á móti sýna þær að afritarar reyna stundum að slétta úr meintum misfellum í textum. Þær eru áminning um að mótsagnir þurfa ekki endilega að verða til þegar textum er breytt.[95]

Raunar er alls ekki um ótvíræða mótsögn að ræða. Í hinum varðveitta Morkinskinnutexta sendir Jarisleifur konungur menn til Noregs til að afla stuðnings við Magnús fóstra sinn en er tregur til og fer undan í flæmingi þegar Einar þambarskelfir og fleiri höfðingjar koma og vilja fá Magnús til konungs í Noregi. Þetta er ef til vill þversagnakennd hegðun en hegðun mannanna er ekki alltaf auðskilin. Vitaskuld þykir konungi og drottningu leitt að skilja við fóstra sinn þegar stundin kemur, þó að þau hafi sjálf haft frumkvæðið. Eins má vera að þau hjón séu einfaldlega snjallir samningamenn og vilji tryggja fóstra sínum góða stöðu í ríkinu. Enda hefur tregðan þau áhrif að Einar þambarskelfir sver Magnúsi trúnaðareiða við tólfta mann þó að það hafi ekki verið ætlun hans.[96]

Óljóst er raunar hvað slíkar mótsagnir sanni. Gert hefur verið ráð fyrir að mótsagnir sem þessar bendi til afritara fremur en höfundar. Nú hefur hins vegar komið fram að afritarar eiga til að eyða slíkum „mótsögnum“ úr forritum sínum. Leit að mótsögnum í textum er eins konar framlenging á leit textafræðinga að ritvillum. Hér er þó eðlismunur á; „villurnar“ eru annars eðlis. Ýmsir textafræðingar hafa varað við því að líta staðreyndavillur og meint innskot sömu augum og skrifaravillur og eins við því að telja það villu að „góða merkingu“ skorti í texta.[97] Hér gæti jafnvel frekar átt við það viðmið sem nefnist „lectio difficilior“, þ.e. að rétt sé að gera ráð fyrir að leiðrétting gefi skýrari merkingu en hið upphaflega.[98] Eins er óvíst að rökvísi 13. aldar komi alltaf heim við rökvísi fræðimanna á 19. og 20. öld. Efnislegar mótsagnir eru af öllum þessum sökum varasamar í rökfærslu um textavensl.

Indrebø nefndi einnig að stíllinn væri ekki sá sami í allri Morkinskinnu. Honum virtist minna um sögulega nútíð í seinni hluta verksins og hann benti á að sögumaður notaði persónufornafn í 1.p.ft. í fyrri hluta bókarinnar en 1.p.et. í þeim seinni þegar hann kemur með athuganir frá eigin brjósti. Þá taldi hann notkun smáorða í fyrri hlutanum öðruvísi en í síðari hluta bókarinnar.[99] Flest eru þetta smáatriði sem óvíst er hvaða gildi hafa og aðrir fræðimenn hafa engar tilraunir gert til að kanna hvort þetta sé rétt.

Jóni Helgasyni þótti Hreiðarsþáttur sérstakur að stíl.[100] Það þarf engan veginn að merkja að hann hafi ekki verið í Frum-Morkinskinnu. Peter Hallberg benti á að notkun sögulegrar nútíðar væri minnst í þeim hluta sem byggðist á Hryggjarstykki.[101] Það bendir til að stundum mótist stíll Morkinskinnu af heimildum hennar en segir fátt um þróun Morkinskinnu eftir 1220. Eins og Jonna Louis-Jensen hefur bent á vantar enn góða stílrannsókn á textanum.[102] En þó að hægt væri að greina tilbrigði í stíl milli einstakra þátta verksins sannar það raunar lítið um ólíka höfunda eða innskot.

Þróaðar hafa verið aðferðir til að skera úr um hvort tveir eða fleiri textar séu eftir sama höfund. Þeim hefur m.a. verið beitt á leikrit Shakespeares og bréf Páls postula. Meginatriðið er að átta sig á hvaða stílmörk skipti máli. Bent hefur verið á að á mismunandi tegundum frásagna geti verið meiri stílmunur en á textum tveggja höfunda og ekki sé t.d. hægt að styðjast við notkun sögulegrar nútíðar þar sem eðli og umfjöllunarefni texta hafi þar meiri áhrif en hver höfundurinn sé. Eins sé hæpið að búta sundur texta eins og Morkinskinnu og bera bútana saman þar sem oft getur miklu munað á upphafi, miðju og endi sama verks þó að höfundur sé einn.[103] Engin óyggjandi stílrök hafa enn fundist sem benda til eins eða annars um uppruna Morkinskinnu og óvíst að þau finnist.[104]

Á þeim dögum þegar fræðimenn reyndu hvað ákafast að sundurgreina Morkinskinnu í stofn og íauka var lenska í íslenskum miðaldarannsóknum að leita að glötuðum eldri sögum. Fræðimenn af kynslóð Finns Jónssonar töldu textana sem þeir höfðu í höndum merk málfræðileg og söguleg gögn en sýndu þeim síður áhuga sem listaverkum.[105] Öndverða 20. öld snerist iðja textafræðinga oft fremur um heimildir rita en þau sjálf. Til urðu önnur rit, endurgerð „frumrit", sem varðveittir textar voru aðeins taldir dauf endurmynd af. Það var ekki fyrr en um 1960 að tekið var að deila hart á þetta viðhorf af mönnum á borð við C.S. Lewis og Eugène Vinaver.[106] Þó að sundurtektarstefnan ætti rétt á sér gat hún komið í veg fyrir að sagnarit væru metin á eigin forsendum. Í þessu riti verða færð rök fyrir því að það hafi átt við í tilviki Morkinskinnu (sjá kafla 4–6). Í upphafi 20. aldar þótti mönnum sjálfsagt að heimfæra aðferðir textafræðinnar á vensl sagnarita. Þannig var litið á Morkinskinnu og Fagurskinnu sem hluta sömu hefðar og reynt að komast að hinu frumlega með samanburði á þeim sem var hliðstæður villuleit textafræðinnar. Síðustu ár hafa textafræðingar á hinn bóginn einbeitt sér í auknum mæli að því að bera saman handrit fremur en sögur.

Leitin að mótsögnum í Morkinskinnu var leið til að skilja kjarnann frá hisminu, hið upprunalega frá hinu unglega. Á hinn bóginn hafa mótsagnirnar takmarkað gildi við að sundurgreina Morkinskinnu í stofn og íauka. Ekki einu sinni ítarleg umfjöllun Indrebøs, Finns Jónssonar og Louis-Jensen um Karlsþátt vesæla sýnir ótvírætt fram á að þar sé innskot á ferð. Hið sama á við um hinar „klaufalegu" klausur úr Ágripi.

Þá er aðeins eftir að víkja að Íslendingaþáttunum sem langflestir hafa talið innskot í Morkinskinnu. Raunar taldi Indrebø einnig að allmörgum vísum hefði verið aukið við Frum-Morkinskinnu, en nýlega hefur Kari Ellen Gade komist að þeirri niðurstöðu að fyrir því skorti haldbær rök.[107] Vísur í Morkinskinnu urðu aldrei höfuðatriði í innskotaumræðunni. Á hinn bóginn hafa flestir fræðimenn verið á þeirri skoðun að þættir Morkinskinnu væru innskot, þó að flestir hafi raunar talið að í Frum-Morkinskinnu hefðu verið einhverjir þættir. Vert er að hafa í huga að þegar Finnur Jónsson og Indrebø settu fyrst fram hugmyndir sínar hafði tíðkast um skeið að gefa Íslendingaþætti út sérstaka og líta þannig á þá sem sjálfstæðar frásagnir (sjá kafla 4). Það lá því beint við að greina þá frá „meginsögunni" og var mjög í anda sundurtektarstefnu þess tíma.

Á seinustu öld var til siðs að þætta Íslendingasögur, skipta t.d. Njálu í tvennt.[108] Það breyttist í tíð „íslenska skólans". Guðni Jónsson færði á sínum tíma ítarleg rök fyrir því að Grettissaga væri ein heild. Hann benti á að kenningar um viðauka í Grettissögu byggðust „á ákveðnum bókmenntasögulegum forsendum" fremur en rökum sem sótt væru í textasamanburð.[109] Síðan hurfu innskotskenningar að mestu úr umræðu um Íslendingasögur. Rök

Guðna þóttu nægilega sterk. Eftir sem áður var þó gert ráð fyrir innskotum í Morkinskinnu: Íslendingaþáttunum. Þannig var hún talin annars eðlis en Íslendingasögur.

Í hálfa öld hafa innskot nánast verið útlæg úr umræðu um Íslendingasögur. Á sama tíma hafa konungasögur ekki hlotið sömu athygli.[110] Þegar hætt var að leita þátta í Íslendingasögum færðist þáttaumræðan alfarið yfir á konungasögur. Flestir konungasagnaþættir eru í sögum sem hafa ekki notið athygli, t.d. Morkinskinnu. Rökin gegn sams konar sundurtekt Íslendingasagna á borð við Grettissögu eru þá gleymd. Fræðimenn af íslenska skólanum litu í senn á þætti í konungasögum sem smásögur en þætti í Íslendingasögum sem óaðskiljanlegan hluta sagnanna. Tengist sú þversögn eflaust því þjóðernislega sjónarhorni sem þá var uppi í íslenskum fræðum.

Menn hafa lítt beint sjónum að frásögnum í konungasögum sem svipar til þátta en eru ekki um Íslendinga. Þeir sem gagnrýnast hafa reynt að meta hvaða þáttum hefði verið skotið inn í Morkinskinnu, Bjarni Aðalbjarnarson og Gimmler, nefndu slíkar frásagnir en að mati þeirra voru aðeins frásagnir um Íslendinga raunverulegir þættir.[111] Á hinn bóginn taldi Tor Ulset þjóðernið óþarft til skilgreiningar. Þáttur er að hans mati „ei kort, avslutta fortelling uten hensyn til om hovedpersonene er islendinger eller ikke".[112] Þjóðernið verður þó ekki auðveldlega gert útlægt úr þáttaumræðunni. Þættir voru upphaflega gefnir út vegna þjóðernis aðalpersónanna. Sú er líka forsenda þess að telja þætti um Íslendinga í Noregi hálfgildings Íslendingasögur. Um leið er litið fram hjá frásögnum af utanferðum Íslendinga til fundar við konunga í Íslendingasögum þar sem þær eru taldar heilsteypt bókmenntaverk en ekki smásagnasöfn.

Það eru tvö aðskilin álitamál hve margir af þáttum Morkinskinnu séu sjálfstæðir að uppruna og hve margir hafi verið í Morkinskinnu frá upphafi. Hin síðari ár hafa ýmsir fræðimenn gert því skóna að sjálfstæðir þættir hafi verið í Frum-Morkinskinnu.[113] Meginrök Indrebøs fyrir því að ýmsir þættir Morkinskinnu væru innskot voru þau að í sögunni væri sagt að svipuð frásögn væri ekki söguleg (sbr. bls. 32–33). Þetta taldi hann sýna að höfundur Frum-Morkinskinnu hefði ekki talið þætti eiga heima í konungasögu.[114] Þessi rök eru ekki nógu góð. Morkinskinnuhöfundur kaus einmitt að hafa þessa „ósögulegu" frásögn í verki sínu og hún er einnig í Fagurskinnu og Heimskringlu.[115] Önnur rök voru hinar meintu mótsagnir milli þátta og „meginsögu" í lýsingu Haralds harðráða.[116] Eins og áður kom fram þurfa mótsagnir (ef þær eru fyrir hendi) þó ekki að verða til við innskot. Það á ekki einu sinni við um hið margumrædda dæmi um komu Magnúsar góða til Noregs.[117]

Eftir standa formgerðarrök. Jonna Louis–Jensen orðaði það svo að þættir hefðu „ofte en meget løs forbindelse med hovedhandlingen, som de i flere tilfælde afbryder på en klodset måde“.[118] Klaufaskapur er eins og áður sagði vandmeðfarinn til aldursákvörðunar. Raunar má draga í efa hversu klaufalegir þættir séu, hvort þeir séu frekar útúrdúrar en annað efni sögunnar og að þeim sé ofaukið í konungasögu. Þá má ekki gleyma því að sporgöngumenn Indrebøs hafa flestir gert ráð fyrir einhverjum þáttum í sögunni; þar á meðal Bjarni Aðalbjarnarson og Gimmler sem mest hafa um málið fjallað. Þeir þættir sem Bjarni og Gimmler töldu innskot snúast um Íslendinga og hafa þótt líklegastir til að hafa átt sér sjálfstæða tilvist. Sjálfstæð tilvist þátta er hins vegar eitt en innlimun þeirra í Morkinskinnu annað. Þó að þáttur hafi verið til sjálfstæður er ekkert sem segir að afritari hafi skotið honum inn. Hann gæti eigi að síður hafa staðið í Morkinskinnu frá öndverðu.

Farið var að gefa Íslendingaþætti úr Morkinskinnu út sérstaka áður en fræðimenn tóku að fjalla ítarlega um söguna. Vera kann að sá siður hafi haft áhrif á hugmyndir fræðimanna. Þættir voru álitnir sjálfstæðar frásagnir um Íslendinga og um þá var fjallað sem sérstaka eind en ekki í samhengi sögunnar. Ekki þurfti þá að taka stórt skref til að telja þá innskot. Rökin fyrir því að þættir séu innskot grundvallast á meintum mótsögnum eða klaufaskap sem eignaður er afriturum fremur en höfundum. Sá klaufaskapur er þó ekki sambærilegur við afritaravillur. Ef til vill hafa fræðimenn ekki reynt til þrautar að skilja hlutverk þáttanna í formgerð sögunnar og raunar hefur fagurfræði hennar almennt verið lítill gaumur gefinn. Verður um það rætt síðar (kafla 4–6).

3.7 Tvær Morkinskinnur eða ein?

Hvað er hægt að fullyrða um uppruna Morkinskinnu? Í raun og veru fjarska fátt með fullri vissu. Morkinskinnuhandritið er ekki frumrit sögunnar. Ekki þarf heldur að draga í efa að upphaf sögunnar má rekja að einhverju leyti til atburðanna sem greint er frá. Miðaldasagnarit voru ekki frumsköpun í sama skilningi og nútímaskáldsögur. Engin leið er að skera úr um að hve miklu marki var stuðst við munnlegar eða skriflegar heimildir. Eflaust hefur verið um sitt lítið af hvoru að ræða.[119] Svo löngu eftir að ritöld var hafin má gera ráð fyrir ritum um söguefnið og eflaust fleirum en Ágripi og Hryggjarstykki. Á hinn bóginn er fjarlægð frá atburðum (ekki síst undir lok sögu) ekki meiri en svo að líklegt er að völ hafi verið á munnlegum frásögnum. Síðan eru frásagnir færðar á bók og Morkinskinna er vitaskuld safnrit, eins og allar langar sögur. Það er þó ekki þörf fyrir að sundurgreina hana nánar en Heimskringlu eða Íslendingasögur. Frekari rök þurfa að koma til ef líta skal á hana sem sundurleitt sagnasafn.

Athuganir Louis-Jensen leiddu í ljós að ekki er hægt að notast við textasamanburð til að sanna að sumt efni Morkinskinnu hafi ekki verið í Frum-Morkinskinnu. Alla varðveitta Morkinskinnutexta má rekja til frumtexta þar sem „innskotin" eru fyrir hendi. Varasamt er að styðjast við Fagurskinnu þar sem hún er til mikilla muna styttri en Morkinskinna. Hin svokölluðu „lán" úr Ágripi gætu einnig hafa verið í Frum-Morkinskinnu þó að þau hafi þótt klaufaleg. Þau eru raunar lítil að umfangi miðað við textann allan. Þegar öllu er á botninn hvolft hefur verið við fátt að styðjast nema meintar mótsagnir og klaufaskap sem menn hafa ætlað svipað sönnunargildi og ritvillum afritara. Á þessu er þó eðlismunur. Eins kann sitt að sýnast hverjum um hvort mótsagnir séu á ferð.

Flest bendir til þess að Frum-Morkinskinna hafi verið til um 1220 og hafi verið heimild Fagurskinnu og Heimskringlu. Málfar hennar er fornlegt og þegar við bætast tengslin við Fagurskinnu og Heimskringlu má teljast býsna líklegt að Morkinskinna sé orðin til um 1220. Engin ástæða er því til að kalla hana verk frá síðari hluta 13. aldar eins og gert er í nýlegu yfirlitsriti.[120] Engar órækar vísbendingar eru um að efni hafi verið skotið inn í Frum-Morkinskinnu. Fræðimenn gengu lengi út frá því sem vísu en voru ósammála um flest hin smærri atriði. Þrátt fyrir nokkra umræðu hefur hvorki gengið né rekið við að greina „stofn" Morkinskinnu frá „íaukum". Hægt og hljótt hafa fræðimenn horfið af þeirri braut án þess að taka málið til nógu gagnrýninnar endurskoðunar.

Hvað er þá til ráða? Ekki gengur að taka enga afstöðu til aldurs textans. Það liggur í hlutarins eðli að það verður aldrei sannað að allt efni í hinni varðveittu gerð textans hafi verið í Morkinskinnu frá upphafi. Engar skýrar vísbendingar eru hins vegar um að Morkinskinna hafi tekið miklum breytingum. Að svo komnu máli tel ég sanni næst að texti GKS 1009 fol. sé góður fulltrúi fyrir þá Morkinskinnu sem var til orðin nálægt 1220. Þar af leiðandi er sá texti hér lagður til grundvallar en Flateyjarbók þar sem honum sleppir. Öðrum Morkinskinnutexta er ekki til að dreifa.

1 Unger, Fortale, xvii. Ég hef áður rekið sögu Morkinskinnurannsókna (Ármann Jakobsson, Um uppruna Morkinskinnu) og er sú greinargerð um sumt fyllri en þessi.

2 Storm, Snorre Sturlassöns Historieskrivning, 28–31, 43–48 og 172–200.

3 Sama rit, 97–98.

4 Finnur Jónsson, Den oldnorske og oldislandske Litteraturs Historie, 627.

5 Sama rit, 630.

6 Indrebø, Fagrskinna, 14.

7 Sama rit, 19.

8 Sama rit, 20.

9 Sama rit, 22–31 og 34–43. Sigurður Nordal hafði áður gert ráð fyrir þessu (Om Olaf den helliges saga, 39–40). Síðar gerði Indrebø rækilegri grein fyrir þessu (Indrebø, Aagrip, 24–43 o.v.).

10 Indrebø, Fagrskinna, 31.

11 Sama rit, 31–33.

12 Sama rit, 33–34.

13 Síðar gerði Storm raunar ráð fyrir að ýmsu efni hefði verið skotið inn í Morkinskinnu eftir að Heimskringla var orðin til (Sigurd Ranessöns Proces, 55–60).

14 Kvalén, Tilhøvet millom Morkinskinna, Fagrskinna, Ágrip og Orkneyinga saga, 287.

15 Um svipað leyti skrifaði hann bók um Morkinskinnu þar sem hann beindi sjónum að landafræðiþekkingu höfundar (Kvalén, Den eldste norske kongesoga).

16 Bjarni Aðalbjarnarson tók að sér að andæfa honum rúmum áratug síðar. Hann lauk umfjöllun sinni með þessum orðum: „Jeg vil ikke drøfte ytterlige Kvaléns argumenter for hans teori om forholdet mellem Msk. og Ágrip; det skal da også mere enn menneskelig tålmodighet til det.“ (Om de norske kongers sagaer, 150) Indrebø sagði sjálfur (Harald Hardraade i Morkinskinna, 179 nmgr. 1): „Eivind Kvaalen hev freista aa prova det motsette [...] Eg kann ikkje finna at det hev lukkast.“

17 Indrebø, Harald Hardraade i Morkinskinna, 177. Sbr. Andersson, The Politics of Snorri Sturluson; Ármann Jakobsson, The Individual and the Ideal.

18 Indrebø, Harald Hardraade i Morkinskinna, 179.

19 Sjá nánar umfjöllun í kafla 13.

20 Finnur Jónsson, Indledning, ix. Hann segir einnig: „Af alt dette fremgår, at Mk. ikke er en tro afskrift, men at den til grund liggende originalsaga er bleven interpoleret (f.eks. fra Ágr. aldeles utvivlsomt) og på sine steder en del ændret (f.eks. ved taler). For så vidt kan man være berettiget til at tale om en ældre og en yngre Mk.“ (xviii).

21 Sama rit, xl.

22 Sjá nánar Ármann Jakobsson, Den kluntede afskriver.

23 Finnur Jónsson, Indledning, xxxv–xxxvi.

24 Sama rit, xl.

25 Sama rit, xxxvi. Hann bætir við: „Når der her er talt om »en bearbejder« eller »bearbejderen«, er det ikke helt nöjagtigt, ti utvivlsomt er der tale om flere end én. Den ene afskriver har föjet noget til efter den anden.“

26 Sama rit, xi.

27 Bjarni Einarsson var hér á annarri skoðun (Formáli, cii).

28 Finnur Jónsson, Indledning, ix–x. Sjá einnig Finnur Jónsson, Flateyjarbók, 185–89.

29 Bjarni Aðalbjarnarson, Om de norske kongers sagaer, 172–73.

30 Í Formála að Heimskringlu sést þetta enn betur. Þar segir Bjarni: „Má hvort tveggja vera, að verk höfundarins hafi verið í því fólgið, að steypa saman eldri sögum, og hitt, að hann hafi frumsamið eftir sögnum og vísum.“ (Formáli (1941), xvii)

31 Om de norske kongers sagaer, 169. Umfjöllun Bjarna um heimildir Morkinskinnu er á bls. 151–72.

32 Om de norske kongers sagaer, 154.

33 Sama rit, 155.

34 Sama rit, 154–59.

35 Sama rit, 157.
36 Sama rit, 158.
37 Om de norske kongers sagaer, 137–51. Sbr. Indrebø, Aagrip, 25–40.
38 Indrebø, Nokre merknader til den norröne kongesoga, 63–64.
39 Sama rit, 65.
40 Sama rit, 62. Sbr. nmgr. 48.
41 Sú umfjöllun er á bls. 63–71.
42 Sama rit, 70.
43 Sama rit, 72.
44 Sama rit, 72.
45 Sama rit, 72–76.
46 Sama rit, 76.
47 Flest yfirlitsrit gera lítið úr „sérsögunum" (Halvorsen, Fagrskinna; Hødnebø, Morkinskinna; Louis-Jensen, Morkinskinna; Andersson, King's Sagas, 218–20, 223, 226; Íslensk bókmenntasaga I, 383–86). Á hinn bóginn tekur Olsen (Kongekrøniker og kongesagaer, 70) undir hugmyndir Finns og nýlega hefur Krag (Harald Hardrådes ungdomsår og kongesagaene) sett fram svipaðar hugmyndir. Holtsmark (Kongesaga, 44) og Gimmler (Die Thættir der Morkinskinna, 45) fara bil beggja.
48 Eins og hann orðaði það: „Det skulde vera forvitnelegt um einkvan vilde taka seg fyre å skriva ein monografi um Morkinskinna. Ei slik bok laut gjera ein umfatande freistnad på å klårleggja framvokstren åt Morkinskinna-samlingi og heile den litterære stoda åt Morkinskinna." (Nokre merknader til den norröne kongesoga, 62)
49 Formáli (1951), v.
50 Sama rit, v.
51 Sbr. Andersson og Gade, Introduction, 57–64. Bjarni Aðalbjarnarson leit svo á að Indrebø og aðrir sem ekki vildu gera ráð fyrir sjálfstæðum sögum einstakra konunga gerðu ráð fyrir munnlegum heimildum fyrst og fremst. Það segir Indrebø hvergi beinlínis en telur einkennilegt að þessar „sérsögur" séu hvergi nefndar í sögunni (Sbr. Storm, Snorre Sturlassöns Historieskrivning, 28–31; Finnur Jónsson, Indledning; Bjarni Aðalbjarnarson, Om de norske kongers sagaer, 168; Indrebø, Nokre merknader til den norröne kongesoga, 72–76).
52 Sjá Bjarni Aðalbjarnarson, Om de norske kongers sagaer, 135–73; Indrebø, Fagrskinna, 53–84, 103–7; Bull, Håkon Ivarssons saga; Andersson, The Continuation of *Hlaðajarla saga; Storm, Snorre Sturlassöns Historieskrivning, 236–59. Um notkun sögunnar á Hryggjarstykki, sjá Bjarni Guðnason, Fyrsta sagan, 32–55. Ítarleg umfjöllun um heimildir Morkinskinnu er hjá Andersson og Gade (Introduction, 11–65). Líklegt er að í Morkinskinnu sé stuðst við erlendar heimildir, sjá Gade, Northern Lights on the Battle of Hastings; White, The Latin Men. Sbr. Gelsinger, The Battle of Stamford Bridge and the Battle of Jaffa; Hughes, The Battle of Stamford Bridge and the Battle of Bouvines.
53 Gimmler, Die Thættir der Morkinskinna, 44–66. Gimmler tók ekki afstöðu til þess hvenær einstökum þáttum hefði verið skotið inn í textann: „Die ältesten müssen noch vor der ersten Redaktion der Msk., also vor ca. 1220, niedergeschrieben worden sein, die jüngsten kurz vor ca. 1280." (62)
54 Jakobsen, Om forholdet mellom Fagrskinna og Morkinskinna.
55 Síðar gerði Bjarni Einarsson (Formáli, ci–cxix) ráð fyrir að höfundur Fagurskinnu hefði oft stytt frásagnir Morkinskinnu. Að niðurstöðum hans verður vikið síðar. Eftir lát Indrebøs hefur aðeins einn fræðimaður dregið í efa að Morkinskinna sé notuð af Fagurskinnuhöfundi, Gustav Albeck (Knytlinga, 59–62). Honum þóttu léttvæg þau rök Indrebøs að Morkinskinna væri ítarlegri en Fagurskinna en þó vantaði þar efni úr Fagurskinnu sem höfundur hefði vart sleppt. Indrebø teldi sjálfur að Frum-Morkinskinna hefði verið líkari Fagurskinnu en Morkinskinnu

og Albeck skildi ekki hvernig hann kom þessu heim og saman. Að öðru leyti var hann sammála Indrebø um Morkinskinnu. Albeck leiddi hins vegar hjá sér athuganir Bjarna Aðalbjarnarsonar á sambandi Morkinskinnu, Fagurskinnu og Heimskringlu sem styðja að Morkinskinna sé elst.

56 Louis-Jensen, Kongesagastudier, 62–108. Sbr. Louis-Jensen, Den yngre del af Flateyjarbók; Louis-Jensen, Et forlæg til Flateyjarbók? Berger (Heimskringla and the Compilations) hefur sett fram aðra tilgátu um samband þessara texta. Sbr. Berger, Heimskringla is an abbreviation of Hulda-Hrokkinskinna.

57 Louis-Jensen, Kongesagastudier, 68.

58 Sama rit, 68 nmgr. 6.

59 Sama rit, 69.

60 Sama rit, 69 nmgr. 12.

61 Sama rit, 77–78.

62 Sama rit, 70–108. Í þessu stemma merkir *Msk2 Morkinskinnugerð með innskotum, MskMS handritið GKS 1009 (Morkinskinnu), *H merkir forrit Huldu og Hrokkinskinnu, 325 handritsbrotin tvö með þessu númeri en YFlb yngri hluta Flateyjarbókar.

63 Sama rit, 78–82.

64 Sbr. Andersson og Gade, Introduction, 13–14 og 24.

65 Orðrétt segir hún: „vi nu kun har sparsomme og usikre vidnesbyrd herom.“ (Kongesagastudier, 144)

66 Kongesagastudier, 150–52.

67 Introduction, 14.

68 Formáli (1951), vi.

69 Bjarni Einarsson, Formáli, ci–cxix. Hann kveður Fagurskinnuhöfund hafa „yfirleitt stytt mikið“ (cii).

70 Um nokkra þætti um Harald harðráða segir Bjarni: „Þó er þess að gæta að höf. Fagrskinnu hefur víða stytt frásögn fyrirmyndarinnar.“ (Sama rit, cvi) Hann telur einnig að höfundur Fagurskinnu muni hafa sleppt Sveinkaþætti (Sama rit, cxiii).

71 Bjarni hafði áður vikið að Morkinskinnu og virtist þá gera ráð fyrir að allmargir þættir hafi verið í þeirri Morkinskinnu sem til var á 3. áratug 13. aldar (To skjaldesagaer, 27, 36–37).

72 Meðal annars benti Danielsson (Magnús berfættrs sista strid, 68) á að rök Indrebøs og fleiri fyrir innskotum væru einkum sótt í hæpnar hugmyndir um eðli höfundarverka. Lindow (Old Icelandic þáttr, 38) taldi að Morkinskinna með þáttum hlyti að hafa verið heimild Heimskringlu og dró þá ályktun eflaust af því sem Bjarni Aðalbjarnarson, Gimmler og Bjarni Einarsson höfðu leitt í ljós.

73 Sandaaker, Ágrip og Morkinskinna.

74 Andersson, The Unity of Morkinskinna; Andersson og Gade, Introduction, 13. Þau benda á að tilgátur um að þættir séu innskot geri ráð fyrir að „interpolation became epidemic in Morkinskinna manuscripts but that this epidemic spared the manuscript traditions of Fagrskinna and Heimskringla during the same period.“ Áður hafði Andersson ýjað að þessu án þess að ganga svo langt (The Politics of Snorri Sturluson, 59 nmgr. 9). Sjálfur hef ég tekið svipaða afstöðu í ýmsum ritum síðan árið 1997 (Í leit að konungi, 30–34; Konge og undersåt i Morkinskinna; King and Subject in Morkinskinna; Rundt om kongen; Royal pretenders and faithful retainers; The Individual and the Ideal; Kongesagaen som forsvandt; Um uppruna Morkinskinnu; Strukturelle Brüche in der Morkinskinna; The Amplified Saga).

75 Kalinke, Sigurðar saga Jórsalafara, 152–53.

76 Louis-Jensen, Kongesagastudier, 62–108.

77 Eins og Andersson orðar það (Andersson og Gade, Introduction, 14): „This observation [þ.e. niðurstöður Louis-Jensen] substantially alters the likelihood of wholesale interpolations in

Morkinskinna and places the onus of proof on those who hold to the idea of interpolation."

78 Indrebø, Fagrskinna, 22–31 og 34–43; Bjarni Aðalbjarnarson, Om de norske kongers sagaer, 137–51. Andersson og Gade (Introduction, 12–13) þykja rök Bjarna sannfærandi.

79 Indrebø, Aagrip, 25–40.

80 Ágrip, 32.

81 Ágrip, 33.

82 Ágrip, 42–43; Msk., 297–98.

83 Ágrip, 40–41; Msk., 291–92.

84 Indrebø, Fagrskinna, 22.

85 Indrebø, Fagrskinna, 28, 34–43.

86 Bjarni Einarsson, Formáli, ci–cxix. Sbr. viðauka í Morkinskinnuútgáfu Anderssons og Gade (497–511). Geta má þess að gjörvallt efni Morkinskinnu (462 bls. í útg. Finns Jónssonar) er á 166 síðum í útgáfu hans á Fagurskinnu. Ekki er um sambærilega síðustærð að ræða þar sem meira efni er neðanmáls í Fagurskinnuútgáfunni. Þar eru að jafnaði 20–25 línur á síðu en 30–35 í Morkinskinnuútgáfunni.

87 Sbr. Louis-Jensen, Kongesagastudier, 68 nmgr. 6.

88 Undir það tekur Andersson: „His analysis shows that the interpolations often produced an awkward text in Morkinskinna." (Andersson og Gade, Introduction, 12)

89 Ágrip, 32.

90 Nokre merknader til den norröne kongesoga, 63–71.

91 Bjarni Aðalbjarnarson, Om de norske kongers sagaer, 158; Gimmler, Die Thættir der Morkinskinna, 63. Karl er enda ekki Íslendingur.

92 Finnur Jónsson (Indledning, x), Bjarni Aðalbjarnarson (Om de norske kongers sagaer, 159) og Jonna Louis-Jensen (Kongesagastudier, 80 nmgr. 34) töldu öll að hann væri runninn frá þættinum í Morkinskinnu. Þátturinn var gefinn út árið 1815 (Prolusiones et opuscula academica 3).

93 Andersson og Gade (Introduction, 24) telja rökin fyrir að þessi frásögn sé innskot fremur sterk en bæta við: „even these cases may be subject to doubt". Þau benda síðan á aðrar mögulegar lausnir í útgáfu sinni (Morkinskinna, 419). Finni Jónssyni (Indledning, x) þótti Karlsþáttur „romantisk [...] og mulig er det hele opdigtet." Og þar sem aðeins það sem er satt getur verið upprunalegt hlaut Karlsþáttur að vera innskot. Munch (Det norske folks historie I, 2, 835) taldi þáttinn hins vegar sögulegan.

94 Louis-Jensen, Kongesagastudier, 79–82. Sbr. Finnur Jónsson, Indledning, x–xi; Indrebø, Fagrskinna, 31; Indrebø, Nokre merknader til den norröne kongesaga, 68.

95 Á þetta hefði Finnur Jónsson að vísu seint fallist enda jafngilti atburðurinn sjálfur hinum sanna frumtexta fyrir honum. Elsti textinn stæði að jafnaði næst atburðinum og væri þar með „sannastur". Sbr. Ármann Jakobsson, Den kluntede afskriver.

96 Orð Einars þambarskelfis (Msk., 18) þess efnis að það sé ókonunglegt að skipta skapi benda til þess að Morkinskinnuhöfundi sé ljóst að hegðun konungsins sé þversagnakennd. Eðlismunur er á þessu og mótsögnum sem skapast af klaufaskap afritara.

97 Woesler, Hvordan tekstfejl opstår og udbredes, 10 og 28.

98 Sbr. skýringartilraunir Ólafs Halldórssonar (Morgunverk Guðrúnar Ósvífursdóttur) og Louis-Jensen (A Good Day's Work) á fleygum orðum Guðrúnar Ósvífursdóttur um morgunverk sín.

99 Indrebø, Fagrskinna, 16–17.

100 Jón Helgason, Introduction, 14.

101 Hallberg, Hryggjarstykki. Sjá einnig Sandaaker, Ágrip og Morkinskinna, 38

102 Louis-Jensen, Kongesagastudier, 69 nmgr. 12. Hún segir um þætti: „endelig er det ikke udelukket at der kan påvises stilistiske forskelle mellem de enkelte *þættir* og grundstammen i værket." (69) Ekki hefur verið gerð rannsókn af þessu tagi. Jakobsen (Om Fagrskinna-

forfatteren, 120 nmgr. 41) þóttu þættirnir fornir að stíl: „Mange av tættene i Mork. viser alderdommelige språkdrag. De er sannsynligvis avskrifter etter forelegg som stammer fra det 12. århundre."

103 Morton, Literary Detection, 23–28, 95–107 o.v. Aðferðum Mortons hefur ekki verið beitt í rannsóknum á íslenskum miðaldabókmenntum svo að mér sé kunnugt.

104 Andersson og Gade (Introduction, 72–74) tína til nokkur dæmi sem benda til að tala megi um einn höfund Morkinskinnu þó að sönnunargildi þeirra sé lítið. Eitt hið athyglisverðasta er að tvisvar í sögunni (Msk., 272, 307) er hermönnum líkt við ísmöl, þar af einu sinni í þætti.

105 Sbr. O'Keeffe, Introduction, 3–4; Ármann Jakobsson, Den kluntede afskriver.

106 Lewis, The Anthropological Approach; Vinaver, The Rise of Romance, 53–67.

107 Andersson og Gade, Introduction, 56. Hún segir: „Although it is clear that some stanzas must have been added in Msk2, there is no evidence that Msk at any point in its transmission was subject to a large-scale interpolation of skaldic stanzas." Gade telur þó að t.d. gamanvísum Haralds harðráða hafi verið aukið við (29) en sú niðurstaða byggist einkum á innri rökum.

108 Sjá Lönnroth, Njáls Saga, 1–24. Um formgerð Njálu, sjá einnig Maxwell, Pattern in Njáls Saga; Clover, The Medieval Saga, 46–49 o.v.

109 Guðni Jónsson, Formáli (1936), v–xvi. Síðar hafa Hume (The Thematic Design of Grettis saga) og Cook (The Reader in Grettis saga) endurvakið umræður um formgerð Grettissögu út frá breyttum hugmyndum um form miðaldaverka.

110 Sbr. Ármann Jakobsson, Í leit að konungi, 41–42.

111 Bjarni Aðalbjarnarson, Om de norske kongers sagaer, 154–59; Gimmler, Die Thættir der Morkinskinna, 50–61.

112 Ulset, Innledning, ii.

113 Guðni Jónsson segir þannig: „Því miður er margt óljóst um upphaf Morkinskinnu, svo sem um það, hverjir af þáttunum séu upphaflegir í henni og hverjum bætt inn í hana síðar, en hitt virðist ljóst, að þeir séu flestir eða allir samdir sem sjálfstæð rit" (Formáli (1943), cix). Þá segir Jakobsen: „Mange af tættene i Mork. slik den foreligger i dag, er sikkert seinere interpolasjoner, men mange har også uten tvil tilhørt ur-Morkinskinna" (Om Fagrskinna-forfatteren, 100 nmgr. 21). Bjarni Einarsson virðist á sama máli (Formáli, cxiii o.v.). Sbr. einnig Andersson og Gade, Introduction, 22–24.

114 Indrebø, Fagrskinna, 32–33.

115 Fagrskinna, 270; Heimskringla III, 152–54.

116 Indrebø, Harald Hardraade i Morkinskinna. Um þær verður fjallað síðar (kafla 13).

117 Annar þáttur sem talinn var innskot er þáttur Giffarðs riddara en nýlega hefur Kari Ellen Gade (Morkinskinna's Giffarðsþáttr) fært rök fyrir hinu gagnstæða. Hún tekur undir með Sigurði Nordal (Snorri Sturluson, 166) sem taldi að í formálsorðum Heimskringlu um háð og lof hefði Snorri Sturluson byggt á Morkinskinnu.

118 Louis-Jensen, Kongesagastudier, 69.

119 Jenny Jochens hefur lýst heimildum sagnaritara Íslendingasagna sem „reliable contemporary information, relatively firm oral tradition, archeological evidence, vague memories, and romantic imaginings" (Women in Old Norse Society, 10). Sbr. nmgr. 51.

120 Íslensk bókmenntasaga I, 383. Fráleitt er að kalla Flateyjarbókargerð Morkinskinnu texta frá 15. öld (sbr. Spurkland, Þeir báru fram bréf og segja ørendi þau sem fylgðu, 62–63) í ljósi þess hversu lík hún er textanum í GKS 1009, jafnvel um að ræða nákvæma orðanotkun.

III. FORMGERÐ

4. Formgerð miðaldabókmennta

4.1 Í skugga Snorra

Heimskringla er öndvegisrit íslenskra miðalda.[1] Hún er eftir sjálfan Snorra Sturluson.[2] Aðrar konungasögur hafa að vonum verið í skugga hennar. Morkinskinnu hafa menn gjarnan leitt hjá sér.[3] Hallmæli eða fyrirvarar hafa fylgt henni í fræðiritum fram á þennan dag.[4] Hið óyndislega nafn kann að valda nokkru um. Efinn um uppruna Morkinskinnu hefur eflaust einnig haft áhrif. En fleira kemur til. Heimskringla hefur verið hátindur konungasagnaritunar og henni hefur verið hampað á kostnað annarra sagna. Bjarni Aðalbjarnarson lýsti öðrum konungasögum en sögum Snorra þannig:

> Noregskonunga sögur voru að sumu leyti heldur ömurlegar bókmenntir, áður en Snorri tók að fást við þær, margar illa saman settar, illa stílaðar og fullar af ómerkilegu efni.[5]

Að mati Indrebøs var Morkinskinna stórgölluð:

> Morkinskinna er ei forunderleg rik bok. Rik ikkje ved framifrå komposisjon og litterær reisning, og ikkje ved fylgjerett personskildring og karakterteikning. I desse leider stend det tvertimot syrgjeleg ille til med henne, soleis som ho ligg fyre no; [6]

Ýmsir hafa þó mælt Morkinskinnu bót, þar á meðal Sigurður Nordal,[7] Jón Helgason[8] og Turville-Petre.[9] Eivind Kvalén setti saman bók um Morkinskinnu fyrir tæpum 80 árum.[10] Hann var lengi eini fræðimaðurinn sem sýndi Morkinskinnu þá virðingu.

Á áttunda áratugnum var tíðarandinn annar og nú leið að endurmati Morkinskinnu. Sverrir Tómasson lýsti henni þá svo:

> Morkinskinna, eins og hún er nú, er verk eins höfundar sem kunni jafnvel til verka og Snorri. Hann kunni þá list að láta jafnvægi haldast í frásögninni og til þess kryddaði hann hana með dæmisögum.[11]

Athygli vekur að Sverrir talar um Morkinskinnu eins og hún er varðveitt þó að hann fullyrði ekkert um Frum-Morkinskinnu.[12] Á seinustu áratugum hafa síðan æ fleiri fræðimenn litið á Morkinskinnu sem verðugt viðfangsefni.[13]

Um þessar mundir er sjónum í æ ríkari mæli beint að textum sem áður voru á jaðri bókmenntaumræðunnar. Er sú viðleitni stundum bendluð við póstmódernisma.[14] Morkinskinna hreif fræðimenn ekki á nítjándu öld eða meirihluta þeirrar tuttugustu. Saga Morkinskinnurannsókna er dæmigerð fyrir hinar myrku og misskildu miðaldir sem hafa þótt í senn annarlegar og nálægar.[15] Þær hafa heillað menn í vaxandi mæli seinustu áratugi.[16] Endurfundirnir hafa smám saman orðið að leit að mælistikum miðalda. Póstmódernískar áherslur hafa reynst Morkinskinnu mildari en kennisetningar nýaldar um hvernig verk skuli upp byggð.[17] Viðmið um samræmi og einsleitni eiga ekki við hana, fremur en flest miðaldaverk. Það er því varla helber tilviljun að athygli fer að beinast að Morkinskinnu nú, ekki ýkja löngu síðar en íslenskir fræðimenn komust að því að hinar glæstu íslensku „fornbókmenntir" væru miðaldabókmenntir og vaxandi athygli tók að beinast að hinni alþjóðlegu hlið íslensku miðaldabókmenntanna, helgisögum og riddarasögum.[18]

Formgerð Morkinskinnu þótti lengi hálfgerður óskapnaður. Sagan var talin safnhaugur aðskiljanlegasta efnis sem hefði verið hrært saman í einn graut og réttara að tala um formleysu en form — enda enginn höfundur að hinu varðveitta riti heldur hefði hver afritarinn á fætur öðrum hnikað til textanum. Finnur Jónsson taldi Morkinskinnu skorta lífrænt samhengi (sbr. kafla 3) og Indrebø þótti form hennar beinlínis sorglegt.[19]

Þættirnir hafa einkum þótt spilla formgerð Morkinskinnu. Þeir þóttu uppspretta mótsagna. Meginrökin sem Louis-Jensen tiltók fyrir því að þættir væru innskot voru að þeir féllu illa að meginþræði verksins.[20] Formgerð Morkinskinnu lék lykilhlutverk í öllum viðaukatilgátum (sbr. kafla 3). Morkinskinnutextinn í GKS 1009 fol. þótti illa formaður og sundurlaus. Ein lausn var að það sem spillti formgerðinni væru íaukar afritara.

Til þess að skilja formgerð Morkinskinnu þarf að huga betur að fagurfræðinni sem mótar textann og skoða hana í samhengi við hugmyndir evrópskra manna um formgerð á miðöldum. Um þær hefur talsvert verið fjallað á seinni árum og sú umræða eykur skilning á formgerð Morkinskinnu, ekki síst á hlutverki þátta í sögunni.

4.2 Leitin að formgerð miðalda

Það er ekki sama í hvaða röð greint er frá atburðum. Í sumum greinum bókmennta eru skýrar reglur um það. Í öðrum er torvelt að finna slík viðmið, þar á meðal í íslenskum miðaldasögum. Gömul er sú hefð og alkunn á miðöldum að greina á milli tveggja leiða til að segja frá atburðum, í eðlilegri röð (ordo naturalis) eða óeðlilegri (ordo artificialis) og var sú síðarnefnda talin skáldlegri. Hómer hóf frásögn sína í miðju kafi (in medias res) en rakti síðan það sem á undan var gengið. Þá eru söguhlýðendur þegar dregnir inn í söguna. Í rómönsum var sú leið vinsæl. Íslenskar miðaldasögur eru aftur á móti oftast sagðar í eðlilegri tímaröð og þó með ýmsum tilbrigðum.[21] Oft hefst sagan þannig ekki á aðalhetjunni heldur forfeðrum hennar og spenna skapast með dvöl. Höfundar íslenskra miðaldasagna höfðu ótvírætt listrænt val um hvernig sögunni skyldi skipað niður.

Á sjöunda áratugnum var formgerðarstefnan frjóust nýjung í frásagnarfræðum og metnaðarfullar tilraunir voru gerðar til að skilja formgerðarreglur íslenskra miðaldasagna. Andersson var frumkvöðull og tók mið af hugmyndum Aristótelesar.[22] Síðar var bent á önnur formgerðarviðmið, m.a. ættartölur.[23] Í sumum konungasögum segir frá konungum mann fram af manni og nánast þannig að hver fái sinn kafla (t.d. í Ynglingasögu).[24]

Þáttaformgerðin fellur engan veginn að hugmyndum Aristótelesar um einingu söguþráðar í skáldverkum.[25] Útúrdúrar (digressiones) voru þó kunnir úr klassískri mælskufræði og í skáldskaparfræðum miðalda.[26] Meðal kunnra sagnaritara fornaldar sem beittu þeim voru Heródótos og Þúkýdídes.[27] Útúrdúrar eða þættir geta haft almennt gildi. Þættir eru leikræn framsetning sögunnar, í þeim gerist sagan. Þeir hafa bæði gildi stakir, sem dæmi, og sem þættir í þræði sem móta heildarmerkingu hans.[28] En útúrdúrahugtakið nær ekki að lýsa formgerð Morkinskinnu. Hún er svo aukin frá eldri sögum um sama efni að ef frásögn Ágrips af Noregskonungasögum er kjarni málsins er nánast allt efni Morkinskinnu útúrdúrar og hún útúrdúrasafn. Nauðsyn er að leita annarra hugtaka.

Aristóteles hefur mótað skáldskaparhugmyndir Evrópumanna seinustu aldir. En á 13. öld voru hugmyndir hans aðeins þekktar í latneskri þýðingu á arabískri útleggingu. Sú var gerð árið 1256, nokkrum áratugum síðar en Morkinskinna varð til, og virðist ekki hafa mótað fagurfræðihugmyndir Evrópumanna. Það var ekki fyrr en á 16. öld að skáldskaparfræði Aristótelesar var enduruppgötvuð og hún varð nánast allsráðandi.[29]

Þegar endurreisnarmenn höfnuðu miðaldabókmenntum og tóku Aristóteles sér að goði var fagurfræði miðalda sýndur lítill áhugi.[30] Miðaldir voru álitnar hnignunarskeið, dalurinn milli hæða klassíkur og endurreisnar. Miðaldabókmenntir voru frávik frá sannri list, ekki áhugaverðar í sjálfum sér. Á rómantíska skeiðinu jókst áhugi á miðöldum á ný en þó varð bið á að fræðimenn öðluðust skilning á formgerðarlist tímabilsins enda enn í viðjum aristótelískra viðmiða. Bókmenntafræði var í leit að frumtexta sem hefði verið breytt og hann færður úr lagi. Það var ekki fyrr en með rannsóknum Josephs Bediers á Tristramssögu í upphafi 20. aldar að tekið var að horfa á miðaldasögur sem heildstæð, úthugsuð höfundarverk. Það krafðist endurmats á formgerðarsiðum miðalda.[31]

Ferdinand Lot komst að því árið 1918 að lausamálsfrásagnarhringurinn um Lancelot lyti öðrum frásagnarlögmálum en sett væru fram í aristótelískum skáldskaparfræðum. Líkti hann þáttum verksins við fagurofinn vefnað fremur en safn stakra frásagna sem hverja um sig mætti fjarlægja án þess að rjúfa heild verksins.[32] Árið 1936 viðruðu svo þrír fræðimenn hugmyndir um tvískiptingu í formgerð miðaldaverka. J.R.R.Tolkien komst að því að Bjólfskviða væri samhverf að byggingu, sýndi tvær hliðar einnar ævi.[33] E.R. Curtius og Wilhelm Kellermann sáu svipaða byggingu á öðrum verkum.[34]

Rúmum þremur áratugum síðar brutu Vinaver og Ryding blað í skilningi á formgerð miðaldaverka.[35] Grundvallarforsenda þeirra er að óravíddir skilji að fagurfræði miðalda og nútímans. Þegar menn nálgist miðaldaverk með formgerðarsmekk Aristótelesar og nýklassísista í farteskinu virðist þeim þau formleysa. Aristóteles taldi að höfundum bæri að leita einingar.[36] En rómönsur miðalda eru margþráða og ekki röklegt samhengi milli þátta þeirra á yfirborðinu.[37] Hugtökin upphaf, miðja og endir eru skýrt skilgreind í skáldskaparfræðum Aristótelesar.[38] En miðaldaskáld litu misjöfnum augum á starfa sinn. Sum sömdu heildstæð og stök verk en önnur viðauka við eldri verk, framhald eða forleiki sem voru í eðli sínu upphaf eða endir á öðru verki.[39] Vinsælt var að eitt verk deildist í tvo allsjálfstæða hluta sem hvor hafði sitt upphaf, miðju og endi, í líkingu við tvískipta altarisbrík. Í nútímaverki nær hin röklega framvinda oft hámarki í miðjunni en í tvískiptu verki er miðjan iðulega þokukennt svæði milli tveggja orsakakeðja. Þetta kann að virðast klaufalegt en var fagurfræði síns tíma.[40]

Önnur tegund frásagna eru skattholssögur (romans à tiroirs), frásagnir um eina hetju sem lendir í ýmsum ævintýrum. Rammaformið naut hylli á síðmiðöldum sem sjá má á Tídægru og Kantaraborgarsögum Chaucers. Þessi formgerð þykir sveigjanleg, taka megi burt frásögn eða bæta við að vild án þess að hrófla við röklegu samhengi textans. Ryding taldi að þetta bæri að skilja þröngt, sá sem hrófli við textanum skapi ekki rökleysur eða mótsagnir við það en þó geti slíkt hrófl breytt anda verksins talsvert þar sem hver frásögn skipti máli í túlkun verksins án þess að vera nauðsyn í yfirborðslegu orsakasamhengi.[41] Þó að slík verk séu hálfgerð smásagnasöfn séu efnisleg vensl milli einstakra þátta eða sama form á hverjum þætti.[42] Þá var vinsælt á miðöldum að hliðstæðum kvæðum eða sögnum væri steypt saman en þau væru þó hvert um sig sjálfstæð verk. Misjafnt er hve slík söfn mynda skýra heild. En hvarvetna er sama margbreytni á ferð.[43]

Í klassískri mælskufræði var samþjöppun (brevitas) stíldyggð. Þó gátu útúrdúrar haft gildi í stíl. Þensla (amplificatio) var andstæða samþjöppunar og þótti einkum eiga við í háleitum stíl. Þetta sértæka stílbragð varð ein höfuðskáldskaparkenning miðalda: að fyllra væri betra.[44] Ryding telur mikilvægi þenslu stafa af því að skáld á miðöldum hafi talið sig vera að finna (sbr. franska orðið trouvère eða trúbadúr) fremur en skapa. Þeirra verk var að fylla út. Skáld sem skildi við sögu jafnlanga og það fann hana væri einfaldlega að bregðast skyldu sinni. Skáldskapurinn fólst í að taka knappa og þurra frásögn af sögulegum viðburðum og þenja út í langa rómönsu.[45]

Þenslulistin snýst um að tengja, endurtaka og skýra. Atburður í sögu getur kallað á að minnst sé hliðstæðs atburðar auk þess sem viðburðir endurtaka sig og eykst þá vægi þeirra. Í þriðja lagi getur atburður kallað á útleggingu eða skýringu.[46] Í miðaldatextum er iðulega brugðið frá forskrift Aristótelesar um eina atburðafléttu og fer þá mörgum sögum fram í senn. Ryding sá þar á bak við fagurfræði margbreytni. Samhverfumynstrið væri fágað listform sem snerist um tvöfeldni en gat einnig orðið að flóknum vef (entrelacement).[47] Vinaver sér hliðstæður þess vefnaðar í margþættum upphafsstöfum í handritum, oddbogum í hvelfingum guðshúsa og skrúðþökum riddarasala í steinhöllum. Þar sjáist ein flétta án upphafs, miðju og endis. Hann telur rómaneskuskraut og rómönsur formgerðarlegar hliðstæður. Sú formgerð stefni að eilífð.[48]

Ryding telur að formgerðarviðmið þróist í hring á miðöldum, frá hinu einfalda til hins samsetta, þá frá hinu samsetta til hins flókna en að lokum aftur til einfaldleikans. Í lok 20. aldar flækist formgerð bókmenntaverka síðan á ný.[49]

4.3 Vefnaður í íslenskum miðaldasögum

Athuganir Bediers á Tristramssögu hvöttu aðra fræðimenn til að skoða miðaldatexta sem skáldleg höfundarverk.[50] Ýmsir samtíðarmenn hans horfðu líkum augum á íslenskar miðaldasögur. Fræðimenn af íslenska skólanum töldu Íslendingasögurnar höfundarverk.[51] Á hinn bóginn fór skilningur á formgerð verkanna ekki að glæðast fyrr en síðar.

Árið 1982 setti Carol Clover íslenskar miðaldabókmenntir í skýrt samhengi við þær ensku og frönsku. Hún taldi þau vandkvæði sem fræðimenn hefðu lent í við að greina form Íslendingasagna stafa af því að þeir væru að leita einingar í skilningi Aristótelesar en sögurnar væru líkari rómönsum að formi, útleitnar og fullar „stoffreude". Hver um sig væri heildstætt verk en einingin oft torsýnileg í fyrstu. Njála var að hennar mati tvískipt en Grettissaga minnti á skattholssögur. Ekki væri því um eina sagnaformgerð að ræða heldur margar. Í öllum sögum væru hliðarfléttur og þættir sem mætti tengja meginþræði en væru þó eins konar útúrdúrar. Clover taldi bita mun en ekki fjár á Njálu sjálfri og Ólafssögu Tryggvasonar í Flateyjarbók en 3/5 hlutar hennar eru þættir og sumir á við sögur að lengd. Auk Njálu taldi hún Ljósvetningasögu og Egilssögu dæmi um samhverfur en Konungsbók Eddukvæða, Möðruvallabók, Flateyjarbók, Heimskringla, Karlamagnússaga og Þiðrekssaga væru samsteypur.[52] Til þess hóps taldi hún einnig Morkinskinnu.[53]

Clover ræddi sérstaklega um fléttu (stranding). Flestar Íslendingasögur væru margþráða og sumar afar flóknar, t.d. Njálssaga, Grettissaga og Eyrbyggja. Clover notar hugtakið söguþátt í víðum skilningi, m.a. um smærri sögu í stærri (t.d. Hallfreðarsögu í Ólafssögu Flateyjarbókar) og það sem stundum kallast leiðarminni (glott Skarphéðins eða hár Hallgerðar í Njálu, sverðið Grásíðu í Gíslasögu). Íslenska þáttalistin á sér sérstakt tungutak sem Clover beindi sjónum að. Í sögunum sjálfum séu notuð orð sem vísi til vefnaðar (snúa, snara, þáttur) á svipaðan hátt og í latínu (so. texere). Telur Clover að sögurnar hafi verið taldar flókinn vefnaður, eins og miðaldarómönsur. Þeim megi líkja við skreytilist þá sem Vinaver tengdi rómönsum.[54] Hún ræðir einnig sviðskipti í sögunum. Olrik hafði bent á að mörgum sögum fer fram í einu í þeim, öfugt við það sem gerist í þjóðsögum.[55] Taldi Clover að þær væru eins og frönsku rómönsurnar listaverk þar sem listrænni röð (ordo artificialis) væri beitt en ekki aðeins náttúrulegri (ordo naturalis).[56]

Clover varð tíðrætt um Brennu-Njálssögu. Þar fetaði hún í spor I.R. Maxwells sem hafði látið svo um mælt að Njála væri ekki ein saga heldur margar sem hver fylgdi eigin lögum. Hún væri samhverf eins og Bjólfskviða en einnig margþráða. Í henni væru þættir sem væru heildstæðir og áhugaverðir sem smærri heildir en ekki aðeins sem hluti af stærri heild, t.d. utanfararvefurinn. Maxwell taldi ættartölur og lagadeilur sögunnar einnig mikilvæga þræði en óvarlegt væri að álykta að sumt efni sögunnar væri óviðkomandi „meginþræði" hennar. Einnig beindi hann sjónum að miðju sögunnar, þar sem skilin væru milli hlutanna tveggja en jafnframt sá þráður sem tengdi þær saman.[57] Lars Lönnroth greindi Njálu nákvæmar í þætti. Hann lagði áherslu á sjálfstæði hvers þáttar en um leið vægi fyrir heildina.[58] Er rit hans um Njálu ítarlegust úttekt á íslenskri sögu í anda nýs formgerðarskilnings þó að þar sé einnig vikið að öðru.

Maxwell taldi ekki aðeins Njálu margþátta heldur flestar kunnustu Íslendingasögurnar. Á yfirborðinu væru þær margþráða en í djúpgerð haldið saman af inntaki.[59] Síðan Clover setti fram hugmyndir sínar hafa fleiri fræðimenn vikið að fléttuformgerð íslenskra miðaldasagna hin síðari ár en aðrir hugað að tvískiptingu.[60] Bent hefur verið á að Þorgilssaga og Hafliða greinist í tvo hluta.[61] Yngri gerð Mágussögu jarls er full af þáttum og sagt í formála að eldri gerð sögunnar sé of stutt og þörf sé á að þenja hana út.[62] Munur A- og B-gerðar Þorlákssögu felst einnig í þenslu þar sem þætti er skotið inn.[63] Matthew Driscoll telur hugtakið þenslu (amplificatio) lykil að skilningi á Sigurðarsögu þögla.[64] Elizabeth Ashman Rowe hefur bent á að í Gautrekssögu sé hvorki ein hetja né ein flétta en þrír þættir fléttist saman og tengist með sameiginlegum minnum. Eining sögunnar liggi í djúpgerð, í inntaki hennar.[65]

Um form konungasagna hefur minna verið fjallað. Aðeins hefur þó verið hugað að formgerð Flateyjarbókar og hlut þátta í heildarsamhenginu.[66] Stefanie Würth taldi þætti Flateyjarbókar meðal annars leggja nýjar áherslur í sögunni.[67] Í konungasögum 12. aldar eru einnig dæmi um samhverfu- og þenslulist. Inge Skovgaard-Petersen hefur bent á að Danasaga Saxa sé samhverf en Saxi er trúlega litlu eldri en höfundur Morkinskinnu.[68] Norski sagnaritarinn Theodoricus notar útúrdúra verulega í Historia de antiquitate regum Norwagiensium sem er nálægt fjórum áratugum eldri en Morkinskinna. Þar fylgir hann hefð sagnaritara á latínu, að eigin sögn til að skemmta.[69] Theodoricus veitti latneskri hefð í íslenskar konungasögur og útúrdúrar eru hluti af henni.[70] Þá benti Clover á að þættir væru mikilvægir í fleiri eldri konungasögum, t.d. Ólafssögu Odds munks Snorrasonar.[71] Þannig urðu norrænar bókmenntir fyrir formáhrifum frá rómönsum löngu fyrir árið 1226, þegar Tristramssögu var snúið á norrænt mál.[72]

Hvernig snýr þetta að þáttum Morkinskinnu? Fyrst þarf að huga betur að hugtakinu. Farið var að tala um þætti áður en menn fóru að velta fyrir sér hlutverki þátta í Morkinskinnu og það hafði án efa talsverð áhrif á skilning manna á formgerð sögunnar.

4.4 Þáttur um þætti

Íslendingaþættir hafa um hríð verið taldir sérstök bókmenntagrein í yfirlitsritum.[73] Þar sem þættir eru í hópi meintra innskota í Morkinskinnu þarf áður en lengra er haldið að gera grein fyrir þeim. Verða þeir gjarnan nefndir þættir eins og hefð er fyrir. Villandi og ógerlegt er þó að takmarka notkun þess orðs við þær frásagnir sem hafa talist þættir í norrænum þáttafræðum. Rétt er að gjalda varhug við þessu orði og nota samhengið til að skilja við hvað er átt hverju sinni.

Þó að flestallar frásagnir sem nú kallast þættir séu í konungasögum hafa þættir fremur verið tengdir Íslendingasögum. Orðið þáttur var ekki til sem tegundarheiti á miðöldum. Var orðið almennt notað sem nafn á hluta eða kafla. Fæstar frásagnir sem nú nefnast þættir gengu undir því nafni en ýmsar frásagnir aðrar af hinu og þessu tagi.[74]

Jón Þorkelsson, síðar rektor, gaf út sex þætti árið 1855 og má kallast faðir þessarar bókmenntagreinar.[75] Árið 1904 gaf síra Þorleifur Jónsson á Skinnastöðum út Fjörutíu Íslendingaþætti sem hluta af útgáfu Sigurðar Kristjánssonar á Íslendingasögum.[76] Hann skýrir val sitt ekki í formála. Meginstefnan virðist vera að safna saman stuttum frásögnum um Íslendinga, ýmist úr konungasögum eða smærri Íslendingasögum á borð við Ölkofraþátt.[77] Íslenskt þjóðerni meintrar aðalpersónu virðist skýra valið.

Þær frásagnir sem Þorleifur gaf út hafa verið kjarni bókmenntagreinarinnar Íslendingaþátta síðan. Hann safnaði saman smærri sögum um Íslendinga en skýrði ekki hvernig þær væru valdar. Þegar Guðni Jónsson gaf út þætti árið 1935 fylgdi rökstuðningur með. Hann taldi þætti sjálfstæðar frásagnir sem hefðu snemma verið teknir upp í konungasögur.[78] Að mati Guðna voru Íslendingaþættir „[s]em bókmenntir [...] skyldastir Íslendinga sögum og eru í rauninni grein af þeim“.[79] Það viðhorf virðist einnig forsenda útgáfu síra Þorleifs. Síðan hefur verið venja að gefa Íslendingaþætti út ásamt Íslendingasögum.[80]

Árið 1885 hafði sænska skáldið Bååth sett fram þá hugmynd að þættir hefðu verið undanfarar Íslendingasagna og hefði bókmenntagreinin þróast frá hinu smáa til hins stóra.[81] Sú kenning fékk þegar mikinn andbyr.[82] Þegar útgáfa Guðna Jónssonar kom á prent hálfri öld síðar voru flestir teknir að líta á þættina sem eins konar smásögur en ekki frækorn að sögu. Þó voru þeir taldir eldri en sögurnar.[83] Þetta viðhorf tengdist bókfestu. Þættir eru þá taldir listræn bókmenntaverk eins og sögurnar.[84]

Alla 20. öld hafa Íslendingaþættir almennt verið taldir gömul bókmenntagrein, í ætt við Íslendingasögur. Það er þó ekki fyrr en um 1970 að farið er að leggja bókmenntalegan grunn að því mati. Joseph Harris leitaði formgerðarlegra og efnislegra samkenna þáttanna, undir áhrifum frá formgerðarstefnu og frásagnarfræðum.[85] Hann beindi einkum sjónum að þáttum um Íslendinga og konunga í konungasögum. Harris taldi eins og fræðimenn „íslenska skólans" að þættir hefðu verið til sjálfstæðir en síðan felldir inn í konungasögur. Taldi hann frásagnarfræðileg samkenni þáttanna benda til þess að þeir væru sérstök bókmenntagrein.[86] Síðan hafa flestir sem um þætti hafa fjallað tekið undir rök Harris og lagt áherslu á sjálfstæði þátta og samkenni.[87] Aðrir hafa verið vantrúaðir á að þættir séu sjálfstæð bókmenntagrein, einkum Lönnroth.[88]

Þeir sem rannsaka þætti sem bókmenntagrein eiga við nokkurn vanda að etja. Aldrei hefur skýrst hversu margir þeir séu.[89] Síra Þorleifur á Skinnastað gaf út fjörutíu, Guðni Jónsson 42. Harris taldi þessa afmörkun tilviljanakennda; þættir væru mun fleiri. Sjálfur beindi hann sjónum að 31 þætti um samskipti Íslendings og konungs sem hann taldi undirflokk bókmenntagreinarinnar. Hann sýndi fram á samkenni þessara frásagna en gerði enga tilraun til að afmarka þær frá frásögnum, t.d. í Íslendingasögum, sem hafa svipaða formgerð og atburðarás. Eftir þessa rækilegu umfjöllun Harris um þætti í konungasögum hefur umræða um þætti sem bókmenntagrein að mestu snúist um þá.[90]

Þó að Harris reyndi að finna sameiginleg formgerðareinkenni og minni í þáttunum hafa flestir talið að upprunninn skeri úr um hvað sé þáttur og hvað ekki.[91] Bjarni Aðalbjarnarson og Gimmler skilgreindu báðir þátt sem upprunalega sjálfstæða frásögn. Bjarni benti á að í Morkinskinnu væru margar frásagnir sem líktust þáttum en væru ekki þættir þar sem þær hefðu aldrei staðið einar.[92] Alls taldi hann sextán þætti í Morkinskinnu.[93] Gimmler greindi einnig á milli þátta og „þáttalíkja". Hann taldi tólf þætti í Morkinskinnu en 28 þáttalíki. Varaði hann mjög við því að þættir væru „búnir til" með því að prenta frásagnir úr Morkinskinnu sem þætti, óháð meintum uppruna.[94]

Varðveisla þátta utan konungasagna og í mörgum gerðum myndi styrkja þá skoðun að þeir séu sjálfstæð bókmenntagrein. Af þáttum Morkinskinnu eru Stúfsþáttur, Íslendingsþáttur sögufróða, Sneglu-Hallaþáttur og Ásu-Þórðarþáttur til stakir í handritum. Frásögnin um Karl vesæla er til sérstök í AM 533 4to og AM 557 4to frá 15. öld og heitir þar Karlsþáttur. Nokkrir þættir eru til í fleiri gerðum, t.d. Auðunarþáttur vestfirska og Sneglu-Hallaþáttur þar sem miklu munar á Morkinskinnu- og Flateyjarbókargerð. Einnig eru til söfn þátta, t.d. handritið AM 426 fol. frá 17. öld.[95] Fæstir þeirra þátta sem Harris hefur fjallað um eru hins vegar til nema sem kaflar í konungasögum.

Almennt hefur verið talið að þættir Morkinskinnu væru eldri en sagan. Þeir hafi verið til í sjálfstæðri gerð sem hafi verið lengri en hin varðveitta gerð. Þættirnir hafi síðan verið styttir þegar þeir voru felldir inn í söguna.[96] Björn M. Ólsen taldi þetta eiga við um Stúfsþátt.[97] Þó að fæstir þeirra tólf þátta sem Gimmler gerði ráð fyrir séu til í sjálfstæðri gerð hafa fræðimenn þóst greina spor eftir sjálfstæða tilveru þeirra.[98] Um beinar sannanir hefur ekki verið að ræða enda textasamanburði sjaldan til að dreifa.

Annar vandi er hvers konar bókmenntagrein þættir séu. Lars Lönnroth benti á að engin bókmenntagrein héti þessu nafni á miðöldum. Fæstir þættirnir sem Þorleifur á Skinnastað og Guðni Jónsson gáfu út væru nefndir því nafni í handritum. Enn fremur merkti nafnið hluta af heild, þráð í stærri vef.[99] Þetta þóttu Harris hringrök. Merking orðsins gæti ekki skipt máli úr því að fæstir þættir gengu undir því í handritum. Hann taldi að bókmenntaleg einkenni ættu að vega þyngra en nafngiftir á miðöldum.[100]

Frá því að tekið var að gefa út þætti hafa þeir verið bendlaðir við smásögur.[101] Það er þó í meira lagi hæpið. Sverrir Tómasson hefur bent á að bókmenntaleg rök skorti fyrir að tengja þætti við bókmenntagrein sem þekkist vart fyrr en á 14. öld.[102] Jafnvel þá voru smásögur jafnan í safni, hluti stærri heildar, til að mynda sögurnar í Tídægru Boccaccios eða Kantaraborgarsögur Chaucers sem vart má skilja frá ramma sínum. Þær eru ekki eins og smásögur 19. og 20. aldar sem eru einn heimur, heilt skáldverk en smátt. Bókmenntagreinin Íslendingaþættir væri staksteinn á miðöldum. Það hefur þó ekki vafist fyrir mönnum enda viljinn til að líta á Íslendinga sem frumkvöðla í sköpun listgreina mikill.[103]

Eins og fram hefur komið tengjast hugmyndir um þætti sundurtektarstefnu þeirri sem var efst á baugi á 19. öld. Greindu menn þá fyrst Íslendingasögur í þætti en síðan urðu þættir í konungasögunum smám saman stofninn í þessari bókmenntagrein. Á síðari árum hafa menn þó í vaxandi mæli horft á þætti sem hluta af heild, fremur en sem sérstakar frásagnir. Lars Lönnroth og Carol Clover fjölluðu þannig rækilega um hlutverk þátta í söguheild, einkum í Njálssögu.[104] Á hinn bóginn var ekki tekið að ræða þætti sem hluta af heild konungasagna fyrr en síðar og þá einkum í Flateyjarbók.

4.5 Ný sýn

Formgerð íslenskra miðaldasagna er nú rædd í nýju ljósi. Hugmyndum Aristótelesar hefur verið vikið til hliðar og menn nálgast formgerð sagnanna á nýjan hátt. Sú umræða hófst í rannsóknum á evrópskum rómönsum en sömu formgerðargildi finnast í íslenskum miðaldasögum. Carol Clover veitti Morkinskinnu raunar furðulitla athygli.[105] Marianne Kalinke reið á vaðið með grein um sögu bræðranna Eysteins og Sigurðar Jórsalafara í ljósi nýs skilnings á formgerð miðaldaverka.[106]

Árið 1975 sagði Lars Lönnroth um þætti:

> Several of the stories about travelling Icelanders found in Morkinskinna, for example, cannot be fully understood unless we know that they were introduced at a particular point in the biography of some particular Norwegian king, whose vices or virtues are illustrated in the stories by showing the king's relationship to some particular type of visiting Icelander (the fool, the impetuous warrior, the skald, etc.). Merely studying the internal structure of these stories thus cannot give us a clear understanding of the genre to which they belong.[107]

Þessi orð eru herhvöt um að rétt sé að beina sjónum að hinni stærri heild, sögunni utan um þættina.[108] Eftir stendur að ræða formgerð og fagurfræði Morkinskinnu nánar í ljósi nýs skilnings á fagurfræði miðalda.

1 Í nýlegu yfirlitsriti um miðaldabókmenntir eru henni helgaðar rúmar 17 síður en Fagurskinnu tvær (Íslensk bókmenntasaga I, 364–83) og eru slík hlutföll ekki einsdæmi. Um Heimskringlu eru reglulega sett saman ágæt fræðirit, t.d. Lie, Studier i Heimskringlas stil; Sandvik, Hovding og konge i Heimskringla; Ciklamini, Snorri Sturluson; Snorri, átta alda minning; Bagge, Society and Politics in Snorri Sturluson's Heimskringla; Whaley, Heimskringla; Snorrastefna; Snorri Sturluson.

2 Ekki er það þó hafið yfir allan vafa (sbr. Louis-Jensen, Heimskringla — Et værk af Snorri Sturluson?; Cormack, Heimskringla, Egils saga, and the daughter of Eiríkr blóðöx). Sigurður Nordal á ríkan þátt í hversu miðlægur Snorri er í bókmenntamati nútímans. Um Snorra segir hann m.a.: „Hann sér víðar en aðrir menn, meira samhengi, dýpra skyldleika viðburðanna." (Snorri Sturluson, 261)

3 Í nýlegri Noregssögu (Jón Viðar Sigurðsson, Norsk historie 800–1300) er allnokkuð stuðst við konungasögur á nýstárlegan hátt en Morkinskinnu að engu getið. Enn betra dæmi er ágæt grein Sverre Bagge um æskuár Haralds harðráða. Þar er eingöngu byggt á Heimskringlu þó að tekið sé fram að hún sé hvorki elsta né ítarlegasta heimildin. Rökin eru þessi: „Derimot er den den mest gjennomarbeidede og gjennomtenkte og dermed best egnet når hovedformålet er å

undersøke synet på Harald mer enn hva Harald faktisk gjorde." (Harald Hardråde i Bysants, 175) Engin rök eru færð fyrir því að meiri vinna og hugsun liggi að baki Heimskringlu en Morkinskinnu og þessi rökleiðsla virðist hafa í för með sér að jafnan skuli nota yngstu heimild þegar rannsaka á hugarfar. Andersson (The Politics of Snorri Sturluson) hefur gagnrýnt Bagge fyrir að líta fram hjá Morkinskinnu og bent á að ályktanir um hugarfar Heimskringluhöfundar geti orkað tvímælis þegar um er að ræða efni sótt í Morkinskinnu.

4 Lenska hefur verið að bera saman frásögn Morkinskinnu og Heimskringlu af mannjafnaði Eysteins og Sigurðar Magnússona, Heimskringlu í vil. Jafnvel Lönnroth (Den dubbla scenen, 70) hefur lýst frásögnina betri í Heimskringlu og fylgir þar dæmi Sigurðar Nordal (Snorri Sturluson, 228–33) og Lie (Studier i Heimskringlas stil, 66–68). Kalinke andmælti þessu (Sigurðar saga Jórsalafara, 164–65). Sigurður Nordal taldi þó að stundum væru frásagnir betri í Morkinskinnu en í Heimskringlu (Snorri Sturluson, 244).

5 Bjarni Aðalbjarnarson, Formáli (1941), xxxi.

6 Nokre merknader til den norröne kongesoga, 62.

7 „Þótt hin eldri sögurit væru misjöfn að gæðum [...] voru meðal þeirra ágætisrit, framar öllum sögur þær, sem kenndar eru við Morkinskinnu" (Sigurður Nordal, Snorri Sturluson: Nokkurar hugleiðingar, 21). Sbr. Sigurður Nordal, Snorri Sturluson, 170 o.v.

8 „It must, however, be said that generally speaking he is a good narrator with a predilection for entertaining and anecdotal matter, rather than a critical historian. Many parts of the work are extremely well written and show evidence of high literary culture." (Jón Helgason, Introduction, 13–14). Hann segir um þætti: „It may be averred that these þættir often break the continuity of the tale but in some of them the old Icelandic art of story-telling and capacity for characterization attain their climax." (13)

9 „As literature the Fagrskinna falls far below the Morkinskinna. The compiler had little appreciation of anecdotes, such as the author of the Morkinskinna used to bring his characters to life." (Turville-Petre, Origins of Icelandic Literature, 219) Clover (The Medieval Saga, 172) tók undir þetta síðar en er þó blendin í hug til Morkinskinnu. Guðni Jónsson (Formáli (1957, xix) taldi Sverrissögu og „sögur Morkinskinnu bera af öðrum konungasögum, sem eldri eru en Heimskringla". Hermann Pálsson (Brands þáttur örva, 117) hefur sagt mikla snilld búa með Morkinskinnu.

10 Den eldste norske kongesoga.

11 Vinveitt skemmtan og óvinveitt, 68. Sverrir gerðist dómharðari síðar: „Frásögn Morkinskinnu er nokkuð misjöfn að gæðum; nokkuð ber á endurtekningum og jafnvel mótsögnum [...] Svo er að sjá sem samsetningin hafi ekki verið þaulhugsuð." (Íslensk bókmenntasaga I, 383–84)

12 Sverrir segir um þætti: „Þættir Morkinskinnu eru óaðskiljanlegir hlutar frásagnarinnar, þeir gegna þar því hlutverki að jafnvægi haldist, hið góða í fari konungs sjáist samhliða hinu illa, svo að áheyrendur fái rétta mynd af þjóðhöfðingjanum en um leið sé þeim skemmt með gamansamlegum atvikum úr lífi þeirra." (I, 385)

13 Lönnroth, Den dubbla scenen, 68–70; Kalinke, Sigurðar saga Jórsalafara; Andersson, Snorri Sturluson and the saga school at Munkaþverá; Andersson, The Politics of Snorri Sturluson; Andersson, The Literary Prehistory of Eyjafjǫrðr; Andersson, The Unity of Morkinskinna; Gade, Northern Lights on the Battle of Hastings; Gade, Kaupangr–Þrándheimur–Niðaróss; Lönnroth, The Man-Eating Mama of Miklagard.

14 Sbr. Patterson, On the Margin. Um hið póstmóderníska ástand, sjá m.a. Lyotard, The Postmodern Condition; Harvey, The Condition of Postmodernity.

15 Jauss, Alterität und Modernität der mittelalterlichen Litteratur, 9–47; Darnton, History of Reading, 140–41. Bent hefur verið á (Patterson, On the Margin; Spiegel, The Past as Text, 58) að annarleikinn hafi fylgt miðaldarannsóknum frá upphafi. Spiegel (The Past as Text, 71–80) telur að þessi annarleiki sé einmitt það sem hefur dregið póstmódernista að miðöldum. Bagge (Mennesket i middelalderens Norge, 13–17, 233–36) varar við að of mikið sé gert úr því annarlega og telja allt „fundið upp" á okkar tíma.

[16] Sjá Cantor, Inventing the Middle Ages; Eco, The Return of the Middle Ages.

[17] Þetta gildir um norrænar miðaldabókmenntir almennt (sbr. Lönnroth, Saga and Jartegn, 123).

[18] Sbr. Ásdís Egilsdóttir, Hetjur og konungar, riddarar og helgir menn.

[19] Sbr. nmgr. 6.

[20] Louis-Jensen, Kongesagastudier, 69.

[21] Sbr. Hume, Beginnings and Endings; Vésteinn Ólason, Samræður við söguöld, 63–67. Sjá einnig Fowler, Kinds of Literature, 98–105.

[22] Andersson, The Icelandic Family Saga, 3–30. Sbr. Harris, Genre and Narrative Structure in Some Íslendinga þættir. Ýmsum þótti lýsing Anderssons þó of almenn til að fanga formgerðarhugsjón sagnanna, m.a. Lönnroth, Theodore M. Andersson: The Icelandic Family Saga (ritdómur).

[23] Athyglisverð umræða um þetta er hjá Clunies Ross, The Development of Old Norse Textual Worlds.

[24] Eins eru ýmsar Íslendingasögur ættarsögur að formi, t.d. Laxdælasaga og Vatnsdælasaga. Í báðum tilvikum helst þetta form í hendur við inntak sögunnar (sbr. Ármann Jakobsson, Konungasagan Laxdæla; Ármann Jakobsson, Royal pretenders and faithful retainers).

[25] Þær hugmyndir eru til í íslenskri þýðingu (Um skáldskaparlistina).

[26] Sjá m.a. Curtius, European Literature and the Latin Middle Ages, 71, 501 o.v.; Vinaver, The Rise of Romance, 74–76. Meðal þeirra sem mæltu sérstaklega með útúrdúrum var Geoffrey frá Vinsauf. Sjá Medieval Literary Criticism, 123–44.

[27] Meister, Herodotos, 471. Sbr. Barthes, The Discourse of History, 129. Andersson og Gade (Introduction, 83) líkja Morkinskinnuhöfundi einmitt við Heródótos.

[28] Fineman, The History of the Anecdote, 52–54, 56, 61 o.v. Um dæmisögutækni í fornöld og á miðöldum hefur Johannesson fjallað í tengslum við Saxa hinn málspaka (Saxo Grammaticus, 19–23). Sbr. einnig Bagge, Icelandic Uniqueness or a Common European Culture?, 421; Bagge, Ideas and narrative in Otto of Freising's Gesta Frederici.

[29] Sjá m.a. Burrow, Medieval Writers and their Work, 14; Clover, The Medieval Saga, 13.

[30] Neikvætt mat á fagurfræði miðalda braust fram í harðri gagnrýni Torquatos Tassos á frásagnarkvæðið Orlando furioso eftir Ariosto (Ryding, Structure in Medieval Narrative, 9–19).

[31] Ryding, Structure in Medieval Narrative, 9–37; Vinaver, The Rise of Romance, 71–74.

[32] Lot, Étude sur le Lancelot en prose, 17–28.

[33] Tolkien, Beowulf: the Monsters and the Critics, 271–75. Leyerle (The Interlace Structure of Beowulf) setti fram enn ítarlegri hugmyndir um fléttuformgerð sögunnar. Gott yfirlit yfir umræðuna um Bjólfskviðu er hjá Shippey, Structure and Unity; Bjork, Digressions and Episodes.

[34] Curtius, Zur interpretation des Alexiusliedes, 124–31; Kellermann, Aufbaustil und Weltbild Chrestiens von Troyes.

[35] Vinaver, The Rise of Romance; Ryding, Structure in Medieval Narrative.

[36] Um skáldskaparlistina, 86–87.

[37] Vinaver, The Rise of Romance, 68–74. Sjá einnig Vinaver, A la recherche d'une poétique médiévale, 105–28; Sbr. Lewis, The Discarded Image, 194.

[38] Aristóteles, Um skáldskaparlistina, 56–58.

[39] Ryding, Structure in Medieval Narrative, 12. Þetta ætti að vera auðskilið nú, þegar gjarnan eru gerðar framhaldsmyndir vinsælla kvikmynda og í sumum tilvikum forleikir. Sögur Hrafnistumanna eru íslenskt dæmi frá miðöldum um slíka framhaldsvinnu.

[40] Ryding, Structure in Medieval Narrative, 38–43. Samhverfuformgerð var svo ríkjandi að tilraunir sjást til að „lagfæra" eldri verk í þá átt. Þannig virðist einn þýðandi Eneasarkviðu hafa skilið in medias res-upphaf hennar sem tilraun til tvískiptingarforms.

[41] Ryding, Structure in Medieval Narrative, 44: „when we say that we can discard episodes or rearrange them at will, we are referring only to the matter of logical implication; we mean on-

ly that such operations would not introduce obscurities or contradictions into the narrative. They might, however, materially alter the impression the story makes on the reader's sensibility, for it is quite conceivable that an episode, without being logically necessary to the sequence of the story, may yet provide excitement, charm, poetry, and of course, variety."

[42] Sama rit, 44–52.

[43] Sama rit, 52–61. „L'écriture médiévale ne produit pas des variantes, elle est variance." (Cerquiglini, Éloge de la variante, 108)

[44] Curtius, European Literature and the Latin Middle Ages, 487–94; Vinaver, The Rise of Romance, 74–76, 85–96; Ryding, Structure in Medieval Narrative, 66–82. Sbr. Árni Sigurjónsson, Bókmenntakenningar fyrri alda, 96 og 204; Þorleifur Hauksson og Þórir Óskarsson, Íslensk stílfræði, 155, 260, 331 o.v.

[45] Ryding, Structure in Medieval Narrative, 62–66.

[46] Sama rit, 82–114.

[47] Ryding, Structure in Medieval Narrative, 115–61. Vinaver ræðir tengsl formgerðar og orsakasamhengis í þætti Morgan le Fay í Artúrssögnum og samsteypum um Artúr (The Rise of Romance, 90–91): „The resulting fabric of interwoven events is the work of a sorceress whose object is to involve us in situations of the greatest intricacy, not in order to make the final resolution of the action more acceptable, but in order to give us the kind of pleasure we experience in discovering, through patient observation, the shape of an ornament in a richly illuminated manuscript of the eleventh, twelfth, or thirteenth century."

[48] Vinaver, The Rise of Romance, 7–85; sbr. Vinaver, A la recherche d'une poétique médiévale, 129–49.

[49] „And so, with the passage of time, we have returned to a structural disorder that is not without its analogies to the narrative works of the Middle Ages. The wheel has come full circle." (Ryding, Structure in Medieval Narrative, 168)

[50] Um Bedier og aðferðir hans, sjá Vinaver, A la recherche d'une poétique médiévale, 15–30.

[51] Sbr. Jón Hnefill Aðalsteinsson, Íslenski skólinn.

[52] Clover, The Medieval Saga, 13–60. Þessar hugmyndir voru sumpart mótleikur við greiningu Anderssons (The Icelandic Family Saga, 3–30) á sagnaformgerðinni. Um formgerð Karlamagnússögu, sjá einnig Kramarz-Bein, Zur Erzählstruktur der Karlamagnús saga.

[53] Clover, The Medieval Saga, 57.

[54] Sama rit, 61–109. Um tungutak fléttuformsins, sjá einnig Clover, The Language of Interlace. Sverrir Tómasson (Skorið í fornsögu, 791) hefur bent á dæmi þess að frásagnarsmíði sé líkt við húsagerðarlist. Anne Heinrichs vill tengja þessa formgerð við Bayeuxrefilinn og vefnað af því tagi ("Intertexture" and its Functions in Early Written Sagas, 127–28).

[55] Olrik, Epische Gesetze der Volksdichtung, 8.

[56] Clover, The Medieval Saga, 109–47.

[57] Maxwell, Pattern in Njáls saga. Svipaða rannsóknaraðferð má sjá hjá Bouman, Patterns in Old English and Old Icelandic Literature, 109–59. Sú hugmynd að sumt efni Njálssögu væri óviðkomandi „meginþræðinum" fékk skýra útrás í skólaútgáfu á Njálu frá 1977 þar sem fellt er burt efni sem þótti ekki skipta máli fyrir höfuðatburðarásina (sbr. Gunnar Finnbogason, Formáli, iv–v).

[58] Lönnroth, Njáls Saga, 23–55, 68–82, 215–48.

[59] Maxwell, Pattern in Njáls saga, 20–21.

[60] Sverrir Tómasson (Skorið í fornsögu, 792–98) nefndi Gíslasögu, Sverrissögu en einkum Hrafnkelssögu sem hann taldi tvískipta lífssögu sem hefði síðar myndað helming af annarri heild ásamt Droplaugarsonasögu. Kalinke (Víglundar saga: An Icelandic Bridal-Quest Romance) hefur greint samhverfuform á Víglundarsögu og Sigríður Baldursdóttir (Vopnfirðinga saga – tilurð og túlkun, 79–103) á Vopnfirðingasögu. Þá skiptist Bárðarsaga í tvennt (sbr. m.a. Ármann Jakobsson, History of the Trolls?, 60–69). Harris (Ǫgmundar þáttr dytts ok

Gunnars helmings; Saga as historical novel, 210–12) bendir á tvískiptingu Ögmundarþáttar sem hann tengir Njálu (sbr. McKinnell, Ögmundar þáttr). Anne Heinrichs varð einna fyrst til að nota fléttuhugtakið um Íslendingasögur ("Intertexture" and its Functions in Early Written Sagas).

61 Sbr. Brown, Introduction, xv–xviii.

62 Á þetta hefur Kalinke bent (Norse Romance, 319 og 346).

63 Um Oddaverjaþátt, sjá Ármann Jakobsson og Ásdís Egilsdóttir, Er Oddaverjaþætti treystandi?

64 Driscoll, Introduction, xcii–cxxxiii. Hann rekur dæmi um formgerðarlega og stíllega þenslu í sögunni. Um stíllega þenslu í íslenskum riddarasögum, sjá Kalinke, Amplification in Möttuls saga.

65 Rowe, Folktale and Parable. Sbr. Boyer, To Make a Good Fornaldarsaga. Hume (The Thematic Design of Grettis saga) hafði áður beitt svipaðri aðferð á Grettissögu.

66 Rowe, Cultural Paternity in the Flateyjarbók Ólafs saga Tryggvasonar; Zernack, Hyndluliod, Flateyjarbók und die Vorgeschichte der Kalmarer Union. Kolbrún Haraldsdóttir (Ein lítil athugasemd um byggingu Flateyjarbókar) telur að Jón Þórðarson, skrifari Flateyjarbókar, hafi ætlað verkinu að vera samhverft. Hneigð í þá átt megi og sjá hjá Magnúsi Þórhallssyni. Flateyjarbók sé því dæmi um þenslu sem lykilformgerðarhugmynd (sbr. Kolbrún Haraldsdóttir, Innhald og komposisjon i Flateyjarbók).

67 Würth, Elemente des Erzählens, einkum 60–159.

68 Skovgaard-Petersen, Da Tidernes Herre var nær, 61–178.

69 „Digressiones etiam more antiquorum chronographorum non inutiles, ut arbitramur, ad delectandum animum lectoris locis competentibus adjunximus.“ (Monumenta Historica Norvegiae, 2) Þetta mætti þýða svo: „Þá hef ég að sið fornra sagnaritara aukið við útúrdúrum á viðeigandi stöðum sem að minni hyggju eru ekki gagnslausir þar sem þeir gleðja huga lesarans.“

70 Clover, The Medieval Saga, 154–59. Sbr. Bagge, Theodoricus Monachus, 117–23.

71 Sverrissaga er vitaskuld samhverf líka (sbr. nmgr. 60).

72 Clover, The Medieval Saga, 148–84.

73 Jónas Kristjánsson, Bókmenntasaga, 343–49; Vésteinn Ólason, Íslendingasögur og þættir, 29–38.

74 Lindow, Old Icelandic þáttr; Lönnroth, Tesen om de två kulturerna, 10, 19–21; Lönnroth, The Concept of Genre in Saga Literature. Gimmler (Die Thættir der Morkinskinna, 30–34) ræðir þetta en telur þó að þættir séu sérstök bókmenntagrein.

75 Sex sögu-þættir. Um Jón segir Þorsteinn Thorarensen: „Hann [...] gat talað latínu viðstöðulaust, eins og það væri hans annað móðurmál. Hann hafði allan hugann við lærdómsiðkanir en var hrekklaus maður og virtist einfaldur í daglegri umgengni og átti ekki heima sem stjórnandi stofnunar. Hann var svo ómannglöggur, að hann gat ekki þekkt pilta eða nöfn þeirra nema aðeins dúxana og var frábitinn öllu veraldarvafstri.“ (Móralskir meistarar, 79) Sjálfur lýsti Jón sér svo: „Náttúran hefir eigi skapað mig til að vera harðstjóri.“ (Heimir Þorleifsson, Saga Reykjavíkurskóla II, 182)

76 Fjörutíu Íslendinga-þættir.

77 Sumir þáttanna eru ekki í konungasögum en ekki heldur stakir. Þannig er Þorsteinsþáttur stangarhöggs varðveittur í handritum með öðrum Austfirðingasögum, ýmist Þorsteinssögu hvíta, Hrafnkelssögu eða þáttum um Austfirðinga (AM 156 fol., AM 496 4to) eða Vopnfirðingasögu (AM 162 C fol.) og í honum er greinilega reiknað með þekkingu á Vopnfirðingasögu.

78 Guðni Jónsson, Formáli (1935), v–vi.

79 Guðni Jónsson, Formáli (1936), xcix.

80 Sjá t.d. útgáfu Skuggsjár (Íslendinga sögur 1–9) og Svarts á hvítu (Íslendinga sögur og þættir 1–2).

81 Bååth, Studier öfver kompositionen i några isländska ättsagor.

82 Heusler (Die Anfänge der isländischen Saga, 74–80) kvað nánast niður þáttakenningu

Bååths. Meðal þeirra sem tekið hafa hana upp í breyttri mynd eru Vogt (Die frásagnir der Landnámabók) og Lange (Einige Bemerkungen zur altnordischen Novelle). Um þessa umræðu, sjá Andersson, The Doctrine of Oral Tradition, 231–32; Andersson, The Problems of Icelandic Saga Origins, 61–64; Gimmler, Die Thættir der Morkinskinna, 1–8; Clover, The Long Prose Form, 31–39.

83 Athugasemdir þess efnis má finna í hverju bindi Íslenzkra fornrita þar sem þáttur er prentaður. Björn M. Ólsen má heita faðir þessa viðhorfs eins og margra annarra viðhorfa „íslenska skólans" (sjá m.a. Formáli (1912); Um Íslendingasögur, 114, 174, 412 o.v.) en síðar tekur Sigurður Nordal það upp (sjá m.a. Sagalitteraturen, 191, 243–44) og flestallir aðrir íslenskir fræðimenn auk margra erlendra (m.a. Turville-Petre, Origins of Icelandic Literature, 218; Strömbäck, The Dawn of West Norse Literature, 12). Sjá Gimmler, Die Thættir der Morkinskinna, 8–14. Um Björn M. Ólsen og „íslenska skólann", sjá Jón Hnefill Aðalsteinsson, Íslenski skólinn; Byock, Þjóðernishyggja nútímans og Íslendingasögurnar.

84 Faulkes (Introduction, 4) orðar þetta vel: „the *þættir* as we have them are literary works, bearing all the marks of careful composition and deliberate artistry".

85 Áhrifin voru einkum frá bók Anderssons um formgerð Íslendingasagna (The Icelandic Family Saga). Harris beitti aðferðum Propps (Morphology of the Folktale) og Dundes (The Morphology of North American Indian Folktales) sem þá voru í algleymingi.

86 Sjá Harris, Genre and Narrative Structure in Some Íslendinga þættir; Harris, Theme and Genre in some Íslendinga þættir; Harris, Þættir, 3; Harris, Gender and genre, 49–52 o.v.; Harris, The King and the Icelander. Síðar hefur Danielsson (Om den isländska släktsagans uppbyggnad, 62–81) rætt þætti Morkinskinnu á grunni frásagnarfræði án þess þó að draga þá ályktun að þeir séu sérstök bókmenntagrein.

87 Meðal þeirra sem þannig hafa velt þáttum fyrir sér sem sjálfstæðri bókmenntagrein eru Bjarni Guðnason, Þættir; Sigurður Svavarsson, Athugun á þáttum sem bókmenntagrein; Ásdís Egilsdóttir, Þættir; Vésteinn Ólason, Íslendingaþættir, 60–62. Í kjölfarið hafa rannsóknir á þáttum í Morkinskinnu sem sjálfstæðum frásögnum verið mun fleiri en athuganir á söguheildinni.

88 Sjá bls. 52–54. Sverrir Tómasson var ekki heldur sannfærður: „Það má vera að þættir Morkinskinnu hafi upphaflega verið sjálfstæðir og síðan verið felldir inn í verkið. En fyrir því hafa ekki verið færðar bókmenntalegar málsemdir" (Íslensk bókmenntasaga I, 384).

89 Sbr. Lindow: „The number of such *þættir* probably exceeds 100, but they vary greatly, and one cannot speak of a single genre" (Þáttr, 661).

90 Þættir sem gerast á Íslandi eru mun færri. Maack (Þáttr and Saga) hefur fjallað um þætti utan konungasagna. Umræðan um þætti og Íslendingasögur hefur haldið áfram eftir daga Bååths (Lange, Einige Bemerkungen zur altnordischen Novelle; Joseph, The Þáttr and the Theory of Saga Origins, 95–96; Lönnroth, Njáls Saga, 102–3 o.v.; Danielsson, Om den isländska släktsagans uppbyggnad) en þegar fjallað er um þætti í yfirlitsritum er oftast átt við þætti í konungasögum. Oft eru þeir dregnir inn í umfjöllun um Íslendingasögur (sjá t.d. Vésteinn Ólason, Íslendingasögur og þættir).

91 Sbr. Sigurður Nordal, Sagalitteraturen, 243: „Det er ofte vanskeligt at afgøre, hvad der er en virkelig þáttr, d.v.s. en selvstændigt optegnet fortælling, og hvad en episode om en Islænding i Norge, der er skrevet som en del af en kongesaga".

92 Bjarni Aðalbjarnarson, Om de norske kongers sagaer, 158: „Jeg tror at de færreste av disse stykker er skrevet som selvstendige fortellinger. Innholdet av de fleste av dem er for ubetydelig til at så kunde være tilfelle. Mange av dem kan bare betraktes som episoder om kongene, f.eks. de hvor ingen andre blir nevnt ved navn, og slike episoder er, så vidt vi vet, aldri blitt nedskrevet som selvstendige tætter". Undir þetta tók Indrebø (Nokre merknader til den norröne kongesoga, 64).

93 Bjarni Aðalbjarnarson, Om de norske kongers sagaer, 154–59.

94 Gimmler, Die Thættir der Morkinskinna, 30–66.

95 Sbr. Katalog over den Arnamagnæanske håndskritftssamling.

96 Sjá t.d. Faulkes, Introduction, 2.

97 Björn M. Ólsen, Formáli, xi.

98 „Det må betraktes som noenlunde utvilsomt at ialfall de fleste av disse tætter ophavlig har vært uavhengige av de norske kongers sagaer. Intet tyder på at de er avfattet som deler av kongesagaene. Enhver av dem danner et selvstendig hele innenfor sagaene i *Msk*. Det meste av det som tættene forteller om de norske konger, er ubetydelige hendelser i disses liv og kan neppe falle innenfor rammen av deres historie; det er da heller ikke tatt med i Fsk. eller Hkr. Noen av tættene bærer merke efter selvstendig tilværelse.“ (Bjarni Aðalbjarnarson, Om de norske kongers sagaer, 155) Í einhverjum tilvikum hefur upphaf þátta þótt tortryggilegt, sjá t.d. það sem Storm (Sigurd Ranessøns Proces, 58) segir um Þingasögu í Morkinskinnu.

99 Lönnroth, Tesen om de två kulturerna, 19–21; Lönnroth, The Concept of Genre in Saga Literature.

100 Harris, Genre in Saga Literature: A Squib. Sbr. Andersson, Splitting the Saga.

101 Gimmler, Die Thættir der Morkinskinna, 67–70.

102 Íslensk bókmenntasaga I, 384. Sverri þykir líklegra að þættir séu upphaflega kaflar í frásögn sem séu gerðir að smásögum um svipað leyti og smásögur urðu til: „Sumir þættir Morkinskinnu (*M*), Flateyjarbókar (*F*), Huldu (*H*) og Hrokkinskinnu (*Hr.*) eru svo spriklandi af eigin lífi að þeir bíða þess eins að vera teknir út úr ritunum. Fræðimenn munu og snemma hafa komið auga á að þættir þessir stóðu jafnfætis digrari sögum. Og í það mund sem smásagan hefst til virðingar í bókmenntum álfunnar, taka menn óspart til málanna og kippa þáttunum út úr þessum safnritum.“ (Vinveitt skemmtan og óvinveitt, 65) Sbr. Würth, Elemente des Erzählens, 11–22.

103 Orð Sigurðar Svavarssonar (Athugun á þáttum sem bókmenntagrein, 24) lýsa vel viðhorfi íslenskra fræðimanna mestalla 20. öld: „Það má heita augljóst að þættir hafa alla eðlisþætti smásögunnar og Íslendingar átt glæstar smásögur 2 öldum áður en Boccacio skrifaði Decameron.“ Jónas Kristjánsson notar líka orðið „smásögur“ (Bókmenntasaga, 344). Bjarni Guðnason (Þættir) og Vésteinn Ólason (Íslendingaþættir, 60–62; Íslendingasögur og þættir, 29–38) nálgast málið af yfirvegun og minnast ekki á Boccaccio en virðast þó báðir telja athuganir Harris staðfesta hugmyndir „íslenska skólans“ um þætti.

104 Lönnroth, Njáls saga, 23–55 og 68–82; Clover, The Medieval Saga, 61–108 o.v.

105 The Medieval Saga, 172–73, 177 og 179. Hún benti þó á að í henni væru mun fleiri útúrdúrar en áður hefði tíðkast í sögum um marga konunga.

106 Kalinke, Sigurðar Saga Jórsalafara, 155. Hún ber Morkinskinnu þar við eldri konungasögur, t.d. Ágrip og Historia de antiquitate regum Norwagiensium.

107 Lönnroth, The Concept of Genre in Saga Literature, 423.

108 Segja má að Sverrir Tómasson taki undir þetta (sjá nmgr. 11–12 og 102). Umfjöllun Kalinke (nmgr. 106) er fyrsta skrefið í þá átt og eins rannsóknir Stefanie Würth á Flateyjarbók (sjá nmgr. 67) og greinar Anderssons um Morkinskinnu (m.a. The Politics of Snorri Sturluson). Tommy Danielsson hefur fjallað um formgerð þess hluta Morkinskinnu sem snýst um Magnús góða og Harald harðráða og tók þar tillit til þátta. Hann taldi að þá ætti að meta „som episoder och som sådana jämförbara med andra episoder, dvs. med delar av sagor.“ (Om den isländska släktsagans uppbyggnad, 81) Í nýlegri útgáfu Braga Halldórssonar og Knúts Hafsteinssonar (Íslendingaþættir) eru þættir gefnir út sérstakir en í inngangi gerð grein fyrir stöðu þeirra í konungasögum og bent á að stundum eru nútímafrásagnir gefnar út sérstakar þó að þær séu upphaflega kaflar í stærri heild, t.d. Sagan af brauðinu dýra úr Innansveitarkróniku Halldórs Laxness (Bragi Halldórsson og Knútur S. Hafsteinsson, Um þætti, vii–xvi).

5. Þættir í söguvef

5.1 Endurheimt gleðinnar

Formgerð Morkinskinnu var dregin inn í tilgátur um uppruna hennar. Þættir hennar voru taldir innskot þar sem þeir væru útúrdúrar frá svokölluðum meginþræði sögunnar, tilgangur þeirra í sögunni óskýr og gildi þeirra fyrir heildina væri lítið. Þættir geta á hinn bóginn fallið vel að fagurfræði þenslunnar sem íslenskir sagnaritarar þekktu úr rómantískum bókmenntum. En slík þensla hefur jafnan tilgang og ekki hafa allir orðið varir við tilgang þátta Morkinskinnu.[1] Rétt er því að huga að hlutverki nokkurra þátta í sögunni.

Í sögunni er stutt frásögn sem hefur verið gefin út undir nafninu Ívarsþáttur Ingimundarsonar.[2] Hún er ekki til utan Morkinskinnu. Gimmler taldi hana sjálfstæðan þátt að uppruna en aðrir fræðimenn hafa verið á öðru máli.[3] Það er ekki sama hvort þessi litla saga er lesin ein og sér eða sem þáttur í Morkinskinnu. Stök virðist hún fjalla um ástarraunir Íslendings, vera saga Ívars.[4] Yfirskrift hennar í sögunni er á hinn bóginn: „Frá Eysteini konungi og Ívari" (Msk., 354). Það bendir til þess að sagan sé ekki aðeins um Ívar. Konungurinn er raunar talinn upp fyrst.[5] Saga Ívars er vissulega ástarsaga en hún er aðeins inngangur að þeirri sögu sem skiptir máli. Alls er Ívarsþáttur 84 línur í Morkinskinnuútgáfu Finns Jónssonar en þar af er saga Ívars Ingimundarsonar sögð í aðeins 18 línum. Ívar er skáld gott en Þorfinnur bróðir hans þykir ekki „jafnmenni" hans við norsku hirðina. Fer bróðirinn heim af þeim sökum en Ívar biður hann að bera orð Oddnýju Jónsdóttur og biðja hana að bíða sín. Þorfinnur biður nú Oddnýjar fyrir sjálfan sig og fær hennar. Í þættinum segir síðan: „Ívar tekur nú ógleði mikla" (Msk., 354). Það er sá vandi sem sagan snýst um. Ívar er skáld konungs, skemmtikraftur við hirðina og hlutverk hans að skapa gleði. Þær andstæður sem þátturinn snýst um eru gleði og ógleði.

Meginefni þáttarins eru spurningar konungs um hvað ami að Ívari. Getur konungur fimm sinnum upp á orsökum ógleðinnar og nefnir fimm lausnir. Sú seinasta er að Ívar komi hvern dag „á fund minn, og eg sitg eigi um nauðsynja málum, og mun eg hjala við þig. Skulum við ræða um konu þessa alla vega þess er og má í hug koma og mun eg gefa mér tóm til þessa því að það verður stundum að mönnum verður harms síns að léttara, er um er rætt" (Msk., 356).[6] Hér er konungur kominn á slóðir Freuds. Ívar fer „á bekkinn" og segir frá harmi sínum. En „þetta hlýddi bragðið og bættist nú Ívari harms síns vonum bráðara. …Gladdist hann eftir þetta og kemur í samt lag sem fyrr hafði verið um skemmtun hans og gleði“ (Msk., 356). Þættinum lýkur með endurheimt gleðinnar.

Ef litið er á textann stakan en án þess að hann sé túlkaður sem Íslendingaþáttur er konungur aðalpersónan. Hann talar oftar og er margorðari. Hann er sá sem leysir vandann og þátturinn lýsir honum. Ívar er staðalmynd, hið ástsjúka skáld. Saga hans er alkunn: Maður treystir bróður eða vini fyrir boðum til heitkonu en sá bregst trausti hans og fær konunnar fyrir sig. Sama saga er rakin í Laxdælu, Gunnlaugssögu og Bjarnarsögu Hítdælakappa.[7] Þetta minni er aftur á móti aukaatriði í Ívarsþætti. Hann snýst ekki um þennan ástarþríhyrning heldur ógleði Ívars. Það sem skiptir máli er leit konungs að lausn vandans. Sú lausn er að Ívar gleymir konunni og tekur gleði sína og er „með Eysteini“.

Ef litið er á samhengi þáttarins verður ennþá skýrara að hann fjallar í raun um Eystein konung. Ívarsþáttur hefst á þessum orðum: „Í þeima hlut má marka, er nú mun eg segja, hver dýrðarmaður Eysteinn konungur var eða hve mjög hann var vinhollur og hugkvæmur eftir að leita við sína ástmenn hvað þeim væri að harmi“ (Msk., 354). Þá fyrst er Ívar kynntur til sögu. Sá „eg“ sem hefur orðið segir beinlínis að það sem komi á eftir sé dæmi um hversu vinhollur Eysteinn konungur hafi verið. Á undan þessari frásögn er lýsing á stjórn Eysteins í Noregi sem lýkur á lýsingu konungs:

> Hann var spekingur mikill að viti og allra manna var hann fríðastur sjónum, hvítur á hár, meðalmaður á vöxt, snjallur í máli og hinn mildasti af fé og allra konunga hefir hann verið ástsælastur við sína menn, glaður og lítillátur í máli (Msk., 353–54).

Sérstök áhersla er á ástsæld konungs en þátturinn fylgir í kjölfarið sem dæmi.[8]

Þátturinn hefur vægi í sögunni sem hluti mannlýsingar Eysteins. Einnig er hann dæmi um það hvernig konungur rækir þá skyldu að láta sér annt um þegna sína. Eysteinn er ástríkur og ráðhollur. Í því er hann andstæða Sigurðar bróður síns og þátturinn kallast á við annað efni í sögunni, t.d. mannjöfnuð bræðranna.[9] Vandi Ívars og hvernig Eysteinn leysir hann kann að virðast of ómerkilegt efni til að eiga heima í konungasögu. En sem dæmisaga um konungsvald og mannkosti Eysteins á þátturinn vel heima í Morkinskinnu.[10]

5.2 Tignum mönnum sómir að þiggja

Ívarsþáttur er einföld saga um vanda og lausn hans, einar samræður tveggja manna.[11] Flóknari að gerð er Auðunarþáttur vestfirska og hefur þótt snilldarleg smásaga. Þar er sögð saga Auðunar frá upphafi til enda en ekki er skilið við hann með konungi eins og Ívar.[12] Þátturinn hefst eins og Íslendingasaga: „Maður hét Auðunn" (Msk., 180). Í lokin er nefndur niðji Auðunar, Þorsteinn Gyðuson (Msk., 187).[13] Þó er yfirskrift þáttarins ekki aðeins tengd Auðuni einum. Hann kallast: „Frá því er Auðunn hinn vestfirski færði Sveini konungi bjarndýri" (Msk., 180).

Í þættinum leggur fátækur maður á sig mikið erfiði til að færa Danakonungi gjöf sem hann hefur keypt við aleigu sinni. Á leiðinni kemur hann við í Noregi og er kallaður á fund Haralds konungs sem biður hann að selja sér dýrið eða gefa það. Auðunn neitar því. Síðan færir hann Danakonungi dýrið og gengur suður. Á heimleiðinni kemur hann á ný við hjá konungi. Alls fær hann að launum sex gjafir: konungur þiggur dýrið,[14] fær Auðuni silfur til suðurgöngu, gerir hann að skutilsveini og að skilnaði fær Auðunn knörr, silfur og hring. Hringinn biður hann Auðun gefa göfugum manni sem hann eigi gott að launa „því að tignum mönnum sómir að þiggja" (Msk., 186). Þegar Auðunn kemur á ný á fund Haralds konungs gefur hann Haraldi hringinn.[15] Haraldur hafi nefnilega einnig sýnt örlæti „því at þú áttir kost að taka hvorttveggja frá mér, dýrið og svo líf mitt, en þú lést mig fara þangað í friði sem aðrir náðu eigi" (Msk., 187).

Þessi þáttur er ekki aðeins saga Auðunar heldur einnig mannjöfnuður konunganna þar sem báðir standa sig með glæsibrag. Í því ljósi er vert að athuga stöðu þáttarins í Morkinskinnu. Eftir lát Magnúsar konungs góða hefur meginpartur frásagnar snúist um sífelldar erjur erfingja hans, Sveins Danakonungs og Haralds Noregskonungs, en Haraldur taldi sig réttborinn til arfs í Danmörku líka (Msk., 155–69). Á undan þættinum hefur raunar verið hlé á þeim deilum en greint frá þrætum Haralds konungs við Einar þambarskelfi (Msk., 171–80). Næst á undan þættinum segir þó frá þeirri venju lendra manna í Noregi að „þegar er þeim líkaði nokkuð illa við konung, þá hlaupu þeir úr landi suður til Danmerkur til Sveins konungs" (Msk., 180).

Nú sést hvílíkur kjarkur felst í að ganga á fund Haralds harðráða og neita að gefa honum bjarndýri sem ætlunin er að færa versta óvini hans, manni sem Haraldur telur valdaræningja. Og það skömmu eftir að sagt hefur verið frá fégjöfum Sveins við svikula hirðmenn Haralds, þar á meðal Finn Árnason mág hans! Hugrekki og hreinskilni Auðunar vaxa ef þátturinn er lesinn í þessu samhengi. Sagan tengist þannig kjarnaatriði í frásögn Morkinskinnu, deilum konunganna tveggja. Þegar Haraldur ákveður að leyfa Auðuni að gefa keppinaut sínum veglega gjöf friðmælist hann við Svein og sýnir eigið göfuglyndi. Á hinn bóginn tekst Sveini að gefa Haraldi hring í þakklætisskyni og virðist sú gjöf jafnframt staðfesta virðingu Sveins fyrir þessum óvini sínum. Þetta eru mikil tíðindi. Þó að deilur haldi áfram virðist nú mesta heiftin úr sögunni og að lokum semja konungarnir frið. Í frásögninni um Auðun og bjarndýrið fá þeir að standa báðir á sviðinu hvor í sínu ríki sem örlátir heiðursmenn. Sú er jafnframt niðurstaða illdeilna þeirra.

Eins og Ívarsþáttur skiptir Auðunarþáttur miklu máli í samhengi Morkinskinnu. Ekki er hægt að segja að hann hafi engin áhrif á söguþráðinn, falli illa að röklegu heildarsamhengi textans eða geri söguna klaufalegri — en þessi eru einmitt rökin fyrir því að þættir hafi ekki átt heima í Morkinskinnu frá upphafi. Flateyjarbókargerð þáttarins er vissulega aukin og breytt frá Morkinskinnugerðinni.[16] Þátturinn er einnig heildræn frásögn enda hefur ekki vafist fyrir fræðimönnum að túlka hann stakan.[17] En þó að þátturinn kunni að hafa verið til fyrir daga Morkinskinnu og eigi sér síðar sjálfstæða tilveru breytir það ekki mikilvægi hans í sögunni. Ekkert í formgerð Auðunarþáttar bendir til að hann hafi ekki verið í Morkinskinnu frá upphafi. Raunar er „inngangur" í þættinum (alls 15 eða 18 línur í útgáfu Finns Jónssonar) þar sem rakin er saga Auðunar áður en hann stendur frammi fyrir Haraldi konungi og segist ætla að gefa erkióvini hans veglega gjöf. En sú frásögn er knöpp og bendir til að Auðunn hafi fremur almennt gildi en sem einstaklingur. Ætt hans er ekki rakin og hann er ekki staðfærður nánar en til Vestfjarða. Þvert á móti er Auðunn stöðluð manngerð eins og Ívar skáld: fátækur, heiðarlegur en sérlundaður Íslendingur.

5.3 Sagan sem nykur

Fremst í Morkinskinnu er þáttur um Karl vesæla. Hann var talinn ótvírætt innskot vegna meintra mótsagna. Eins og fram hefur komið (bls. 49) er þó málum blandið hvort í honum séu mótsagnir. Hins vegar þarf ekki að skýra þáttinn burt úr Morkinskinnu vegna þess að efni hans skipti ekki máli fyrir meginþráð sögunnar. Karl sjálfur er ættsmár en skapmikill þegn sem reynist meira verður en ætternið gefur til kynna, hliðstætt Auðuni vestfirska. Saga hans hefur allnokkurt gildi fyrir þróun mála í sögu Noregs. Kálfur Árnason bjargar Karli frá mönnum Sveins konungs, neitar að framselja hann og snýst til stuðnings við Magnús góða (Msk., 15–17). Þættinum lýkur þegar Karl hefur komið Kálfi á fund konungs og gert það sem honum er ætlað: „Þeir Kálfur Árnason og Karl voru þá austan farnir og hafði Karl þegið margar góðar gjafir af Jarisleifi konungi og Magnúsi og mikla sæmd aðra“ (Msk., 17). Þar sem Einar þambarskelfir hafði áður gengið á hönd Magnúsi má segja að saga Karls sé þáttur í stærri sögu um það hvernig ríkið gliðnar undan Sveini konungi eftir undirróður manna Jarisleifs konungs.

Skömmu síðar (Msk., 23–25) er sagt frá því hvernig Kálfur Árnason og Magnús konungur skilja að skiptum. Er þar um tvær byggingareindir að ræða en Finnur Jónsson taldi aldrei þessu vant ekki innskot á ferð.[18] Fyrri þátturinn er gamansöm smásaga um deilur Kálfs og Einars þambarskelfis um hvor skuli sitja næst konungi. Þetta efni kynni að þykja of ómerkilegt fyrir Frum-Morkinskinnu nema vegna þess hver stórmenna koma við sögu. Frásögnunum lýkur á klausu sem er dæmigerð fyrir þætti Morkinskinnu: „Og fór Kálfur með þessum hætti úr landi sem nú var sagt og fyrir reiði konungs“ (Msk., 25).

Þannig má finna öllum þáttum Morkinskinnu stað innan verksins. Í sögu Sigurðar Jórsalafara eru fimm þættir (sem Gimmler taldi „þáttalíki“),[19] sögur um geðsýki hans á efri árum. Sú geðveiki er nefnd í Ágripi, Fagurskinnu og Heimskringlu en aðeins í Heimskringlu og Morkinskinnu er hún sýnd í dæmisögum.[20] Alls eru þær fimm í Morkinskinnu en ein er líka í Heimskringlu.[21] Vera má að Heimskringluhöfundi hafi þótt örlæti Morkinskinnu á dæmisögur fullmikið en þessi dæmi eru mikilvæg viðbót við mannlýsingu Sigurðar konungs. Fimm þættir hafa eitt markmið. Hér má sjá einkenni Morkinskinnu: Ýmsir þátta hennar hafa merkingu í sögunni sem hluti klasa. Þetta á einnig við um einar tíu frásagnir sem gerast á hinu sameiginlega ríkisstjórnarári Magnúsar góða og Haralds harðráða. Margar snúast um ágreining eða „greinir“ konunganna. En þessar sögur um greinir eru líka greinir sjálfar því að í þeim er gerður greinarmunur á konungunum. Flestar fela þær í sér samanburð konunganna sem er höfuðatriði í sögunni.

Annar slíkur klasi eru þættir um skáld og Íslendinga í þjónustu Haralds harðráða. Sneglu-Hallaþáttur og Stúfsþáttur mynda slíkan klasa ásamt þætti um fiskikarlinn Þorgils og frásögninni um sögufróðan Íslending. Þessir þættir eru svipmyndir af samskiptum Haralds konungs við skáld og Íslendinga — sérstaklega þó íslensk skáld. Þannig snúast þeir um mikilvægan þátt í mannlýsingu konungsins en flytja að auki erindi um stöðu Íslendinga og skálda við hirðir konunga og í heiminum.

Umræða um tilgangsleysi þátta í söguheild Morkinskinnu á sér rætur í neikvæðu mati á sögunni og takmörkuðum skilningi á formgerð sagnarita á miðöldum. Ekki verður séð í fljótu bragði að þættirnir séu sérdeilis klaufalegir eða óþarfir í sögunni. En hvað með heildarformgerð Morkinskinnu? Þar er lykilhugtakið þensla (amplificatio) sem er formgerðarhugsjón höfundarins. Sköpun hans felst í að auka og fylla út söguna.[22] Bera má Morkinskinnu við Ágrip af Noregskonungasögum sem hann þekkti og notaði. Ágrip er knöpp frásögn, sumpart í anda Ara fróða.[23] Úr því efni býr Morkinskinnuhöfundur til mikla sögu. Þar eru þættirnir vopn hans. Vera þeirra í sögunni er ekki til marks um skort á formskyni eða klunnaskap afritara heldur formgerðarlist að hætti 13. aldar. Röð atburða er áfram sú sama og í öðrum konungasögum en margar af þeim frásögnum sem bætast við eru ekki bundnar tíma heldur þiggja stöðu sína af orsakasamhengi.

Meðal þess sem bætist við eru dæmisögur á borð við Ívarsþátt. Í Heimskringlu er Eysteinn sagður „manna glaðastr ok lítillátastr, hugþekkr ok ástsæll allri alþýðu."[24] Í Morkinskinnu er þetta sýnt í leikritinu um Ívar Ingimundarson. Frá friðarsamningum Haralds harðráða og Sveins konungs er sagt í Fagurskinnu og Heimskringlu.[25] Morkinskinnuhöfundur notar hins vegar Auðunarþátt sem orsakarskýringu sem að auki kryddar frásögnina og hefur siðferðislegt inntak. Staða hans ræðst af samhenginu, hann er tiltölulega seint í sögu Haralds harðráða, eftir að átök Haralds og Sveins Danakonungs hafa náð hámarki.

Greinilegt er á sögunni að höfundur Morkinskinnu átti fremur von á að vera gagnrýndur fyrir að segja of fátt en of margt:

> liggja þó niðri ósagðir miklu fleiri hlutir, þeir sem ósagðir eru, af hans afreksverkum, og kemur mest til þess ófróðleikur vor og það með að vér viljum eigi rita vitnisburðarlausar sögur, þótt vér höfum heyrt þær frásagnir, því að oss þykir betra að héðan af sé við aukið heldur en þetta sama þurfi aftur að taka (Msk., 170).

Líklega hefði Morkinskinnuhöfundi komið mjög á óvart að menn teldu nokkru efni ofaukið í sögu hans. Hann tekur með fimm dæmisögur um andlega vanheilsu Sigurðar Jórsalafara en ein nægir Heimskringluhöfundi. Að þessu leyti svipar Morkinskinnuhöfundi meira til rómönsuhöfunda miðalda sem álitu fyllri frásögn betri.

Fagurfræði Morkinskinnuhöfundar hnitast um sviðsetningu atburða. Honum nægir ekki að skýra frá átökum og tortryggni í samskiptum Haralds harðráða og Magnúsar góða heldur fylgja dæmisögur til skýringar. Eins og höfundur Heimskringlu síðar lýsir hann Haraldi harðráða sem miklum vini

Íslendinga.[26] En honum nægir ekki að segja heldur er það sýnt í fjölmörgum þáttum. Leikræn frásögn hefur meiri mátt en lýsingarorð og það er óspart nýtt. Þar með er ekki sagt að endalaust megi auka við söguna. Vel má vera að Morkinskinnuhöfundur hafi þekkt enn fleiri sögur um vanheilsu Sigurðar konungs. Það er til marks um áhuga hans á sálfræðilegum efnum að hann kaus að hafa margar sögur um það efni í sögu sinni. Ekki er heldur tilviljun að margir þættir gerast á ríkisári konunganna Magnúsar og Haralds. Átök þeirra hafa vægi í sögunni sem tengist þeim boðskap að það leiði til vandræða að hafa fleiri en einn konung í senn í landi (sbr. kafla 12).

Snorri Sturluson stendur sumpart nær listrænum hugmyndum nýaldar en aðrir sagnaritarar á samtíma hans. Nýgerving er lykilatriði í fagurfræði Snorra og sagnagerð hans kann að hafa mótast af því miði.[27] Morkinskinna er aftur á móti nykruð að formi og heimspeki nykraðs er önnur í grundvallaratriðum. Nykrað, sem er kallað finngálknað af Ólafi Þórðarsyni hvítaskáldi, snýst um að halda ekki sömu líkingu í dróttkvæðri vísu heldur láta ólíkar líkingar rekast á. Nykrað er ekki slétt og fellt heldur eins og villigróður enda kennt við tvö villt furðudýr sem ógna siðmenningunni. Nýgerving snýst um einsleitni, nykrað um sundurleitni. Nykrað snýst um að skipta málinu. Í því felst list sem er þvert á forskrift Aristótelesar.[28] Fræðimönnum á 20. öld hefur því þótt Snorri standa fremst allra en það merkir ekki að stefna hans hafi verið sú eina rétta á 13. öld. Liststefna Snorra sést m.a. í Snorra-Eddu. Hann taldi nýgervingar í dróttkvæðum mesta list og þá fagurfræði hafa flestir nútímamenn gert að sinni. En Hallvard Lie hefur sýnt fram á að nykrað hafi líklega ekki þótt síðri list á sínum tíma.[29] Formgerðarlist miðalda stendur nálægt nykruðu. Tvöfeldni og sundurleitni eru ekki frávik heldur höfuðatriði í fagurfræðinni.

Formgerð Heimskringlu er í nokkru samræmi við skáldskaparfræði Aristótelesar þó að ekki hafi Snorri þekkt þau. Hún stóð því betur af sér vanmat manna á 19. öld á fagurfræði miðalda en Morkinskinna. Líkja má Heimskringlu við skipulagðan og vel snyrtan garð en Morkinskinnu við villigróður. Þessar andstæður minna á hugmyndir Nietzsches um veruleika og skáldskap.[30] Nietzsche notaði hugtökin apollónískt (sem Aristóteles var einn fulltrúi fyrir) og díónýsískt og vildi upphefja hið villta á kostnað hins skipulega sem hann taldi illu heilli hafa mótað hugsun manna.[31] Á seinustu árum hefur vegur heimspeki Nietzsches aukist jafnt og þétt og um leið skilningur á fagurfræði miðaldaskáldskapar.

Meðferð Snorra Sturlusonar á Morkinskinnu bendir til að hann hafi ekki verið þenslumaður í skáldskap. Ef þriðji hluti Heimskringlu er borinn við

Morkinskinnu sést að höfundur Heimskringlutextans hefur fellt niður margt af efni Morkinskinnu en aukið fáu einu við.[32] Í þeim hluta Heimskringlu eru engir þættir nema jarteinir af Ólafi helga sem fléttað er inn í söguna hér og þar.[33] Á hinn bóginn eru allmargir þættir í Ólafssögu helga sem eru svipaðir þáttum Morkinskinnu.[34] Aðferðir Snorra eru þannig mismunandi í Ólafssögu helga og þriðja hluta Heimskringlu. Snorri forðast þætti Morkinskinnu en markmið þessara tveggja höfunda er hið sama, að gera söguna fyllri og leikrænni. Aðferð Snorra svipar gjarnan til þeirrar sem oft er notuð í Íslendingasögum, að beita deilufléttu til að auka dramatík textans fremur en að hafa þar þætti eins og gert er í Morkinskinnu.

Ekki má gleyma sér við frásagnir sem ganga að jafnaði undir þáttarheitinu. Vefurinn er flókinn og þættir frásagnarinnar mun fleiri en þeir sem almennt eru nefndir því nafni. Fyrir orustuna á Hlýrskógsheiði er Magnús góði skilinn eftir rétt fyrir bardaga:

> verður hér frásögn að hvílast fyrst því að eigi má allt senn segja. Magnús konungur er nú áhyggjufullur því að liðsmunur er mikill, svo að menn segja sannlega að eigi sé færri en sex tigir um einn, en konungur vill þó fyrir öngvan mun flýja, en allillur kvittur er í þeim Dönunum og þykir þeim sér stýrt til voða. Nú er hér til að taka í öðrum stað að [...] (Msk., 38).

Hér fer tvennum sögum fram í einu, eins og tekið er fram. Því er skilið við Magnús, haldið aftur til fortíðar, sagt frá systur hans og lýkur þeirri sögu á því að Ólafur helgi birtist henni og nýjum manni hennar til að kalla á liðveislu þeirra við Magnús (Msk., 41).

Önnur flétta er þegar Haraldur konungur harðráði kemur siglandi inn í söguna til fundar við Magnús konung góða. Saga hans hefst í miðju kafi eins og Hómerskviður en síðan kemur langur útúrdúr sem sagan af fyrstu fundum Magnúsar og Haralds rammar inn. Sögu Haralds frá því að hann skildi við Ólaf helga á Stiklastöðum er fléttað inn í sögu Magnúsar á þessum stað. Sá þáttur hefst svo: „Nú hvílist fyrst að segja frá Magnúsi konungi og skal fyrst segja frá ferðum Haralds" (Msk., 56). Honum lýkur þannig: „Nú er þar til sögu að taka, er fyrr var frá horfið, er þeir finnast í Danmörk, Magnús konungur og Haraldur föðurbróðir hans" (Msk., 89). Allur kaflinn þar á milli er saga Haralds og gæti verið sú saga sem Haraldur segir Magnúsi þegar þeir hittast í Noregi. Vel fer þá á því að flétta hann inn þar. Þetta er hins vegar röng röð (ordo artificialis) í sagnariti og fór eðlilega í taugarnar á Finni Jónssyni á sínum tíma enda taldi Finnur hina réttu röð atburða í sagnariti þá sömu og í raunveruleikanum.[35] Þetta eru fá dæmi af mörgum um orðræðu fléttuformgerðarinnar í Morkinskinnu. Langri frásögn af skiptum Hákonar Ívarssonar og Haralds konungs harðráða lýkur á dæmigerðri klausu: „og lýkur nú hér að sinni frá Hákoni jarli og Haraldi konungi“ (Msk., 234).[36]

Ógetið er kvæðanna sem eru mikilvægur þáttur Morkinskinnu. Kvæðin í sögunni gætu bent til þess að fagurfræði nykraðs hafi haft áhrif á skáldið. Með því að hafa kvæði í sögu sinni tengir hann nýstárlega sögu sína við forna hefð en notkun íslenskra konungasagnaritara á kvæðum er einnig til marks um þenslufagurfræði.[37] Kvæðin eru beintenging við fortíðina sem lifnar við í miðri sögu og fær að tala sjálf.[38] Enda eru þau oft tilfærð í sögunni sem heimildatilvísun eða stuðningur við þá frásögn sem á undan hefur farið, á svipaðan hátt og bréf sem stundum er vísað beint í.[39] Sum kvæði fara þó nærri því að vera sjálfstæður söguþáttur, einkum Bersöglisvísur sem eru Íslendingaþáttur um Sighvat skáld, kafli sem hefur bæði góðan endi og skýra hetju.[40]

Hlutverk kvæða sem vísana minna á síunga deilu um hvort íslensk miðaldasagnarit séu sagnfræði eða skáldskapur. Formgerð konungasagna og Íslendingasagna minnir á sagnfræðirit. Höfundar þeirra halda sér ekki við „meginþráð“ sögunnar en auka við ættartölum, örnefnum, alls kyns fróðleik um aukapersónur og útúrdúrum.[41] Að þessu leyti eru þær eins og Aristóteles lýsti sagnfræðinni, ekki væri þar sögð ein saga heldur væru þar atburðirnir allir í einum graut og margt sem ekki skipti máli fyrir höfuðatriðin.[42]

Höfundur Morkinskinnu kemur fram sem sagnfræðingur. En sagnfræði hans er ólík því sem gerist í Íslendingabók eða Ágripi af Noregskonungasögum. Slík rit voru honum kjarni sem þurfti að fylla. Sem texti er Morkinskinna áþekk bútasaumsteppi þar sem ein heild verður til úr ýmsu efni. Slík teppi eru listaverk en einnig eru í þeim heildstæðir bútar, svipað og Auðunarþáttur er heild í heild Morkinskinnu.[43] Textinn er í eðli sínu sundurleitur, eins og nykrað dróttkvæði. Í þeim vef er enginn meginþráður eða útúrdúrar heldur eru allir þættir jafnmikilvægir. Hér fléttast saman margar sögur og kvæði í senn og er þó allt í einu í hug höfundar og söguhlýðenda.[44] Allt er í samhengi en afar flóknu.[45]

Um leið og skorið er einhversstaðar í vefinn skemmist hann. Engu er ofaukið. Sagan er ekki þráður eða lína. Það vissi höfundurinn sjálfur og lýsir sjálfur aðferð sinni með enn einni myndlíkingu til viðbótar við þær sem hér hafa verið notaðar til skýringar.

5.4 Í hring um konunginn

Indrebø beindi á sínum tíma sjónum að klausu í Morkinskinnu þar sem gamansaga um Svein konung og kerlingu nokkra er sögð ósöguleg. Hann taldi þetta til marks um vinnubrögð Morkinskinnuhöfundar og hugmyndafræði.[46] Indrebø gerði rétt í að leita raka fyrir formgerð sögunnar í henni sjálfri. Önnur frásögn skiptir þar þó enn meira máli.

Höfundur Morkinskinnu veitir lykil að skilningi á formgerð sögu sinnar í henni sjálfri. Þar sem þættir leika lykilhlutverk gerist það í þætti og þeir sem koma við sögu eru höfuðpersónur Morkinskinnu, konungur og Íslendingur. Íslendingurinn Hreiðar heimski kemur á fund Magnúsar góða og bregst heldur einkennilega við:

> Hreiðar sagði: „Mitt erindi þykki mér skyldast. Eg vilda sjá þig, konungur.“ „Þykki þér nú vel þá,“ sagði konungur, „er þú sér mig?“ „Vel víst,“ sagði Hreiðar, „en eigi þykjumst eg enn til gjörla sjá þig.“ „Hvernig skulu við nú þá?“ sagði konungur, „vildir þú að eg stæða upp?“ Hreiðar sagði: „Það vilda eg,“ segir hann. Konungur mælti, er hann var upp staðinn: „Nú muntu þykkjast gerla sjá mig mega.“ „Eigi enn til gjörla,“ sagði Hreiðar, „og er nú þó nær hófi.“ „Viltu þá,“ sagði konungur, „að eg leggja af mér skikkjuna?“ „Það vilda eg víst,“ sagði Hreiðar. Konungur mælti: „Við skulum þar þó nokkuð innast til áður um það málið. Þér eruð hugkvæmir margir, Íslendingar, og veit eg eigi nema þú virðir þetta til ginningar. Nú vil eg það undan skilja.“ Hreiðar sagði: „Engi er til þess fær, konungur, að ginna þig eða ljúga að þér.“ Konungur leggur nú af sér skikkjuna og mælti: „Hyggðu nú að mér svo vandlega sem þig tíðir.“ „Svo skal vera,“ sagði Hreiðar. Hann gengur í hring um konunginn og mælti oft hið sama fyr munni sér. „Allvel, allvel,“ sagði hann. Konungur mælti: „Hefir þú nú séð mig sem þú vilt?“ (Msk., 127–28).

Kringumstæðurnar sem hér er lýst eru nánast fáránlegar. Sjálfur konungur er beðinn um að standa upp af Íslendingi sem gengur síðan í kringum konung eins og grip á búfjársýningu. Þetta er ekki í eina skiptið sem atburðir Morkinskinnu eru á mörkum hins fáránlega. En þeim mun fjarstæðukenndari eða léttvægari sem þeir virðast, þeim mun merkari sannleik geyma þeir.

Þessi sérkennilega frásögn geymir fagurfræði Morkinskinnu. Hún er táknmynd af hlutverki þáttar í sögu. Þættir eru leið til að skoða konung frá öllum hliðum. Þegninn í þættinum er hinn heimski sem kemur ókunnur í ríki konungs, óblindaður af þekkingu.[47] En sá heimski er um leið best til þess fallinn að vera sjónbeinir frásagnarinnar. Hann er í stöðu barnsins, hins skynlausa sem þó sér meira en aðrir.[48] Hreiðar er sá eini sem sér lýti á Magnúsi fyrir utan Harald harðráða: augu konungs eru ekki í sömu hæð (Msk., 128). Hinn smæsti þegn er ásamt öðrum konungi sá eini sem sér konung eins og hann er. Þannig hefur þáttur um heimskan Íslending framandgervingaráhrif í konungasögunni: Þegar hið kunnuglega verður framandlegt sést það skýrar og betur.

Þættir Morkinskinnu eru hringsól um konunga. Hreiðar heimski er fulltrúi höfundar sögunnar sem fer í hring um konunginn í þáttum sögunnar til þess að sjá hann betur, kostu hans og löstu. Í Ívarsþætti er Eysteinn konungur sýndur frá nýrri hlið og verður marghliða, þrívíð persóna. Auðunarþáttur hringar sig utan um samband fjandvinanna Haralds harðráða og Sveins Úlfssonar. Þættirnir í upphafi sögu Magnúsar góða sýna hið flókna stjórnmálaástand eftir fall Ólafs helga frá fleiri hliðum. Þættirnir um greinir Magnúsar og Haralds eru ítarleg skoðun á sambúð tveggja konunga. Þættirnir um Harald harðráða og Íslendinga sýna aðrar hliðar hans en sjást í öðrum sögum um hann.

Morkinskinna er þannig hin eina sanna heimskringla. Hringurinn er eins og vefurinn tákn eilífðarinnar og raunar alheimsins; um það eru skýr dæmi frá miðöldum. Hringurinn sem Hreiðar gengur umhverfis Magnús góða gefur langt nef þeim fræðimönnum 20. aldar sem tamt er að hugsa um formgerð bókmennta í línu eða þríhyrningi.[49] Artúr konungur og riddarar hans sátu við hringborð og sögur riddaranna mynda hring (cycle) sem er saga konungs. Á sama hátt eru sögur Íslendinga og hirðmanna í Morkinskinnu hringur um konunga sögunnar eða öllu heldur um konungshugtakið. Sá hringur er raunar tvítekinn í Hreiðarsþætti. Þegar Hreiðar hefur gengið í hring um konung fær konungur að skoða Íslendinginn á sama hátt. Sögur Morkinskinnu fara einnig í hring um Íslendinga.

Hringsól Hreiðars heimska er táknræn lýsing á fagurfræði sögunnar. Þó að sagan fylgi rás tímans fer hún einnig í hring. Ævi hvers konungs er margir hringir. Og í hringjum sögunnar horfast Íslendingur og konungur í augu eins og þeir gera víðar í íslenskum miðaldabókmenntum.[50] Það augnsamband minnir á að notkun sjónarhorns er annað formgerðarsérkenni Morkinskinnu.

1 Diana Whaley taldi Morkinskinnu þætta „in a way that strikes one as random rather than purposeful." (Heimskringla, 103) Hún hefur þó einnig látið svo um mælt að Morkinskinna sé fyrsta konungasagan sem sameini dýpt og breidd (Whaley, The Kings' Sagas, 54).

2 Hann hefur verið prentaður nokkrum sinnum undir því nafni, m.a. á vegum Svarts á hvítu (Ís-

lendinga sögur og þættir, 2180–82) og tvisvar af Guðna Jónssyni (Íslendinga þættir, 151–54; Íslendingasögur 12, 185–88). Ívarsþáttur er enn óútgefinn í ritröð Hins íslenzka fornritafélags.

3 Gimmler, Die Thættir der Morkinskinna, 60. Þeir Bjarni Einarsson (Skáldasögur, 50) telja að þátturinn geti hafa heyrt til sögu Eysteins frá upphafi. Bjarni segir raunar síðar (To skjaldesagaer, 36–37) að þátturinn geti verið innskot en hafi vart verið til sem sjálfstæð frásögn. Andersson (Skald Sagas in their Literary Context 3: The Love Triangle Theme, 273) telur að Ívarsþáttur sé ekki innskot í Morkinskinnu.

4 Sbr. Bjarni Guðnason, Þættir, 406.

5 Orðið þáttur er hvergi notað í yfirskrift yfir þætti í Morkinskinnu (sbr. Lönnroth, Tesen om de två kulturerna, 19–21; Gimmler, Die Thættir der Morkinskinna, 32; Lindow, Old Icelandic þáttr, 36–38).

6 Hér virðist vanta eitthvað á eftir „þess er“. Finnur Jónsson stingur upp á „þú vilt“ (Msk., 356).

7 Andersson, Skald Sagas in their Literary Context, 273. Í þeirri síðasttöldu heitir konan líka Oddný.

8 Sbr. Hermann Pálsson, Mannfræði, dæmi, fornsögur, 307–9.

9 Þar segir Sigurður um Eystein: „margir sækja til ráða á þinn fund en heyri ég suma það mæla að þú heitir stundum því er þú endir ekki af“ (383). Sbr. Ármann Jakobsson, Í leit að konungi, 194.

10 Sbr. Kalinke, Sigurðar Saga Jórsalafara, 159–61.

11 Gimmler (Die Thættir der Morkinskinna, 81–82) telur sex af 12 þáttum í Morkinskinnu vera af sömu tegund og Ívarsþáttur, þ.e. einþráða („einsträngig“).

12 Auðunarþáttur hefur þótt snilldarleg smásaga. Guðni Jónsson eignar þáttinn Snorra Sturlusyni (Formáli (1943), cvii). Varla getur fræðimaður af íslenska skólanum sýnt frásögn meiri heiður en að eigna hana höfuðsnillingi sagnalistarinnar.

13 Guðni Jónsson (Formáli (1943), cvi) taldi orðalagið benda til þess að þátturinn væri settur saman eftir lát Þorsteins, þ.e. um 1200. Hermann Pálsson (Sagnaskemmtun Íslendinga, 139) var ósammála því.

14 Auðun tekur sérstaklega fram í þættinum að hann telji þetta til gjafa og vissulega sýnir konungur fátækum manni mikinn heiður með því að þiggja af honum gjöf.

15 Enda má vera að Sveinn ætli honum gjöfina (sbr. Njörður P. Njarðvík, Maður hét Auðun, 315–16).

16 Auðunarþáttur er einn þeirra sex þátta sem nýttust Finni Jónssyni sem rök fyrir því að Morkinskinna væri full af innskotum (Indledning, ix).

17 M.a. Guðni Jónsson, Formáli (1943), c–cviiii; Taylor, Auðunn and the Bear; Wikander, Från indisk djurfabel till isländsk saga; Fichtner, Gift Exchange and Initiation in the Auðunar þáttr vestfirzka; Sigurður Svavarsson, Athugun á þáttum sem bókmenntagrein; Njörður P. Njarðvík, Maður hét Auðun. Liestøl (Kjetta pa Dovre, 33–38) og Stefán Einarsson (Æfintýraatvik í Auðunar þætti vestfirzka) hafa fjallað um tengsl þáttarins við Gjafa-Refssögu og þjóðsögur.

18 Indledning, xii. Á hinn bóginn telur Finnur aðra frásögn um Kálf síðar í sögunni (Msk., 31–32) vera innskot (Indledning, xiii).

19 Gimmler, Die Thættir der Morkinskinna, 64.

20 Ég hef áður borið saman þessar frásagnir (Í leit að konungi, 226–27). Um dæmisagnaeðli þátta hefur Hermann Pálsson sagt: „Íslendinga þætti lesum vér [...] einkum til að glæða skilning vorn á mannlegum verðmætum yfirleitt, hvenær og hvar sem vera skal á kringlu þessa heims.“ (Brands þáttur örva, 117)

21 Heimskringla III, 269–70.

22 Á þessum tíma töldu margir þenslu meginhlutverk höfunda (sbr. Clover, The Medieval Saga, 49–50).

23 „Ágrip er lítil bók um langa sögu“ (Bjarni Einarsson, Formáli, xvii). Í Ágripi er Noregssagan

frá 1030 til hartnær 1150 sögð á 23 bls. í útgáfu Íslenskra fornrita. Þó að ekki sé hægt að bera síðutal þeirrar útgáfu við útgáfu Finns Jónssonar á Morkinskinnu (462 bls.) er munurinn greinilegur.

24 Heimskringla III, 256.

25 Fagrskinna, 273; Heimskringla III, 161.

26 Heimskringla III, 119.

27 Í Heimskringlu eru fáir þættir en einkum ein tegund, jarteinir (sjá þó nmgr. 33). Í Morkinskinnu eru fáar jarteinir en þó finnast þær þar (t.d. bls. 118–20 o.v.).

28 Davíð Erlingsson (Manneskja er dýr og henni er hætt, 160) orðar fagurfræði nykraðs svo: „hlutverk texta er sambærilegt við starfa reiðdýrs sem ber riddara sinn einhverja leið. Taki reiðdýrið völdin af honum og beri hann þangað sem hann vildi ekki, þá er textinn orðinn það sem nykurinn er myndhverfður persónugervingur fyrir, og lesturinn sú reið á honum sem skiptir máli fyrir okkur með því að skipta máli okkar, breyta afstöðu okkar til veruleikans."

29 Lie, Skaldestil-studier, 46–51, 80. Sbr. Marold, Nýgerving und Nykrat.

30 O'Keeffe (Introduction, 2) telur Nietzsche helstan áhrifavald á afstæðan söguskilning 20. aldar. Hann segir (Unzeitgemässige Betrachtungen II, 253) að sagan sé jafnan í þjónustu afls sem sé í eðli sínu ósögulegt: „Die Historie, sofern sie im Dienste des Lebens steht, steht im Dienste einer unhistorischen Macht".

31 Nietzsche, Die Geburt der Tragödie.

32 Þar á meðal hefur hann fellt niður allmarga þætti en þó ekki allt þáttaefni Morkinskinnu. Þessi samanburður miðast við að Morkinskinna hafi ekki breyst verulega frá 1220 til 1280. Þegar nafn Snorra er nefnt er þess að gæta að ekki er allsendis víst að hann sé höfundur Heimskringlu allrar (sbr. Louis-Jensen, Heimskringla — Et værk af Snorri Sturluson?).

33 Ólafur helgi er sínálægur í Heimskringlu, bæði í þeim sögum sem koma á undan sögu hans og þeim sem koma á eftir. Viðaukar Heimskringlu við efni Morkinskinnu eru flestir um Ólaf helga. Þetta sést vel á Ólafssögu kyrra þar sem Snorri styttir frásögn Morkinskinnu verulega en eykur við efni um Ólaf helga (sbr. Ármann Jakobsson, The Individual and the Ideal, 81). Áhersla Heimskringlu á Ólaf helga eftir lát hans sýnir að Snorri Sturluson er fjarri því að vera „veraldlegur" sagnaritari sem geri lítið úr helgi Ólafs (sbr. Sverrir Tómasson, Snorri Sturluson als Hagiograph).

34 Sigurður Nordal hefur rætt tilgang þeirra þátta í Heimskringlu (Snorri Sturluson, 247). Sbr. Bagge, Icelandic Uniqueness or a Common European Culture?, 427.

35 „Dette er en højst mærkelig anordning af begivenhederne." (Indledning, xv). Sbr. Ármann Jakobsson, Den kluntede afskriver.

36 Sú frásögn kann að vera leif Hákonarsögu Ívarssonar. Fleiri dæmi af þessu tagi eru í Morkinskinnu (m.a. á bls. 137 og 148) en verða ekki rædd frekar.

37 Dróttkvæði voru ekki óaðskiljanlegur hluti konungasagna frá upphafi. Aðeins örfáar vísur eru í Ágripi og Sverrissögu — en vísur þó (Meulengracht Sørensen, The Prosimetrum Form 1: Verses as the Voice of the Past, 182–83). Hér virðist Morkinskinnuhöfundur frumkvöðull en fetar þó í spor höfundar Elstusögu Ólafs helga (sbr. Gade, Poetry and its changing importance in medieval Icelandic culture, 69–70). Heimskringluhöfundur er einnig þenslumaður í skáldskap hvað varðar meðferð dróttkvæða.

Samband sagna og dróttkvæða er smám saman að verða eitt helsta viðfangsefni þeirra sem fást við Íslendingasögur, síðan Bjarni Einarsson boðaði að líta bæri á sögur og kvæði í þeim sem þætti sama listaverks (Skáldasögur; The Lovesick Skald; To skjaldesagaer). Sjá einnig See, Skaldenstrophe und Sagaprosa; Hoffmann, Sagaprosa als Partner von Skaldenstrophen; Magerøy, Skaldestrofer som retardasjonsmiddel i islendingesogene; Guðrún Ingólfsdóttir, Um hlutverk vísna í Íslendinga sögum; O'Donoghue, The Genesis of a Saga Narrative; Fidjestøl, Skaldenstrophen in der Sagaprosa; Harris, The Prosimetrum of Icelandic Saga and Some Relatives; Stavnem, Stroferne i Grettis saga.

[38] Meulengracht Sørensen, The Prosimetrum Form 1: Verses as the Voice of the Past, 182.

[39] Bjarni Einarsson, On the rôle of verse in saga-literature. Notaðar eru ýmsar tuggur, t.d. „sem hér segir" (Msk., 52). Fyrir utan kvæðin er stundum vitnað beint í bréf (t.d. bls. 53, 91, 429) sem gegna þá svipuðu hlutverki. Kvæðanotkun Morkinskinnu minnir stundum á Snorra-Eddu og Sæmundar-Eddu. Ole Bruhn taldi konungasögur einkennast af „a lack of interest in the tradition for its own sake. On the contrary it has been broken down and used in the construction of a historical or biographical fiction." (Earl Rognvald and the Rise of Saga Literature, 243) Morkinskinna líkist fremur Eddunum að þessu leyti.

Bjarni Einarsson gerði skýran greinarmun á kvæðanotkun í Íslendingasögum og konungasögum og taldi kvæði í Íslendingasögum oftast hluta atburðarásarinnar en kvæði í konungasögum eins konar heimildavísanir. Þó er munur á sögum. Judith Jesch (Sagas and Scaldic Poetry) og Guðrún Nordal (Tools of Literacy, 344) hafa bent á að mismunandi hlutverk vísna í Eyrbyggjasögu og Laxdælasögu. Er Eyrbyggjasaga líkari konungasögum eins og Morkinskinnu. Nýlega hefur Zernack (Hyndluliod, Flateyjarbók und die Vorgeschichte der Kalmarer Union) rætt þátt kvæðis í söguheild Flateyjarbókar en fáir hafa enn túlkað kvæði sem hluta af heild konungasagna. Kvæði í fornaldarsögum eru svo annar handleggur (sbr. Torfi H. Tulinius, The Prosimetrum 2: Verses as an Influence in Saga Composition and Interpretation, 192) en í öllum tilvikum er sterk hefð fyrir því að í sögum séu kvæði.

[40] O'Donoghue (The Genesis of a Saga Narrative, 175–77) kallar sumar lausavísur Kormákssögu „anecdotes" en það orð á einmitt vel við um þætti. Marold (The Relation Between Verses and Prose in Bjarnar saga Hítdœlakappa, 124) hefur bent á að vísur í Bjarnarsögu séu samofnar í vefnaði (entrelacement) sem minni á formgerð rómansa (sbr. Torfi H. Tulinius, The Prosimetrum 2: Verses as an Influence in Saga Composition and Interpretation, 199). Vera má að það eigi betur við um vísur í Íslendingasögum en konungasögum. Taka má undir með Torfa H. Tulinius um að samspil fagurfræði sagna og kvæða kunni að vera mun ríkara en talið hefur verið almennt (The Prosimetrum 2: Verses as an Influence in Saga Composition and Interpretation, 191–93).

[41] Sjá m.a. Maxwell, Pattern in Njálssaga, 18–23; Meulengracht Sørensen, The Prosimetrum Form 1: Verses as the Voice of the Past, 172. Um þetta hef ég fjallað áður (History of the Trolls? 53–60).

[42] Aristóteles, Um skáldskaparlistina, 86–87. Clover (The Medieval Saga, 41) hefur einmitt bent á þetta.

[43] Á 20. öld varð bútasaumsaðferðin á ný löggild fagurfræði. Þulur bútasaumskonunnar Theodoru Thoroddsen vitna um það en sjálf lýsti Theodora þulum sínum raunar einu sinni sem blómvendi með sundurleitasta gróðri (sbr. Ármann Jakobsson, Í heimana nýja; Ármann Jakobsson, Efinn kemur til sögu, 97). Theodora var samtíðarmaður Nietzsches en nykraður skáldskapur hennar nokkru yngri en kenningar hans.

[44] Sbr. Vinaver, The Rise of Romance, 76: „The next and possibly the decisive step towards a proper understanding of cyclic romance is the realization that since it is always possible, and often even necessary, for several themes to be pursued simultaneously, they have to alternate like threads in a woven fabric, one theme interrupting another and again another, and yet all remaining constantly present in the author's and the reader's mind."

[45] „Everything leads to everything else, but by very intricate paths." (C.S. Lewis, The Discarded Image, 194)

[46] Indrebø, Fagrskinna, 31–33.

[47] Orðið heimska (og lo. heimskur, heimski) hefur hér svipaða merkingu og 'heimaalinn' en þarf ekki að vera gildishlaðið eða fela í sér lítið vit.

[48] Ásdís Egilsdóttir (Af óskynlegum Íslendingi) telur að Hreiðar sé beinlínis nefndur „óskynlegur" í þættinum. Það er leiðrétting úr „osycnligr" (Msk., 127).

[49] Vera má að þríhyrningsform eigi við margar miðaldasögur en fleiri form má hugsa sér. Davíð Erlingsson (Úlfljótr vas austr í Lóni) hefur bent á að Reykdæla hafi form sporðdreka.

[50] T.d. Hrútur og Haraldur gráfeldur í upphafi Njálu (Brennu-Njáls saga, 13–14).

6. Leikrit, sjónarhorn og tvísýnarlist

6.1 Íslendingaleikþættir

Í fléttaðri sögu hefur hver þráður eigin formgerð, ekki síður en heildarvefurinn. Hver þáttur þarf að vera heildstæð eind til að njóta sín í stærra verki.[1] Það dregur þó ekki úr heild hins stærra verks. Til að skilja hið stóra form er rétt að beina sjónum að hinu smáa og velta fyrir sér hugtökum á borð við frásagnarhátt, sjónarhorn og sviðsetningu.

Í Ívarsþætti eru margir atburðir: ást karls og konu, dvöl bróður mannsins við norsku hirðina, óánægja hans, heimferð, heit við bróður sinn, svik og gifting. Frá öllu þessu er sagt í stuttri inngangsfrásögn en stofn þáttarins er sviðsett samtal Ívars og konungs. Þá hægist á. Samtalið er rakið í þaula. Fyrst spyr konungur Ívar hví hann sé ókátur „og fyrr er þér voruð með oss var margskonar skemmtan að yðrum orðum" (Msk., 354–55). Ívar vill ekki segja frá og konungur getur þá til. Fyrsta tilgátan er að Ívari líki ekki við einhvern, önnur að Ívar þykist hafa minni sóma en hann vilji, sú þriðja að Ívari mislíki við eitthvað í norsku samfélagi, sú fjórða að hann vilji fá forræði yfir eignum. Að lokum kemst konungur að því að orsökin tengist konum. Þá býðst hann fyrst til að fá Ívari konuna þó að annar eigi. Næsta hugmyndin er að Ívar fylgi honum á veislur eftir jól og sjái þar „margar kurteisar konur og ef eigi eru konungbornar, þá mun eg fá þér einhverja". Ívar svarar því til að „jafnan er eg ség fagrar konur, þá minnir mig þessar konu" (Msk., 355). Harmur hans muni aðeins aukast. Þá býður konungur honum forræði og eigur „og skemmtir þú þér við það" en að lokum lausafé til kaupferða. Öllu þessu hafnar Ívar og þá er aðeins eftir einn kostur „og er sá alllítils verður hjá þessum er eg hefi boðið þér" (Msk., 356). Hann er sá að Ívar hjali um konuna við konung sem veiti honum athygli sína.

Samtal konungs og Ívars er þungamiðja þáttarins. Ekki vegna mikilvægis fyrir aðra viðburði heldur í krafti sjálfs sín. Sagan er sögunnar vegna. Sú sjálfhverfa setur svip á Morkinskinnu og er eitt af því sem skildi pósitívíska fræðimenn eftir skilningsvana andspænis henni. Greina má sjálfsvitund sögumanns — sem kemur fram í fyrstu persónu í upphafi frásagnar — og formvitund í dramatík atriðisins þar sem fyrst koma fimm spurningar og þá fimm tillögur. Samtalið hefur fyrst og fremst listrænt gildi. Nýjar getgátur og hugmyndir konungs brotna á endurteknum svörum Ívars og mynda listræna samræðu-hrynjandi. Stigmögnun er í getgátunum uns loksins kemur að konunni. Orðræða konungs, kaldhæðnisleg á köflum, á þátt í að magna hana. Hann á það til að nema staðar og dæsa yfir gangi mála: „Vandast oss nú getan, segir konungur" (Msk., 355).

Margorður konungurinn og fáorður þegninn eru andstæður sem takast á í orðum. Annar spyr, hinn svarar. Það segir sitt um dálæti Morkinskinnuhöfundar á því formi að það er endurtekið í styttri mynd skömmu síðar í sögunni og Eysteinn í sama hlutverki.[2] Konungur er ágengur og spurningar hans jafnframt yfirlýsingar, í raun tvítekur hann hugmyndir sínar um hvað það sé sem menn girnist í lífinu, þ.e. fé, frægð, ást, vinsamleg samskipti við menn og réttlátt samfélag. Öll orðræða hans einkennist þó af hálfkæringi. Sambland alvöru og alvöruleysis í orðræðu konungs veitir samtalinu íróníska vídd en þó er ástin alvörumál í þættinum. Ívar er fáorður og mikil spenna ríkir milli fárra orða hans og heitra tilfinninga á bak við ógleðina. Hinn fáorði Ívar nær líka að setja fram almennan sannleik um ástina sem eru helstu spekiyrði þáttarins; hann segir fagrar konur vekja sér ógleði þar sem þær minni sig á unnustuna glötuðu.[3]

Hinn dramatíski frásagnarháttur, samræða tveggja eða fleiri á tilteknu sviði, skapar tilfinningu fyrir samfélagi. Persónurnar eru konungur og hirðmaður, sviðið hirð konungs og höll hans. Þó að ekki tali aðrir en konungur og Ívar mótar fyrir öðrum persónum. Minnst er á hirð og þann almannaróm við hana sem úrskurðar um minni og meiri virðingu, það samfélag sem bróður Ívars hugnast ekki. Í spurningum konungs víkur hann að mönnum sem Ívari falli ef til vill ekki við, kurteisum konum og veislum og að lokum segir hann Ívari að koma þegar borð eru uppi, aftur er minnt á át og veislur og um leið á það hlutverk konungs að veita áheyrn. Þó að samræðurnar krefjist aðeins tveggja einstaklinga eru aðrir á baksviðinu sem frásögnin leiðir fram á ísmeygilegan hátt.

Ívarsþáttur er sýning. Ekki er látið nægja að segja frá skiptum konungs og Ívars heldur eru þau leikin. Leikrænan er meginatriði í þenslulist Morkinskinnu. Persónur úr fyrri sagnaritum eru settar á svið og túlkaðar í leik.[4] Hér bregður Morkinskinna frá eldri sögum um marga konunga. Hún er ekki þurr upptalning staðreynda um konunga heldur rómantísk og dramatísk frásögn. Að því leyti svipar henni til þeirra Íslendingasagna þar sem mest er um beina ræðu, t.d. Brennu-Njálssögu og Laxdælu.[5] Í Morkinskinnu er fyrst sagt frá ósætti Haralds konungs harðráða og Einars þambarskelfis almennum orðum en síðan er það sviðsett. Fyrst í tveimur þáttum þar sem aðrir eru fremst á sviðinu en skipti Haralds og Einars þó í deiglunni. Að lokum er atriði í veislu Haralds konungs þar sem Einar sofnar og atburðir í kjölfarið leiða til vígs hans. Þannig eru í þessari frásögn þrír þættir sem ekki eru í öðrum sögum um fall Einars og sem telja má óþarfa fyrir rás atburða. En Morkinskinnuhöfundur hefur þennan hátt á, bæði vegna yndis á hinu leikræna en um leið getur hann komið á framfæri ýmsu sem ekki er í öðrum sögum.

Deilur Magnúsar góða og Kálfs Árnasonar hefjast á tveimur þáttum um ýfingar Kálfs og Einars þambarskelfis. Síðan er sagt frá rógi manna og þá frá því að Magnús konungur biður Einar að segja sér frá Stiklastaðaorustu. Hann færist undan og vísar á Kálf. Síðan er lýst ferð þeirra þremenninga á Stiklastaði þar sem Magnús sakar Kálf um svik við Ólaf helga en Kálfur hefur þegar búið sig til ferðar og stekkur úr landi.[6] Þessi atburðarás verður að leikþætti með þremur leikurum. Einar á aðeins eina setningu í lokaþættinum en hún skiptir sköpum því að þar vísar hann á Kálf. Afleiðingin er að Magnús sviðsetur á Stiklastöðum leikrit í leikriti sem lyktar með að hann nánast sakar Kálf um að hafa vegið Ólaf konung og gerir þá „dreyrrauðan yfirlits“ (Msk., 25). Er það í eina skiptið sem útliti manna er lýst í þættinum. Roði konungs jafngildir langri ræðu.

Arnórsþáttur jarlaskálds er lausamálsfrásögn utan um fjögur erindi úr Magnúsardrápu Arnórs. Sú frásögn er í raun leikrit. Hún hefst svo: „Nú er getið eitthvert sinn er konungar báðir sátu í einni höll yfir matborðum að þar var þá kominn Arnór jarlaskáld og hefir ort sitt kvæði um hvorn þeirra“ (Msk., 116). Sviðið er kynnt. Það er höll. Þar eru matborð og þar sitja tvær aðalpersónur sögunnar, konungarnir tveir. Arnór skáld fær boð um að ganga og færa konungum kvæði. Hann fer og tekið er fram að hann þvoi ekki af sér tjöruna. Þá kemur hann að stofunni þar sem aukapersónur, tvær eða fleiri, standa við dyrnar og segir við dyrverði: „Gefið rúm skáldi konunga“. Þetta eru fyrstu orðin sem sögð eru í þættinum. Þau eru óþörf fyrir framvindu sögunnar; enginn hafði meinað Arnóri inngöngu. Á hinn bóginn felst í þeim lýsing á skáldi og Íslendingi.

Arnór gengur fyrir konungana og kastar á þá kveðju. Haraldur grípur orðið og spyr hvorum skuli færa fyrst. Þar með kemur hann fram sem árásaraðilinn í þessum orðaskiptum en Arnór verst fimlega. Hann segist munu færa Magnúsi fyrst þar sem hann sé yngri og „bráðgeð verða ungmenni“. Írónían í þessu svari er augljós, jafnvel í hinu smærra samhengi þáttarins þar sem Haraldur hafði gripið orðið fyrst og sýnt óþolinmæði sína. Þegar litið er til sögu Haralds í heild styrkist írónían enn. Óþolinmæði og vanstilling hans eru þar leiðarminni (sbr. kafla 13). Söguröddin telur þó hættu á misskilningi og bætt er við: „en það þótti hvorumtveggja virðilegra er fyrr var kvæðið fært“ (Msk., 116). Þátturinn snýst greinilega um keppni konunganna og er einn þáttur af mörgum í einvígi þeirra það eina ár sem þeir ríkja saman í Noregi. Í þessum kafla einvígisins er Arnór dómarinn en sá heiður sem felst í kvæði hans er hnossið sem um er keppt.

Kvæðið fjallar í fyrstu um ferðir skáldsins og Orkneyjajarla. Þá grípur Haraldur fram í fyrir skáldinu í fyrsta sinn og baunar því á Magnús hví hann sitji yfir kvæði um jarla í eyjum vestur.[7] Magnús konungur biður hann bíða. Þá er erindi með miklu lofi um Magnús. Þar segir: „hverr gramr er þér stóru verri" (Msk., 116). Haraldur fær ekki orða bundist, ryðst aftur inn í kvæðið og urrar á Arnór: „Lofa konung þenna sem þú vill [...] en lasta eigi aðra konunga" (Msk., 117). Haraldur er manna vitrastur og áhugasamur um dróttkvæði og líkar illa hvert mál stefna. Arnór heldur áfram og í þriðja sinn grípur Haraldur fram í: „Allákaflega yrkir sjá maður og eigi veit eg hvar kemur". Frásögnin er sérstætt samtal tveggja manna þar sem annar talar undir hrynhendum hætti en hinn skýtur inn athugasemdum sem eru ýmist bókmenntagagnrýni eða líkastar lýsingu íþróttafréttaritara á kappleik. Stöðug innskot Haralds setja skemmtilega hrynjandi og rið í frásögnina auk þess að veita henni gamansaman blæ. Þættinum lýkur þannig að skáldið flytur Haraldi annað virðulegt kvæði sem ekki er þó endursagt. Enn ein aukapersóna (ónafn- og kyngreind) spyr Harald hversu honum líki. Þá fellir Haraldur þann dóm í beinni ræðu að kvæði sitt muni gleymast en drápa Magnúsar verði kveðin meðan Norðurlönd eru byggð.

Freistandi er að álykta að Blágagladrápan um Harald hafi þegar verið fallin í gleymsku þegar Morkinskinna var samin. Þá verður frásögnin írónísk. Höfundur lætur Harald spá rétt og nýtir sér fjarlægðina til að mynda samsæri með söguhlýðendum gegn persónum þáttarins. En Arnór er ekki af baki dottinn. Eftir miskunnarlausan samanburð á konungum kýs hann að sætta þá nú, sameinar gjafir þeirra með því að setja gullhring frá Magnúsi á fal gullrekins spjóts frá Haraldi og segir: „Hátt skal bera hvoratveggju konungs gjöfina" (Msk., 118). Þá mildast Haraldur. Hann á seinasta orðið og að lokum er sagt að Arnór hafi heitið Haraldi erfidrápu en skáldið og Magnús einnig verið miklir vinir síðan.

Hér sést vel ást Morkinskinnuhöfundar á kvæðum og dramatík þar sem hann fléttar saman flutning frægrar drápu og gamanleik. Þátturinn er meira og minna í beinni ræðu og gerist á einni stundu og stað. Í því augnabliki sem fangað er í þættinum felst þó mun meiri saga. Samanburðurinn á konungunum tengist ekki aðeins þeim sjálfum heldur hugmyndum höfundar um konungsvald (sbr. kafla 12 og 13). Þátturinn vísar líka til eilífðarinnar. Haraldur fullyrðir að drápa Magnúsar verði uppi meðan Norðurlönd eru byggð. Hér er minnt á að stuttur þáttur sem segir frá þýðingarlitlum atburði, einni síðdegisskemmtan eða svo, getur verið þýðingarmikill ef hann er skilinn almennum skilningi.

Flesta þætti Morkinskinnu má hugsa sér sem leikrit. Í Arnórsþætti er sviðið mótað skýrum dráttum, stofa með matborðum í höll. Þar eru þrjár persónur, konungar sitjandi en Arnór standandi og óþveginn. Þar fyrir utan eru aukapersónur sem veita aðalpersónunum færi á að sjá sig. Textinn er hljómmikill og leikrænn í eðli sínu, bæði bundinn og laus.

Í miðri epískri frásögn af bardögum og öðrum konunglegum starfa eru leikin leikrit sem gæða frásögnina nýju lífi. Með slíkum íaukum gjörbreytist eðli konungasögunnar. Til verður verk sem erfitt er að skilja með Aristóteles einan að vopni.

6.2 Margþátta þáttur

Þó að þættir Morkinskinnu séu leikrænir falla þeir misvel að aristótelískum kröfum um einingu í tíma, stað og rúmi. Sumir eru röð smáatvika sem eiga það sammerkt að tengjast einum manni. Þeir eru formgerð Morkinskinnu séð í smásjá. Skýrt dæmi er Sneglu-Hallaþáttur, safn samfléttaðra gamanþátta um Halla og veru hans við norsku hirðina.[8]

Alls má skipta Sneglu-Hallaþætti í tíu smærri þætti. Þátturinn hefst á að Halli kemur til norsku hirðarinnar og skiptir orðum við Harald konung. Þá er næst þáttur eða leikrit í þættinum: Konungur felur Þjóðólfi skáldi Arnórssyni að yrkja um áflog skinnara nokkurs og járnsmiðs og nota goðsagnakenningar. Þá er haft á orði að Halli muni ekki geta ort svo vel og í framhaldinu víkur sögu til veislu í höllu konungs, á annað svið. Þá yrkir Halli um Tútu, dverg konungs, og fær vegleg laun af konungi. Fjórði smáþátturinn gerist einnig á götum Niðaróss. Í honum fellur Halli í ónáð vegna grautgræðgi. Í þeim fimmta krefur konungur Halla um vísu sem þarf að kveða hratt og vel. Í kjölfarið er honum gefin upp sökin. Eins og annar og þriðji þáttur Hallaþáttar mynda þessir smáþættir frásagnartvennd. Síðan hefst lengra atriði sem á sér stað í höllu konungs á jólaaftan. Halli og Þjóðólfur takast á. Atriðið gerist í einu lagi og á sama sviði en senna þeirra skálda er þó tvískipt, fyrst níða þeir hvor annan fyrir aumustu kvæðin sem þeir hafi ort en síðan deila þeir um of og van í föðurhefnd. Er Þjóðólfur þá úr sögu í bili. Þáttur Sneglu-Halla skiptist í tvennt. Þjóðólfur er höfuðandstæðingur hans í fyrri hluta en hverfur síðan.

Sjöunda atriði þáttarins snýst um Einar flugu, vígamann sem engan mann hefur bætt fé. Halli veðjar við annan hirðmann um að hann muni fá Einar til að brjóta þá reglu. Síðan ginnir hann Einar til þess að bæta manninn. Þetta er langur þáttur þar sem sama sviði er að vísu haldið en hann gerist þó í lotum. Að lokum eru þrír smáþættir sem fjalla um hvernig Halli nær að slá þögn á þing eitt í Danmörku, ginnir konung til að launa sér fyrir lítilfjörlegt kvæði og nær fari til Noregs. Þættinum lýkur með þessum orðum: „[F]er Halli síðan á fund konungs og var hann nú þar of hríð með konungi" (Msk., 247).

Þáttur Sneglu-Halla eru tíu sögur sem sumar mynda tvenndir en aðrar eru sjálfstæðar. Hann er svipuð heild og Morkinskinna sjálf. Hér beitir Morkinskinnuskáldið sama formi á smærri heild og stærri. Sneglu-Hallaþáttur er Morkinskinna hin minni. Röklega er hann margar eindir en persóna Halla límið sem öllu heldur saman. Þátturinn er persónulýsing en ekki atburðakeðja. Hann er ekki síður leikrit en einþáttungar Morkinskinnu.[9]

6.3 Söguhetjur til sýnis

Hreiðar heimski horfði á konung. Hringsól hans er myndlíking um hringform Morkinskinnu og gón Hreiðars táknrænt fyrir mikilvægi sjónarhorns í sögunni. Eins og önnur leikrit gerist Morkinskinna á sviði. Hún er frábrugðin þeim eldri sagnaritum sem fyrst og fremst eru upptalning staðreynda en sver sig í ætt við Íslendingasögur. Hér fylgjast þær að í hneigð, Morkinskinna og Heimskringla.[10] Hvarvetna í frásögninni má skynja myndlistarmanninn sem segir frá. Stundum er tekið fram hvernig afstaða ljóss og skugga er: „Myrkt var í húsinu og stóð Benteinn við dyrnar" (Msk., 423). Þá eru í sögunni nokkrar veðurfarslýsingar og sumar litríkar: „litlu síðar sjá þeir annan veg í hafið frá sér sem eldar nokkurir væri" (Msk., 166). Veðri er þó aldrei lýst nema það hafi áhrif á rás atburða.[11] Landslagi á Úlastíri (Ulster) þar sem Magnús berfættur fellur er lýst til að skýra gang mála en einnig til að skapa dvöl fyrir stórviðburðinn sem fer á eftir: „en þar var svo landsleg sem þeir fóru, að í stöðum voru hrískjörr þau og mýrar nokkurar og sumum stöðum fen djúp milli hrísanna og voru klappir yfir fenin" (Msk., 334).

Beiting sjónarhorns er mikilvægur þáttur í list Morkinskinnu. Koma Haralds harðráða í söguna er sérstæð. Hann gerir engin boð á undan sér; logn er á undan storminum. Magnús konungur og menn hans sjá „að skip sigldi austan fyrir land" og er því skipi lýst ítarlega og forvitni konungs vaknar. Þá kemur stýrimaður „á ræðu við ráðgjafa Magnúss konungs, Úlf stallara" (Msk., 55).

Sá er sagður „mikill vexti og með tígulegu yfirbragði það er hann mátti á sjá, en ávallt var nokkur hulda á dregin“ (Msk., 56). Síðan kemur maðurinn til fundar við Magnús og reynist vera Haraldur konungur sjálfur. Huldan sem á var dregin gæti verið hvort sem er, höttur eða eins konar huliðshjálmur eða þokumóða. Hvort sem er hefur hún það hlutverk að takmarka sýn viðmælandans, þess sem horfir. Að þessu leyti er hún táknræn fyrir frásagnarháttinn. Rétt eins og Úlfur stallari sér Harald í móðu er sjónarhorn textans takmarkað og um leið þekking söguhlýðenda. En skömmu síðar stígur Haraldur á svið sem hann sjálfur, ráðgjafinn þekkir hann skyndilega „og fleiri menn kenndu hann nú“. Hér hefur takmörkun sjónarhornsins orsakað kennsl. Úlfur og söguhlýðendur hafa verið gerðir að hinum heimska sem gengur í hring um konunginn til að bera á hann kennsl. En fyrir vikið sá Hreiðar það sem enginn annar sá. Heimskan er leið til skýrari sjónar, skarpari þekkingar. Vegna þess að Úlfur og söguhlýðendur hafa ekki séð Harald nema í móðu verður sýnin þeim mun magnaðri.

Í Morkinskinnu er lögð rækt við sjónarhornið sem flakkar milli manna, án þess að beinlínis sé farið í huga þeirra. Í orustu Væringjahöfðingjans Norðbrigts, sem er Haraldur harðráði í dulargervi, er barist við her margra heiðinna konunga „og var blindur einn og var sá þó vitrastur“. Skömmu síðar „sér sá hinn blindi maður, er konungur var, mann ríða fyrir Væringjaher á hvítum hesti“ (Msk., 65). Blindi konungurinn fær ekki sýn fyrir kraftaverk. Hann sér vegna þess að nú þarf að sjá Harald. Ekki er hirt um hvort konungur sá hann sjálfur eða einhver við hlið hans sem gat lýst þessu; aðalatriðið er að Haraldur er sýndur utan frá. Það er fyrir öllu og þá geta blindir fengið sýn ef svo ber undir.

Íslenskar miðaldasögur hafa þótt einkennast af hlutlægum frásagnarhætti þar sem einstaklingum er lýst að utanverðu. Oftast liggur þó fyrir hverjir eigast við. Þó að Hrútur gangi þess dulinn hvern hann á við þegar hann hittir Gunnar á Hlíðarenda í fyrsta sinn í Brennu-Njálssögu vita söguhlýðendur af ginningunni. Önnur leið minnir á sakamálasögur vorra tíma þar sem takmörkun sjónarhorns er brýn nauðsyn. Þá er sem lesandi standi með einni persónu og sjái aðrar með henni. Kunn er þessi aðferð úr Færeyingasögu þar sem Þrándur í Götu birtist konungi sem ókunnur maður þó að hann hafi áður verið kynntur til sögu á þann hátt að söguhlýðendur hljóta að bera kennsl á hann.[12] Aðferðin er eins konar framandgerving, leið til að skoða söguhetjurnar utanfrá upp á nýtt, á svipaðan hátt og Hreiðar heimski gengur í hring um Magnús konung til að sjá hann betur. Eins og í leikhúsi Brechts er framandgerving leið til að sjá veruleikann skýrar. Með því að skoða hið þekkta sem það væri óþekkt má öðlast á því nýjan skilning.

Lykilmenn í sögunni eru til sýnis, eins og Magnús konungur í þætti Hreiðars heimska. Þeir eru skoðaðir utan frá til þess að gera tilfinningu söguhlýðenda fyrir þeim skýrari. Slíkum frásagnarhætti er beitt þegar Hákon Ívarsson skýst ókunnur úr skógi eins og norrænn Hrói höttur (Msk., 231–32). Skömmu síðar hefst Sneglu-Hallaþáttur á viðureign Halla við ókunnan mann sem reynist vera konungur þó að fyrst sé látið nægja að segja: „stóð maður upp á drekanum er fyrir fór í rauðum kyrtli" (Msk., 234). Áhrifin eru að Halli verður hliðstæður Hreiðari heimska sem þekkir ekki konung. Útlendingurinn er barnið sem á margt ólært og frásagnarhættinum er beitt til að sýna það. Hið takmarkaða sjónarhorn er áberandi þegar Íslendingar eru í aðalhlutverki. Ekki þarf að segja hvernig hinum heimska, Íslendingnum í útlöndum, líður þá. Þeirri vitneskju er komið á framfæri með sjónarhorninu. Sjónbeinir frásagnarinnar er í sömu stöðu og íslenskir söguhlýðendur sem í Morkinskinnu komast í tæri við framandi heim.[13]

Í Hallaþætti eru tíð sviðskipti. Halli getur birst sem ókunnugur þegar hann hefur gleymst smástund í veislu: „Þá kvað maður við á bekkinn og var þar Halli" (Msk., 236). Sviðskipti í þættinum eru svipuð þeim sviðskiptum sem þættirnir skapa í formgerð sögunnar. Sviðskipti þáttanna eru táknuð í hringsóli Hreiðars. Vikið er frá konungi að þegni sem nýtist til þess að horfa á konung. Stúfsþáttur hefst á að Stúfur kemur til Noregs og er í vist hjá góðum bónda. Þá koma gestir á bæinn: „Og einn dag, er menn voru úti staddir, þá sá þeir menn fara að bænum marga og riðu og voru búnir skrautlega" (Msk., 251). Við sjáum konung koma með hirð sinni með því að taka okkur stöðu með Stúfi (sem að vísu er blindur). Á þeirri stundu er konungur ókunnur þó að við höfum fylgt honum í nærfellt 200 síður.[14] Síðan fylgjum við konungi inn og skoðum bæinn með augum hans. Þau beinast að manni þar á bænum: „getur að líta að maður einn mikill sat utar á bekkinn" (Msk., 252). Það er auðvitað Stúfur og nú höfum við horft á þá báða.

Í Sveinkaþætti Steinarssonar förum við með sendimanni konungs í Víkina að finna Sveinka. Á þingi á sendimaðurinn orðaskipti við kynlegan mann sem lýst er utanfrá: „Þá stendur maður upp í flokki þeirra Elfargrímanna, mikill vexti og þreklegur. Sá var í loðkápu og hafði refði um öxl. Danskan hött mikinn hafði hann á höfði" (Msk., 308). Síðar kemur í ljós að þetta er sjálfur Sveinki Steinarsson. Fyrst er brugðið upp mynd af manninum. Þegar söguhlýðendur hafa séð hann er hægt að nafngreina hann. Um leið skapast þó ákveðin írónía þar sem gera má ráð fyrir að drjúgur hluti söguhlýðenda skilji að hér sé Sveinki á ferð, áður en það er tilkynnt. Þessi frásagnaraðferð þrífst á óvissu og grun.

Hinsta ferð Haralds konungs harðráða er innrásin í England. Umræða um herferðina í Noregi skapar dramatíska spennu og eftirvæntingu:

> Segja svo allir þeir, er nokkur frásögn er kunnig hér um, að eigi hafi betra mannval búist af Noregi til einnar ferðar en þetta. Er sjá nýjung rædd í hvers manns húsi, og þó oftast í konungs hirð, hversu Haraldi konungi myni farast til Englands. Telja það sumir upp hversu mörg stórvirki Haraldur konungur hefir unnið víða um lönd, kalla það að öngan hlut muni hann finna ófæran fyri sér. Sumir mæla það að England er ríkt og fjölmennt, og þar er og það lið er kallaðir eru þingamenn, og valist höfðu saman af ýmsum löndum og mest af danskri tungu (Msk., 264–65).

Minnst er á sigursæld Haralds og að honum sé ekkert ófært en strax á eftir fylgja mótrökin. Söguhlýðendur geta þannig áttað sig snemma á að þessi landvinningaherferð er hættuspil, jafnvel feigðarflan. Löngu síðar rennur það upp fyrir Haraldi og her hans og við sjáum það gerast með þeirra augum.

Við fáum fyrst að sjá kátan herflokk Norðmannanna sem eiga sér einskis ills von. Síðan sjá þeir jóreyk. Sá reykur er sígilt dæmi um hluta fyrir heild. Táknið kemur fyrst. Þá sjá þeir skjöldu og brynjur og að lokum herinn sem verður æ meiri eftir því sem nær dregur:

> Veðrið var heitt mjög af skini og lögðu þeir eftir brynjur sínar en gengu upp með skjöldum og hjálmum og kesjum og voru gyrðir sverðum og margir höfðu skot og boga. Þeir voru kátir mjög og hugðu nú til einskis ófriðar, og er þeir sækja í nánd borginni sjá þeir jóreyki mikla og þar undir því næst fagra skjöldu og hvítar brynjur; sjá að þar ríður í móti þeim mikið lið, og þegar stöðvaði Haraldur konungur herinn, lét kalla til sín Tósta jarl og spyr hann, hvað liði þetta mun vera er í móti þeim fer [...] er liðið æ því meira sem meir nálgaðist og þeir sá gjör og allt var á að sjá sem ísmöl væri (Msk., 271–72).

Að vanda bregst Haraldur konungur skjótt við en ekki er laust við að skynja megi af hegðun hans að honum sé brugðið. Myndvísi höfundar kemur fram í seinustu líkingunni þar sem hvítar brynjur hinna ensku minna norræn augu á ísmöl.[15] Og vegna þess að horft er með Haraldi finnum við til sama vanmáttar gagnvart þessu mikla liði. Konungur kemst í stöðu hins heimska og vanmegnuga sem hefur hætt sér of langt. Nú er hann útlendingur í framandi landi, sá sem skortir þekkingu.[16]

Hér er notkun sjónarhornsins ekki aðeins listbragð heldur felst merkingin í því. Beiting þess er höfuðatriði í list Morkinskinnu, eins og ýmsum öðrum íslenskum miðaldasögum.[17] Frásögnin af því þegar Hreiðar heimski gengur í hring um Magnús góða er vísbending til söguhlýðenda um þetta. Hringsól hans er lykill að túlkun Morkinskinnu.

6.4 Tvísýnarlist

Í allri túlkun verða form og inntak vart sundur skilin. Nú hefur sjónum verið beint um stund að formgerð Morkinskinnu en stöðugt brýst túlkun á sögunni inn. Inntak verksins er enda jafn margþætt og formgerðin. Eins er ef fengist er við inntakið; alstaðar kemur að formi. Í vef Morkinskinnu verða úthverfan og innhverfan, hið ytra og innra, með engu móti aðskilin. Söguna verður að lesa fyrst á réttunni en svo á röngunni.[18] Atburðir hafa bókstaflega merkingu en verða einnig túlkaðir á margvíslegan annan hátt. Hreiðar heimski hefur ekki séð Magnús konung allan fyrr en hann hefur gengið í hring um hann. Merkingarlög Morkinskinnu eru óteljandi og verða ekki sundur skilin og eru hvert í öðru. Sagan snýst í einu um samfélag, einstakling og sjálfa sig og persónur hennar verða til í snertifleti þessara merkingarlaga.[19]

Í samfélagi Ívarsþáttar eru konungur, hirðmenn, veislur, borðhald og kurteisar konur. Sýnt er hæverskt samfélag þar sem allir eru í hlutverki. Hlutverk hirðmanns og skálds er að vera glaður og vera gleði annarra. Um tíma bregst Ívar þeirri skyldu. Eysteinn er aftur á móti ákafur að vera þegnum sínum styrkur í erfiðleikum. Hann sýnir þeim ástúð og vináttu, er mildur og tekur ekki hart á yfirsjónum á borð við tímabundið þunglyndi. Um leið er hann örlátur, bæði á efnisleg gæði og tíma sinn. Það örlæti verður til þess að Ívar lætur huggast. Sú stund sem Eysteinn hefur aflögu frá „nauðsynja málum" (Msk., 356) er mesta gjöf sem hann getur gefið og hana veitir hann þegni sínum og vini, Íslendingnum Ívari. Þátturinn lýsir konungi sem lætur sér annt um velferð vina sinna. Enn fremur sýna orð Eysteins hann sem gamansaman og kaldhæðinn mann með skarpan mannskilning og hugsandi um samfélagið. Hann kann að koma fyrir sig orði og beita málinu til aukins skilnings á lífinu. Hann er þrjóskur og hættir ekki fyrr en hann hefur fengið réttu svörin. Fyrst og fremst er hann þó ráðsnjall og gefst ekki upp uns hann hefur leyst vandann.

Þátturinn hefur gildi í sögu bræðranna Sigurðar Jórsalafara og Eysteins sem snýst um stöðugan mannjöfnuð. Síðar í sögunni metast þeir um afrek sín (sjá kafla 12) en þar að auki kljást þeir í svokallaðri „Þingasögu" og reynir þá á ólíka eiginleika þeirra. Ívarsþáttur vegur þungt í þessum samanburði þar sem Eysteinn er sýndur í jákvæðu ljósi. Hann rækir veigamiklar konungsskyldur og er þegnum sínum stoð og stytta. Að því er síðar vikið í mannjafnaðarþættinum (Msk., 383). Sigurður Jórsalafari hefur farið í krossferð og hvarvetna verið tekið sem hetju. Það skiptir því miklu máli fyrir Eystein að standa sig vel heima. Ívarsþáttur sýnir það sem hann hefur fram yfir Sigurð konung.

Ívarsþáttur er dæmisaga um hvernig hlutverk konungs verður best rækt. Eins og allar dæmisögur lýsir þátturinn hversdagslegum atburði og þýðingarlitlum á sviði þjóðlífsins. Hann hefur almennt gildi; er í senn sértækari og almennari en frásögnin almennt.[20] Slíkt er eðli þátta, eins og annarra dæmisagna.[21] Auk heldur er þátturinn lýsing á samfélagi. Með því að sýna fyrirmyndarsamskipti við hirðina kennir saga Ívars og Eysteins söguhlýðendum hirðlega hegðun. Dæmisögur eru jafnan kennsluefni.

Sagan lýsir ást, vináttu og hegðun manna í hverdegi hirðarinnar. Hún fjallar um tilfinningar, kæti og þunglyndi. Hún kann því vissulega að vera eins og aðskotahlutur í „en kongebiografi“ eins og Finnur Jónsson hefði skilgreint slík verk.[22] En Morkinskinna snýst um einkalíf ekki síður en opinbert líf. Þar eiga tilfinningar sinn sess. Saga Ívars er ástarsaga. Þó að skáldið og hirðmaðurinn bregðist um stund þeirri skyldu að vera glaður og öðrum til gleði gegnir hann skyldu sinni við ástina og breytir rétt samkvæmt rómantískri lífssýn.[23] Á hinn bóginn snýst þátturinn um lausn vandans en ekki vandann sjálfan. Það er ekki ást Ívars á konunni sem mestu máli skiptir heldur ást konungs og þegns hvors á öðrum og sá vinarhugur sem veldur því að Eysteinn gerist sálfræðingur Ívars. Þátturinn sýnir að vináttan sigrast á hverju andstreymi.

Frásögnin snýst um samfélag og einstaklinga en einnig lönd þeirra. Persónurnar tala sama mál en eru ekki frá sama landi; konungur er norskur en Ívar íslenskur. Saga hans er þáttur í einni meginsögu Morkinskinnu, sögu um Íslendinga og konung. Konungur reynist Íslendingnum vel, kemur fram við hann af virðingu og leysir vanda hans. Sú framkoma lýsir ekki einvörðungu honum; alúðin sem konungur sýnir Ívari er til marks um að Íslendingurinn sé mikilvægur við norsku hirðina. Gleði hans er konungi efst í hug. Sú niðurstaða skiptir máli í heildarboðskap Morkinskinnu um konung og Íslendinga. Ívarsþáttur er að stofni til bein ræða. Eins og fram hefur komið eru samtöl og sviðsetningar höfuðatriði í formgerð Morkinskinnu. Þá er frásögnin sjálfhverf, frásögn frásagnarinnar vegna. Frá því sjónarhorni er meginniðurstaðan sjálf frásagnaraðferðin og sú sagnagleði sem í henni felst. Frásagnir Morkinskinnu eru skemmtun og fræðsla í senn. Önnur hliðin er sjálfhverf hlið gleðinnar, hin er skírskotandi og leiðbeinandi almenn hlið alvörunnar, mórallinn. Í Morkinskinnu eru báðar hliðar frásagnar í ýktri mynd: frásögnin sjálfhverf, boðskapurinn skýr en margþættur. Ívarsþáttur er saga um konung, skáld, Íslending, konungshlutverkið, gleðina, vináttuna, ástina og norskt hirðsamfélag. Meginsamfélagsboðskapur Auðunarþáttar felst í skiptum konunganna Haralds og Sveins og áhrifum Auðunar á þau. Sýnt er harðneskjulegt hirðsamfélag þar sem öfundsjúkir hirðmenn reyna að komast upp á milli konungs og Íslendingsins Auðunar. Hann er barnið, hinn „heimski" í þættinum. Auðunn er gæfumaður og sagan snýst um gæfu hans og sáluhjálp. Um leið er sagan mannlýsing beggja konunganna og ekki síst Haralds. Auðunn fer alla leið suður til Jórsala. Ferðir til framandi landa eru mikilvægur þáttur í Morkinskinnu. Heildartúlkun á þættinum hlýtur að hnitast um hugtakið gæfu og gjöfina sem hrindir atburðarásinni af stað. Hún vísar bæði til samfélags, einstaklings og alheims. Auðunarþáttur er líka leikræn frásögn eins og Ívarsþáttur. Mikil frásagnargleði ríkir og orð eru jafnframt gerðir.

Öll saga snýst í eðli sínu um sjálfa sig og tungumálið. Saga getur þó ekki verið til óháð mannverunum sem í senn eru viðföng, hlýðendur og höfundar allra sagna. Sögur Morkinskinnu eru í eðli sínu tvíhliða. Þær eru frásagnir sem hafa gildi í sjálfu sér. Þær eru einnig dæmisögur með skýran og almenna boðskap. Rétt eins og allar sögur hafa þær manngerðarhlutverk. Þeim er ætlað að móta.[24] Enn kemur að Hreiðari heimska. Hringsól hans um konunginn veldur tvöfaldri sýn, sýn Hreiðars og textans sjálfs.[25] Inni í sögunni er barnssýnin, saklaus eða „heimsk", en sjónarhorn fullorðna skáldsins leggur til skilninginn. Það skapar tvísæi þegar einn veit eða skilur minna en annar.[26] Morkinskinna er tvísýnn texti og í henni eru mörg form tvísýnarlistar.[27]

Eitt tíðasta formið er samsærið sem myndast milli höfundar/sögumanns og söguhlýðenda gegn einni eða öllum persónum í sögunni. Gott dæmi er þegar Haraldur harðráði í gervi Norðbrigts og Gyrgir frændi Miklagarðsdrottningar vilja báðir fá að tjalda efst í dalnum í herferð einni. Hvorugur vill láta undan og þeir sættast á að varpa hlutkesti:

> Nú eru hlutir gjörðir og markar hvor þeirra sinn hlut og köstuðu síðan báðir hlutunum í skikkjuskaut Gyrgis en Norðbrigt skyldi taka til hlutanna. Þá mælti Norðbrigt til Gyrgis: „Lát mig sjá hvert mark er þú hefir, til þess að við mörkum eigi á einn veg báðir." Gyrgir sendir honum hlutinn og réð hann ekki í að hér mundi nokkuð annað undir búa en Norðbrigt segir. Og Norðbrigt merkir nú sinn hlut og beint á einn veg og Gyrgir hafði áður gjört og kastar síðan í kné hertoganum Gyrgi, og síðan tekur Norðbrigt til hlutanna. Og er hann hafði upp tekið hlutinn ann-

> an mælti hann til Gyrgis: „Þessir skulu fyrri tjalda og fyrri róa og fyrri ríða, fyrri til hafnar leggja og hafa kjósanda hlut af öllu.“ Leit síðan á hlutinn og hélt upp hátt og mælti: „Þetta er hlutur vor,“ og fleygir síðan í brott og langt á sjó út. Þá mælti Gyrgir: „Því léstu mig ei sjá hlutinn?“ Hann segir: „Ef þú sátt eigi þann er eg tók upp, þá sjá nú þann er eftir liggur og væntir eg að þú kennir þitt mark á.“ Og var þá hluturinn upp tekinn og kenndur og var þar á mark Gyrgis (Msk., 63).

Brella Haralds er einföld. Hann merkir hlut sinn á sama hátt og Gyrgir, kastar síðan þeim hlut sem hann dregur á haf út og þá er mark Gyrgis á því sem eftir liggur. Rökvísi venjulegs manns á ekki í vandræðum með þetta. Tortrygginn nútímalesanda furðar að Gyrgir láti ginnast. Hér skapast tvísæi: Haraldur, höfundur og söguhlýðendur skilja það sem á sér stað en ekki Gyrgir og menn hans.[28] Samúð flestra hlýðenda liggur líklega hjá Haraldi þar sem við fáum að taka þátt í brellu hans en erum ekki blekkt með Gyrgi.

Við komu Haralds í Noreg svarar Einar þambarskelfir fyrstur ríkismanna og kveður upp úr um að hann vilji Magnúsi einum þjóna. Hinir fylgja honum en setja þó á langar tölur, eins og títt er um óbreytta þingmenn sem fylgja flokkslínu en þykjast þó haga atkvæði sínu eftir eigin rökum: „og þó að á sína lund hæfi hver sitt mál, þá kom þó í einn stað niður um ansvör“ (Msk., 89). Eins er síðar í sögunni þegar Óttar birtingur tekur völdin af öðrum hirðmönnum Inga Haraldssonar:

> síðan mælti hver þeirra í orðastað annars, sem vandi þeirra er til, og töldu um tölur langar, bæði Gyrður og Ögmundur og margir aðrir lendir menn, en þó kom í sama stað niður sem Óttar hafði mælt fyr öndverðu (Msk., 430).

Óttar er einmitt kallaður birtingur af því að hann er „dökkur og svartur“ (Msk., 388) og meira er um slíka aulafyndni.[29] Rödd textans heldur skýrri fjarlægð og er ófeimin við að minna á sig.[30] Algengt er að tvísýnarlistin beinist að persónum í sögunni en síður að söguhlýðendum. Þeir fá að taka þátt í leiknum og tvísýni aðstæðnanna er skýrð út fyrir þeim til að svo megi verða. Höfundur og hlýðendur glotta saman að manneðlinu.

Tvísæi er lykilatriði í persónulýsingu sumra höfuðpersóna sögunnar, þar á meðal hins brögðótta Haralds harðráða.[31] Söguhlýðendur geta þannig lagt til bróðurpart sögunnar, ekki síður en í dýpstu Íslendingasögum.[32] Lesendur eru stundum ótortryggnir gagnvart miðaldatextum enda sú goðsögn lífseig að fortíðin hafi verið einfaldari en nútíðin og miðaldatextar séu því bernskari eða einfaldari en nútímasögur.[33] Margræðni þeirra er þó engu minni. Um það eru fjölmörg dæmi í Morkinskinnu.

Í sögunni er dæmisaga um tvísæi, þáttur um hinn valska Giffarð.[34] Hann hefur boðið sig til þjónustu við Magnús berfætt „og lést vera riddari góður" (Msk., 323). En þegar kemur að bardaga bregst Giffarður og kemur of seint. Fyrir vikið verður hann óvinsæll og er hæddur af íslenskum manni. Giffarður gengur á fund ensks borgargreifa og krefst réttar síns. Sá biður Íslendinginn að fara með vísuna. Það gerir hann en hefur þá snúið henni upp í lof um Giffarð. Enda segir greifinn: „Lítt em eg skældinn en heyra kann eg að þetta er ekki níð og þér er vegur að þessu, Giffarður, og lof" (Msk., 326).

Ef munur er á orðum og gerðum verður lof að háði. Giffarður veit „að honum er þetta háð en eigi lof að því sem efni voru til" (Msk., 326). Við þekkjum ekki marga lesendur Morkinskinnu með nafni en að öllum líkindum var einn þeirra Snorri Sturluson sem segir í formála Heimskringlu: „En þat er háttr skálda at lofa þann mest, er þá eru þeir fyrir, en engi myndi þat þora at segja sjálfum honum þau verk hans, er allir þeir, er heyrði, vissi, at hégómi væri ok skrǫk, ok svá sjálfr hann. Þat væri þá háð, en eigi lof."[35] Það skyldi þó ekki vera að þekking hans á Morkinskinnu hafi skerpt þann skilning hans?

1 Þetta kallaði Maxwell „the principle of the integrity of episodes" (Pattern in Njáls Saga, 25).

2 Þá hefur Sigurður konungur Jórsalafari tekið mikla ógleði og Eysteinn yfirheyrir hann um hvað muni valda og kemur með nokkrar uppástungur, svipað og í Ívarsþætti (Msk., 357–58).

3 Þetta minnir á fleyga yfirlýsingu Jóns helga í sögu hans um að honum komi Ísleifur fóstri sinn í hug er hann heyri góðs manns getið (Biskupa sögur 1, 154 og 219–20).

4 Kalinke, Sigurðar Saga Jórsalafara, 153, 155–56. Lönnroth (Den dubbla scenen, 53–80) hefur rætt leikrænuna í mannjafnaði Ívars og Sigurðar. Sbr. Clover, The Medieval Saga, 177, 179.

5 Um beina ræðu í íslenskum miðaldasögum, sjá Netter, Die direkte Rede in den Isländersagas. Hún nefnir Ívarsþátt til (s. 223). Sbr. Ludwig, Untersuchungen über den Entwicklungsgang und die Funktion des Dialogs. Björn M. Ólsen orðar það svo: „Höfundur vill láta viðburðina sjálfa tala til lesendanna eða áheirandanna og eftirláta þeim dóminn." (Um Íslendingasögur, 46)

6 Frá þessum atburðum segir einnig í Heimskringlu (III, 23–25) og sennilegt er að frásögnin hafi verið í þeirri Morkinskinnu sem Snorri þekkti.

7 Um þann hluta drápunnar og athugasemdir Ólafs hvítaskálds um hann, sjá Gurevich, Skaldic Praise Poetry and Macrologia; Fidjestøl, Arnórr Þórðarson, 242–43.

8 Í Morkinskinnu heitir þátturinn „Frá Sneglu-Halla". Gerð hans í Flateyjarbók er lengri og hefur þótt ýktari. Sumir hafa talið (m.a. Finnur Jónsson, Flateyjarbók, 187; Bjarni Aðalbjarnarson, Om de norske kongers sagaer, 156) að Morkinskinnugerðin sé stytt, hugsanlega á leið frá „Frum-Morkinskinnu" til núverandi gerðar. Morkinskinnugerðin er þó greinilega gömul, eins og sést á mikilli notkun forsetningarinnar of (Foote, Notes on the Preposition OF and UM(B), 67).

9 Þess má geta að Sneglu-Hallaþáttur er til sem leikrit í barnabók (Samlestrarbókin, 144–47).

10 Um sviðsetningu í Íslendingasögum, sjá m.a. Clover, Scene in Saga Composition.

11 Sjá m.a. Msk., 228–29, 271, 279–80. Náttúrulýsingar eru fátíðar í íslenskum miðaldasögum en ekki jafn sjaldgætar og stundum er talið, t.d. er löng Íslandslýsing í upphafi Guðmundarsögu Arngríms Brandssonar (Biskupa sögur 2, 5).

12 Um frásagnarhátt Færeyingasögu, sjá Foote, On the Saga of the Faroe Islanders, 14–17, 20–21; Ólafur Halldórsson, Inngangur, 32–45. Þar má einnig fræðast um margbrotna mannlýsingu Þrándar í Götu sem um sumt er hliðstæður Haraldi harðráða (sbr. kafla 13). Þess ber að geta að Færeyingasaga er afar írónísk.

13 Í Íslendingasögum og íslenskum miðaldasögum almennt er býsna algengt að sjónarhorn sé skýrt afmarkað og Íslendingur í framandi landi sjónbeinir. Þekkt dæmi er úr Laxdæla sögu (54–56).

14 Hér er miðað við útgáfu Finns Jónssonar en hlýðendur sögunnar hafa haft önnur viðmið.

15 Þessi líking er notuð víðar í Morkinskinnu (bls. 307).

16 Holm-Olsen (En replikk i Harald Hardrådes saga) hefur rætt notkun orðtaka í þessari lýsingu og dregið fram hnitmiðaða frásagnarlist sögunnar.

17 Í Íslendingasögu Sturlu Þórðarsonar skiptir það sköpum fyrir heildartúlkun á sögunni, sbr. Ármann Jakobsson, Sannyrði sverða, 56–76.

18 Hugmyndina um réttuna og rönguna sæki ég til Svövu Jakobsdóttur (Skyggnst á bak við ský, 146).

19 Þessi umræða um merkingarlög í sögunni er í anda frásagnarlaga í Biblíunni, bókstaflegs, táknræns, siðferðislegs og anagógísks. Biblíutúlkun í anda Ágústínusar byggðist á þessum lögum (sjá m.a. Árni Sigurjónsson, Bókmenntakenningar fyrri alda, 122–29). Johannesson (Saxo Grammaticus, 78–88) túlkaði Danasögu Saxa í þessum anda. Stíf túlkun í þeim anda á ekki við Morkinskinnu þó að höfundur hennar hafi eflaust þekkt til þeirra. Jameson (The Political Unconscious, 31) lagar þessi kristilegu merkingarlög að hugmyndum um samband einstaklings og samfélags; hann telur siðferðislega lagið samsvara einstaklingssviðinu en anagógíska lagið samfélagssviðinu. Þau lög verði þó ekki sundur skilin.

20 Sbr. þessi orð Greenblatt (Marvelous Possessions, 3): "If anecdotes are registers of the singularity of the contingent [...] they are at the same time recorded as representative anecdotes, that is, as significant in terms of a larger process or pattern that is the proper subject of history".

21 Sbr. Bagge (Icelandic Uniqueness or a Common European Culture?, 421): „This [...] form of exemplarism largely serves to explain the episodic structure of medieval historiography."

22 Sbr. Ármann Jakobsson, Den kluntede afskriver. Kalinke (Sigurðar Saga Jórsalafara, 153 o.v.) er á öðru máli og sýnir í umfjöllun sinni að hún telur þættina hafa gildi fyrir söguheildina.

23 Hér er orðið rómantík notað með tilvísun til upphaflegrar merkingar sinnar sem tengdist rómönskum þjóðtungum og veraldlegum skáldskap á þeim, andstætt við latínu. Ást Ívars á Oddnýju er einmitt rómantísk í þeirri merkingu, þ.e. í anda franskra hirðkvæða 12. og 13. aldar.

24 Sbr. Davíð Erlingsson, Saga gerir mann.

25 Sbr. Svava Jakobsdóttir, Skyggnst á bak við ský, 263.

26 Þessi einfalda skilgreining á tvísæi er sótt til Dagnýjar Kristjánsdóttur (Innan og utan við krosshliðið, 181) en ættuð frá Scholes og Kellogg (The Nature of Narrative, 240). Hún segir vitaskuld ekki alla sögu.

27 Morkinskinna er fjarri því að vera einstök hvað margræðni varðar. Þó að um hana sé rætt hér er ekki þar með sagt að annað eins megi finnast í öðrum íslenskum ritum frá svipuðum tíma. Meðal annars er allur fyrsti hluti Snorra-Eddu ginning Gylfa konungs sem er tvísýnn texti frá upphafi til enda.

28 Viðar Hreinsson hefur rætt tvísæi í Íslendingasögunum og telur það hafa farið vaxandi eftir því sem á leið. Hann telur notkun þess í Grettissögu þó einstaka; í öðrum sögum sé tvísæið ekki jafn sterkt: „Dér har man manipulationer uden disse stilistiske finesser i samtalerne. Ta-

lerens diskursive magt over modstanderen antydes kun, men iscenesættes ikke." (Husbrag eller herredsbrag, 60). Mér þykir þetta dæmi úr Morkinskinnu ekki ósvipað; hér skapa sviðsetning og notkun beinnar ræðu einnig tvísæi þó að óvissa söguhlýðenda sé kannski ekki söm og í Grettissögu (sbr. Cook, The Reader in Grettis Saga, 141–43).

29 Eysteinn konungur þykist þannig muna kvæði Einars Skúlasonar en þarf að fylla inn í með orðunum: Já, veit Guð (sjá kafla 10).

30 Hún á það til að vísa til fyrri orða: „og er nú sem eg gat áður" (Msk., 134). Sjá nánar kafla 16–17.

31 Fræðimenn hafa bent á að tvísæi sé svo mikilvægt í riddarabókmenntum að án þess sé engin hirðmenning: „without irony there is no courtliness." (Gaunt, Gender and Genre in Medieval French Literature, 93). Barnes (Arthurian Chivalry in Old Norse, 62–66) ræðir tvísýni þessara bókmennta sérstaklega en telur hana heldur minni í íslenskum þýðingum.

32 Sbr. Cook, The Reader in Grettis Saga.

33 Sbr. Bloch, New Philology and Old French, 46.

34 Sjá Gade, Morkinskinna's 'Giffarðsþáttr'.

35 Heimskringla I, 5. Sigurður Nordal (Snorri Sturluson, 166) benti fyrir löngu á venslin milli þessara orða. Þótti honum hin almenna fullyrðing Snorra merkari en leikræn útfærsla orðanna í þættinum.

IV. SAMFÉLAGSMYNDIR

7. Hirðheimurinn

7.1 Sviðsetning og samfélag

Eins og dalurinn er aðalatriði í Dalalífi Guðrúnar frá Lundi og sjávarþorpið í Sölku Völku er svið Morkinskinnu jafnframt umfjöllunarefni hennar. Í flestum elstu konungasögum á norrænu sjást fáir aðrir en sjálfir konungarnir.[1] Þeir eru nánast einir á fremur óskilgreindu sviði. Þetta breytist í yngri konungasögum en óvíða koma fleiri við sögu en í Morkinskinnu. Þar er dregin upp mynd af mannmörgu samfélagi. Allir textar eru í félagslegu samhengi.[2] Bein hugsun um samfélagið er þó mismikil. Í Morkinskinnu er samfélagið í skoðun. Samfélagsmynd sögunnar hlýtur því að vega þungt í ritskýringu hennar. Henni hefur ekki verið gefinn mikill gaumur enda þarf að huga að sögunni í heild til að sjá hversu heildstæð samfélagsmyndin er. Í raun réttri er hún helsta bindiafl sögunnar. Það norska hirðsamfélag sem lýst er breytist ekki þó að sagan eigi að gerast á rúmri öld.

Sagan hefst þó í Garðaríki. Jarisleifur konungur og drottning hans, Ingigerður Ólafsdóttir sænska, eru stödd í skrautlegri höllu og umhverfis fjöldi aukaleikara: hirðin. Á því tignarlega sviði verða heimiliserjur kóngafólks sem lyktar með að Magnús Ólafsson, síðar Noregskonungur, kemur til Garðaríkis og „taka þau við honum með sóma og fæðist hann þar upp með hirð og eigi með minni ást og elsku en þeirra synir“ (Msk., 3). Sagan er fjölskyldusaga en fjölskyldan og samfélagið svo nátengd að tæpast verður greint þar á milli.

Sagan hefst erlendis en sjónarhornið er gjarnan íslenskt. Ítrekað er haldið frá Íslandi til Noregs, frá samfélagi söguhlýðendanna til hins fjarlæga en þó nálæga hirðsamfélags. Heimur Morkinskinnu er um margt framandi. Hvort sem eru steinhallir eða reisulegir búgarðar er sviðið tígulegt. Þar eru gjarnan gleði og glaumur. Talað er um leika, menn róa kurteislega eða eru á hestbaki í skógi. Samfélagið er þéttbýlt og menningin á öðru stigi. Oft er hávaði á sviðinu: „nú kveða við lúðrar um allan herinn og það heyra þeir Þórir þar sem þeir voru í skóginum“ (Msk., 143). Hornablástur og skógur minna á svið riddarasögu.[3] Á fagurskreyttu sögusviðinu er tekið á móti mönnum „með miklu liði, með strengleikum og með allskonar fegurð og prýði“ (Msk., 33). Sviðið er oft konungshöll en slík bygging hefur aldrei verið til á Íslandi. Sögur hefjast á tignarfólki í hásæti í höllu sinni:

> Þess er við getið eitt kvöld að þar gjörðist sá atburður með hertoganum, þá er hann sat með vinum sínum í höllunni og Úlfhildur sat hjá honum í hásætinu, að þar sýndist með þeim hætti að maður einn gengi í hallardyrin og hefði danskan hatt á höfði og gekk innar mjög að hásætinu og síðan utar aftur og í brutt og mælti ekki orð (Msk., 41).

Þessi sviðslýsing gæti verið upphaf á sögu um Artúr konung. Þetta er suður í Þýskalandi, hjá Ótta hertoga sem á systur Magnúsar konungs góða.[4] Verulegur hluti sögunnar gerist í fjarlægum löndum en lítill munur er á sögusviðinu þar og í Noregi. Magnús þarfnast liðveislu mágs síns. Maðurinn með hattinn, sýn hertogahjónanna og gesta þeirra, er sjálfur Ólafur helgi. Fyrir vikið kemur hertoginn mági sínum til hjálpar á elleftu stundu, eins og í ævintýrasögu. Sögur í sögunni hefjast iðulega á svipaðan hátt: „hvítsunnudag sat Sigurður konungur í hásæti sínu með vinum og miklu fjölmenni“ (Msk., 388). Bæði hásætið og fjölmennið gera sviðið tignarlegra en á Íslandi.

Í Morkinskinnu er einatt mannmargt á sviðinu. Átök Sneglu-Halla við Þjóðólf hefjast á stræti í borg: „Og einn dag er Þjóðólfur gekk að stræti með konungi komu þeir fyrir loft nokkur og heyra deild manna og því næst áflog; þar var skinnari og járnsmiður“ (Msk., 235). Síðar í þættinum eru menn enn á rölti í bænum: „Nokkverju síðar gekk konungur að stræti og hirðin með honum“. Þá hleypur Halli frá konungi „í garð einn af strætinu og þar sem kona hafði uppi ketil og var í grautur“ (Msk., 237). Halli vill kaupa grautinn og sest við að éta. Hér er sviðið bær þar sem þörf er fyrir handverksmenn og þar er stunduð verslun. Þar eru húsagarðar og stræti sem konungur og hirðmenn rölta um.[5] Allt eru þetta merki um nýja tíma með aukinni verslun, iðnaði og borgarmyndun — og nýju hugarfari. Slíkt svið hefur væntanlega verið framandi flestum íslenskum söguhlýðendum.

Oft er brugðið upp myndum af bæjarlífi í Morkinskinnu.[6] Óttar birtingur er veginn á göngu til aftansöngs og á von á annars konar árás: „er hann heyrði hvininn af höggvinu, þá brá hann upp hendinni og skikkjunni að móti og hugði að kastað væri snækekki að móti honum, sem títt var ungsveinum" (Msk., 439). Myndin af drengjum að kasta snjóboltum í virðulega ráðgjafa konungs skapar smábæjarhughrif og einnig sú staðreynd að Óttar er einn á göngu. Vegalengdir eru greinilega stuttar og fátt að hræðast. Nokkru síðar gengur Ingiríður drottning frá aftansöng og fram á gamlan hirðmann Inga sonar síns veginn. Vígaferli og aftansöngur kallast á, siðmenning bæjanna og hrá vígaferli hirðmanna.

Þegar Ingi konungur fer síðan að Sigurði konungi bróður sínum er Sigurður við drykkju „í garði Sigríðar sætu" (Msk., 457) en Ingi fer ofan frá „smiðju búðum" og mágur hans utan frá Sandbrú. Hirðmenn Sigurðar eru í loftum og brjóta ofna til að bera grjót á árásarmennina. Síðan er konungur veginn þrátt fyrir að hafa beðið griða. Enn takast á siðmenning og villimennska. Ofnar, brýr og hlið eru merki um siðmenningu.[7] Sigurður konungur sjálfur er hjá konu. Orustan truflar hér einkalíf konungs.

Í Morkinskinnu er nostrað við sviðsetningu umfram það sem gengur og gerist í konungasögum. Í deilum Eysteins og Sigurðar Jórsalafara dregur til tíðinda á þingi og þá er numið staðar og horft á konungana þrjá koma á staðinn:

> Eysteinn konungur var fyrir í bænum, er að sótti þinginu, og hafði vistir sínar í konungs garði. Ólafur konungur kom fyrri en Sigurður konungur og hafði vistir sínar í bænum skammt frá Ólafskirkju. Sigurður konungur kom síðast með skipaliði miklu og lagði skipin í ána Nið og byggja á skipum undir tjöldum og höfðu allmikið lið. Og þann dag er þeir skyldu þingið heyja, þá var blásið í bænum [...] (Msk., 375).

Við sjáum þá koma. Seinast Sigurð, þann sem einkum ógnar friði. Síðan er þögnin rofin, blásið er til þings. Spennan er rafmögnuð.

Tilgangur þessarar nákvæmu lýsingar er fyrst og fremst listrænn, dramatískur. Hún þjónar frásögninni. En sviðsetningin er einnig hluti af boðskap sögunnar um fortíðina. Morkinskinnuhöfundur hefur ásamt höfundi Heimskringlu öðrum konungasagnariturum meiri áhuga á friði og fornum siðum og einnig á kaupstöðum, verslun og kirkju:

> Sigurður konungur Jórsalafari setti stól sinn og höfuðstað í Konungahellu og efldist sá kaupstaður þá svo mjög að engi var ríkari í Noregi.

> Konungur lét gera þar kastala af grjóti og torfi og grafa um díki mikið og í þeim [ka]stala var konungsgarður og þar var krossins kirkja og þar lét Sigurður konungur vera krossinn helga og fyri altarinu var tabulum gört af gulli og silfri [...] (Msk., 390).

Kaupstaðurinn sjálfur, kastalinn, kirkjan og altarið í henni skipta líka máli. Höfundur Morkinskinnu er leiðsögumaður sem bendir hlýðendum sínum á byggingar og arkítektúr og merka gripi. Bæði vegna hlutanna sjálfra en einnig til að sýna að friður, verslun og reisulegar kirkjur séu ekki ómerkari hluti af menningunni en stríð eða krossferðir.

Í sögu Ólafs kyrra er lýsing sem er gott dæmi um frásagnarlist sögunnar. Sú frásögn þrengist frá hinu almenna til hins einstaka á myndrænan hátt:

> Þá prýddist mikið landið og gerðist auðigt og gnóttafullt. Þá settist sá kaupstaður í Noregi er einn er vegsamlegastur þeirra er áður er getið, að fráteknum kaupstað í Niðarósi, og er sjá kaupbær kallaður í Björgyn. Gerðist þar brátt mikið setur auðigra manna. Er þangað mest tilflutning úr öðrum löndum. Þá hófust mjög drykkjur og skytningar í kaupstöðum, miklu meir en fyrr hafði verið. [...] En það var forneskjusiður í Noregi, svo og í Danmörk og Svíþjóðu, þar sem voru stór konungsbú og veislustofur, að konungs hásæti var á langpallinn þann er vissi í móti sólu. Sat þá drottning á vinstra veg frá konungi og var það þá kallað öndugi og sá sess veglegastur út í frá hvorntveggja stað til kvenna og karla er næst var öndugi, en hinn óveglegastur er ystur var og næst dyrum. Og hinn göfgasti maður, sá er gamall var og vitur og væri konungsráðgjafi kallaður, sem mörgum konungum hafði lengi títt verið, að hafa með sér gamla spekinga til þess að vita forna siðu og dæmi foreldra sinna; þessi maður skyldi sitja á hinn óæðra pall gegnt konungi og hét það hið óæðra öndugi. Var honum til hægra vegs kvenna sæti en á vinstra veg karla sæti (Msk., 289).

Höfundur Morkinskinnu hefur mál sitt á auði í landinu. Þá er sjónarhornið þrengt og beinist að kaupstöðum landsins en að lokum erum við komin inn í sal konungs og að sætaskipan. Síðan fylgir ítarleg lýsing á nýjungum Ólafs kyrra að þessu leyti:

> Ólafur konungur lét setja hápall í veislustofum sínum og setti þar hásæti sitt á miðjan þverpall og skipaði fyri sér kertisveinum og skutilsveinum,

> lét hann og halda kerti fyri hverjum tignum manni er sat að borði hans, lét og skutilsveina standa við jafnmörgum ker ...gnir menn voru til. Lét hann þá gera stallarastóla og setti þar á stallara og spekinga sína (Msk., 290).[8]

Áhuginn á hirðsiðum er óþrjótandi. Jafnvel stallarastólarnir skipta máli. Reynt er að sýna söguhlýðendum hápallinn og kertin sem haldið er upp. Allra þessara smáatriða er þörf til þess að skapa tilfinningu fyrir samfélagi Morkinskinnu.

Í Morkinskinnu er samfélag fortíðarinnar endurskapað. Það er þéttbýlt og siðfágað og oftast ríkir friður með kaupskap og uppbyggingu.

7.2 Sætaskipan og smáhlutir

> Nú er þess við getið þá er þeir voru á einni veislu báðir, Kálfur Árnason og Einar þambarskelfir, með Magnúsi konungi, en þetta var í Vík austur. Einar skipaði mönnum en Kálfur settist í rúm hans á meðan og þokar að konunginum, þvíað Einar sat ávallt á aðra hönd konungi. En er Einar sér þetta snýr hann þá til rúms síns og sest á öxlina (Kálfs) er (hann) vildi eigi áður undan þoka og mælti: „Fyrr á gömlum oxanum að bæsa en kálfinum," og sígur hann síðan niður á milli þeirra (Msk., 23).

Þessi gamansaga virðist í fljótu bragði lítilfjörleg, deiluefnið ómerkilegt og hegðun höfðingjanna barnaleg. Einar treður sér í sinn sess með valdi og líkir sjálfum sér við uxa en Kálfi (vitaskuld) við kálf. Ekki virðist þetta í fljótu bragði mikil kurteisi en í kurteisu samfélagi Morkinskinnu skiptir máli hvar hver situr. Kálfur hefur sest í sæti Einars næst konungi og það verður ekki þolað.[9] Sæti Einars er táknrænt fyrir stöðu hans í samfélaginu.

Þegar Hörðaknútur Danakonungur og Magnús góði Noregskonungur semja frið lýsa þeir sig bræður. Þó þarf að þjóna öðrum fyrst og hann að ganga fyrri (Msk., 33). Um slíka smámuni þarf að ræða. Haraldur harðráði hæðir Þóri konungsbróður þegar hann þarf að sitja gegnt honum og þykir svívirðing að (Msk., 109). Ekki er hægt að leiða sætaskipan hjá sér í þessum heimi. Í evrópskum samfélögum 13. aldar voru menn uppteknir af því hver var hvar í virðingarröðinni. Sú virðingarröð var ekki einber hugmynd heldur tákngerð í sætaskipan.[10] Konungar sátu í hásæti og sitja enn til að sýna að þeir séu hafnir yfir aðra. Úr Íslendingasögum eru kunnir langir listar um hver situr hvar.[11]

Í gott leikrit þarf ekki aðeins persónur heldur einnig leikmuni. Ekki má vera tómlegt á sviði konungasögu. Tónninn er sleginn í upphafi:

> Þess er við getið að konungurinn Jarisleifur lét sér gera dýrlega höll með mikilli fegurð, prýða með gulli og gimsteinum, skipaði hana síðan með góðum drengjum og reyndum með ágætum hlutum, vandi þar eftir búnað þeirra og herklæði sem þeir voru áður reyndir. Að öllu sýndist búningur hallarinnar og skipun þar eftir sem hún var sjálf vönduð til. Hún var tjölduð með pellum og dýrum klæðum. Konungur sjálfur var þá og í tignarklæðum og sat í hásæti sínu (Msk., 1).[12]

Atburðarásin hnitast um þessa gullprýddu höll. Sviðið sjálft er hluti sögunnar. Löngu síðar fer frásögnin af auði og velsæld í ríki Ólafs kyrra að snúast um sætaskipan í höllu hans og stallarastólana. Þegar Haraldur harðráði siglir inn í sögu Magnúsar góða verður þeim sem sjónarhornið er hjá starsýnt á hina nýju sviðsmuni. Fyrst skip Haralds:

> Það var allt gulli búið fyrir ofan sjó og voru á drekahöfuð fögur en seglið var tvöfalt pell af hinum dýrstum vefjum. Og er þessi nýlunda hófst upp, þá þótti mönnum mikils um vert. En þetta skip var með þesskonar farmi að það var fermt með rauðu purpuragulli en allir veðurvitar voru svo að sjá sem rautt gull væri, svo og allir spænir í, en fyrir borðin innan þá voru vaskir drengir klæddir með dýrum vefjum og pellum (Msk., 55).

Skipið sést fyrst en síðan fikrar sjónarhornið sig nær Haraldi. Fyrst sést skip gulli búið og á því drekahöfuð og svo hvarfla augun að seglum og þá sést farmur og veðurvitar og menn á skipinu og klæði á þeim. Orðið gull kemur hér fyrir þrisvar en rímorðið pell tvisvar. Enn sést enginn Haraldur, aðeins menn hans sem eru hluti af þeirri heild sem sveit konungs myndar en hann tákngerir í einum manni. Þeir eru vaskir drengir og tákna vaskleik Haralds. Gullið sýnir hve víðförull hann er; slíkt er aðeins að finna suður í löndum.[13] Nema má staðar við drekahöfuðin. Hvað tákna þau? Drekar eru göfugar skepnur en viðsjárverðar. Af drekahöfðunum stafa ógn og tign sem gefa konung allan til kynna.

Frásögnin af herferð Haralds er hlaðin gulli og dýrgripum. Atburðir eru sviðsettir og greint frá því hvernig leikarar líta út, hvaða klæði þeir bera, hvaða hlutir eru á staðnum og úr hvaða efnum. Haraldur vinnur eitt sinn borg með því að láta sem foringi liðs hans sé látinn og þurfi greftrun innan garðs. Þannig notar hann líkið sem Trójuhest. Þessu er lýst rækilega til að skapa spennu enda vita bæði menn Haralds og söguhlýðendur af brellunni:

> gengu í móti líkinu út í borgarhlið við krossum og helgum dómum og voru skrýddir, en víkingar í öðru lagi báru kistuna tígulega á öxlum sér og var tjaldað yfir purpurapellum en menn þeir er fylgdu líkinu höfðu silkisloppa og höttu síða á höfði fyr hryggðar sakir, en undir voru hjálmar og brynjur (Msk., 76).

Lýst er purpurapelli, silkisloppum og öðrum skrúða. Margt smátt er látið gera eitt stórt. Horft er yfir sviðið og því lýst: glæsilegum mönnum í litklæðum úr dýrum efnum sem bera gyllt sverð og smáhlutum sem sumir leika hlutverk í frásögninni en aðrir hafa það eitt hlutverk að skreyta sviðið og sýna að hér sé sögð saga tignarmanna. Smáhlutirnir mynda skrautlega og tignarlega mósaíkmynd. Fagurfræði sögunnar felst í að skapa heild úr þáttum sem samofnir verða að einum vef sem er bæði eitt og margt. Eins er hið skrautlega svið Morkinskinnu safn smáhluta. Höfundur sýnir það með því að benda fyrst á einn hlut, svo á annan og allir bindast þeir saman í raðvenslum og mynda eitt svið, rétt eins og þættir Morkinskinnu fléttast saman í eina frásögn.

7.3 Maður búinn með miklu gulli

Margar smærri leiksýningar eru í hinu stóra leikriti sögunnar. Þær smáleiksýningar tákna hina stærri sýningu og smáhlutir sögunnar mynda gullna heild. Ein slík leiksýning fer fram í skógi þar sem Haraldur konungur og Magnús konungur eru á ferð:

> Þá reið maður fram úr skóginum með góðum riddara búnaði, og lét hest sinn fagurlega burdeigja. Þessi maður var búinn með miklu gulli og dýrum klæðum; maður var hinn kurteisasti og lék marga leika með mikilli list. Og sá menn Magnús konungs á, er hann lék (Msk., 139–40).

Þessi maður leikur fyrir konungana en segir að lokum að „ójafnir konungar“ séu þeir. Reynist þetta vera Sveinn Danakonungur. Magnús góði virðist hrærður og segir: „Gersemi er Sveinn“ (Msk., 140). Hann líkir Sveini við skartgrip en tekið er fram að Sveinn sé búinn miklu gulli, dýrum klæðum og „góðum riddara búnaði“, hinn kurteisasti og láti hest sinn sýna listir sínar. Tökuorðið burdeigja, skógurinn, gullið, klæðin, kurteisin og riddarabúningurinn; allt eru þetta þættir í riddaralegri heild.[14] Sveinn konungur er eins og páfugl. Klæði hans og atferli fara saman. Hann klæðist riddaralega og leikur listir sem svipar til burtreiða. Síðan fellir hann dóm sinn sem er meginatriði málsins. Annað höfuðatriði er Sveinn sjálfur og riddarabúningurinn sem hann klæðist.

Í leikhúsi eru búningar. Jafnvel hversdagslegur búningur talar sínu máli. Í orustunni á Hlýrskógsheiði leikur silkiskyrta Magnúsar góða aðalhlutverk. Hann berst brynjulaus og skyrtan verður tákn hugrekkis hans (Msk., 43–45). Og þegar Magnús konungur Sigurðsson er rændur völdum „tók hann við munkaklæðum" (Msk., 402). Stundum er engu líkara en konungar og tignarmenn séu fyrst og fremst búningur sinn. Þegar sendimaður Magnúsar berfætts ferðast í dulargervi þarf hann aðeins að sýna skarlatskyrtilinn undir gervinu til að verða hann sjálfur: „Sigurður [...] varpar veslinu er hann hafði yfir sér, blátt að lit. Hann var undir í rauðum skarlatskyrtli" (Msk., 309).

Glæsibragur Sveins konungs sýnir hvernig höfðingjar skera sig viljandi frá lýðnum með neyslu og ytri búnaði.[15] Í sögu Ólafs kyrra er annað dæmi um slíkan höfðingja. Í tíð hans höfðu menn „drambhosur lerkaðar að beini; sumir spenntu gullhringum um fótleggi sér" (Msk., 289). Stjórnartíð Ólafs kyrra er lýst sem gullöld. Meðal annars er hún gullöld tildursins. Helsta afrek Ólafs er að fjölga hirðmönnum sínum og gestum (Msk., 290). Skraut er félagslegt fyrirbæri og þrungið merkingu. Sýnileg auðæfi birta sérstöðu aðalsins.[16] Í öðrum konungasögum segir frá því að Haraldur konungur Eiríksson kom af stað nýrri tísku í Noregi með því að kaupa sér gráfeld.[17] Haraldur harðráði er í gráfeldi í Miklagarði og sá gegnir svipuðu hlutverki og loðbrækur Ragnars forðum (Msk., 81–82). Sigurður slembir sést einnig í gráfeldi (Msk., 423) og Sveinn Úlfsson er í gráfeldi þegar hann fær skikkju að gjöf frá Magnúsi konungi (Msk., 36). Haraldur gráfeldur gerði gráfeldi að konungaklæðum, gaf þeim nýtt tákngildi. Þannig skapa fötin ekki aðeins manninn, menn geta einnig gefið fötum nýtt inntak. Og konungar ráða yfir táknum af því tagi.

Búningar tignarmanna eru lykilatriði í sviðsmynd sögunnar. Höfðingjar ganga um skrautklæddir. Gregoríus Dagsson gengur „með hjálm gullroðinn á þingið". Þessi búnaður fer greinilega mjög í taugar andstæðinga hans; Sigurður konungur heitir því að „steypa skyldi hann hjálminum þeim hinum gullroðna" (Msk., 455). Gyllti hjálmurinn verður tákn Gregoríusar.[18] Hann sýnir hvílíkt gull af manni Gregoríus er. En glæsibragur hans er öðrum þyrnir í augum.[19]

Búnaður getur borið menn ofurliði. Það er til marks um klókindi Hreiðars heimska að hann biður Magnús konung að varpa af sér skikkjunni svo að hann geti séð hann gjör (Msk., 128). Sjóninni er ekki lengur beint að skrautinu heldur manninum. Í ljósi gildis búninga í sögunni er ekki kyn að konungi bregði. Skrautlegur búningur er ekki síður mikilvægur þegar honum er flett af og maðurinn skoðaður án hans.

7.4 Konungsríki í sprota

Hin dýru klæði Sveins í skóginum eru merkingarþrungin. Eins er þegar Haraldur og menn hans birtast í fyrsta sinn. Þá sjá menn fyrst gullið og pellið sem segja hverjum sem sjá vill að hér er ekki smámenni á ferð. Á 13. öld varð tíska að tákngera konungsvald í skrautgripum á borð við kórónur, hnetti og veldissprota.[20] Í Morkinskinnu má sjá þetta þegar Magnús góði samþykkir föðurbróður sinn, Harald harðráða, sem meðkonung:

> síðan kemur hann fyr frænda sinn, Harald konung, og hafði í hendi sér tvo reyrteina fagra og mælti: „Haraldur frændi, hvorn reyrtein viljið þér ..... af oss að gjöf?" Haraldur sagði: „Þann, herra, er áður er nærri oss." Þá mælti Magnús konungur: „Með þessum reyrsprota gefum vér yður hálft Noregs .... veldi með öllum skatti og skuld og allri eign [...] (Msk., 94).

Hálft konungsríkið felst í reyrsprota. Þegar slíkur gripur færist milli manna er tákngildi atburðarins ómælt.[21] Hið sama á við þegar Haraldur harðráði lætur færa Úlf auðga í þrælskyrtil með þessum orðum: „Tak nú þenna kyrtil [...] og þar með nafn það og slíkan sóma með" (Msk., 193).[22]

Í Morkinskinnu er þáttur í þætti Hákonar Ívarssonar um merki Magnúsar konungs. Ragnhildur, dóttir konungs, gefur Hákoni þau með þessum orðum:

> [...] en merki þessi vil eg gefa þér, er faðir minn hefir átt, og þessi hafði hann þá er hann barðist við Skotborga á. Og þessi merki vildi Haraldur konungur gjarnsamlega hafa og hefir enn eigi náð hingað til." Þau voru öll gullsaumuð (Msk., 227).

Merkin eru djásn sem menn ásælast einkum vegna þess að þau eru úr eigu Magnúsar góða. Síðar nær Haraldur merkinu í bardaga og „mælti Hákon er hann flýði, að konungs dóttur myndi hann laust þykkja á hafa haldið merkinu Magnúsar konungs, er hún hafði gefið honum". Enda leggur Hákon sig í lífshættu til að ná því strax aftur:

> Og er þeir riðu skógargötu og þeim var minnst von hleypur maður of þvera götuna úr skóginum fram og þrífur merkið annarri hendi af þeim er bar en annarri hendi leggur hann þann með spjóti; hleypur þegar í skóginn öðrum megin götunnar og hafa þeir ekki hans (Msk., 231).

Hér eru merkin dýrmætari en mannslíf. Mikilvægi þeirra liggur í tákngildinu. Þau tengja Hákon Magnúsi konungi. Sama virðist liggja á bak við þegar menn Eysteins Haraldssonar þurfa að skilja eftir „drekann mikla er hinn fyrri Eysteinn hafði gjöra látið“ og skemma hann frekar en að andstæðingarnir nái (Msk., 461). Verðmæti þessa skips fyrir hinn síðari Eystein liggur líklega ekki síst í því að það tengir hann hinum ástsæla og vitra Eysteini Magnússyni. Áður hafði Eysteinn konungur fyrirgert tengslum sínum við hinn göfuga nafna sinn með því að láta brenna naust hans:

> En naust þau er Eysteinn konungur hinn eldri hafði gera látið norður í kaupangi, er mest gersemi var í þá, voru brennd um veturinn og skip góð með, er Ingi konungur átti, og var það verk hið óvinsælsta og voru ráðin kennd Eysteini konungi (Msk., 460).

Bruni naustanna reynist örlagaríkur og leiðir óbeint til falls Eysteins. Það er táknrænt að Eysteinn Magnússon hafði látið gera naustin. Eysteinn Haraldsson er nafni sinn viðsnúinn, hann vill líkjast honum en í raun eyðileggur hann verk hins fyrri Eysteins.

Þegar Magnús góði hefur gefið Haraldi hálfan Noreg í einum sprota kemur að Haraldi:

> lét Haraldur konungur upp lúka féhirslunum og mælti síðan til Magnúss konungs: „Þér veittuð oss fyrra dags ríki mikið, er þér höfðuð áður unnið með sæmd af óvinum yðrum og vorum, og tókuð oss til samlags við yður og var það vel gjört enda höfðuð þér mikið til. Nú er hér í annan stað að sjá. Vér höfum verið utanlendis og þó í nokkurum mannhættum áður en vér hafim þessu gulli saman komið og skulu vér nú skipta þessu í tvo staði öllu, og skulu þér nú, frændi, eignast hálft gullið við oss, þar er þér vilduð að vér ættim hálft landið með yðr.“ Lét nú Haraldur konungur bera upp gullið og bera til reiðslur og skipta milli sín og þykkir þetta mikil furða hverjum er sér, er í Norðurlönd skal svo mikið gull vera komið í einn stað (Msk., 95).

Leikræn tilþrif Haralds eru áberandi. Sjónarspilið er í sjálfu sér nóg, okkur er sagt frá furðu viðstaddra og við tökum þátt í henni. En athöfnin er líka upphaf ágreinings konunganna; í kjölfarið verður ósætti um hring sem Magnús vill gefa á móti. Haraldur reynist enn vera að hugsa um þessar gjafir ári síðar, þegar Magnús hefur tekið banasóttina:

> Þá spurði Haraldur konungur: „Hversu mikið er eftir gulls þess er vér fluttum í land og gáfum í yðvart vald og þér þáguð hálft við oss?" Magnús konungur mælti: „Lít hér á borðin, frændi," segir hann, „er skipuð eru góðum drengjum og dýrlegum. Þeim sömum hefi eg gefið gullið og haft í móti gullinu ást þeirra og hollustu (Msk., 142).

Magnús telur sig greinilega hafa varið gjöfum Haralds vel en Haraldur gengur á braut og hefur engin orð um. Virðist honum mislíka að Magnús skuli hafa gefið öðrum gjafir hans. Sá sem gefur öðrum gjöf ætlast oftast til að sá sem hefur þegið gjöfina líti á hana sem dýrmæta eign og vilji fyrir engan mun skilja hana við sig. Gjafir eiga að sameina. Í banalegunni gefur Magnús góði vinum sínum hina og þessa hluti:

> Síðan mælti konungur við skósvein sinn: „Hefi eg nokkuð minnst þín?" „Ekki nú að sinni," segir hann. Konungur rétti þá til hans hníf og belti og var það hvorttveggja gersemi, sem ætla má, er þvílíkur maður hafði átt og borið. Og er sveinninn tók við gripunum, þá leit hann til konungs og var hann þá beint í andlátinu. En honum, sveininum, brá svo við og fekkst svo mikils að hann féll í óvit og er hann vitkaðist, þá voru í burtu gripirnir í þys þeim hinum mikla er þá var, og aldri sá hann þá síðan (Msk., 143).

Konungur sýnir skósveininum ástúð sína en sveinninn fær ekki notið gripanna lengur en konungs sjálfs. Þeir eru gersemi eins og hann.[23]

Áður vildi Magnús góði innsigla trúnaðarsamband sitt við Svein Úlfsson með gjöf:

> Og einn dag við drykkju gaf konungur honum skikkju sína, er skorin var af hinum dýrasta guðvef, og þar með eina skál fulla af mjöð, og bað hann drekka mótsminni, „og hér með," segir konungur, „vil eg gefa þér jarlsnafn og þvílíkt af landsgæðslu í Danmörk sem þá viljum vér hafa á kveðið, er vér komum þar".

Sveinn „tekur við skikkjunni og kastar eigi yfir sig; gefur þegar einhverjum sínum manni" (Msk., 36). Hann misvirðir gjöfina og hafnar því sambandi konungs og jarls sem hún á að tákna. Gjafir eru mikilvægt en viðkvæmt form samskipta. Áhugi á gildi þeirra sést í þáttum frá efri árum Haralds harðráða (Msk., 180–204). Það er heiður fyrir Auðun vestfirska að Danakonungur þiggur gjöf hans en Þorvarður krákunef er niðurlægður með því að Haraldur hafnar segli hans.[24] Brandur örvi fellur í ónáð fyrir meint örlæti. Úlfur auðgi fær hefndargjöf frá Haraldi. Halldór Snorrason og Haraldur konungur sættast hálfpartinn þegar Halldór sendir konungi melrakkabelgi (Msk., 155).

Gjafir hlutgera félagsleg samskipti.[25] Áhersla höfundar á slíka hlutgervingu er til marks um hlutaáhuga almennt. Í sögunni er allt þakið í hlutum. Stundum virðast þeir hafa þann tilgang fremstan að sjást á sviðinu.[26] Þá geta þeir haft eigingildi sem gersemar. Þetta sést í þætti um Sigurð Jórsalafara:

> þá mælti konungur og tók bókina þá hina dýru, er hann hafði haft í land og öll var gullstöfum ritin og eigi hafði meiri gersemi komið í land í einni bók — Drottningin sat hjá honum. — Þá mælti konungur: „Margt kann skipast á mannsæfinni. Eg átta tvo hluti, þá er mér þóttu bestir, er eg kom í land, það var bók sjá hérna og drottningin, er nú þykkir mér hvor öðrum verri, og það á eg svo í eigunni er mér þykkir verst allra hluta. Drottning finnur eigi hvernug hún er, því að svo sýndist sem geitar horn stæði úr höfði henni, og því betri sem mér þótti drottning," sagði konungur, „því öllu verri þykkir mér hún nú." Þá kastaði konungur bókinni fram á eldinn er gjör var, en laust drottningu kinnhest (Msk., 388).

Æði konungs birtist í hatri á dýrgripum sínum. Meðferð hans á bókinni og drottningu sýnir að hann hefur misst dómgreindina. Bókin er ekki aðeins tákn. Hún er mikilvæg fyrir konung sem hlutur, uns hún missir skyndilega mikilvægi sitt — um leið og konungur hættir að elska konu sína. Bókin virðist hálfgert blæti. Fyrir Sigurði er hún ígildi drottningar hans án þess að vera hún sjálf. Svipað má segja um hlutadálæti hirðmenningarinnar almennt. Það getur orðið blætiskennt — hlutirnir yfirtaka virðinguna sem þeir tákna.[27] Skrautið á sviðinu er þannig kjölfesta þess; í því búa verðleikarnir, tignin sem hirðlífið snýst um. Sá sem hafnar því missir stað sinn í lífinu. Ógeð Sigurðar á blætinu setur líf hans úr skorðum, eins og hin gyllta bók hafi verið kjölfestan í lífi hans.

Aldrei er svið Morkinskinnu skrautlegra en þegar lýst er krossferð Sigurðar Jórsalafara. Í Miklagarði heldur Kirjalax keisari leika til heiðurs hinum norska konungi.[28] Leikarnir eru gulls ígildi fyrir Sigurð sem hefur enda kosið þá fram yfir rauðagull.[29] Þeir eru auk heldur skreyttir með söng, hljóðfæraslætti og margs kyns fjölleikum. Ævi Sigurðar er skrautleg eins og bókin sem hann kastar á eldinn í sturlun sinni. Þegar hún brennur er það ekki aðeins skrautgripur sem skemmist. Konungur er sjálfur að skemmast.

Í hlutadálæti sögunnar birtist táknræn hugsun þar sem hið ytra og innra eru í nánum tengslum hvort við annað. Um leið skapa hlutirnir kennd fyrir eftirsóknarverðum glæsibrag hirðsamfélagsins sem hefur verið fjarlægur íslenskum söguhlýðendum. Þannig eru þeir önnur hlið á framandleikaáhuga (exótisma) sögunnar.

7.5 Séð í tvo heima

Drjúgur hluti sögunnar gerist í fjarlægum löndum. Frásagnir af æsku Haralds harðráða og Jórsalaferð Sigurðar Magnússonar eru ítarlegri í Morkinskinnu en nokkurri annarri sögu. Heimur sögunnar er víðfeðmur. Gervöll Evrópa kemur við sögu og Haraldur er sagður hafa barist við „konunginn sjálfan í Affríka“ (Msk., 64).[30] Hinn víðfeðmi söguheimur ber vitni rómantískum áhuga á því framandlega. Það birtist í lýsingu á dvergnum Tútu sem skemmtir við hirð Haralds harðráða:

> Sá maður var með Haraldi konungi en Túta hér, frískur maður og var þar til sýnis. Hann var lágur sem dvergur og digur og eitt kveld lét konungur hann taka vopn sín, brynjuna Emmu og hjálm og sverð, og bað hann ganga fyrir hirðina í drykkjustofu. Þá er menn sátu undir borðum kom hann inn með þessum búnaði og hlæja menn að honum og þótti maður undarlegur (Msk., 236).

Dvergvöxtur Tútu er spennandi.[31] Með því að greina frá slíku furðuverki er dregin upp mynd af hirðheimi þar sem fyrir ber kynjar sem eru framandi fyrir hlýðendur sögunnar. Um leið sést munur hins fágaða og hins frumstæða: tveir heimar. Þegar Haraldur harðráði er handtekinn í Miklagarði er hann látinn fást við orm í gryfju (Msk., 80–82).[32] Í heimi fullum af furðum eru hvarvetna gersemar en líka hættur og skrímsl, eins og í ævintýrasögu.[33] Mörk hins eðlilega og óeðlilega eru óskýr.

Á 12. og 13. öld jókst forneskjuáhugi sagnaritara jafnt og þétt. Fyrir framan hina þekktu sögu spunnu sagnaritarar forsögu og þegar staðreyndir skorti var gripið til ævintýraformgerða.[34] Í Morkinskinnu gætir áhuga á hvers kyns fornum siðum, eins og í slíkum forneskjusögum; það sést í ítarlegri lýsingu á siðum við hirð Ólafs kyrra.[35] Í sögunni er lýst tiltölulega nálægri fortíð, því sem gerðist fyrir 60–190 árum. Samt má þar finna ævintýraminni sem vitna um dálæti á vel kryddaðri og ævintýralegri frásögn. Hér má einnig sjá örla á þeirri hugmynd að fortíðin sé alltaf ævintýri. Sveinn Úlfsson flýr eitt sinn úr orustu við Harald harðráða beint inn í ævintýri, til kerlingar í koti sem ekki þekkir konung og hallmælir honum ákaft í eyru hans. Þá tilkynnir rödd sögunnar að hér séum við komin úr sagnfræðilegum veruleika inn í „gamans frásögn og eigi sögulegt einskostar" (Msk., 215). Við höldum inn á svið þjóðsögunnar, inn í gamansögu sem á sér ýmsar hliðstæður í flökkusögnum síðari alda.[36]

Almennt gildir að því fleiri ævintýraminni sem sjást í sögu, þeim mun ákafar blótar höfundur skáldskapargyðjuna. Ævintýraminni í sögu eru þó ekki órækur vitnisburður um að hún sé ósöguleg. Fremur er hægt að líta svo á að sagnaritarinn sé ekki fullsáttur við þröngan ramma hins sögulega og hafi söguskilning sem getur rúmað álfa, tröll, flugdreka og hvers kyns furðuskepnur.[37] Frásögnin sjálf virðist þá mikilvægust. Í Karlsþætti vesæla er Karl bundinn í myrkrastofu og þarf að aka sér í átt að öxi einni sem hann þarf síðan að núa sér við til þess að skera á fjöturinn:

> Og eftir það leitar Karl út frá þeim í brutt en hendur hans voru bundnar á bak aftur en fjötur á fótum. Hann ekur sér þá þar að sem lá öx eins þeirra varðmannanna og færir þar ofan á bakið og nýr höndunum við eggina uns hann fekk skorið strenginn og voru þá lausar hendur hans (Msk., 14).

Hér er á ferð sígilt ævintýraminni og þættinum lýkur síðan á bátakappakstri (Msk., 17). Ófá slík hasaratriði eru í Morkinskinnu. Í eltingarleik eru „leystir sporhundar í skóginn og þegar villtist þeim vegur" (Msk., 323).[38] Þá má sjá drekadráp og berserki sem járn bíta ei. Þegar mikið liggur við eru viðburðir þríteknir.[39] Haraldur harðráði leggur þrjá kosti fyrir Hákon Ívarsson og velur Hákon þann sem mest líkist þraut í ævintýri (Msk., 222–23). Hreiðar heimski minnir á kolbít, „varla sjálfbjargi fyrir vits sökum" (Msk., 124), en reynist hafa munninn fyrir neðan nefið. Staðlaðar manngerðir varpa ljósi á sögulegar persónur og sögulegir viðburðir fá formgerð ævintýra.[40]

Þátturinn um Magnús byskup Einarsson og Harald gilla sýnir í tvo heimana á annan hátt. Þegar byskup kemur til hirðarinnar er konungur í vanda og þykir skorta gjafir. Hann grípur fyrst borðker og réttir byskupi en drottning gefur honum hægindið undan sér:

> var þá rætt um hvað af borðkerinu skyldi gera, þess er konungi gegndi best. Byskup leitaði ráðs við menn. Mæltu sumir að selt mundi og gefið fátækum mönnum verðið. Þá mælti byskup: „Annað ráð vil eg taka. Gjöra skal af kalek hér að staðnum og vil eg svo fyrir mæla að hann njóti. [...]" Og sá kalekur er mestur að staðnum í Skálaholti (Msk., 405).

Gjafir sem konungur fleygir í menn þegar ekkert betra er við hendina verða mestu dýrgripir á hinu fátæka Íslandi. Regindjúp er milli Íslands og ríkari landa og lýsingar á auð og ofgnótt erlendis skapa spennu milli heims sögunnar og veruleika söguhlýðenda.

Hið framandi og hið erlenda eru hliðstæður í Morkinskinnu. Áhuginn á því sem er framandi birtist ekki síst í því hve drjúgur hluti sögunnar gerist í fjarlægum löndum. Sagan hefst í Garðaríki, frá upphafi koma Danmörk og England mikið við sögu og Vindur eru nálægir fjendur. Það er þó fyrst þegar segir frá Haraldi harðráða að tekið er að ferðast og nöfn á borð við Saxland, Frakkland, Langbarðaland, Rómaborg og Púl koma fyrir. Haraldur harðráði er í Miklagarði lengi og síðar Sigurður Jórsalafari og Erlingur skakki. Mikligarður var á þeim tíma eina borgin í Evrópu og ekkert í Vestur-Evrópu jafnaðist á við hana.[41] Lýst er furðu hinna norrænu manna gagnvart öllum auðnum þar þegar Kirjalax keisari heldur leika fyrir gest sinn, Sigurð Jórsalafara:

> Það segja þeir menn er verið hafa í Miklagarði að paðreimur sé á þá leið gjör, að veggur hár er settur um einn völl að jafna til víðs túns kringlótts og gráður umhverfis með steinveggnum og sitja menn þar á en leikur er á vellinum. Eru þar skrifuð margskonar forn tíðindi, Æsir og Völsungar og Gjúkungar, gjört af kopar og málmi með svo miklum hagleik, að það þykkir kvikt vera, og með þessi umbúð þykkir mönnum sem þeir sé í leiknum. Og er leikurinn settur með miklum brögðum og vélum, sýnist sem menn ríði í lofti og við er og skoteldur hafður og sumt af forneskju. Þar við eru höfð allskonar söngfæri, psalterium og organ, hörpur, gígjur og fiðlur og alls konar strengleikur (Msk., 350).

Þó að norrænir menn láti stórlega í útlöndum virðumst við sjá þessi undur hringleikahússins með galopnum augum þeirra.[42]

Þeir sem hlýddu á Morkinskinnu hafa heyrt þar minnst á mörg lönd: Sikiley, Jórsali, Sæviðarsund, Njörvasund, Ungverjaland. Sigurður Jórsalafari kemur við á eyjunni Ibiza sem enn er vinsæll ferðamannastaður (Msk., 347). Hann dvelst í Lissabon og á Spáni þar sem márar eru í suðri. Hann hittir Rómarkeisara í Sváfu (Msk., 351–52). Í sögunni er einnig sagt frá fátækum íslenskum hirðmönnum sem ganga suður (Msk., 183 og 387). Geta má nærri hvílíkur ævintýrabragur slíkum mönnum hefur þótt vera á sögu norsks konungs sem er tekið sem jafningja af sjálfum Rómarkeisara. Allir konungar taka Sigurði vel og skiptast á gjöfum við hann. Ferðasaga hans sýnir að Noregskonungur er jafn öðrum konungum þó að Noregur sé smár.[43] Eins eru menn stoltir þegar Nikulás kardínáli kemur frá Róm á vegum páfa til að setja erkistól í Niðarósi. Síðar verður hann páfi að nafni Adrianus „en svo sögðu þeir menn er um hans daga komu til Rómaborgar að aldregi átti hann svo skylt að tala við aðra menn að eigi mælti hann við Norðmenn fyrst ávallt, ef þeir vildu ná máli hans" (Msk., 454). Norðmenn hafa ástæðu til að vera stoltir yfir að sjálfur páfinn skuli taka ástfóstri við þá. Greina má svipað stolt og þegar heimsfrægir útlendingar sem hafa stigið fæti á Ísland eru jafnan nefndir „Íslandsvinir" síðan.

Á Englandi áttu norrænir menn frá fornu fari fótfestu; þegar sagan hefst ræður ætt Knúts ríka Englandi og Noregi. Gerst er Englandi lýst þegar Haraldur harðráði heldur þangað í hinstu herferð sína. Staðháttum á árbökkum árinnar Úsu er lýst ítarlega áður en slær í brýnu milli innrásarliðsins og hers jarlanna Valþjófs og Morukára (Msk., 267–68). Atburðum er lýst svo rækilega að textinn virðist ætlaður hlýðendum sem ekki gjörþekkja til. Þó eru England og Normandí greinilega ekki framandi lönd, ekki frekar en Orkneyjar og Írland, Þýskaland og Garðaríki.[44]

Heimurinn er ekki aðeins stór að máli. Hann rúmar einnig fortíð og eilífð og margt sem nú er ýmist talið ekki til eða vísað handan við náttúruna, kallað yfirnáttúra.[45] Morkinskinna er veraldleg saga, það sést á samanburði við Heimskringlu.[46] Það merkir ekki að hún sé aðeins á einu plani. Guð og Ólafur helgi taka þátt í samfélaginu, koma í drauma og veita ýmis tákn. Taka þarf tillit til guðs og dýrlinga hans og margs konar samgöngur eru á milli hins andlega og veraldlega. Þórir af Steig mætir ekki í herferð Haralds til Englands „fyr því að hann hafði dreymt illa um konung" (Msk., 266). Eflaust er Þórir einfaldlega búinn að reikna dæmið til enda en hitt er víst að feigðarboðarnir halda áfram. Konur birtast og kveða og Harald dreymir feigðarvísur.[47]

Dýrlingar eru nálægir á messudegi sínum og ýmsir atburðir sögunnar tengjast þeim.[48] Það skiptir máli hvað gerist eftir dauðann. Tekið er fram hvar látnir konungar hvíla.[49] Forfeður manna og niðjar sjást í ættartölum. Skúli konungsfóstri er sagður forfaðir „Inga konungs og Skúla jarls“ (Msk., 284). Ekki eru heldur alltaf skörp skil milli kristni og heiðni: „Þetta var Matteusmessuaftan en hún stóð þá á óðinsdegi“ (Msk., 269). Hér mætast Óðinn og Matteus eins og ekkert sé. Heimur Morkinskinnu er kristinn en áfram lifir þar fjölmargt sem ekki er kristið en þó hluti hins kristna heims. Þó að þegnar Haralds harðráða séu kristnir og sagnaritarinn einnig þykir ekki útilokað að Haraldur og María dóttir hans hafi haft „eins manns fjör [...] bæði“ en þau létust sama dag (Msk., 282).

Ólafur kyrri leggur sem fyrr sagði rækt við hefðir en er þó fulltrúi hins vísindalega skilnings í sögu um karl sem sagður er kunna krákumál. Sá virðist litinn svipuðum augum og skyggnir menn nú, er dægradvöl hirðmanna frekar en spámaður sem tekinn er alvarlega:

> þar er einn búandkarl sá gamall er hann veit fyrir marga hluti og höfum vér margs spurt hann og hefir hann úr leyst og þótti oss eigi meðalskemmtan við hann að tala og það hyggjum vér að hann kunni fugls röddu. Konungur mælti: „Slíkt mun hégómi mikill og trúi eg ekki á“ (Msk., 293).

Þegar konungur er á ferð nálægt karli ákveður hann að reyna hann á vísindalegan hátt. Hann lætur stela hrossi hans og höggva af höfuðið. Karl kemst að því en hefur þó enga aðra heimildarmenn en krákur sem fljúga skrækjandi yfir. Hér mætast hin vísindalega aðferð og töfrar hversdagsins. Niðurstaðan er að karl kunni vissulega krákumál.

Morkinskinna er hálfgerð samtíðarsaga; þar er aðeins farið tvær aldir aftur í tímann. Samt skipta fortíð og hefð máli. Mikill áhugi er á hinu framandlega, hvort sem það eru fornir siðir eða erlend lönd. Þar birtist sami exótismi og í hlutadálæti sögunnar. Þessi saga er knúin áfram af samblandi fróðleiks- og skemmtifýsnar.[50] Höfundur sér í tvo heimana, sögulega veröld annálaritara og undraveröld ævintýrisins þar sem ekki aðeins nöfn og staðreyndir skipta máli heldur sjálf frásögnin og undur hennar. Í sögunni birtist fróðleikur um fortíðina, hið einstaka, hinn liðna viðburð og þá einstaklinga sem þar komu við sögu á tiltekinni stund og stað. En allar sögur eru einnig almennar, eins og ævintýr. Við hinn almenna þátt leggur Morkinskinnuhöfundur ekki síður rækt.

1 Sverrissaga er raunar full af fólki og eiga þær Morkinskinna það sameiginlegt, ásamt ýmsu öðru.

2 Taka má undir orð Jamesons (The Political Unconscious, 20): „there is nothing that is not social and historical." Að hans mati eru samfélagið og sagan alstaðar í textum (Sama rit, 17–102). Sú hugmynd er vitaskuld ekki ný, ekki heldur á Íslandi (sbr. Sverrir Kristjánsson, Þjóðfélagið og skáldið).

3 Sbr. Hallberg, Some Aspects of the Fornaldarsögur as a Corpus, 23–27. Ýmis dæmi eru um hornablástur í Morkinskinnu (t.d. bls. 125, 143 og 154) og atburðir gerast stundum í skógi (t.d. bls. 139: „og lágu þar er skógur var nær þjokkur"). Um skóga í miðaldabókmenntum og margvíslega merkingu þeirra, sjá Saunders, The Forest of Medieval Romance.

4 Ýmsar norrænar Artúrssögur hefjast á svipaðan hátt, t.d. Ívenssaga, Erexsaga og Möttulssaga og raunar einnig Samsonarsaga fagra.

5 Eðlilegt virðist að gera ráð fyrir að garður merki hér húsagarð fremur en hús enda þyrfti Halli annars að hlaupa inn í húsið.

6 Um það eru allmörg dæmi önnur en hér er getið, t.d. á bls. 359 og 375. Oft er sviðið hafnarbær eins og sést þegar Sigurður slembir hefur vegið Harald gilla og stendur og talar „við þá er stóðu á bryggjunum [...] Þangað dreif margt lið úr konungsgarði" (Msk., 413).

7 Gera má ráð fyrir að kaupstaðir hafi átt að vera griðastaðir enda almennt litið á verslun sem friðsamlegt athæfi. Ýmis dæmi eru um það síðar að markaðstorg séu friðuð með lögum en ekki þó minnst á slíkt í norskum lögum (Wikström og Blom, Torgfrid). Þó að ég tengi siðmenningu hér bæjum er ekki þar með sagt að bæjarmenning hafi jafnan verið siðuð og að ofbeldið hafi ekki átt heima þar í raun, sbr. athuganir Sandnes á vígaferlum í Björgvin á 16. öld (Kniven, ølet og æren, 65–84). Um takmarkanir á ofbeldi á 13. öld hefur Sverrir Jakobsson fjallað ítarlegast á íslensku (Friðarviðleitni kirkjunnar á 13. öld).

8 Hér eru nokkrir ólæsilegir staðir og gæti hér átt að standa „jafnmörgum kertum og handgengnir menn voru til".

9 Allnokkru síðar er sagt frá því að Einar kemur til konungs og situr „hið næsta konungi" (Msk., 114).

10 Sjá Crouch, The Image of the Aristocracy in Britain, 27–38; Huizinga, The Waning of the Middle Ages, 38–48, 54–64. Sbr. Elias, The Court Society, 78–116.

11 Gott dæmi um það er lýsing á brúðkaupi Gunnars og Hallgerðar í Njálu (Brennu-Njáls saga, 88–89). Viðlíka áhersla á sætaskipan er í Konungsskuggsjá (sbr. Kramarz-Bein, Zur Darstellung und Bedeutung des Höfischen, 70). Sjá einnig Reichert, King Arthur's Round Table.

12 Í útgáfu Finns Jónssonar stendur „öllum" en Jonna Louis-Jensen hefur leiðrétt það í „öllu" eftir að hafa lesið handritið við útfjólublátt ljós (sjá kafla 2, nmgr. 9).

13 Um mikilvægi gulls í germanskri og norrænni víkingamenningu, sjá Gurevich, Categories of Medieval Culture, 215–19. Guðrún Nordal (Tools of Literacy, 309–38) hefur fjallað um gull í dróttkvæðum.

14 Finnur Jónsson (Indledning, viii) nefnir burdeigja sem tökuorð í Morkinskinnu. Orðið mun tekið úr miðlágþýsku og tengjast stofninum burt í orðinu burtreiðar (Ásgeir Blöndal Magnússon, Íslensk orðsifjabók, 93 og 94).

15 Hér er vísað til fyrirbæris sem nefnt hefur verið „conscientious consumption" og var fyrst dregið fram af bandaríska félagsfræðingnum Veblen (The Theory of the Leisure Class, 35–101). Weber (Wirtschaft und Gesellschaft) lagði ríka áherslu á gildi neyslunnar fyrir virðingu og samfélagsstöðu og Bourdieu (Distinction, o.v.) hefur dregið inn hugtök eins og smekk og sett í nýtt samhengi. Margt er sótt til hans hér um menningarauð, gildi hins ytra og samfélagslegt hlutverk hluta. Torfi Tulinius (Snorri og bræður hans) hefur beitt hugmyndum Bourdieus á íslenskt samfélag á 13. öld. Sbr. Torfi Tulinius, Virðing í flóknu samfélagi.

16 Bent hefur verið á vægi þessa í lífi danska aðalsins á síðmiðöldum: „adelens liv var [...] også gennem ydre omgivelser og handlinger at synliggøre og manifestere den rigdom, man besad.

Flotte og prægtige klædedragter, dyre, ødsle og ugelange fester, heste og beredne svende hørte med til den adelige livsstil." (Bisgaard, Tjenesteideal og fromhedsideal, 122) Þetta er höfuðatriði í greiningu Elias (The Court Society, 37–38 o.v.) á hirðmenningu miðalda og síðari alda, sbr. Crouch, The Image of the Aristocracy in Britain.

17 Heimskringla I, 212. Sjá Klaniczay, The Uses of Supernatural Power, 51–78. Klæði konunga gátu haft verulegt pólitískt vægi. Karlamagnús klæddist alltaf eins og Franki til þess að sýna að Frankaríki væri kjarni ríkis hans þó að hann héti Rómarkeisari (Klaniczay, The Uses of Supernatural Power, 58).

18 Um tákngervingu karla sem skrauts, sjá Ármann Jakobsson, (Miðalda)kona verður til.

19 Austmaður einn er í vist hjá Þorgils Oddasyni ásamt Sigurði slembi og er sá „skartsmaður mikill og barst mikið á" (Msk., 410). Í þessu tilviki gæti þetta verið tekið fram manninum til háðungar.

20 Sbr. Ármann Jakobsson, Í leit að konungi, 108–11. Jafnvel á 20. öld þekkist sú trú að konungar séu ekki sannir konungar nema þeir hafi ákveðin tákn undir höndum. Sjálfur fræddist ég um þetta á unga aldri í Tinnabókinni Veldissproti Ottókars konungs eftir Hergé.

21 Stock, The Implications of Literacy, 47. Hann bendir á (47–52) að í munnmenntasamfélagi eru tákn (t.d. sprotar) notuð til að sýna yfirfærslu eigna. Er um það notað hugtakið manumissio. Sbr. Clanchy, From Memory to Written Record, 21–28; Crouch, The Image of the Aristocracy in Britain, 177–251.

22 Þá dreymir Sigurð konung Jórsalafara að þeir bræður Eysteinn og Ólafur sitji allir á einum stóli en Eysteinn ræður drauminn svo „að stóllinn jartegni ríki þetta er vér höfum, bræður" (Msk., 359).

23 Örlög gripanna gætu verið vísbending um að sveinninn hafi ekki notið lengi trúmennsku sinnar.

24 Eins má segja að Magnús góði heiðri Þránd hinn upplenska með því að skiptast á klæðum við hann og þiggja af honum dýra pellsskikkju og góð vopn (Msk., 103–4).

25 Í þessari umfjöllun hefur verið stuðst við athuganir Mauss (The Gift) og Gurevich (Categories of Medieval Culture, 215–39).

26 Hlutir geta einnig verið herfang (t.d. Msk., 160, 347), þættir í dýrkun dýrlings (Msk., 66, 216, 285), níð (Msk., 135, 148) eða djásn (Msk., 76, 100, 172, 202, 248, 396).

27 Sbr. Elias, The Court Society, 85–86. Um blæti, sjá Dagný Kristjánsdóttir, Undirstraumar, 284–89.

28 Sbr. kafla 13. Um þá lýsingu, sjá Riant, Expéditions et pèlerinages des Scandinaves, 199–203; Sigfús Blöndal. Væringjasaga, 31–35 og 212–17.

29 Á hinn bóginn kaus Eiríkur Danakonungur gullið og í Knýtlingasögu er eytt miklu rými í að skýra slæma lausafjárstöðu Eiríks sem olli því að hann tók þann kost. Síðan er bætt við: „Ok greinask menn at því, hvárt hǫfðinglegar þótti kosit vera." (Danakonunga sǫgur, 237)

30 Sbr. Andersson og Gade, Introduction, 83.

31 Sigurður Samúelsson hefur rætt dvergvöxt Tútu og læknisfræðilegar orsakir hans (Sjúkdómar og dánarmein íslenskra fornmanna, 159–60). Um furðuþjóðir sem taldar voru leynast hvarvetna á miðöldum, sjá Friedman, The Monstrous Races in Medieval Art and Thought. Um stöðu framandi manna í Evrópu í miðöldum, sjá safnritið Europa og de fremmede i middelalderen.

32 Síðar þarf hann að særa orm úr vinkonu sinni (Msk., 196–98). Tengja má það atvik við fóstureyðingu enda hafa drekar sterk tengsl við fæðingar (Ásdís Egilsdóttir, Drekar, slöngur og heilög Margrét). Drekadrápið í Miklagarði er einnig í Danasögu Saxa (Saxonis Gesta Danorum I, 305–6), e.t.v. undir áhrifum frá Ragnari loðbrók og Sigurði Fáfnisbana. Sjá Lönnroth, The Man-Eating Mama, 44.

33 Sbr. Lönnroth, Njáls Saga, 55–61. Lönnroth telur að það séu ekki síst undrin í íslenskum miðaldasögum sem gera þær heillandi, fremur en hið meinta „raunsæi". Eins og hann orðar það:

„it is readable partly because it is unreadable, i.e. difficult to fully understand." (Saga and Jartegn, 122)

34 Um fornmenntastefnu 12. aldar, sjá m.a. Bjarni Guðnason, Um Skjöldungasögu, 243–94. Schlauch (Romance in Iceland) fjallaði fyrst á heildstæðan hátt um þátt hins ævintýralega í íslenskri sagnaritun og bendir á að það hafi jafnan verið fyrir hendi þó að sögurnar hafi þótt raunsæjar að einhverju leyti (12–17).

35 Íslenskar miðaldasögur eru almennt "immersed in matter" eins og Ker sagði (Epic and romance, 184).

36 Þessi flökkusögn á sér ýmsar hliðstæður frá miðöldum; sú nánasta er líklega sagan um Elfráð ríka og kökurnar sem raunar er enn líkari Heimskringluafbrigði hennar (Martinez Pizarro, Kings in Adversity; Harris, The King in Disguise, 57–66). Í grunninn er hér á ferð flökkusögn um konung sem ekki þekkist af fátækum þegni. Man undirritaður eftir að hafa heyrt þessa sögu um danskan konung (sem var ruglað saman við Tordenskjold) og einnig um Friðrik 2. Prússakonung sem hefur dregið að sér flökkusagnir. Eins og ýmsir hafa bent á (t.d. Harris, The King in Disguise; Lindow, Hreiðars Þáttr heimska and AT 326) er margt efni þátta ævintýra- og þjóðsagnakennt. Það segir vitaskuld sína sögu um Morkinskinnuhöfund hversu mikið slíkt efni er í sögu hans (og ekki bundið við þættina).

37 Sjá nánari umræðu í grein minni, History of the Trolls?, 53–60.

38 Þá hefst einn þáttur á að Íslendingur verður vitni að fjársjóðsleit: „þá sá hann [...] að tveir menn gengu þangað leynilega með graftól og grófu þar í jörð, og það ætlar hann að þeir muni fjár leita" (Msk., 172).

39 Sjá t.d. Msk., 104, 112, 167–68, 396.

40 Á þetta hafa Lindow (Þáttr) og Kalinke (Sigurðar Saga Jórsalafara, 158–59) bent.

41 Yfirlit um norræna menn og Miklagarð er hjá Sigfúsi Blöndal (Væringja saga). Storm (Harald Haardraade og Væringerne) gerði rækilega úttekt á sögulegum kjarna sagna um Harald harðráða í Miklagarði og um það fjallar Sigfús Blöndal einnig (Væringjasaga, 108–68). Sbr. Bagge, Harald Hardråde i Bysants; Krag, Harald Hardrådes ungdomsår og kongesagaene; Hagland, Olavslegender frå Bysants; Sverrir Jakobsson, Haraldur harðráði í samtíð og sögu. Bæði Bagge (Harald Hardråde i Bysants, 175) og Hagland (Olavslegender, 195) leiða hjá sér frásagnir Morkinskinnu af æsku Haralds en á ólíkum forsendum.

42 Það væri raunar efni í langa og mikla umræðu hvað Æsir, Völsungar og Gjúkungar séu að gera hér.

43 Kalinke, Sigurðar Saga Jórsalafara, 157. Hún hefur vakið athygli á því að í íslenskum rómönsum er gjarnan minnst á tungumálakunnáttu hetjunnar (Kalinke, The Foreign Language Requirement) og sýnir í senn áherslu á menntun og að menn séu sigldir.

44 Um tengsl norrænna manna og Englendinga á miðöldum, sjá m.a. Leach, Angevin Britain and Scandinavia; Lawson, Cnut, 4–8, 163–74 o.v. Í sögu af Styrkári stallara og vagnkarli einum skilur karl að hér muni Norðmaður á ferð; enskir virðast vanir þeim (Msk., 280). Á ritunartíma sögunnar voru England og Frakkland eitt menningarsvæði en sjálfstæð tengsl norrænna manna við Frakkland voru einnig mikil, sjá m.a. Foote, Aachen, Lund, Hólar; Foote, Latin rhetoric and Icelandic poetry.

45 Sbr. Ármann Jakobsson, History of the Trolls?, 53–55. Davíð Erlingsson (Um raunhyggjumeinlokur) hefur gagnrýnt þá hneigð nútímafræðimanna að sjá hjá höfundum og persónum íslenskra miðaldasagna sams konar raunhyggju og þeir eru sjálfir litaðir af og um leið skilningsleysi á öllu sem nútímamönnum þykir ekki heyra til raunveruleikanum. Sbr. Davíð Erlingssson, Saga gerir mann, o.v.

46 Það sem seinasti þriðjungur Heimskringlu hefur fram yfir Morkinskinnu eru einmitt jarteinir tengdar Ólafi helga (sjá kafla 5). Sbr. Sverrir Tómasson, Snorri Sturluson als Hagiograph.

47 Draumur Sigurðar Jórsalafara fyrir komu Haralds gilla til Noregs er annað dæmi um óhugnanlegan draum með yfirnáttúrulegt eðli. Holtsmark (Harald Gille, en sending) túlkaði

hann svo að líta bæri á Harald sem eins konar „sendingu" og tengdi hann göldrum enda væri slíkt orðalag notað í Sverrissögu.

[48] Sjá m.a. Msk., 143, 269, 334, 413, 431 og 458.

[49] Sjá m.a. Msk., 147, 284, 296, 364, 388, 400 og 438.

[50] Andersson og Gade (Introduction, 57) orða þetta svo: „This person [...] was more of a storyteller than a critical historian". Óvíst er þó að Morkinskinnuhöfundur hefði greint hér á milli.

8. Harður heimur

8.1 Þrjár hengingar

Í Morkinskinnu kemur eitt sinn til átaka milli Íslendingsins Ásu-Þórðar og oflátans Ingimars. Þórður finnur „svein einn er svipt hafði undir sig“ stafntjaldi hans, lætur taka „sveininn höndum og rekur heim fyri sér í garðinn og lætur þar varðveita“. Þessu reiðist Ingimar og krefst þess að Þórður selji fram manninn. Þórður kveðst aftur á móti ekki vilja „láta ganga ódæmdan þjóf um bæinn“ (Msk., 361). Kemur til deilu milli Ingimars og vina Þórðar í hirð Eysteins konungs. Að lokum er kallað á konung:

> Konungur biður taka þjófinn og leiða á mót, og var svo gjört og var bundið tjaldið á bak honum, sem siður er til. Síðan var hann dæmdur og festur upp út á Eyrum. Þá mælti konungur: „Hvað ætlar þú, Ingimar, hvað þjófurinn mun hafa í öðrum heimi?“ „Gott,“ sagði Ingimar. „Nei,“ sagði konungur, „beint helvíti“ (Msk., 364).

Engin samúð er sýnileg með sveininum sem er hengdur. Þó sýnist glæpur hans lítilfjörlegur. Ekki kemur fram hvað honum gekk til með að taka tjaldið eða hvort Ingimar fékk hann til þess. Refsingin er hins vegar opinber og hörð.[1] Henging þótti á þeim tíma auðmýkjandi dauðdagi sem tignarmönnum var hlíft við; sveinninn er hengdur opinberlega og hluturinn sem hann stal er festur á bak honum.[2] Og refsingunni er ekki lokið: konungur vísar honum beint til helvítis eftir dauðann.[3] Erfitt er að skilja hvað felst í þeim samræðum. Er konungur að benda Ingimari á eigin ábyrgð á því að sveinn hans fari nú til helvítis? Konungur virðist óþarflega harðneskjulegur og á þó í hlut sami Eysteinn konungur og áður læknaði Ívar Ingimundarson af hugsýki með stakri nærfærni.

Þjófurinn sjálfur fær aldrei orðið og erfitt er að mynda sér skoðun á honum eða þykja hann verðskulda refsingu. Um hann er það eitt vitað að hann er „sveinn“ sem getur merkt ungan mann, vart af gelgjuskeiði, eða þjón. Hann er í öllu falli ótvírætt minni máttar. Þessi hengingarlýsing er samhengislaus, einfaldlega henging ungs manns sem á lítið undir sér þar sem ekkert mat kemur fram annað en orð konungs en nógu ítarleg er hún til að vekja hroll söguhlýðenda þó að hún sé svo hlutlaus að jaðri við grimmd.[4]

Fyrr í sögunni segir frá því þegar Steigar-Þórir leiðir uppreisn gegn Magnúsi berfætt sem rennur út í sandinn þar sem allir flýja. Þá mun Þórir vera 63 ára og kemst varla ferða sinna: „var Þórir borinn í börum um fjallið, því að hann var hrumur mjög fyr elli sökum" (Msk., 302). Elli Þóris og hrumleiki eru dregin fram og hann fær að tjá sig. Þegar hann hæðir menn sína fyrir að renna af hólmi eftir mörg hreystiyrðin gerir kaldhæðnin hann mannlegri (Msk., 302–3).[5] Ekki skortir hann svör við háðsglósum andstæðinganna:

> Þá er skipin renndu saman áður en Þórir yrði handtekinn kallaði Sigurður ullstrengur á Þóri: „Ertu heill, Steigar-Þórir?" Hann svaraði: „Heill að höndum en hrumaður að fótum." [...] Þá mælti Sigurður: „Feitur ertu, Þórir." „Matur minn veldur því og munngát," sagði Þórir. [...] og er Þórir sér gálgann og banann opinn fyri sér, en þeir voru tveir einir eftir, þá mælti Þórir og glotti við. [...] Mörg hermdarorð mæltu menn við Þóri. [...] Það segja menn að Víðkunnur Jóansson mælti, þá er Þórir var leiddur til gálgans og hann reikaði af götunni, er hann var fóthrumur: „Meir á stjórn, Þórir," sagði hann, „meir á bakborða" (Msk., 303–4).

Þórir bregst hetjulega við kerskninni. Þó að fram komi að menn eigi harma að hefna sjá söguhlýðendur gamlan fóthruman mann sem er tekinn höndum, spottaður og dreginn í gálga sem hann reynist svo of þungur fyrir. Aftakan verður gróf; Þórir lætur líf sitt á hrottalegan hátt í gálganum sem ber ekki þunga hans (Msk., 304).

Þá er eftir Egill Áskelsson tengdasonur Þóris sem einn manna flýr ekki, sagður „hinn kurteisasti maður og allra manna vaskastur" þegar hann er leiddur á land (Msk., 303–4). Þegar Egill hefur horft á tengdaföður sinn hengdan er hann

> leiddur undir gálgann, en þrælar konungs skyldu hengja hann, og þá mælti Egill við þrælana: „Eigi munu þér af því þetta við oss gera að festa oss upp, að eigi væri hver yðar maklegri til" (Msk., 304–5).

Agli þykir auðmýking að þrælar skuli hengja hann — enda henging ekki refsing tignarmanna. Egill er göfugur að útliti sem innræti og verður hraustlega við í þessu sjónarspili:

> Þá mælti Egill: „Það ætla eg að nú hyggi menn hér gott til að sjá fótalætin vor í dag." Hann var í hálfskiptum kyrtli. Þá svöruðu menn honum:

> „Ætlar þú eigi að þú munir því ráða hversu þér skal bregða við banann?“ „Það mun nú sýnast,“ sagði Egill, „hvort eg má nekkvi um ráða,“ og síðan var virgill dreginn á háls honum, og er hann hóf upp, þá sté hann fætinum öðrum á ristina og brást ekki við, og þar lét hann líf sitt og allir hörmuðu slíkan dreng (Msk., 305).

Síðan er tekið fram að líklega hafi konungur viljað verða beðinn um líf Egils en ekki veitt grið óbeðinn. Lýsingin er gróf. Tal Egils um „fótalæti“ afhjúpar hrottalegt sjónarspil. Annars konar áhrif skapast en samúðin með hinum hruma Þóri.[6] Um leið og hlýðendur dást að glæsimenninu sem hefur mestar áhyggjur af eigin viðbrögðum í leiknum horfast þeir í auga við dauða og óhugnað. Hengingarnar þrjár eru leiksýningar og söguhlýðendur í sporum áhorfenda að skipulegum en hrottafengnum dauða annars manns.

Þessar þrjár hengingar fá talsvert rými í sögunni. Aftöku Sigurðar slembis er einnig lýst rækilega. Hún er svo hrottaleg að „alþýða manna gekk frá og vildu eigi á sjá“ (Msk., 436). Farið er yfir mörkin; Sigurður verður píslarvottur, lyftist í stað þess að lægjast og bregst nánast ofurmannlega við. Harka í aftökum og pyntingum kallast á við tilfinningaviðbrögð þeirra sem þekkja hina vegnu. Ívar skrauthanki er vitni að aftöku Ívars dyntu:

> Ívar dynta var leiddur á land upp og höggvinn. [...] Það sagði Ívar að það hafði svo liðið yfir hann að honum þótti mest er nafni hans var leiddur á land upp undir öxi og hvarf til þeirra og bað þá heila hittast (Msk., 434).

Grimmdinni fylgir viðkvæmni sem gerir hinar hrottalegu lýsingar tvísýnar.

Norbert Elias telur viðhorf Evrópumanna á miðöldum til dauðans þversagnakennt. Ekki var að fást um ofbeldi og dauða, vert var að leiða þetta hjá sér og vera kátur. Þeim sem höfðu valdið í sínum höndum þótti sjálfsagt að beita því gegn öðrum.[7] Grimmd gerði menn ekki óhæfa í samfélaginu heldur var ánægja af pyntingum og aftökum jafnvel æskileg hjá þeim sem höfðu manndráp að atvinnu. Riddarahugsjónin var göfguð en starf riddarans eftir sem áður að berjast.[8] Vígaferli voru þannig til þess að njóta enda léku menn sér í bardagaleikjum þegar ekki var völ á raunverulegum ófriði.[9] Tilfinningaviðbrögð voru öfgakennd: hágrátur og yfirlið, bræði, misþyrmingar og ofbeldi sem gat haldist í hendur við ofsafengna kátínu eða jafnvel öfgakennda mildi.[10] Í íslenskum miðaldasögum finnast ofsafengin ofbeldisverk svo að jaðrar við kvalalosta og hefur einkum verið litið til þess í Sturlungu og Íslendingasögunum. Auðmýking andstæðingsins virðist jafn mikilvæg og dauði hans, eins og sést víða í Sturlungu.[11] Þar má sjá ofbeldismenningu samfélagsins fá útrás.[12] Greina má þversagnakenndar tilfinningar andspænis ofbeldinu: annars vegar samúð með þeim sem tekinn er af, hins vegar nautn af ofbeldinu.[13]

Í sögunni kallast á hrottaskapur og tilfinningasemi. Tvisvar sinnum er maður skotinn í augað eða kverkina þannig að kemur út um hnakkann og þykir happaskot þar sem allt annað á viðkomandi er varið (Msk., 319). Hrottaskapurinn snýst í gleði yfir góðum sigri. Í Morkinskinnu eru margar bardagalýsingar þar sem andstæðingar eru samúðarlaust vegnir sem búfé.[14] Ofbeldi er einfaldlega hluti af lífinu. Fórnarlömbin eru oft þeir sem áður voru árásarmenn, eins og í Sturlungu.[15] Það gildir um Steigar-Þóri og Sigurð slembi. Magnús blindi er sagður grimmur en eitt mesta grimmdarverk sögunnar er þegar þrælar Haralds gilla stinga augu hans út, höggva af fótinn og gelda hann (Msk., 401). Stríðsgæfan er hverful. Sá sem beitir sverði getur einnig orðið sverðbitinn.

8.2 Einn dag við drykk

Þegar söguhlýðandi á íslenskum sveitabæ hefur slitið sig frá siðfágun, skrauti og framandleika sviðsins í Morkinskinnu hefur hann eflaust tekið næst eftir fólkinu á sviðinu og látum þess. Á sögusviðinu er mikil gleði. Sögur gerast „í höllunni" (Msk., 41) eða í „drykkjustofunni" (Msk., 385–86).[16] Atburðir hefjast er konungar og fyrirmenni sitja „einn dag við drykk", „einn dag við snæðing" (Msk., 39) eða „yfir matborðum" (Msk., 116).[17] Oft er minnst á jól og aðrar stórhátíðir og veislur.[18] Stundum fylgja upplýsingar um veislusiðu: „hann drakk aldregi svo í skytningum að eigi drykki húskarlar hans allir með honum" (Msk., 455). Veislustandið lýsir tilveru konunga og tignarmanna sem snýst um fögnuð fremur en erfiði. Veislur eru einnig sögulok ævintýra, þegar karlssonur fær konungsdóttur. Þar merkja þær farsælan endi og fögnuð. En veislutalið gerir söguna ekki aðeins fjarlæga heldur einnig nálæga; ekki er ósennilegt að Morkinskinna hafi gjarnan verið sögð í veislu.

Sneglu-Hallaþáttur hefst á að farið er inn fjörð og langskip koma brunandi. Á fremsta skipinu er maður í rauðum kyrtli og reynist vera Haraldur konungur. Síðan gerist sagan „með hirðinni". Þar er gantast, kveðnar vísur og sagðar gamansögur, menn veðja og heita hver á annan og eru stöðugt að sumbli eða áti. Dregin er upp mynd af fjölmenni þar sem er líf og fjör. Þátturinn er safn sagna um leiki fullorðinna karlmanna. Konungur og Halli hefja kynni sín á að klæmast:

> Maðurinn mælti: „Sarð hann yður eigi þá, Agði?“ Halli svaraði: „Eigi enna.“ Maðurinn mælti: „Var þá nokkuð til ráðs um?“ „Já, herra,“ sagði Halli, „beið hann að betri manna; vænti þín þangað í kveld“ (Msk., 235).

Vissulega er gamanið gróft. Áleitni konungs við Halla minnir á hrekkjusvín í skóla en Halli klæmist á móti og kemst upp með það. Það bendir til að ekki sé um alvöru að ræða heldur leik með orð. Næsti þáttur í Hallaþætti er annars konar leikur með orð. Konungur setur Þjóðólfi fyrir að yrkja um áflog skinnara og járnsmiðs og kenna þá fyrst við Þór og Geirröð en síðan við Sigurð og Fáfni. Þjóðólfur leysir þá þraut og „of kveldit var tíðrætt of vísurnar“ (Msk., 236). Í Morkinskinnu er hirðin stöðugt að ræða það sem er að gerast.

Við hirðina er maður „til sýnis [...], lágur sem dvergur og digur [...] og hlæja menn að honum“ (Msk., 236). Dvergvöxtur er dæmi um grótesku sem var áberandi í gamansemi miðalda.[19] Nú á dögum tíðkast ekki að hlæja að dvergvexti eða annarri ógæfu manna. Okkur virðist því hlátur hirðarinnar harðneskjulegur.[20] Konungur heitir á þann sem geti ort um dverginn Tútu. Halli leysir þá þraut og kemst í náðina en fellur úr henni með því að stinga af úr liði konungs til þess að éta graut. Grautgræðgin gefur nefnilega til kynna að konungur svelti hann að mat. Um kvöldið lætur konungur bera graut á borð fyrir Halla, meiri en hann fær torgað. Til þess að leysa sig undan því þarf hann að yrkja og það skjótt. Það tekst og Halla er gefin upp sökin. Þó að konungur hóti Halla lífláti er tilefnið ómerkilegt og andinn í þessari frásögn er þannig að hún virðist fremur gaman en alvara, þó að í öllu gamni felist alvara. Deilur Þjóðólfs og Halla eru ekkert gaman en úr þeim er leyst á gamansaman hátt. Keppni þeirra um skáldfrægð lyktar þannig að þeir þurfa báðir að flytja konungi mesta leir sem þeir höfðu ort í æsku. Þá segir Halli gróteska sögu af láti föður Þjóðólfs og hvernig hann át föðurbana sinn. Alvaran er þó ekki meiri en svo að konungur fær sætt þá. Þá hefst einn leikurinn enn, veðmál Halla við annan hirðmann um að hann muni fá bætur frá Einari flugu. Síðan taka við fleiri sögur um brellur Halla.[21]

Léttúðugur tónn þáttarins fellur vel að heildaranda Morkinskinnu sem kemur víðar fram í sögu Haralds. Þó að átök Sveins Danakonungs og Haralds harðráða séu dauðans alvara líkjast þau oft burtreiðum. Eitt sinn býður Sveinn Haraldi til lokaorustu:

> Þeir beiddu að Haraldur kæmi norðan með liði, en Sveinn konungur sunnan í móti með sínu liði, og hittist við Elfina, berðist þar til þrautar

og skipti þá um ríkin með þeim. Haraldur konungur segir: „Þessa er drengilega beitt af Sveini konungi og þeim Dönum [...] (Msk., 161).

Næstum barnsleg gleði Haralds yfir þessu boði bendir til að hann líti á deilur þeirra Sveins sem eins konar kappleik. Sveinn rýfur raunar stefnuna og fer síðar að Haraldi með mikinn her og frýjar honum:

> er það nú vaskleikur Norðmönnum, er þeir þykjast yfir Dönum vera um alla hluti, ganga nú á land og berjast við Dani og mun yður þetta vera nokkuru meiri frami, þótt konungur sé eigi mikill fyr sér, að berjast við hann heldur en taka kálfa eða kið eða gripi manna, sem þér hafið jafnan gjört hér í Danmörk (Msk., 165).

Konungarnir virðast telja þetta keppni sín á milli. Sveinn kveður Dani eiga heiður að verja, Haraldur og menn hans hafi gert þeim „til hneisis" (Msk., 166) og það sé „skömm mikil" (Msk., 167) að sigra þá ekki. Hann skammar menn sína fyrir að vera ekki „jafnskeleggir mér" (Msk., 168). Það er ef til vill ekki nema von þar sem stríðið er fyrst og fremst milli konunganna þó að þeir reyni að egna menn sína hvora gegn öðrum.

Það er ekki bundið við miðaldir að vígaferli og manndráp séu gerð að leik. Leikurinn er hluti af hirðheiminum. Hirðlífið á að einkennast af íþróttum, leikjum og sprelli. Eins og víðar í hirðmenningu 13. aldar er gleðin mikilvægur kostur hinna konunglegu riddara.[22] Í upphafi sögunnar um Ívar Ingimundarson spyr konungur Ívar „hví hann væri svo ókátur" (Msk., 354). Það sæmir riddara lítt (og enn síður skáldi) að vera hryggur þó að ástæða sé til. Hann á að vera öðrum til gleði og sjálfur glaður.

Á fjölmennu sviði Morkinskinnu er mikið að gerast. Þáttur um Magnús góða og fagra konu hefst á fjölmennu haustboði hjá föður hennar, lendum manni:

> voru menn úti staddir á haugum nokkurum þar sem víðsýnt var og höfðu margskonar leika. Og er á leið daginn sá þeir skip eitt. Það var glæsilega búið með spánum og veðurvitum, alskjaldað allt með stöfnum, og er það nálgast inn að bænum, þá sá þeir að það var skipað vöskum mönnum og höfðu kurteislegan róður og er nú umræða mikil hverjir vera munu (Msk., 120).

Þó að hinir lendu menn gefi hirðinni lítið eftir í leikum og gleði þekkist kurteisi hirðmannanna langar leiðir og vekur umræðu. Engin þögn ríkir í hinni stöðugu veislu á sviði Morkinskinnu. Þvert á móti er hávaðinn stundum svo mikill að til vandræða horfir:

> er menn mæltu þar málum sínum, þá varð þar háreysti mikið. [...] Og annan dag er þeir koma á þingið, þá er þar eigi minni gnýr en fyrr og hlamm og óp og hvers kyns skál og kliður (Msk., 245).

Þessi gamansama lýsing er á þingi í Danmörku. Háreystin þar er næstum ógnandi og minnir á að á mannamótum getur gleðin verið hverful.

8.3 Hverfull fögnuður

Á sviði Morkinskinnu eru gleði og fögnuður. Sagan um þingið í Danmörku sýnir þó að gleði getur orðið háreysti. Kátína að bræði. Þar sem mikið er drukkið og étið getur brugðið til beggja vona. Ákveðin harðneskja hlýtur raunar alltaf að felast í skilyrðislausri kröfu hirðsamfélagsins um gleði. Hún sýnir tilfinningahörku; ekki er tekið tillit til þess að enginn getur alltaf verið glaður. Um leið felur hún í sér kröfu um að menn sýnist. Hirðgleðinni hlýtur þannig að fylgja spenna.[23] Í veislunni á sviðinu eru át og drykkja, leikar og fjör og háreysti, þar er að vænta ásta og kvennafars. Í hörðum heimi riddaralífsins er gleðin hverful. Á einu andartaki gantast menn, hið næsta hæða þeir hver annan og orð leiðir af orði. Þannig snýst kátína í deilu.[24] Magnúsi góða og Haraldi harðráða verður fyrst sundurorða í veislu. Fyrst „eru konungar kátir" (Msk., 96). Þá gefur Magnús Haraldi hring sem Haraldur kveður stolinn frá föður sínum. Eins fer illa þegar Haraldur býður Einari þambarskelfi til sín til veislu (Msk., 178) en Einar sofnar undir sögum konungs frá æskuárunum í Miklagarði. Þau afrek eru lykilþáttur í sjálfsmynd konungs sem telur sig þar að auki mikinn sagnamann. Móðgunin er tvöföld.[25]

Fyrr í sögunni vill Magnús góði fara með Kálfi Árnasyni og Einari í skemmtiferð:

> Þá mælti konungur einhvern dag til Einars: „Förum í dag inn á Stiklastaði og seg oss innilega atburði þá sem þar hafa orðið og þar sem konungurinn féll og í hverjum stað hverjir merkismenn stóðu og segið mér hvar hvergi tíðendi hafa gjörst." Einar segir: „Herra, kref Kálf þessa. Hann mun vita. Nærri var hann þá staddur er þessi tíðendi gjörðust og mun honum miklu kunnara þar um vera og mun hann kunna að greina

> hvar stórtíðindin gjörðust í hverjum stað.“ Þá mælti konungur til Kálfs: „Far nú inn á Stiklastaði og seg oss innilega þar um atburði.“ Kálfur segir: „Þér skulið ráða, herra,“ segir hann, „en engin þörf þætti mér þar á vera. Fullhugkvæmt mun yður um vera þau tíðindi sem þar hafa orðið þótt eigi sé nú endurnýjað í frásögn (Msk., 24).

Kálfur skilur hvernig sögur geta snúist. Sakleysisleg orð konungs um að hann vilji vita hvar hver hafi staðið verða upphaf að vinslitum þeirra Kálfs (sjá kafla 6).

Í ýmsum hirðsögum er sama atriði: Mikill konungur er í veislu ásamt köppum sínum og hirð. Í gleði sinni lýsir hann yfir að allt sé eins og best verður á kosið og hvergi til slíkur kappaher. Þá fær hann svar sem er ígildi paradísarmissis, sá sem verður fyrir svörum eyðileggur hið fullkomna með því að benda á það sem spillir.[26] Morkinskinna hefst á slíku atriði, þegar Jarisleifur konungur í Garðaríki spyr í gleði sinni drottningu hvort hún viti aðra höll jafn glæsta sinni. Drottning svarar ekki eins og hann vill. Gleðinni er spillt.

Hirðin er harður heimur. Veislugleðin er á yfirborðinu, á bak við siðmenningu halla og hásæta, leika og dýrra muna, matar og drykkju, er maðurinn sama villidýrið og dráparinn. Á hverri stundu geta orðið veisluspjöll, leikur getur orðið að keppni og áflogum. Þrátt fyrir glysið er hið grófa nærri. Þegar Einar þambarskelfir sofnar undir sögu Haralds konungs fær konungur Grjótgarð frænda sinn til að vekja Einar. Grjótgarður gerir það og fretar í leiðinni (Msk., 178). Þykir Einari slík háðung af að hann lætur vega Grjótgarð.[27]

Hirðin er hörð inngöngu fyrir hinn ókunna. Íslendingar geta átt einelti á hættu. Slíkur grænjaxl við hirðina er Hreiðar heimski:

> „Bú þig þá sæmilega að klæðum eða vopnum [...] skipast margir menn vel við góðan búning, enda er vandara að búa sig í konungs herbergi en annarstaðar, og verður síður athlægi gjör að hirðmönnum.“ [...] svo er þó mót á manninum, er þeir Þórður eru með hirðinni, að Hreiðar verður í fyrstu fyr miklum ágang af hirðmönnum og breyttu þeir marga vega orðum við hann og fundu að hann var ómállatur. Kom við sem mátti og hendu þeir mikið gaman að því að eiga við hann (Msk., 130).

Fötin skapa manninn. Við hirðina má ekki skera sig úr. Þó að Hreiðar punti sig er hann hart leikinn vegna kynlegrar hegðunar: „verður Hreiðar skauttogaður mjög og færður í reikuð. Hann er málugur og hlær mjög og þykkir mönnum ekki að minna gaman að eiga við hann og verður honum nú förin ógreið“

(Msk., 126). Hirð Noregskonungs mun hafa virst mörgum Íslendingi ógreið á ritunartíma Morkinskinnu.

Nýgræðingar við hirðina þurfa ekki að vera jafn skrítnir og Hreiðar til að eiga erfitt uppdráttar. Í Stúfsþætti þarf konungur að ráðgast við þá hirðmenn sem fyrir eru um hvort Stúfur fái hirðvist (Msk., 254). Víða í sögunni sjást hirðmenn sem vilja hindra nýja menn í að komast á fund konungs og í metorð við hirðina.[28] Þjóðólfur Arnórsson skáld er sagður „nokkuð öfundsjúkur við þá menn er komu til hirðarinnar" (Msk., 235). Þegar Sneglu-Halli vinnur sig í álit finnst Þjóðólfi „fátt um" (Msk., 237) en þegar Halli hefur gert axarskaft „þykkir Þjóðólfi þetta hlæglegt er Halli hefir til tekið" (Msk., 238). Undir niðri glyttir í óöryggi um eigin stöðu og hræðslu sem reynist eiga sér rót í fátækum uppruna (sjá kafla 15). Þjóðólfur er hörundsár og það nýtir Halli sér. Í þætti um fiskikarlinn Þorgils etur konungur enn saman gamalgrónum hirðmanni og aðkomumanni. Fiskikarl yrkir á konung og konungur heimtar vísu frá Þjóðólfi til svars en Þjóðólfur má svo þola flimtan konungs fyrir að láta gröm og skömm ríma. Greinilega þolir hann illa stríðni: „Konungur mælti: „Þjóðólfur, yrk nú í móti." En Þjóðólfur lést eigi myndu yrkja. „Bæði er," segir konungur, „Þjóðólfur, að þú yrkir vel enda ertu vandlátur um [...]" (Msk., 249). Eflaust er það einmitt þess vegna sem konungur velur hann að skotspæni.[29]

Í upphafi sögunnar fer Magnús konungur barn að aldri til fósturs hjá Jarisleifi konungi í Garðaríki. Konungur og drottning leggja á hann „eigi minni ást og elsku" (Msk., 5) en eigin sonu en ýmsir hirðmenn leggja fæð á hann fyrir vikið. Við hirðina þarf hver að huga að eigin sessi. Upphefð eins gæti orðið á kostnað annars. Þar með er ekki sagt að virðing sé föst stærð: virðing eins hljóti að minnka við að virðing annars vaxi.[30] Leiða má þó getum að því að ef einum mislíkar þegar öðrum er hrósað hljóti hann að óttast að lof eins feli í sér niðran annars. Er það eflaust algeng orsök öfundar á ýmsum tímum.

Löngu síðar segir frá veðmáli Haralds gilla og Magnúsar sonar Sigurðar Jórsalafara. Þar takast á nýr konungssonur og gamall og er sá nýi þá í sömu stöðu og aðrir aðkomumenn (Msk., 397). Við hirðina er stöðugur metingur. Menn Eysteins konungs kvarta yfir því að menn Sigurðar Jórsalafara þykist yfir þá hafnir vegna krossferðar sinnar:

> hann hefir mjög framist enda þykkir honum allt annað lítils vert, slíkt og öllum mönnum hans, þótt þeir væri þjónustumenn í ferðinni, þá mega nú eigi jafnast við þá ríkir búendur né vinir þínir, herra, ganga þeir nú í pellsklæðum og hyggjast umfram margan vaskan dreng (Msk., 382).

Rið er í samfélaginu. Þeir sem fóru suður og nutu gestrisni Miklagarðskeisara ofmetnast og fyrirlíta þá sem heima sátu. Brugðið er upp mynd af þeim gangandi um í pellsklæðum, væntanlega reigðum af ofmetnaði enda kallar Eysteinn konungur þá gullhálsa (Msk., 385). Þetta veldur að vonum óánægju annarra hirðmanna.[31]

Við hirðina er hörð keppni um áhrif og völd. Þetta smásamfélag einkennist af misklíð, öfund og rógi. Einu sinni má litlu muna að til átaka komi milli Magnúsar og Einars þambarskelfis. Þá er mikið skrafað og reynist konungi þungbært:

> Magnúsi konungi líkar þungt og mæla menn það fyr honum að eigi sé allsæmilegt, svo mikla sem hann gerði þá feðga yfir öllum Þrándheimi, að nú skyli þeir halda þá menn er lagabrot gera og hann hefir reiði á. Konungur svarar þeim fám orðum (Msk., 113).

Hirðskrafið er andstætt vináttu konungs og Einars en konungur heldur ró sinni. Þegar Sigurður Jórsalafari trúir rógi um Sigurð Hranason og þjófkennir hann bendir Sigurður konungi á að allir eigi sér öfundarmenn. Hann vísar til þess „er yður er sagt“ (Msk., 371) og kemur þar að mikilvægu einkenni hirðsamfélagsins, stöðugu umtali. Hirðin er eins og þorp þar sem margir dvelja á litlu svæði og allir þekkjast. Það kallar á skraf sem er hreyfiafl samfélagsins. Allir eru sífellt til umtals og í símati.[32]

Í fyrstu köflum sögunnar á Magnús konungssonur í höggi við öfundsjúkan hirðmann í Garðaríki. Þá kemur hirðin fram sem umræðusamfélag sem metur atburði: „Menn lögðu hér til misjafnt; mæltu sumir með sveini en sumir með hirðmanni“ (Msk., 4). Skraf hirðarinnar er ekki aðeins kliður á baksviði sögunnar heldur virkur þáttur í leiknum. Það á við í þætti um sögufróðan Íslending sem segir Haraldi harðráða útferðarsögu hans sjálfs:

> Taka menn að drekka og ræða margir um að þó sé djörfung í þessu, er hann Íslendingur segir þessa sögu, eða hversu konungi muni virðast. Sumum þykkir hann vel segja en sumir vinnast minna að (Msk., 200).

Hirðskrafið skapar hér spennu, einkum þar sem konungur er þögull og svipbrigðalaus, með pókerfés. Eins kemur fram hversu djarft Íslendingurinn teflir. Hann er útlendingur við hirðina og sumum þykir hann framur. Þátturinn sýnir stöðu Íslendings við norsku hirðina, eitt höfuðatriði sögunnar.

Fram koma tvær skoðanir. Sumum þykir Íslendingur segja vel frá, öðrum ekki. Hirðskrafið nýtist til að setja fram andstæð viðhorf og láta þau takast á.

Það er hringsól um viðburði sögunnar, hliðstætt gangi Hreiðars í hring um konung. Allir viðburðir eiga sér ýmsar hliðar. Höfundur Morkinskinnu nýtir skraf hirðarinnar til að sýna margræðni þeirra. Þó að drottins orð sé dýrt skiptir álit hirðarinnar einnig máli.

Ríflega tíundi hluti Morkinskinnu gerist á árinu þegar Haraldur harðráði og Magnús góði eru báðir konungar í Noregi. Í fyrstu vill Magnús ekki fallast á rétt föðurbróður síns til ríkis en þó lýkur svo að hann gefur honum helming af ríki sínu. Fljótlega verður ágreiningur eða „greinir" milli konunganna tveggja. Þar leikur hirðskrafið hlutverk:

> Kölluðu nú menn Magnúsar konungs að hann hefði rétt að mæla en þeir er óvitrari voru kölluðu Harald í þessu nakkvað svívirðan. En Haraldsmenn sjálfir mæltu það að eigi væri skilið á aðra leið en Magnús konungur skyldi legið hafa ef þeir kæmi báðir senn til en Haraldur væri eigi skyldur að leggja í brott ef hann kæmi fyrr og töldu þeir að Haraldur hefði af þessu vel og viturlega, en þeir er verr vildu um ræða töldu að Magnús konungur vildi rjúfa sættina og hann vildi gera ósæmd og rangt frænda sínum, Haraldi konungi (Msk., 99).[33]

Konungarnir gerðu samning sem í fyrstu virðist skýr og einfaldur. En öll orð manna má túlka á ýmsa vegu. Magnús átti fyrsta rétt til skipalægis en þann rétt má skilja á aðra leið. Hirðskrafið nýtist höfundi til að setja fram almenna hugmynd um tvíræðni orða. Hinir „óvitrari" menn Magnúsar virðast hælast um. Þeir menn Haralds „er verr vildu um ræða" móðgast fyrir hans hönd. Menn í báðum liðum ydda ágreining konunganna og skrafið hefur áhrif á herrana. Kuldinn nær þó aldrei að snúast í ófrið.

Eftir lát Magnúsar er Haraldur einn konungur í nítján ár. Þá heldur hann til Englands. Mikið er rætt fyrir þá herferð og talsverð spenna um úrslitin. Rödd hirðarinnar tekur þátt í þessum viðburði líka. Á sviðinu er heilt samfélag með eigin róm og þar er þó enginn einn rómur heldur hinar og þessar raddir sem tala hver gegn annarri.

8.4 Þú skalt hverfa til náttúru þinnar

Þegar Haraldur konungur harðráði hefur bælt niður óhlýðni Upplendinga berst honum heimboð frá Úlfi nokkrum auðga. Þar reynast „öll tilföng stórmannleg, borðbúnaður og ölgögn og hallar búningur var með miklu yfirbragði og bæði og fémikill“ (Msk., 189). Í miðri veislu stendur konungur upp og segist vilja þakka fyrir sig og segja sögu. Viðbrögð gesta eru — kannski lítt óvænt — á eina lund: „Allir svöruðu og kváðu veislunni mikla prýði og sóma ef slíkur maður skemmti“ (Msk., 190).

Saga Haralds fjallar um ungan konung og jarl sem þrællinn Álmsteinn rekur af löndum en hann hefur heimt landskuldir fyrir þá og eignað sjálfum sér. Hann gerir sig nú konung „en öllum þykkir þó illt undir hans ríki að búa. Hann tekur konur virðilegar og leggur hjá sér slíka stund sem honum sýnist og getur börn við þeim“ (Msk., 191). Hann telur sig hafa brennt konung og jarl inni en þeir komast undan og koma Álmsteini á óvart:

> Álmsteinn bað sér útgöngu en Hálfdan kvað það maklegt að hann tæki nú slíkan dóm á sig sem hann hafði honum hugað, „en fyr þá sök,“ sagði hann, „að vér erum ekki jafnmenni, þá gjöri eg þér þann kost að þú skalt hverfa til náttúru þinnar, vera ávallt þræll meðan þú lifir og öll ætt þín, sú er frá þér kemur.“ Og það kýs Álmsteinn og þá fekk Hálfdan honum með þrælsnafninu kyrtil hvítan og lítt vandaðan (Msk., 192).

Þrællinn hverfur til „náttúru“ sinnar og fær hvítan kyrtil þrælsins.

Eins og í góðum sögum kemur boðskapurinn í lokin: „Álmsteinn þræll átti margt barna og ætla eg þá vera ætt þína, Úlfur,“ sagði konungur, „að Álmsteinn væri föðurfaðir þinn, en eg em sonarsonur Halfdanar konungs“. Fer nú heldur að syrta í álinn því að Hálfdan hafði kveðið á um að öll ætt Álmsteins skyldi ávallt vera þrælar:

> Tak nú hér, Úlfur, [...] kyrtil einn hvítan, þann er Hálfdan föðurfaðir minn gaf Álmsteini föðurföður þínum og þar með ættar nafn. Ver ávallt þræll héðan í frá því að svo var fyrr til skipað, þá er Hálfdan hafði þingið, sem fyrr gat eg, að afi þinn tók kyrtillinn, að þar komu mæður barna hans til þingsins og tóku öll börn hans þess konar klæði og skyldi svo allt það er frá þeim kæmi (Msk., 192–93).

Úlfur auðgi er litlu betri en þjófur að mati konungs: „Og hafi þér frændur því dregist undir konunga eign sem hér má sjá, bæði í öltólum og öðrum búnaði“ (Msk., 192). Enda fer svo að „konungur tekur upp öll ölgögn hans og aðrar gersemar og sér eignar konungur öll önnur bú hans en það hið eina er hann gaf honum“ (Msk., 193–94). Á hinn bóginn fær Úlfur að halda frelsi og einu búi og virðist ekki geta annað en tekið því sem honum var rétt; hann „treystist nær eigi öðru en taka til kyrtilsins" (Msk., 193).

Hér er ein dæmisaga inni í annarri. Saga Haralds hefur almennan boðskap og þessi þáttur einnig. En hver er sá? Tvennt kemur helst til greina. Sverrir Tómasson telur að í sögunni felist ísmeygilegt háð. Haraldur fremji rangindi á Úlfi og sögunni sé ætlað að sýna hann sem ranglátan konung.[34] Vitaskuld sviptir Haraldur mann eign sinni fyrir það eitt að vera þrælaættar. En miklu munar á almennu hugarfari á 13. öld og í nútímanum. Álmsteinn hafði þegið líf sitt því verði að ætt hans yrði þrælar þaðan í frá. Orðin um að „hverfa til náttúru" sinnar eiga því við um Úlf líka. Þræll getur ekkert átt og því er Haraldur konungur í fullum rétti og sýnir mildi þegar hann gefur Úlfi frelsi sitt og eitt bú. Dæmisagan sýnir ekki ranglæti Haralds heldur samfélagslegan uppskafning. Úlfur þykist hafinn yfir fjöldann í krafti auðsins eins. Þetta fellur vel að kapítalísku hugarfari nútímans en í Morkinskinnu virðist ætternið mikilvægara.[35] Úlfur hefur fært sig milli stétta að eigin frumkvæði, þvert á gerða samninga.

En þó að þrælum beri að halda sig á sínum stað og jafnast ekki við höfðingja er samfélagsmynd sögunnar ekki einföld. Hugarfar elítunnar er áberandi og yfirþyrmandi en annars konar hugarfar sést líka.[36] Eitt sinn er orðið gefið Högna, auðugum búkarli sem hafnar lends manns nafni á þessum forsendum:

> Með þökkum vil eg taka yðra vingan, herra, og allt það er eg má skal eg yður gott gjöra en lends manns nafn, það vil eg eigi hafa, því að eg veit hvað rætt mun, þá er lendir menn koma saman: Þar situr Högni og er minnstur allra lendra manna; hann er búanda ættar. Það er mér ekki til virðingar heldur til háðungar og að athlægi. Nú vil eg heldur vera mestur bændanna og sé það mælt hvar sem menn koma saman, að Högni er þeirra fremstur, og verður mér sú umræða miklu vinveittri og mér skapfelldri (Msk., 177).[37]

Þetta þykir stórmannlega mælt. Stórmennska felst ekki í nafnbótum einum en þó sýnir þessi saga að hver á sinn sess og ber ekki að vilja annan. Í Morkinskinnu er einnig greint frá Óttari birtingi sem er „búandasonur og kertisveinn og skyldi þá þjóna, svartur á hárslit, lítill og vasklegur og kurteis, dökklitaður og þó vel um sig. Því var hann kallaður birtingur, að hann var dökkur og svartur" (Msk., 388–89). Óttar tekur nafn af fábrotnum uppruna. Sigurður konungur tekur slíkum uppskafningi illa í fyrstu þegar hann ræður honum heilt: „Hvað muntu kenna mér ráð, hinn versti kotkarlsson og hinnar minnstu ættar?" (Msk., 389) Niðurstaðan er þó sú að konungur kann að meta Óttar:

> Hér sátu hinir æðstu vinir mínir, lendir menn og stallarar, skutilsveinar og allir hinir bestu menn í landinu og varð öngum manni jafnvel til mín sem þessum er yður mun þykkja lítils verður hjá yður. Hann unni mér nú mest og var þar Óttar birtingur (Msk., 389).

Konungur gerir Óttar því að lendum manni:

> Hann er áður kertisveinn. Nú skal hann vera lendur maður minn og mun það þó fylgja, er meira er, að hann mun merkilegastur maður vera af stundu lendra manna minna. Gakk nú í sæti hjá lendum mönnum og þjóna eigi lengur (Msk., 390).

Göfgi felst ekki alltaf í ætt. Sigurður konungur hælir bóndasonum oftar á kostnað lendra manna. Þegar Áslákur hani, „ekki [...] ættstór maður, hvatur og lítill vexti" (Msk. 393), hindrar konung í að borða „slátur" á föstudegi þykir konungi merkast að hinn ættsmái hafi staðið sig betur „heldur en lendir menn mínir er mér áttu mikið gott að launa" (Msk., 394). Í heimi Morkinskinnu er stigveldi. Þrátt fyrir félagslegan hreyfanleika er mikill munur á mönnum. Konungar geta numið þann mun úr gildi en menn geta ekki tekið sér þann rétt sjálfir. Leiðin til frama er að vinna sér álit konungs.

Haraldur harðráði hæðir Þóri konungsbróður fyrir að faðir hans hafi heitið Hvinn-Gestur (Msk., 109). Eitt er að vera bróðir konungs en annað að vera sonur Hvinn-Gests. Í sögunni eru orð á borð við „búanda liðið af Gautlandi" (Msk., 229) notuð í óvirðingarskyni og Sigurður Jórsalafari skiptir mönnum eitt sinn í lenda menn og þá „er lítils eru verðir" (Msk., 365). Þó að til séu göfugir bóndasynir merkir það ekki að bændum sé almennt jafnandi við lenda menn. Sú hugmynd að menn séu jafnir er víðs fjarri. Stigveldið er sjálfsagt.[38] Þó er heimurinn hverfull. Hinn ríki ójafnaðarmaður Geirsteinn segir litlu áður en hann er veginn: „Upp hefjast nú í móti oss litlir menn og af smám ættum og ætla við oss að jafnast" (Msk., 449). Þannig getur farið, jafnvel fyrir konungum.[39]

Í Morkinskinnu sjást fáir sem mega sín enn minna en bændur og njóta lítillar virðingar. Styrkár stallari lendir í því á flótta eftir fall Haralds konungs á Englandi að „vagnkarl einn" eða „búandi" hótar honum lífláti en reynist vopnlaus svo að Styrkár vegur hann í staðinn (Msk., 280). Þannig er alþýðan, hún er til og hún er öðruvísi en af henni þarf ekki að hafa miklar áhyggjur.[40] Í þessu tilviki er einfaldlega hlegið að smámenninu.

Þó fær rödd alþýðunnar einu sinni að hljóma. Sveinn Danakonungur þarf að flýja í kotbæ þar sem fyrir er „ein gömul húsfreyja". Þeir leyna nöfnum sínum og kerling talar því frjálslega og kvartar sáran: „hví hefir gegnt óp þetta eða hlamm er verið hefir í nótt er vér höfum eigi fengið ró fyrir né svefn" (Msk., 214). Mitt í átökum konunga erum við stödd í koti hjá kerlingu sem metur eigin svefnfrið meira en sögulega viðburði. Þessi lágkúrulega rödd ryðst óvænt inn í söguna og er óhrædd að segja konungi til syndanna:

> Þá mælti kerling mikið fólsku mál: „Vesöl erum vér konungs[41] og æ vei verði oss, vér eigum konung hvorttveggja haltan og ragan" (Msk., 214).

Konungur þarf að sitja undir þessu. Í miðri konungasögunni erum við á nýju sviði sem er kot og þar ræður kerling en ekki konungur. Ekki er kyn að sögumaður biðji hlýðendur sögunnar hálfpartinn afsökunar á því að segja slíka sögu.

Morkinskinna gerist í hirðsamfélagi. En það er fleira til og í Morkinskinnu er fleira sýnt. Þó að kerling í koti sé gamanpersóna (eins og múgafólk almennt í sögum tignarfólks) fær hún orðið skamma stund. Hún er ein röddin í sögunni, að vísu algjörlega út úr kú en þó er hún þarna og til vitnis um að veröld sögunnar er aðeins hálfsönn. Þrátt fyrir afsökunarorð um að þessi saga sé ekki „sögulegt einskostar" (Msk., 215) er kerling þarna samt, eins og áminning um að sagan sem sögð er í Morkinskinnu sé ekki sagan öll.

1 Núorðið eru aftökur á Vesturlöndum almennt ekki líkamlegar, hrottafengnar eða opinberar en allt var þetta sjálfsagt fram á 18. öld. Í Frakklandi tíðkuðust opinberar aftökur langt fram á 20. öld. Foucault (Discipline and Punish, 3–16) vakti athygli á sjónarspili refsinganna og tengslum hefndar og refsingar.

2 Sbr. Gade, Hanging in Northern Law and Literature, 161–68.

3 Bæði á Englandi og í Frakklandi þekktist sú venja að neita dauðadæmdum um seinustu syndajátningu (Huizinga, The Waning of the Middle Ages, 23) og kannski er hér svipað hugarfar á bak við.

4 Brandt (The Shape of Medieval History, 133–35) telur að það sem okkur virðist grimmd sé oft einfaldlega samúðarleysi; hirðmaðurinn getur ekki haft samúð með þjófnum þar sem hann skynjar ekkert sameiginlegt með þeim. Það á þó varla við um aftökulýsinguna eftir misheppnaða uppreisn Steigar-Þóris.

5 Þá má nefna að hann verður síðar tengdafaðir góða konungsins Eysteins Magnússonar.

6 Í Heimskringlu (III, 216–17) er þessi lýsing knappari; útliti Egils er ekki lýst, Þórir fær sjaldnar orðið og ekkert er minnst á „fótalæti". Í Morkinskinnu er einnig tekið fram þegar Eindriði sonur Einars þambarskelfis er veginn að hann hafi verið „allra manna [...] vaskastur og gjörvilegastur" (Msk., 180). Greinilega þykir skaði að slíkum atgervismanni.

7 Elias, The Civilizing Process, 158, 161–62 og 170–71; Huizinga, The Waning of the Middle Ages, 9–11 og 22–25.

8 Sbr. Keen, Chivalry, 1–17, 143–78 og 219–38; Bumke, Studien zum Ritterbegriff, 35–60 og 88–150.

9 Elias, The Civilizing Process, 158–60 og 167. Eins og Keen hefur bent á (Nobles, Knights and Men-at-Arms, 1–20) var riddaramenningin í eðli sínu bardagamenning: „Chivalry was quintessentially bellicose, setting the fighting man on a pinnacle of honour.“ (18)

10 Elias, The Civilizing Process, 157–59, 161, 164 og 175–76. Sbr. Huizinga, The Waning of the Middle Ages, 23–25. Elias hefur verið gagnrýndur fyrir einfaldanir (m.a. Bagge, Mennesket i middelalderens Norge, 225–32; Kaeuper, Chivalry and the 'Civilizing Process'). Kenningar Jaegers (The Origins of Courtliness; The Envy of Angels) um riddarahugmyndafræði eru þörf endurskoðun á hugmyndum Elias.

11 Gade, „1236: Órækja meiddr ok heill gǫrr“; Gade, The Naked and the Dead in Old Norse Society; Gunnar Karlsson, Siðamat Íslendingasögu; Guðrún Ása Grímsdóttir, Um sárafar í Íslendinga sögu Sturlu Þórðarsonar; Guðrún Nordal, „Eitt sinn skal hver deyja“, Ármann Jakobsson, Sannyrði sverða. Áherslan á ofbeldið virðist aukast eftir því sem atburðurinn sem lýst er er nær í tíma en þegar enn lengra dregur aftur (t.d. í fornaldarsögum) eru grimmdarverk fortíðarinnar stundum ýkt og virðast sagnaritarar gera ráð fyrir að grimmd hafi verið meiri fyrr á tímum (sjá Frank, Viking atrocity and skaldic verse, 342–43).

12 Sbr. Helgi Þorláksson, Ofbeldismenning á undanhaldi; Miller, Humiliation, 53–92. Ofbeldi á miðöldum og árnýöld hefur verið vinsælt rannsóknarefni undanfarið; sjá Davis, Society and Culture in Early Modern France, 152–87; Sandnes, Kniven, ølet og æren; Violence and Society in the Early Medieval West (einkum Halsall, Violence and society in the early medieval west); The Final Argument.

13 Cohen (Of Giants, 152–66) hefur bent á að ýmis gleðihugtök miðalda (s.s. jouissance) hafi falið í sér grimmd, sadisma og masókisma. Sú skemmtun að fylgjast með aftöku er væntanlega sadómasókísk; menn njóta kvalar og niðurlægingar annarra en fyllast hryllingi yfir að hið sama kunni að henda þá sjálfa.

14 Hernaðarlist er sjaldan rædd í sögunni, en helst þegar borgir eru unnar með brellum. Að því leyti líkist sagan öðrum norrænum konungasögum. Sjá Bagge, Society and Politics, 90–97 o.v.; Bagge, From Gang Leader to the Lord's Anointed, 38–51 o.v. Um hernaðarlistir miðalda, sjá m.a. Contamine, War in the Middle Ages. Hughes (The Battle of Stamford Bridge and the Battle of Bouvines) telur að í bardagalýsingum Morkinskinnu og annarra konungasagna frá 13. öld megi sjá sterk áhrif frá hernaðarlist samtímans.

15 Sbr. Ármann Jakobsson, Sannyrði sverða, 57–76.

16 Sjá Msk., 23–24, 34, 37, 39, 40, 94–95, 99–100, 104, 109, 116, 120, 152, 189, 200, 242, 293, 314, 339–40, 348, 350–52, 355, 357, 365, 367, 379, 382, 385–87, 393–95, 398, 404, 412, 452 og 455.

17 Sbr. einnig Msk., 242. Althoff (Friendship and Political Order, 94–95) hefur lagt áherslu á mikilvægi matborðsins fyrir vináttu og stjórnmálasambönd konunga og höfðingja. Sbr. Bagge, Mennesket i middelalderens Norge, 55–63; Meissner, Die Strengleikar, 127–29.

18 Msk., 37, 200, 394 og 452.

19 Um grótesku og mikilvægi hennar í miðaldamenningu hefur verið mikið fjallað undanfarið, einkum á grundvelli bókar Bakhtins, Rabelais and His World. Sbr. Helga Kress, Bróklindi Falgeirs o.v.

20 Sbr. Elias, The Civilizing Process, 156–68; Huizinga, The Waning of the Middle Ages, 9–29.

21 Um þáttinn og skopeðli hans hefur verið fjallað allnokkuð undanfarið, sjá m.a. Hermann Pálsson, Hirðskáld í spéspegli; Skúli B. Gunnarsson, Hið íslenska hirðfífl; Björn Gíslason, Klám og gróteska í Sneglu-Hallaþætti.

22 Elias, The Civilizing Process, 158–62; Jaeger, The Envy of Angels, 102–3; Jaeger, The Origins of Courtliness, 161–73.

23 Eins og Cohen hefur bent á í greiningu á kvæðinu um Gawain og græna riddarann er grimm hlið á gleði og hlátri í hirðsamfélögum miðalda, sjá nmgr. 13.

24 „a moment ago they were joking, now they mock each other, one word leads to another, and suddenly from the midst of laughter they find themselves in the fiercest feud.“ (Elias, The Civilizing Process, 164) Sbr. Huizinga, The Waning of the Middle Ages, 9–29.

25 Að þessu hef ég vikið áður (sjá t.d. Að sofna undir sögum). Sbr. einnig kafla 12–14.

26 Slíkt atriði er í Hrólfssögu kraka (86–87), Þiðrekssögu (182–83) og tilbrigði við stefið í Karlamagnússögu (739–41). Sbr. Ármann Jakobsson, Le Roi Chevalier, 146–47.

27 Gade (Einarr Þambarskelfir's Last Shot) hefur rætt aukamerkingu sem þetta kunni að hafa haft í ljósi auknefnis Einars, að þömb hafi getað merkt bæði boga og maga og að gefið sé til kynna með þessu að skot Einars séu hljóðnuð nema þau sem komi úr iðrunum. Sbr. Sayers, The Honor of Guðlaugr Snorrason and Einarr Þambarskelfir, 540–44; Gade, Einarr Þambarskelfir, Again; Liberman, Gone With the Wind; Motz, More Thoughts on Einarr Þambarskelfir.

28 M.a. Áki ármaður Sveins Danakonungs í Auðunarþætti (Msk., 182–83) og Árni fjöruskeifur í Þórarinsþætti stuttfelds (Msk., 386–87). Þetta er ekki bundið við Íslendinga heldur má sjá sama minni í frásögn um komu Haralds gilla til Noregs (Msk., 392). Og Þjóðólfur Arnórsson er Íslendingur þó að hann komi fram sem heimamaður í Sneglu-Hallaþætti.

29 Um þennan þátt, sjá Fidjestøl, Tåtten om Harald Hardråde og fiskaren Þorgils.

30 Sbr. Helgi Þorláksson, Virtir menn og vel metnir, 17–19.

31 Hirðsamfélagið minnir á það íslenska miðaldasamfélag sem lýst er í Íslendingasögum, sbr. túlkun Meulengracht Sørensens á stöðu Kjartans Ólafssonar í því samfélagi (Fortælling og ære, 249–65). Stöðug samkeppni og átök einkenna hvorttveggja þó að staða konungsins í samfélaginu breyti miklu. Hafa verður í huga að hér er rætt um samfélagsmynd Morkinskinnu; ekki raunverulegt samfélagsástand í Noregi á 11. og 12. öld. Þar ríkti þó mikil samkeppni á þessum árum og ófriður.

32 Um slúður, eðli þess og samfélagshlutverk, sjá Spacks, Gossip. Helga Kress (Staðlausir stafir) hefur rætt slúður í Íslendingasögunum og dregið fram ýmis athyglisverð dæmi.

33 Orðið skilið er ritað „skilt“ í handritinu.

34 Vinveitt skemmtan og óvinveitt, 67. Sverrir telur Úlfsþátt og Brandsþátt (sem á eftir fylgir) kallast á enda komi kyrtill fyrir í báðum sögum. Sér hann í báðum áhrif frá kenningum Johns frá Salisbury. Magnus Olsen hefur einnig fjallað um þessa sögu (En skjemtehistorie av Harald Hardråde).

35 Á 20. öld hefur goðsögnin um stéttlaust samfélag á Íslandi verið sterk og hefur færst yfir á fyrri aldir. Gullöld Íslendinga hlaut einnig að hafa verið gullöld jafnaðarstefnu. Gera má þó ráð fyrir því að í íslensku samfélagi hafi menn skipst í almenna bændur og afmarkaða félagslega elítu eins og annarstaðar í Evrópu. Gustafsson (Hugleiðingar um samfélagsgerð Íslendinga á árnýöld, 109–12) telur að svo hafi verið á árnýöld og Bagge (Borgerkrig og statsutvikling, 148–65) lýsir norsku samfélagi fyrir 13. öld sem elítusamfélagi þó að elítan sé ekki skýrt afmörkuð. Um danskt samfélag á miðöldum, lénskerfiseinkenni og stéttaskiptingu þar, sjá Christensen, Kongemagt og aristokrati, 123–78; Hørby, Middelalderen, 221–94; Hermanson, Släkt, vänner och makt. Sbr. Brooke, The Structure of Medieval Society, 11–16; Crouch, The Image of the Aristocracy in Britain. Ekki eru tök á að ræða rækilega öll félagssöguleg hugtök sem minnst er á í þessu riti. Gott yfirlit yfir mikilvæg viðfangsefni og hugtök (aðal, stétt, stöðu, táknrænan höfuðstól, jaðar og miðju o.s.frv.) er hjá Burke, History & Social Theory.

36 Hugarfar elítunnar er jafnan ráðandi í samfélagi og alþýðan gerir það að sínu, sbr. Gramsci, Selections from the Prison Notebooks, 52–60 o.v. Sbr. Lears, The Concept of Cultural Hegemony.

37 Viðhorf Högna gengur aftur í Heimskringlu þegar Hrærekur konungur vill heldur vera á stalli í kotinu Kálfskinni en að skipa hinn óæðri bekk með Guðmundi ríka á Möðruvöllum (Heimskringla II, 128).

38 Sbr. Elias, The Civilizing Process, 171.

[39] Þetta minnir á orð Jóns Loftssonar um að í óvænt efni sé komið „ef þat skal eigi rétta, er skillitlir menn drepa niðr höfðingja“ (Sturlunga saga I, 230). Að mati Elias voru hverfulleiki og óvissa um eigin stöðu mikilvæg einkenni hirðsamfélaga miðalda sem voru þó formföst og þannig stíf og hreyfanleg í senn (The Civilizing Process, 159–60; The Court Society, 68–74, 91–93 o.v.). Sbr. Huizinga, The Waning of the Middle Ages, 17–19; Jaeger, The Origins of Courtliness, 7–8.

[40] Sbr. Elias, The Civilizing Process, 172.

[41] Þetta orð er stytt í textanum (k.) eins og svo mörg önnur en orðið „konungs“ er á þessum stað í Heimskringlu (III, 153).

9. Einkalífssaga

9.1 Miðaldatilfinningar

Þó að tilfinningar hafi alltaf verið til eru tilfinningaleg viðbrögð manna breytileg eftir samfélagi og menningu.[1] Í íslenskum miðaldasögum eru þau margbrotin, allt frá því að bólgna af harmi, glotta af taugaspennu, hnykla brýn eða gráta haglkornum til þess að falla í öngvit, gráta, faðmast og kyssast.[2] Í lýsingum konunga og stórmenna er að jafnaði lögð áhersla á stillingu.[3] Í Morkinskinnu eru bæði sýnd ofsafengin viðbrögð og stillt. Þegar Haraldur harðráði reynir Brand örva tekur Brandur ekki til máls. Þó skilur konungur að Brandur er „maður skapstór og mun vera mikilsháttar maður, er honum þótti eigi þurfa orð um að hafa" (Msk., 194). Skapstilling jafngildir ekki skapleysi.

Í sögunni eru líka dæmi um tilfinningagos. Ofsaviðbrögð voru tíð í hirðsamfélögum miðalda en kirkjunni þyrnir í augum enda predikuðu klerkar stillingu.[4] Áköf sorg ríkir við lát Magnúsar góða. Menn hans fá varla mælt fyrir harmi (Msk., 142 og 144) og „yfir hans greftri stóðu margir góðir menn og vaskir grátandi" (Msk., 147). Þetta ber ástsæld konungs vitni. Sama gerist við lát Eysteins Magnússonar (Msk., 388) og þegar Hákon Þórisfóstri deyr eru „allir grátandi, því að nálega unnu honum allir menn hugástum" (Msk., 298). Slík tilfinningasemi virðist í hróplegri andstöðu við hrottaskapinn í sögunni en hinar skörpu andstæður eru í samræmi við nykrað eðli hennar.

Ýmsir konungar sögunnar eru skapmenn. Magnús góða gerir „dreyrrauðan yfirlits" er hann íhugar lát föður síns á Stiklastöðum. Þau viðbrögð nægja til að Kálfur Árnason snýr hesti sínum og heldur þegar úr landi (Msk., 25). Þegar Sigurður Hranason gengur á vald Sigurðar Jórsalafara í miðri deilu þeirra Eysteins konungs setur Eystein „svo rauðan að honum mátti einum fingri dreyra vekja" (Msk., 380).[5] Þó missir hann ekki stjórn á skapi sínu. Öðru máli gegnir um Sigurð. Þegar líða tekur á ævi hans er algengt að hann taki „að þrútna og bólgna mjög" (Msk., 398) eða að gera „dreyrrauðan" (Msk., 400).

Tilfinningar birtast ekki aðeins í ásýnd manna. Algeng eru tilsvör þar sem þær eru bældar en brjótast þó út. Þegar norskir höfðingjar koma til Garðaríkis að áeggjan konungshjónanna og vilja sækja Magnús konung víkjast þau undan. Þá þykir Einari þambarskelfi „eigi höfðinglegt að skipta svo skjótt skapi sínu fyrir engin tilefni" (Msk., 18). Vel má skynja reiði undir niðri. Eins er þegar Sveinn Alfífuson leitar liðsinnis en menn fara undan í flæmingi; þá segist hann ekki berjast „ef eigi fæ eg mér traustara her en þenna" (Msk., 21). Þó að ekkert sé sagt um líðan hans kannast flestir við að eiga mikið undir liði annarra sem lætur á sér standa. Skapsmunir konunga sögunnar koma oft fram þegar frásögnin er leikræn. Í þætti um Þorkel dyðril er sagt að Magnús konungur sé „fálátur" en áður hefur verið greint frá því að Þorkell hafi verið rægður við konung. Hér má gera sér í hugarlund hvernig á togast reiði og skapstilling konungs en ekkert kemur fram nema fálætið (Msk., 100). Haraldur harðráði hreytir úr sér að Arnór jarlaskáld skuli gæta þess að lasta ekki konunga þegar honum líkar ekki vísuorð í kvæði hans (Msk., 117). Hrynjandi setningarinnar er hvöss og ágeng og áhrifin svipuð og þegar sverð er skyndilega dregið úr slíðrum. Orð Magnúsar áður en hann roðnar á Stiklastöðum eru þrungin tilfinningu: „Taka mundi öx þín þá til föður míns" (Msk., 25). Roðinn í kinnum konungs eykur á ógnina í orðunum en þau vitna ein sér um sálarástand hans.

Aðgát skal höfð í nærveru konungssálar. Konungar í Morkinskinnu eru á nálum og taka eftir hvers kyns líkamstjáningu. Þeir eru æðsta yfirvald í landinu og við hirðina er fjöldi manna sem er ekki allur þar sem hann er séður og kann að haga orðum sínum í návist konungs. Engum er treystandi og konungar þurfa að vera á varðbergi og reyna þegnana. Oft virðist þetta ofurviðkvæmni, jafnvel ofsóknaræði. Rekja má víg Einars þambarskelfis til þess að hann sofnar á gamals aldri undir sögu Haralds harðráða um ævintýri sín í Miklagarði og konungi þykir „sem hann óvirði frásögnina" (Msk., 178).[6]

Þegar Haraldur reynir Brand örva biðst Þjóðólfur skáld undan milligöngu. Þá segir konungur: „Þú vaktir umræðu um Brand, bæði nú og jafnan" (Msk., 195). Orðið þú er kjarni setningarinnar og hefur borið áhersluna í munnlegum flutningi og ef það er sagt með þjósti mætti hugsa sér Þjóðólf hrökkva undan. Kátína Haralds kemur einnig fram í knöppum tilsvörum. Þegar Stúfur segir nafn sitt segir konungur: „Þó varð ónafnlegt". Þegar við bætist að hann er Kattarson segir konungur „Allt fer nú að einu [...] eða hvar er sá kötturinn?" (Msk., 252). Gamansamur tónninn leynir sér ekki.

Persónur sögunnar eru ekki aðeins fulltrúar samfélagshópa heldur eiga þær tilfinningalíf sem er mikilvægt í sjálfu sér. Hreiðarsþáttur snýst meðal annars um þroska Hreiðars, ef marka má orð Magnúsar konungs:

> Þetta kvæði sýnist mér undarlegt og þó gott að næstlokum. En kvæðið mun vera með þeim hætti sem æfi þín. Hún hefir fyrst verið með kynlegu móti og einrænlegu en hún mun þó vera því betur er meir líður á (Msk., 136).

Þáttinn má skilja sem táknsögu um tilurð vitsmunanna. Hreiðar þroskast en ekki er ljóst nákvæmlega hvernig eða hvers vegna. Í lokin er sagt að þau „kynja læti er hann sló á sig" í upphafi ævinnar séu horfin (Msk., 137). Hinn sanni Hreiðar kemur í ljós smám saman en persónuleikinn tekur ekki endilega breytingum. Vera má að túlka eigi Hreiðar sem kolbít. Ekki er hægt að segja að kolbítar þroskist heldur þurfa þeir að rífa sig upp og herða til dáða. Á Hreiðari er sá galli að hann hefur aldrei reiðst (Msk., 129).[7] Það breytist í þættinum (Msk., 133). Vandi Hreiðars er tilfinningaleysi. Hann kann ekki að hegða sér í reiði — sem gerir hann stórhættulegan. Sá sem þekkir ekki reiði er heimskur. Það er ekki fyrr en hann hefur kynnst þeirri tilfinningu að hann getur látið af kynjum sínum.

Kynjar og sérviska eru leiðarminni í sögunni. Þar má nefna kynlegt orðafar, meðal annars hjá kerlingunni í kotinu (sbr. kafla 8) sem kallar vopnagný „óp þetta eða hlamm" (Msk., 214).[8] Eins er þegar Magnús konungur góði gerir Svein Úlfsson að jarli. Þá segir Einar þambarskelfir: „ofjarl, ofjarl" (Msk., 36) Tvítekning þessa orðs gerir að verkum að það fær aukið vægi og reynist lýsa skiptum Magnúsar og Sveins í hnotskurn.[9] Í þætti Þórarins stuttfeldar er kastað fram kviðlingum um menn sem heita Hákon mörstrútur og Árni fjöruskeifur (Msk., 386).[10] Sneglu-Halli fær heilt þing í Danmörku til að þegja með því að segja: „eg skal kæra af óðindælu mína sjálfs; mér er horfin hein og heinar sufl, nál og skreppa og allt skjóðu skrúð, það er betra er að hafa en missa" (Msk., 245). Mönnum þykja „orða tiltök" Halla einkennileg, þagna og fyllast áhuga. Menn hlusta ef þeir skilja ekki.[11] Í ræðu á þingi í Víkinni segir Sveinki Steinarsson einkennilega sögu sem er fyrst og fremst tvö merkingarhlaðin nöfn: „sendir voru fyrr þessa örendis tveir menn, þér skyldir. Sigurður ullband hét annar en annar var Gilli bakrauf, átti verra nafn en aðrir menn, voru nótt í húsi og stálu hvar er komu" (Msk., 310). Ræða þessi er nokkurn veginn óskiljanleg. Í henni má greina níð um Sigurð ullstreng, sendimann konungs, þar sem úr honum eru búnir til tveir menn. Annar heitir sama nafni nema strengur verður band; hinn heitir nafni sem gefur til kynna öfughneigð. Vera kann að Sveinki búi þessa menn til á staðnum og er þá sköpunin tvöföld: Morkinskinnuhöfundur segir sögur um menn sem segja sögur.[12] Áður hefur Sveinki staðið upp þrisvar og farið með óskiljanleg orð. Þegar Sigurður ullstrengur hefur haldið langa ræðu í hefðarstíl stendur Sveinki upp og segir: „Era hlums vant, kvað refur, dró hörpu að ísi" (Msk., 308). Sigurður skýrir kröfur konungs en Sveinki svarar: „Snæliga snuggir, sveinar, kváðu Finnar, áttu andra fala" (Msk., 309). Að lokum víkur Sigurður að óhlýðni Sveinka sjálfs. Þá stendur Sveinki upp í þriðja sinn: „Putt,

[...] skömm hunda. Skitu refar í brunn karls. Heyr á firn, ermlaus maður [og af bak skyrtan“ (Msk., 309–10). Vel má fá merkingu úr máli Sveinka.[13] En hann talar dulmál. Þegar Sveinki sést fyrst er hann „í loðkápu og hafði refði um öxl. Danskan hött mikinn hafði hann á höfði“ (Msk., 308). Loðkápan og danski hötturinn virðast vekja undrun ein sér en ekki bætir undarleg orðræða mannsins úr skák.

Höfundur Morkinskinnu hefur áhuga á sálarlífi manna og nánast einstakan skilning á mannlegum tilfinningum. Í Ívarsþætti beitir Eysteinn konungur aðferðum sem tíðkast í sálfræði á 20. öld (sbr. kafla 5–6).[14] Þátturinn snýst um elskaðan og virtan þegn: „Konungur virði hann mikils og var til hans ástsamlega“ (Msk., 354). Svo náið er sambandið að Eysteinn konungur finnur þegar ógleði Ívars, eins og menn finna strax vanlíðan þeirra sem þeir þekkja vel eða láta sér annt um. Ívar vill þó ekki sýna konungi trúnað: „Það sem er, herra, má eg ekki frá segja“ (Msk., 355). Líklega treystir Ívar sér ekki til að ræða mein sitt að fyrra bragði, eins og títt er um þunglynt fólk. Eysteinn kemur til hjálpar með því að geta upp á orsökunum og býður svo sálfræðihjálp:

> mun eg hjala við þig. Skulum við ræða um konu þessa alla vega, þess er [þú vilt] og má í hug koma, og mun eg gefa mér tóm til þessa, því að það verður stundum að mönnum verður harms síns að léttara er um er rætt (Msk., 356).

Þetta verður að ráði: „bættist nú Ívari harms síns vonum bráðara“ (Msk., 356). Ívar gleymir konunni en er með konungi.[15] Sagan er dæmi um þau tilfinningasambönd sem mestu skipta í Morkinskinnu; sambönd konunga og hirðmanna þeirra.[16] Þau eru „ástsamleg“; snúast þó um ástir manns og konungs en ekki manns og konu.[17]

Þegar deilt er um hvort nota megi sálfræði í greiningu miðaldasagna er vert að hafa í huga að hér er beitt nútímalegum sálfræðiaðferðum í sögu sem er eldri en Íslendingasögur almennt. Sálfræðiáhugi sést einnig í lýsingu Sigurðar Jórsalafara sem þjáist af alvarlegri „ógleði“ sem veldur öðrum harmi (Msk., 358). Þeim kvilla er lýst myndrænt: „sá menn að konungur var með miklu vanmegni og þungu bragði. [...] Konungur leit yfir lýðinn og arðgaði augunum og sá umhverfis sig um pallana“ (Msk., 388).[18]

Sumir konungar í sögunni eru annálaðir fyrir alúð við þegna sína. Fyrir utan Eystein Magnússon má nefna Magnús góða, Ólaf kyrra, Harald gilla og Inga Haraldsson. Eins er Haraldur harðráði vinur vina sinna enda fylgja menn hans honum uns yfir lýkur. Greina má hlýju í vináttu Haralds við menn sína;

eins og Eysteinn er hann fljótur að greina ógleði Íslendingsins sögufróða (Msk., 199). Þrátt fyrir átök lýkur skiptum þeirra Halldórs Snorrasonar þannig að Haraldur sendir Halldóri orð til Íslands um að hann vilji melrakkabelgi. Þá segir Halldór: „eldist árgalinn nú“ (Msk., 155). Þegar slíkir harðjaxlar eru teknir að nota gælunefni má reikna með að þeim sé ekki alveg sama hvorum um annan. Síðar kemur í ljós að Haraldi fellur vel að Halldór muni forna vináttu þeirra (Msk., 200).

Þegar Tósti jarl Guðinason fer bónleiður til búðar Sveins Danakonungs segir hann: „Frændur vorir gerast oss fjandur; þeirra fjandmenn skulu og þá vera mínir frændur“ (Msk., 263). Í kjölfarið gerist hann „frændi“ Haralds harðráða, fjandmanns Sveins. Hlutverk frænda er að gagnast hver öðrum og Tósti skiptir hreinlega um frændur þegar ekkert gagn er að þeim gömlu. Í þessu tilviki er vinátta samfélagsstofnun, tengd stjórnmálaumsvifum karla. Þó getur fylgt henni hollusta út yfir gröf og dauða.[19] Í germönskum samfélögum ár- og hámiðalda var vinátta mikilvæg í stjórnmálum og bundin í form, til að mynda með eiðum.[20] Eigi að síður var gjarnan notað tilfinningaþrungið orðalag um hana allar miðaldir.[21] Samband Magnúsar góða og Sveins Úlfssonar er pólitískt en lýst sem persónulegri vináttu. Þegar Sveinn hafnar gjöf frá Magnúsi er tekið fram að hann „roðnar við mjög“ (Msk., 36). Hann sýnir tilfinningaleg viðbrögð um leið og hann segir Magnúsi upp hollustu. Þó að vináttan tengist hagsmunum er orðbragð ástarinnar notað. Sjá má hugmyndir um blíðu, ást og vináttu í skiptum manna, eins og víða í hirðbókmenntum 13. aldar sem voru innblásnar af hugmyndafræði klerka.[22]

Uppeldi Magnúsar góða í Garðaríki er svo lýst: „En Magnús er með hirð konungs og fæddur upp með mikilli ást“ (Msk., 5). Magnús er líka fóstri Einars þambarskelfis og sýnir í látæði sínu að þeir eru nánir: „Konungur rís upp og eftir honum og leggur hönd á háls Einari“ (Msk., 115). Þó að þetta samband byggist á hagsmunum er það tilfinningalegt og Magnús heitir að sú vinátta skuli ekki rofna. Síðar vill Einar heldur fylgja honum látnum en Haraldi harðráða í hernað í Danmörku (Msk., 145). Saman fara hagsmunir og tilfinningar. Skilin verða óglögg milli landsmála og innra lífs.

9.2 Rekkjustokkssögur

Morkinskinna hefst á rifrildi konungshjónanna í Garðaríki sem lyktar þannig að þau taka í fóstur son Ólafs helga, Magnús góða. Þannig ráðast örlög Noregs af hjónaerjum. Síðar rænir Hákon Ívarsson merkjum Magnúsar konungs frá liði Haralds harðráða af dirfsku sem minnir á Hróa hött. Haraldur konungur hefur þetta um málið að segja: „kann eg eigi skaplyndi Ragnhildar frændkonu ef honum yrði auðvelt að komast yfir rekkjustokkinn hennar ef hann hefði látið merkin, en nú munu þau sættast“ (Msk., 231).

Morkinskinna er fjölskyldusaga. Þar gerast sögulegir viðburðir í svefnherbergjum. Í hlut eiga konungar og tignarmenn og einkalíf þeirra er alltaf opinbert. Eðli starfsins veldur þó ekki aðeins. Á miðöldum var hvorki líf né dauði einkamál.[23] Þegar Magnús blindi er að tapa hinstu orustunni er skip hans hroðið en „hann hvíldi í rekkju sinni“ (Msk., 432). Sagan ryðst sí og æ inn á gafl til konunga. Síðar er Sigurður Jórsalafari á veislu í Þrándheimi með Skjaldvör föðursystur sinni og manni hennar, Sigurði Hranasyni. Þar er og Sigríður Hranadóttir, „nálega kvenna fríðust og kurteisust“ (Msk., 365). Konungur sendir mann hennar til Úlastíris að krefja skattgildis:

> Þá var konungur ákafa kátur og sat lengi við drykkju um kveldið. Sigurður Hranason var maður kveldsvæfur og þóttu illar náttfarar og vökur, og beiddi orlofs konunginn að fara til svefns. Konungur bað Sigurð gera sem hann vildi, „en þú, Skjaldvör, skalt sitja eftir með mér og drekka.“ Nú varð setan löng og dreif liðið braut, hver að öðrum, til svefns. Þá er þær Skjaldvör og Sigríður gengu út, þá fekk konungur þeim föruneyti. Var Skjaldvöru fylgt til þess herbergis, er Sigurður svaf, en Sigríður var leidd ein saman þar sem konungur svaf í herbergi (Msk., 367).

Samvera karls og konu í svefnherbergi virðist í fljótu bragði einkalíf. Senn kemur þó á daginn að einkalíf konungs er ekki einkamál hans. Úr verða illindi milli konungs og Sigurðar Hranasonar sem þróast út í deilu konunganna Sigurðar og Eysteins. Sigurður konungur ryðst hér inn í líf annarrar fjölskyldu.

Þar sem samfélag og fjölskylda eru samtvinnuð er kynferðið afar mikilvægt í samfélaginu. Menning riddaraheimsins er karlamenning enda riddarinn skilgreindur út frá hermennsku og hernaðarleikjum.[24] Þó er mynd riddarans karlmannsmynd sem er geðþekk konum. Hefðbundnar karlmennsku- og hermennskudyggðir verða viðfelldnari og fágaðri. Í stað bardagatrölls kemur fagurbúinn kappi sem verndar kristni og kirkju, ekkjur og munaðarleysingja. Bardagamaðurinn verður að hugsjón.[25] Ætlast er til að karlmenn sýni stillingu í Morkinskinnu. Þó eru ofsafengin tilfinningagos stundum litin jákvæðum augum. Mynd riddarans er þversagnakennd enda er sú karlhugsjón sambland ólíkra viðhorfa bardagamanna og hinna vígðu. Þeir síðarnefndu féllu ekki að öllum viðmiðum um karlmennsku, voru t.d. skírlífir og skegglausir. Ýmsir kirkjunnar menn sneru vörn í sókn og gagnrýndu harðlega „kvenlegar" venjur við sumar hirðir, t.d. sítt hár, óeðlilegar krullur eða támjóa skó. Hefur þetta verið tengt óvissu um kynferði á 12. og 13. öld.[26] Gegn meintum kvenleika voru hefðbundin karlmannleg gildi hafin til vegs og virðingar, t.d. dráp og vígaferli.[27] Skegg var algengasta karlmennskutáknið en það rakst á við siði klerka og stundum hirðtísku. Í íslenskum miðaldasögum eru karlar átaldir fyrir skeggleysi, grát og aðra viðkvæmni, fyrir meint hugleysi og óvirkni sem talin var kvenleg.[28]

Í Morkinskinnu er körlum sjaldan brigslað um skort á karlmennsku. Þó eru þar nefndir Gilli bakrauf (Msk., 310) og Þórður húsfreyja sem raunar stendur með Sigurði Haraldssyni fram í dauðann og fellur „með orðlofi miklu" (Msk., 457). Þessi dularfullu auknefni standa ein sér;[29] almennt virðast karlar í sögunni öruggir með sig og setja sig á svið af kostgæfni.[30] Meiri áhugi virðist á skiptum karla hvers við annan en við konur. Karlar virðast geta skreytt sig óhræddir, sýnt tilfinningar sínar og unnað hver öðrum án þess að mál sé gert úr. Svokölluð „kvenleg" einkenni þykja ekkert kvenleg í Morkinskinnu.

Kvennamál konunga geta verið drifkraftur Noregssögunnar í konungasögum.[31] Haraldur harðráði heldur af stað í leit að frægð og auð í útlöndum vegna þess að hann fær ekki Ellisifjar konungsdóttur úr Garðaríki vegna fátæktar og landleysis (Msk., 59). Hann snýr ekki aftur fyrr en hann hefur aflað fjárins „og þó nokkurrar sæmdar fyr stórvirkja sakir" (Msk., 87). Haraldur gilli er alræmdur fyrir kvensemi (Msk., 404). Það verður honum að falli. Sigurður slembir veiðir upp úr honum hvar hann hyggist sofa:

> „Herra," sagði hann, „nú höfum við skotið lausn þrætu okkarar til yðvarar úrlausnar og höfum við veðjað aski hunangs hvor okkar satt segir. Eg segi að þú munt liggja í nótt hjá Ingiríði drottning, en hann segir að þér munuð liggja hjá Þóru Gutthormsdóttur." Konungur svaraði hlæjandi og var mjög óvitandi að sjá spurning var sett með svo mikilli vél og sagði hann munu eiga veðféið og af því þóttust þeir vita hvar hans mundi að vitja, en höfuðvörður var haldinn yfir því herbergi er flestir hugðu að konungur mundi sofa í og drottning hvíldi (Msk., 412–13).

Síðan er konungur drepinn hjá Þóru hálfsofandi og heldur að Þóra meiði sig.[32] Þóra sést aðeins í rekkju og hefur það eitt hlutverk í sögunni að þjóna konungi. Annar kvensamur konungur er Sigurður Haraldsson og einnig veginn hjá konu: „Sigurður konungur drakk í garði Sigríðar sætu og bjóst við og ætlaði þó að ekki mundi af verða atgöngunni“ (Msk., 457). Áður hefur hann barnað verkakonu ríks manns:

> er konungur reið um bæinn þá heyrði hann í hús nakkvað kveðandi svo fagra að honum fannst mikið um. Hann reið til hússins og sá að þar stóð kona ein við kvern og kvað við ágæta vel. Konungur sté af hestinum og bað menn sína bíða úti en hann gekk inn einn til konunnar (Msk., 442).

Konan virðist í fyrstu heilla konung með fagurri kveðandi en hann hefur þó frumkvæðið og lætur ekkert hindra sig í að koma fram vilja sínum.[33] Í þætti um Margréti Þrándardóttur er annað sjónarhorn. Þar er gefið til kynna að ekki skuli sofa hjá konum gegn vilja þeirra. Margrét vill ekki skyndikynni við Magnús konung (Msk., 120–24). Konungi snýst að lokum hugur fyrir áminningu Ólafs helga.[34]

Þegar Zoe Miklagarðsdrottning vill lokk úr hári Haralds harðráða klæmist hann á móti og vekur hlátur (Msk., 60). Þannig styrkja karlmennirnir karlmennsku sína með flími um konur.[35] Í Morkinskinnu er þó tíðara að karlmenn klæmist hver við annan. Í Sneglu-Hallaþætti ganga skipti Halla og Haralds konungs út á klám, ekki síst tengt því að karlmenn hafi látið serðast.[36] Þá eru dæmi um að kynferðisleg árásargirni karla fái útrás en beinist ekki gegn konum. Magnús konungur er þannig geltur um leið og hann er blindaður (Msk., 401).[37] Dætur Þorkels geysu hafa spottað Harald konung og eru teknar og bundnar en leystar gegn fé. Þykir Haraldi ekki konunglegt að vega þær (Msk., 157–58).[38] Annars eru árásir á konur fátíðar. Í herferðum Haralds harðráða í Danmörku taka Norðmenn „bæði konur og fé“ andstæðinga sinna. Skensar Haraldur Dani fyrir en á flótta láta þeir konurnar lausar (Msk., 163, 166–68). Álmsteinn þræll sem gerist jarl tekur konur virðulegar og liggur og þykir illt undir að búa (Msk., 191). Óvíst er þó hver teljist verða fyrir þeim skaða, konurnar eða ættingjar þeirra.

Í erlendum riddarabókmenntum má sjá bæði kvenhatur og tignun kvenna.[39] Í Morkinskinnu eru sumar konur leikföng karla en aðrar hafa viðameiri hlutverk. Almennt er sagan karlasaga. Ívarsþáttur virðist í fyrstu fjalla um Ívar og konuna sem hann elskar en snýst í raun um vináttu konungs og Ívars. Ívar hafði látið „sér um hana mest vera allra kvenna“ (Msk., 354) en sú ást verður að sýki sem konungur þarf að lækna.[40] Halldór Snorrason er sakaður um að fara „að léttlætiskonum“ og veldur sá grunur óánægju konungs (Msk., 148). Konur hvorki geta né eiga að koma í stað vopnaburðar, bardaga eða fylgdar við konung.[41]

Í Morkinskinnu eru tvær ástarsögur. Önnur fjallar um Ótta hertoga sem er falið að biðja systur Magnúsar konungs handa keisara Þýskalands en biður hennar handa sjálfum sér í staðinn og fær (Msk., 39–41, 47–49). Hin er sagan um Hákon Ívarsson og Ragnhildi sem snýst þó fremur um keppni Haralds konungs og Hákonar. Þó að samfélag Morkinskinnu sé hirðlegt er ástin ekki í öndvegi. Konur hafa sjaldan orðið. Öllum anda sögunnar er snúið á haus þegar Sveinn konungur þarf að biðja gamla húsfreyju um beina, sitja undir því að hún kalli hann bæði haltan og ragan og auðmýki hann svo enn frekar með því að banna honum að þerra sig á miðjum dúk. Skamma stund í sögunni fær kerling orðið og truflar hinn hæverska karlmennskuanda sem gegnsýrir Morkinskinnu.

Í Morkinskinnu koma vissulega fyrir konur enda gerist sagan að verulegu leyti á heimilinu. Í samfélaginu sem lýst er og því sem söguhlýðendur þekkja eru konur innan stokks en ekki á hinu opinbera sviði. Enda eru þær í heildina litið meira áberandi í Íslendingasögum en konungasögum, svo að ekki sé minnst á Íslendingabók Ara fróða. Íslendingasögur eru öðrum þræði einkalífssögur; hjónabandsvandræði eru þar stundum meginefnið.[42] Þær hafa líka haft orð á sér fyrir að vera „jafnréttissinnaðar" þó að staða kvenna sé þar með ýmsu móti[43]. Algengur er sá misskilningur að í norrænu miðaldasamfélagi hafi konur farið sínu fram og á sér raunar rætur í goðsögnum þess tíma.[44] Þá vill gleymast um hvers konar konur er að ræða. Í höfðingjasamfélagi er misrétti kynjanna stundum síður áberandi en í lýðræði. Meginmunur samfélagsins er milli hárra og lágra og óendanlega miklu betra að vera kona af konungsætt en karl af leiguliðakyni[45]. Í íslenskum miðaldaritum eru víða óvenjulegar konur sem eru um margt jafnokar karla. Höfðingjar eru svo afmarkaðir frá venjulegu fólki að óþarfi er að reglubinda hegðun þeirra.[46]

Í Morkinskinnu kemur fátt fram um almenna samfélagsstöðu kvenna. Tignar konur eru í öndvegi vegna þess að sagan snýst um tignarfólk en ekki kotbændur.[47] Fyrir kemur kvenríkisstjórnandi, Zoe drottning í Miklagarði.[48] Hún kemur að þar sem Norðmenn láta „rembilega" og biður um lokk úr hári Haralds harðráða (í gervi Norðbrigts). Hann vill í staðinn fá „hár úr magaskeggi þínu". Þetta er fáheyrður dónaskapur og fífldirfska en Zoe „gaf ekki gaum að og gekk leið sína" (Msk., 60). Stilling hennar er eins og við má búast af konungi en vera má að henni sé annað í hug.[49] Þó virðist ekki illt milli þeirra (sbr. Msk., 66) uns Haraldur hefur auðmýkt Gyrgi frænda hennar ítrekað. Getið er þeirrar kenningar að „hún sjálf drottningin vildi hafa hann" (Msk., 77, sbr. Msk., 80).

Þó að hefnd Haralds lendi á stólkonungi sem hann lætur blinda eru hin raunverulegu átök milli þeirra Zoe. Það sést þegar hann tekur frænku hennar með en skilar henni síðan „og bað hana segja Zoe drottning að hún hefði með Haraldi brott farið, og spyrja hve mikið vald hún hefir þá á honum eða hvort þeirra hefði nú ríkra orðið“ (Msk., 85). Með því að leita á Harald minnir drottning á Gunnhildi konungamóður í Njálu.[50] Munurinn er að Hrútur er hirðmaður og leggst hjá drottningu til að rísa til metorða en Haraldur lítur á sig sem konung og getur ekki beygt sig undir vilja drottningar.[51] Þó kemur hann kurteislega fram við frænku hennar (peðið í valdataflinu) og síðar kemur fram að Haraldur á konur að vinum. Aldrei er þess getið síðan að hann sýni konum óvirðingu eða láti kvensemi hlaupa með sig í gönur. Zoe eina þarf að auðmýkja vegna ofríkis hennar.[52]

Alfífa drottning er mun ógnvænlegri en Sveinn sonur hennar sem á þó að heita konungur. Drottningin í Garðaríki kveðst treg til að hleypa Magnúsi fóstra sínum til Noregs enda hafi Norðmenn svikið föður hans fyrir Knýtlinga „og Alfífu, er eg ætla að þó sé enn öllum þeim verri og grimmari“ (Msk., 18). Sjálf er Ingigerður ekki síður ráðrík, eins og góða álfkonan í ævintýri andspænis hinni vondu. Hún segist óttast illsku Alfífu og „fyrir ástar sakir við Magnús þá munda eg aldri við hann skiljast ef eigi lægi honum slíkt við“.[53] Áhyggjur Ingigerðar eru ekki ástæðulausar. Síðar byrlar Alfífa Magnúsi dauðadrykk sem vinnur á Hörðaknúti í staðinn og er síðan „þegar öll í brutt og mátti henni því ekki hegna“ (Msk., 33–34). Hún hverfur úr sögunni eftir ódæðið, eins og grimma álfkonan í ævintýrinu um Þyrnirós. Átök um endurkomu Magnúsar verða að deilu tveggja kvenna.[54] Í Morkinskinnu eru konur máttugar og ógna þannig körlum, hvort sem þær eru góðar eða illar. Ingigerður drottning er sögð „allra kvenna vitrust og fríð sýnum“ (Msk., 1). Þegar Ólafur konungur fær boð þeirra hjóna um að fóstra Magnús þykir honum sonur sinn hvergi „betur kominn en með Jarisleifi konungi og drottning er eg veit mestan kvenskörung og mér best viljaða“ (Msk., 3). Áherslan er hér á drottningu.[55]

Annar skörungur er Ingiríður, móðir Inga Haraldssonar. Hún er drottning Haralds gilla (Msk., 404–5, 412) en kemst fyrst til verulegra áhrifa sem móðir konungs. Eftir víg Haralds bregst hún skjótt við: „En Ingiríður drottning og hirðmenn og lendir menn bera ráð sín saman, og fylgja Víkverjar henni“ (Msk., 414). Það er hún sem Víkverjar fylgja og þó að völdin fari síðar í hendur syni hennar er hún enn leiðandi í flokki Inga konungs þegar hún krefst þess að hann grípi til aðgerða eftir víg Sigurðar skrúðhyrnu.[56] Haraldur harðráði giftir Hákoni Ívarssyni Ragnhildi dóttur Magnúsar góða og heitir jarlsnafni með. Það virðist nauðsynlegt fyrir ástina: „rennir hún ástarhug til hans; er þó ekki margt of með þeim í öðru lagi, en hún lést vel myndu við una ef hann væri jarl" (Msk., 220). Þegar Hákon kemur heim tekur Ragnhildur hlæjandi á móti honum og kallar hann jarl.[57] Hann verður að játa á sig skort á jarlstign en hún afræður að fylgja honum samt og reynist heilráð. Hákon þorir þó ekki að snúa heim án merkja Magnúsar konungs (Msk., 227 og 231). Ragnhildur er ógnvekjandi kona. Þó er hún fyrst og fremst áhorfandi að afrekum manns síns, konan sem fylgist með burtreiðunum og afrekin eru unnin fyrir í orði kveðnu. Í raun snýst sagan um Hákon um keppni tveggja karla.

Í sögunni sjást fleiri merkar konur. Drottning í Miklagarði reynir Sigurð Jórsalafara, fremur í gamni en alvöru. Virðast þau jafnokar í þeim leik, svipað og Salómon konungur og drottningin af Saba (Msk., 351). Margra dularfullra kvenna er getið eins og í framhjáhlaupi í sögunni. Einar þambarskelfir fer með fjölmenni á þing til að stöðva skattheimtu Haralds harðráða en „hafði verið áður með ekkju nakkvarri ríkri er Ingibjörg hét og fékk hún honum liðið" (Msk., 108). Um þessa konu er ekkert meira sagt en augljóslega er hún mikilvægur vinur Einars. Slík vinasambönd karla og kvenna, utan við fjölskyldubönd, eru þó fátíð í sögunni.[58] Önnur Ingibjörg er í sambandi við Harald, sögð „vitur kona og væn og var enn í vináttu við konung, og jafnan var konungur þar á veislum og var með þeim Ingibjörgu tíðrætt. Kunni hún of marga hluti vel að hjala og hyggilega" (Msk., 195–96).[59] Þá er María, dóttir Haralds, sögð „allra kvenna vitrust og fríðust sýndum og vinhollust" (Msk., 282). Hún fylgir honum í dauðann og milli þeirra er sérstakt samband.[60] Þessar dularfullu konur í Morkinskinnu benda til óvissu um eða jafnvel hræðslu við kvenkynið. Konur virðast ekki alls kostar auðveldar og viðráðanlegar.

Í Morkinskinnu er borin virðing fyrir tignum konum. Sambönd karla virðast þó skipta meira máli.[61] Þó eru dæmi um kurteisar konur sem eru tilbeðnar, svipað og gerðist í frönskum rómönsum (romans courtois):[62]

> sú kona kom til Björgvinjar er Ragnhildur hét, dýrleg kona. Hana átti Páll Skoptason. Hon hélt einu langskipi, fór svo veglega sem lendir menn, dvaldist þar í bænum (Msk., 447).

Eysteini Haraldssyni konungi þykir ástæða til að yrkja til þessarar konu. Slík kurteisi sem tengist kvenna lofi er áberandi í skáldasögum.[63] Í Morkinskinnu eru þó fá dæmi um slík samskipti kynjanna. Magnús berfættur er kurteisastur konunga:

> Þessi vísa er kennd Magnúsi konungi, að hann hafi kveðið til dóttur keisarans, er honum[64] mikið um og höfðu farið orð milli þeirra, en hún hét Maktildur. [...] Svo er sagt, þá er Magnús konungur hafði spurt frá orðum keisaradóttur, það er honum þótti vingjarnlegt við sig, að hún hefði svo mælt, að slíkur konungur þætti henni sæmilegur sem Magnús konungur var [...] (Msk., 330).

Konungur hegðar sér sem trúbadúr, yrkir til göfugra kvenna og nýtur velvildar þeirra.[65] En þrátt fyrir tilbeiðsluna eru Ragnhildur og Matthildur prinsessa óvirkar. Algengt kvenhlutverk íslenskra miðaldasagna er hlutur áhorfandans, almannarómsins og þess sem eggjar aðra, ýmist á virkan hátt eða með tilveru sinni einni. Ragnhildur konungsdóttir er í því hlutverki í viðsjám Haralds harðráða og Hákonar Ívarssonar.[66]

Morkinskinna er saga einkalífsins en sú saga er opinber því að stjórnmál eru einkamál og einkalífið pólitík. Allar íslenskar konungasögur eru að hluta einkalífssögur en Morkinskinna vitnar þó um nýja stefnu. Konungasögur verða ítarlegri og fyllri og færast í átt að einkalífi og fjölskyldu, meginumfjöllunarefni Íslendingasagna en þær elstu eru litlu yngri en Morkinskinna.[67] Í ljósi hæverskra einkenna á samfélagsmynd Morkinskinnu virðist líklegt að hér sé á ferð sams konar áhugi á ást, fjölskyldu og einkalífi og mótaði hirðbókmenntir þess tíma.[68] Hversdagslífið er sögulegt í Morkinskinnu.[69] Að því leyti er hún mjög í takt við tíðarandann.

1 Sbr. Ármann Jakobsson, Ekki kosta munur, 28–30; Miller, Humiliation; Miller, Emotions and the sagas. Sbr. Stearns og Stearns, Emotionology. Bagge (Mennesket i middelalderens Norge, 205–14) fetar góðan meðalveg í umræðu um tilfinningar og samfélag í Noregi á 13. öld.

2 Aldís Guðmundsdóttir („Því ertu þá svo fölur?") hefur fjallað um slík viðbrögð í Íslendingasögum. Sbr. Lönnroth, Kroppen som själens spegel.

3 Ármann Jakobsson, Í leit að konungi, 222–28.

4 Elias, The Civilizing Process; Jaeger, The Origins of Courtliness; Jaeger, The Envy of Angels. Ofsafengnar opinberar sorgarathafnir voru tíðar á 15. öld (Huizinga, The Waning of the Middle Ages, 11–14).

5 Sbr. Msk., 224.

6 Um þá sögu, sjá Ármann Jakobsson, Að sofna undir sögum. Sbr. kafla 12–14.

7 Þetta er algengt sagnaminni og um þetta snýst alþjóðlega þjóðsagan um ófælna drenginn (AT 326) sem einnig er til í íslenskri gerð (Einar Ólafur Sveinsson, Verzeichnis isländischer Märchenvarianten, 23).

8 Víða í sögunni kemur fram að vald á orðinu er afar mikilvægt. Athygli er vakin á því að hæðst er að Haraldi gilla fyrir að tala með hreim (Msk., 396) en þeir konungar sem mest rækt er lögð við eru málsnjallir, t.d. Haraldur harðráði og Eysteinn Magnússon.

9 Engu líkara er en Einar þambarskelfir hafi átt við stam að stríða; önnur fleyg orð hans eru einnig tvítekin: „Of veykr, of veykr, allvalds bogi." (Heimskringla I, 363)

10 Diana Whaley rekur nokkur dæmi um auknefni sem átakavald í Morkinskinnu (Nicknames and Narratives in the Sagas, 138–39). Árni þessi er einnig nefndur í Þorgilssögu og Hafliða. Viðurnefni hans er óskiljanlegt (Finnur Jónsson, Tilnavne i den islandske Oldlitteratur, 323).

11 Í íslenskum miðaldasögum kemur alloft fyrir að tvíræðni orðanna sé notuð í blekkingarskyni. Bæði í Hungurvöku (79, 83–84) og Laxdælu (178 og 181) er leikið með orðið samlendur og í Króka-Refssögu (153–55) er atriði þar sem Refur flytur konungi ill tíðindi á dulmáli.

12 Sjá Davíð Erlingsson, Bakrauf og bakrauf, 407. Um hann segir Davíð: „Það er því enginn vafi á [...] að það er eins með persónu þessa og Lind sagði, að hann er „tydligen uppdiktad", og það ekki aðeins einfaldlega, heldur tvöfaldlega. Sveinki diktar upp þennan mann staddur inni í söguþætti sínum sem er diktaður af höfundi sem hefur verið mikill meistari."

13 Sbr. Morkinskinna (útg. Andersson og Gade), 448–49. Eitt þessara orðtaka hefur verið skýrt af Ólafi hvítaskáldi, annað kann að vísa til slægðar Sama í kaupskap (sbr. Hermann Pálsson, Úr landnorðri, 25) en hið þriðja kann að vera vísun í Brandsþátt örva.

14 Hið sama gerist þegar hryggð setur að bróður hans (Msk., 357). Kalinke (Sigurðar Saga Jórsalafara, 159–61) telur að höfundur Morkinskinnu hafi þekkt ýmis læknisráð miðalda við ástsýki.

15 Eins og Heinrichs hefur bent á (Wenn ein König liebeskrank wird, 44) er þetta ráð ekki með öllu óþekkt á miðöldum enda ástsýki þá svo tíð að kalla mátti hana tískuveiki (sama rit, 27–30). Sjá Wack, Lovesickness in the Middle Ages, einkum 146–76; Kaiser, Krankheit und Krankheitsbewältigung, 243–69; Andersson, Skald Sagas in their Literary Context 3: The Love Triangle Theme.

16 Bloch (Etymologies and Genealogies, 226) hefur látið svo um mælt að í hugarfari hirðlífsins séu samfélagsfyrirbæri einatt yfirfærð á svið sálarlífsins og gæti það átt við hér.

17 Orð sem eru notuð til að lýsa venslum konunga og eftirlætishirðmanna þeirra eru raunar gjarnan svipuð og notuð eru um ástarsambönd (sjá Jaeger, The Envy of Angels, 104; Jochens, Representations of Skalds in the Sagas 2: Gender Relations).

18 Fleiri geðrænir kvillar koma fyrir í sögunni. Þannig greinir Haraldur harðráði pilt sem missir minnið svo að hann sé „draumstoli en það hlýðir öngum manni og er ekki eðli til þess að menn dreymi ekki og að það megi hlýða" (Msk., 119). Kaiser (Krankheit und Krankheitsbewältigung, 223–43) hefur fjallað aðeins um lýsingar geðrænna kvilla í Íslendingasögunum en ekki í Morkinskinnu.

19 Sjá um vináttu sem samfélagsstofnun: Jón Viðar Sigurðsson, Friendship in the Icelandic Commonwealth; Jón Viðar Sigurðsson, Forholdet mellom frender, hushold og venner, 325–29; Jón Viðar Sigurðsson, Frá goðorðum til ríkja, 81–126; Jón Viðar Sigurðsson, Heimili, þingmennska, frændur og vernd á þjóðveldisöld; Jón Viðar Sigurðsson, Goder og maktforhold; Jón Viðar Sigurðsson, Chieftains and Power. Jón Viðar sækir hugmyndir sínar m.a. til rita Gerds Althoffs.

20 Althoff, Friendship and Political Order, 92–93; Jón Viðar Sigurðsson, Frá goðorðum til ríkja, 112–16. Eins hafa hjónabönd löngum snúist fyrst og fremst um fjármuni. Sbr. nmgr. 33 og 55.

21 Sjá Burke, Humanism and Friendship in Sixteenth-Century Europe, 266. Um hugmyndafræði vináttu er fjallað í ítarlegu riti McGuire (Friendship and Community). Sjá einnig Friendship in Medieval Europe; einkum McEvoy, The Theory of Friendship in the Latin Middle Ages. Miller (Justifying Skarphéðinn, 338–41) og Goetz ('Beatus homo qui invent amicum', 129–30) leggja áherslu á bæði hagnýta og tilfinningalega hlið vináttu. Sbr. Ármann Jakobsson, Ekki kosta munur, 28–30.

22 Sbr. Jaeger, The Envy of Angels, 310–22 o.v.

23 Sbr. Duby, Communal Living; Elias, The Civilizing Process, 134–38 o.v.; Huizinga, The Waning of the Middle Ages, 9–14. Habermas (The Structural Transformation of the Public Sphere, 1–26) hefur fjallað um tilurð hugmynda um opinbert og einka, orðanotkun því tengda og eðli fyrirbæranna.

24 Gaunt, Gender and Genre in Medieval French Literature, 22–121.

25 Jaeger, The Origins of Courtliness; Jaeger, The Envy of Angels. Sú karlmannsímynd er í fullu gildi enn, riddaraleg hegðun telst kostur á karlmönnum og til eru yngri útgáfur þessa riddara, t.d. kúrekar í villta vestrinu eins og það birtist í bandarískum kvikmyndum.

26 Sjá m.a. McNamara, The Herrenfrage, 9; Jaeger, The Origins of Courtliness, 176–94. Klaniczay (The Uses of Supernatural Power, 58–65) tengir þetta þróun tískunnar og viðbrögðum við henni.

27 Þessu lýsir Jaeger (The Origins of Courtliness, 195) svo: „The ultra-conservative mentality always equates restraint with cowardice, and sees heroism and manhood threatened by the advance of civilization [...] In any case this mentality has a store of *topoi* which are effective in stirring up primitive aggression and making hatred and violence appear as noble instincts, and revenge a heroic act."

28 Sbr. Ármann Jakobsson, Ekki kosta munur; Dronke, The role of sexual themes in Njáls saga.

29 Um auknefni Gilla, sjá Davíð Erlingsson, Bakrauf og bakrauf, 407–8.

30 Sama á við víðar í íslenskum miðaldasögum (Ármann Jakobsson, Konungasagan Laxdæla, 357–64).

31 Í Heimskringlu sameinar Haraldur hárfagri Noreg vegna konu (Hkr. I, 96–97). Sú rómantíska sögn fellur illa að hugmyndum um meint raunsæi þeirrar sögu. Átök Haralds Guðinasonar og Vilhjálms Normannakonungs eru líka skýrð með kvennamálum (Msk., 285).

32 „en konungur hafði drukkinn niður lagst og svaf fast og vaknaði við það er menn vógu að honum og mælti það í óvitinu: „Sárt býr þú nú við mig, Þóra." En hún hljóp upp og mælti: „Þeir búa sárt við þig er verr vilja þér en eg." Þar lét Haraldur konungur líf sitt" (Msk., 413).

33 Um þessa frásögn hefur Bagge fjallað (Kvinner i politikken, 23–24) og bendir á að þessi kona hafi ekki einu sinni stöðu frillu sem hafi ekki þótt niðurlægjandi. Yfirlit um stöðu norrænna frillna á miðöldum er hjá Ebel (Der Konkubinat) og Auði G. Magnúsdóttur (Frillor och fruar). Sbr. Auður G. Magnúsdóttir, Ástir og völd; Auður G. Magnúsdóttir, Hövdingar, hustrur och frillor. Í þessum ritum er þó lítið fjallað um frillulífi Noregskonunga.

34 Þetta er minni í sögunni, sbr. Andersson, Skald Sagas in their Literary Context 3, og skýringar í útgáfu hans (Morkinskinna, 431–32, 454 og 456). Jochens (The Politics of Reproduction, 338) telur þessa sögu sýna árekstur hagsmuna karla og kvenna í kynlífi. Boðskapur sögunnar sé að virða beri rétt konunnar til að neita konungi. Síðar kemur Sigurður Jórsalafari fram vilja sínum við Sigríði Hranadóttur og svívirðir bróður hennar en ekki verður neitt ráðið um afstöðu Sigríðar (Msk., 367–68, 375). Konungur er þá væntanlega tekinn að kenna þess meins sem síðar hrjáir hann. Í Geirsteinsþætti (Msk., 448–49) segir frá karli sem verður ólmur þegar kona hafnar honum. Jochens (Women in Old Norse Society, 31–36, 72–73) rekur dæmi úr öðrum sögum um hvernig karlar girnast konur og leita á þær.

35 „the necessary myth of constant, uncontrollable potency has to be ritually strengthened in male gatherings through boasts and dirty jokes and occasional group aggression against women." (McNamara, The Herrenfrage, 10)

36 Í Morkinskinnu er það einkum í upphafi þáttarins (Msk., 235) en í Flateyjarbók er bætt við sérstökum kafla um þetta (Flateyjarbók III, 426–28; Flateyjarbók IV, 213–15). Sá kafli fjallar m.a. um vináttu konungs og hirðmanns sem drottningu mislíkar (sbr. Harris, Gender and genre, 59–60).

37 Ólafi konungi helga nægir að blinda Hrærek konung (Hkr. II, 105) til að gera hann „óvirkan" sem keppinaut um völd svo að geldingin virðist fyrst og fremst hugsuð sem kynferðisleg auðmýking (sbr. Bagerius, Vita vikingar och svarta sköldmör, 24–25). Tengsl geldingar og augna eru reifuð hjá Lassen (Hǫðr's Blindness and the Pledging of Óðinn's Eye, 221 o.áfr.; Øjets sprog, 123–25).

38 Á þetta hafa Andersson og Gade bent (Morkinskinna, 436 og 441). Heiftarorð Finns Árnasonar í garð systur sinnar eru ekki af þessu tagi enda er takið fram að honum hafi vart verið

sjálfrátt (Msk., 213–14). Vilhjálmur jarl drepur konu sína fyrir að hafa tekið Harald Guðinason fram yfir sig (Msk., 285).

39 Gaunt, Gender and Genre in Medieval French Literature; Burns, Bodytalk. Sbr. Sverrir Tómasson, Hugleiðingar um horfna bókmenntagrein, 211–12. Áherslu ber að leggja á að ástarhugmyndir í hirðbókmenntum eru fjölbreyttar (Aalbæk-Nielsen, Kærlighed i middelalderen, 113–72).

40 Sbr. Harris, Gender and genre, 60–61. Almennt fjalla þættir Morkinskinnu um samskipti karla. Harris telur það einkenna þætti sem bókmenntagrein. Fæst dæmi hans eru sótt í Morkinskinnu en þetta á ágætlega við um þætti hennar.

41 Fyrirmyndarriddarinn Lancelot hafnar einmitt giftingu vegna þess að hann vill ekki láta af burtreiðum, bardögum og ævintýrum: „Girls, then, seem to spoil the boys' games and possibly bring bad luck, and there is no question of whether love or war comes first." (Caie, A City Built to Music, 18)

42 Góð hjónabönd eru fáséðari í Íslendingasögunum: „Sagas are not particularly interested in good marriages" (Frank, Marriage in Twelfth- and Thirteenth-Century Iceland, 478).

43 Jenny Jochens hefur fjallað rækilegast um stöðu kvenna í norrænu samfélagi og notar einkum sögur sem heimildir; hún beinir bæði sjónum að raunverulegri stöðu kvenna (Women in Old Norse Society) og kvenímyndum sem móta hugarfar manna (Old Norse Images of Women). Um stöðu kvenna á Íslandi á 12. og 13. öld, sjá einnig Jochens, The Medieval Icelandic Heroine; Agnes S. Arnórsdóttir, Konur og vígamenn; Clover, The Politics of Scarcity; Breisch, Frid och fredlöshet, 81–94 o.v.

44 Sbr. Jochens, The Medieval Icelandic Heroine; Gunnar Karlsson, Kenningin um fornt kvenfrelsi á Íslandi. Um ýmsar myndir goðsagnarinnar um sterku konuna, sjá Clover, Maiden Warriors and Other Sons; Andersen, Skjoldmøer; Jesch, Women in the Viking Age, 176–202; Helga Kress, Máttugar meyjar, 119–60; Jochens, Old Norse Images of Women. Viðhorf til kvenna á miðöldum reynast við nánari athugun afar margbrotin (sjá m.a. Power, Medieval Women; Mundal, Kvinnebiletet i nokre mellomaldergenrar).

45 Sbr. Clover, Regardless of Sex, 380: „this is the binary, the one that cuts the most deeply and the one that matters; between strong and weak, powerful and powerless or disempowered, swordsworthy and unswordsworthy, honored and unhonored or dishonored, winners and losers." Bagge (Mennesket i middelalderens Norge, 32–36) hefur einnig bent á að munurinn snúist um vald og styrk. Meulengracht Sørensen (Fortælling og ære, 226–48) hefur bent á svipaða þjóðfélagsstöðu kvenna og gamalla karla. Sbr. Agnes S. Arnórsdóttir, Konur og vígamenn, 173–97; Shahar, The Fourth Estate, 126–73.

46 Sbr. Bagge, Kvinner i politikken, 22. Með vaxandi þátttöku almennings í stjórnmálum þurfti svo nýjar hömlur. Þannig ríkti sú þversagnakennda staða í Englandi 19. aldar að konur höfðu ekki kosningarétt en þó var það kona sem var formlegt höfuð stjórnarinnar og ráðherrar þurftu að gera henni grein fyrir athöfnum sínum. Þetta var vitaskuld ekki jafn þversagnakennt áður fyrr þegar enginn hafði kosningarétt eða nokkur áhrif á ríkisstjórn nema fámenn forréttindastétt.

47 Fremur lítið hefur verið fjallað um konur í Noregskonungasögum (sjá þó Jochens, The Female Inciter in the Kings' Sagas; Jochens, The Politics of Reproduction). Um konur í dönskum sagnaritum, sjá Damsholt, Kvinnebilledet i dansk højmiddelalder, 84–167; Strand, Kvinnor och män i Gesta Danorum.

48 Samkvæmt sumum þarlendum heimildum var hún hið mesta flagð, kynóð mannæta og hálfgert tröll. Í norrænum heimildum er hún líkari Gunnhildi konungamóður eða Sigríði stórráðu sem eru mennskar og vekja jafnvel samúð. Sjá Lönnroth, The Man-Eating Mama of Miklagard, 37–41.

49 Sú er túlkun Lönnroths (The Man-Eating Mama of Miklagard, 40). Hugsanlegt er að drottningin taki hinni grófu glettni Haralds sem vísbendingu um að hann girnist hana enda hefjast

ofsóknir hennar ekki að ráði fyrr en hann fer að dufla við Maríu systurdóttur hennar. Þá hefur Zoe litið á Harald sem jafningja sinn því að drottningar þurfa ekki að ganga á eftir ótignum mönnum.

50 Sjá Ármann Jakobsson, Ekki kosta munur, 22–24. Sbr. Kristján Jóhann Jónsson, Lykillinn að Njálu, 18–22; Jochens, Women in Old Norse Society, 73–74.

51 Málið horfir öðruvísi við með sambúð Þórðar og Ásu (Msk., 360); þá þykir ýmsum konunni og ættingjum hennar óvirðing að sambandinu við Íslendinginn.

52 Að þessu leyti er sagan um skipti Haralds og Zoe eins konar meykóngasaga (sbr. Bagerius, Vita vikingar och svarta sköldmör, 20–21). Um þær sjá Kalinke, The Misogamous Maiden Kings of Icelandic Romance; Kalinke, Bridal–Quest Romance in Medieval Iceland.

53 Jafnvel orðalagið „liggja við" minnir á ævintýri þar sem góðar álfkonur koma fyrir.

54 Í Heimskringlu (III, 13–14) er sagt frá enn einni kvennadeilu, milli móður Magnúsar og drottningar Ólafs helga. Sú frásögn er ekki í Morkinskinnu. Móðir Magnúsar góða virðist æði sjálfráð og veitir Þorkeli geysu líf án þess að spyrja konung. Við lát sonarins leitar hún til Þorkels sem kemur henni til Sveins konungs (Msk., 137–40, 144–45). Hún virðist ekki þrífast í ríki Haralds konungs. Konungamæður eru greinilega stórhættulegar og því sjálfar í hættu.

55 Sbr. Rittershaus, Altnordische Frauen, 230–34. Margir hafa fjallað um hjónabönd á miðöldum. Staða kvenna gat verið með ýmsu móti og hugmyndafræði um hjónabandið var ekki heldur einsleit. Sjá m.a. Jochens, Consent in Marriage; Agnes S. Arnórsdóttir, Konur og vígamenn, 124–72; Duby, Medieval Marriage; Duby, Love and Marriage in the Middle Ages; Duby, Le chevalier, la femme et le prêtre; Brooke, The Medieval Idea of Marriage.

56 Ingiríður giftist tvisvar aftur og með seinasta manninum átti hún Nikulás byskup og leiðtoga Bagla.

57 Hér minnir hún á Hildigunni (aðra konu sem vildi aðeins goðorðsmann) þegar hún tekur á móti Flosa í Njálu og kallar hann jarl (Brennu-Njáls saga, 289–92).

58 Andleg vinátta karla og kvenna komst í tísku frá og með 12. öld (sjá McGuire, Jean Gerson and the End of Spiritual Friendship, 229 og tilvitnuð rit þar). Sú íslensk miðaldasaga sem fjallar öðrum frekar um þetta er Laxdælasaga. Þar er lögð áhersla á vináttu Guðrúnar Ósvífursdóttir við t.d. Gest Oddleifsson og Snorra goða. Kemur fram að Guðrún er jafningi þessara karla að visku.

59 Ekki fer þó vel og hún gengur að lokum í klaustur að ósk konungs sem virðist telja hana spjallaða af samneyti við „vendveran gest" (Msk., 198).

60 Óvíst er hvort hún er nefnd eftir Maríu frænku Zoe, til að minna á sigur Haralds á meykónginum.

61 Að mati Gaunts (Gender and Genre in Medieval French Literature) og Burns (Bodytalk, 13) á það almennt við um rómantískar bókmenntir miðalda. Duby telur að samband karlanna tveggja sé höfuðatriðið í hinum klassíska ástarþríhyrningi riddarabókmennta (sjá Duby, Medieval Marriage, 11–15; Duby, Love and Marriage in the Middle Ages, 32–35 og 56–63).

62 Eigi að síður snúast rómönsurnar fyrst og fremst um mótun karlímyndarinnar en hlutverk kvenna er þar þó meira en í ýmsum öðrum riddarabókmenntum, til að mynda kappakvæðum (chansons de geste). Sjá Gaunt, Gender and Genre in Medieval French Literature, 71–121.

63 Um skáldasögurnar, kvæðin í þeim, uppruna Íslendingasagna og rómantísk áhrif var deilt nokkuð fyrir um 30 árum. Sjá Bjarni Einarsson, Skáldasögur; Andersson, Skalds and Troubadours; Bjarni Einarsson, The Lovesick Skald; Bjarni Einarsson, To skjaldesagaer. Sbr. Finlay, Skalds, Troubadours and Sagas; Finlay, Skald Sagas in their Literary Context 2: Possible European Contexts.

64 Hér vantar eitthvað, Finnur Jónsson getur upp á var eða fansc (Morkinskinna 330 nmgr. 1).

65 Sbr. Bjarni Einarsson, To skjaldesagaer, 22–23. Bjarni bendir á fleiri dæmi þess að konungar í sögunni yrki ástarvísur til kvenna; annars vegar vísur Haralds harðráða til „Gerðar í Görðum", hins vegar ástarvísu sem Magnús góði yrkir og er birt án skýringa eða samhengis (Msk.,

119–20). Um þær og fleiri ástarvísur konunga, sjá Poole, Some Royal Love-verses. Power (Magnus Barelegs' Expeditions to the West, 121–22) telur að hér sé um að ræða Matthildi, dóttur Melkólms Skotakonungs, enda sé engin keisaradóttir með því nafni þekkt frá þessum tíma. Engar aðrar heimildir séu þó til um það ástarsamband.

66 Fidjestøl (Ut no glytter dei fagre droser) telur meginhlutverk kvenna í dróttkvæðum að vera áhorfandi. Þá kenningu sækir hann til Finns Árnasonar sem orðar hana á óprúðan hátt: „Eigi er nú undarlegt að þú hafir vel bitist, er merin er með þér“ (Msk., 214). Kemur þetta heim við hlutverk kvenna í burtreiðum þar sem fagrar konur meðal áhorfenda gegna því hlutverki að efla bardagagleði kappanna. Frank (Why Skalds Address Women) telur að þetta geri konur mikilvægar í dróttkvæðalist (sbr. Jesch, Women in the Viking Age, 148–68). Um hlutverk kvenna í norrænum sögum, t.d. við hefndarhvöt, sjá m.a. Heller (Die literarische Darstellung, 98–122), Jochens (The Female Inciter in the Kings' Sagas; Old Norse Images of Women, 162–203) og Meulengracht Sørensen (Fortælling og ære, 226–48).

67 Íslendingasögurnar eru oft nefndar „family sagas“ á enskri tungu (sbr. Andersson, Why do Americans say "Family Sagas"?). Sú Íslandssaga sem þær skapa er safn sagna úr einkalífi höfðingja. Ker (Epic and Romance, 251) setti á sínum tíma fram þá hugmynd að það stafaði af sérstæðri samfélagsgerð hér á landi. Hann orðaði það svo: „The public history of Iceland lies all in the lives of private characters.“

68 Sbr. Hanning, The Individual in Twelfth-Century Romance; Gaunt, Gender and Genre in Medieval French Literature.

69 Áhugi á fjölskyldusögu, hversdagssögu og einkalífssögu hefur aukist síðari ár, sbr. m.a Burke, History and Social Theory, 38–43; Würth, New Historicism und altnordische Literaturwissenschaft; Agnes S. Arnórsdóttir og Helgi Þorláksson, Heimili; Duby, Love and Marriage in the Middle Ages, 129–216 o.v.

10. Nýtt samfélag — nýjar sögur

10.1 Hirðskáld í kreppu

Í Morkinskinnu eru þrjár sögur um tímamót. Í brennidepli eru íslenska skáldið Einar Skúlason og konungarnir Eysteinn og Sigurður Haraldssynir.[1] Frásagnirnar virðast í fyrstu um léttvæga atburði. Í þeirri fyrstu er Einar seinn til borðs og Eysteinn konungur vill að Einar hafi ort áður en konungur drekki af kerinu. Einar leysir þá þraut. Þá er greint frá því að leikari étur kjöt á frjádegi og er hýddur. Einari þykir refsing hans hörð. Sigurður konungur segir Einar sjálfan munu ráða því; leikarinn verði hýddur jafnlengi og Einar sé að yrkja. Eftir aðeins fimm högg er vísan til. Þegar þriðja sagan gerist er Einar „nakkvað svo fráskili orðinn konungi fyr ógá" (Msk., 447). Göfug kona kemur til Björgvinjar en þegar hún heldur á braut vill konungur láta yrkja. Annað skáld kemur ekki upp úr sér orði. Konungur lætur sækja Einar og biður hann yrkja. Einar vill fá í laun jafnmarga aska hunangs og vísuorðin sem konungur og menn hans leggi ekki á minnið. Einar nær að kveða vísu áður en göfuga konan er úr augsýn en þegar kemur að hirðinni vandast málið: „Þá mælti konungur: „Það ætla eg að eg muna. Hola báru ristur hlýrum. Já veit guð. Barmur lyptingar farmi." Aldregi mundu þeir það er í milli var" (Msk., 448).

Konungur man aðeins fyrsta og seinasta vísuorðið en segir „Já veit guð" í stað hinna. Það er eðlilegt að konungur muni einmitt þessi erindi. Býsna fyndið er að konungur segir ekki aðeins það sem hann man heldur skrollar á því sem hann man ekki. Sjá má hirðina fyrir sér eyða dágóðri stund í að rifja upp og reyna að muna. Nútímamenn finna til samkenndar og skilja vel vandann að leggja á minnið dróttkvæða vísu. Óminni hirðarinnar beinir þannig athygli að andstæðum á sviðinu. Annars vegar er Einar Skúlason, hinstur í röð margra kynslóða íslenskra skálda við hirð Noregskonunga. Hins vegar eru hirðmenn sem hópast um konung í friðsælu borgarlífi fremur en bardaga. Við sjáum „leikara" og skemmtikrafta og borðhald þar sem fátt er stórviðburða og þykja tíðindi ef stallara konungs hefur dvalist á nunnusetri.

Í þessum þremur frásögnum, sem í fyrstu virðast veigalitlar, er sýnt samfélag þar sem gamalt og nýtt mætast, hirðskáld og trúðar.[2] Dróttkvæði eru orðin tómstundagaman fremur en list sem tekin er hátíðlega. Spennan felst í hversu hratt Einar yrkir. Í seinustu sögunni virðist hirðin ekki skilja vísuna, fremur en flestir nútímamenn. Þess vegna man hún hana ekki. Þó nýtur Einar virðingar og konungur virðist styðja jafnt við bak gamalla og nýrra lista. Hefðin á sinn sess í samfélagi sögunnar. Enn má ná frama þar með því að kunna sitthvað fyrir sér í dróttkvæðum. En Einar virðist þó á sinn hátt einangraður í hinu nýja borgarsamfélagi fullu af göfugum konum, leikurum og átveislum. Þar er menningin margleit og gömul og ný tíska blandast saman. Þessu samfélagi er lýst í dæmisögunum um Einar Skúlason. Eins og fleiri sögur Morkinskinnu lýsa þær einnig sjálfri sögunni sem er hlaðnari af dróttkvæðum en flestar aðrar konungasögur en samt ríkir þar mikið dálæti á hinni nýju öld og því sem henni heyrir til.

10.2 Innreið nútímans

Morkinskinna er furðu „unglegur" texti miðað við hve gömul hún er. Þó að viðfang hennar sé fortíðin leitar samtíðin inn í textann og er þar ásamt fortíðinni. Hún er ungleg vegna þess að nýi tíminn er þar áleitinn.[3] Lars Lönnroth hefur bent á að í mannjöfnuði bræðranna Eysteins hins fyrri og Sigurðar Jórsalafara birtist mörg ný gildi. Þar sé á ferð senna, gömul bókmenntagrein en sett í nýtt samhengi fyrir áhrif hirðmenningar; menningin vinni mannjöfnuðinn á kostnað forns víkingaanda.[4] Eins og Lönnroth bendir raunar á er málið ekki einfalt. Þó að Sigurður sé að hans mati fulltrúi víkingaandans telur hann sér til tekna að ríða í „turniment" (Msk., 383).[5] Þá notar Eysteinn, fulltrúi hinnar nýju siðmenningar, orðið „gullhálsa" um skrautgjarna menn Sigurðar og talar þá sem dæmigerður fulltrúi evrópskra íhaldsviðhorfa.[6]

Nútíma- og hefðarhugtökin eru flókin og torskilin.[7] Brian Stock hefur varað við því að módernismi sé lagður að jöfnu við breytingar og hefð við stöðnun. Oft spretti módernismi af hefð eða sé dulbúinn sem hefð og oft sé fátt nútímalegra en þegar unnið er úr hefð.[8] Slíka nútímalega hefðardýrkun sér Ole Bruhn hjá Rögnvaldi kala Orkneyjajarli.[9] Tólfta öldin var öld átaka milli gamals og nýs. Þá risu upp menn sem töldu gamla þekkingu úrelta, þvert á hið algenga viðhorf um nútímamenn sem dverga á herðum risa.[10] Ekki eru skilin milli gamals og nýs svo skörp. Susanne Kramarz-Bein telur að í Laxdælu sé kapp lagt á að tileinka sér tísku og nýjar áherslur 13. aldar, þó að viðfangið sé forn saga og horfin tíð.[11] Morkinskinna er „ungleg" á sama hátt og Laxdæla. Andi beggja sagnanna virðist „unglegri" en sá sem sést í ýmsum öðrum fortíðarsögum 13. aldar. Sá ungi andi virðist ekki síst koma fram í samfélagslýsingunni.[12]

Það merkir ekki að fornar menntir og hefðir séu með öllu fjarri. Í dróttkvæðum skáldskap og raunar öllum skáldskap er menningarauður, bæði fyrir skáldin sjálf og konunga sem hafa þau í þjónustu sinni. Haraldur harðráði fær Þjóðólf skáld til að skemmta með því að yrkja um áflog smiðs og sútara og kenna þá fyrst við Geirröð jötun og Þór (eins og í goðakvæðum) en síðan við Sigurð og Fáfni (eins og í hetjukvæðum) (Msk., 235–36). Áhugi á hefðinni er mikill þó að hún sé limuð inn í hinn kristna hugmyndaheim. Sigurður Fáfnisbani og Þór eru þá orðnir sem hver önnur dægradvöl við hirðina.[13]

Vésteinn Ólason hefur sagt um samfélagsmynd Njálssögu: „Njáls saga fjallar um veröld sem var, heim sem er horfinn og kemur aldrei aftur, heim sem bar í rótum sínum það mein sem varð honum að falli."[14] Njálssaga hverfist um nýhorfið þjóðskipulag þjóðveldisaldar, forna siði og venjur, gamlan heim. Yfir henni er tregablær. Hún er harmleikur. Morkinskinna er það ekki. Þar er lýst fornum siðum. Forn kvæði eru í öndvegi. Samt er Morkinskinna bjartsýnn texti nýrra tíma. Þar er ekki dregin upp mynd af feigu samfélagi heldur því sem koma skuli: borgum, kurteisi, hirðlífi og hirðsiðum. Siðmenningu sem átti eftir að setja svip sinn á næstu aldir. Morkinskinna einkennist af nútímalegri hefðarhyggju, fylgni við hefð á forsendum nýs tíma.[15]

10.3 Hugsjón verður til

Samfélagið sem í orði kveðnu er lýst í Morkinskinnu er Noregur 11. og 12. aldar. Það ber þó skýran svip af því samfélagi sem var að verða til í Evrópu á 13. öld. Þrátt fyrir áhuga á fortíð og fornum siðum nálgast höfundur Morkinskinnu söguna með nútímann í augum.[16] Bróðurpartur listrænna frásagnarbókmennta Íslendinga á 12. og 13. öld fjallaði um sögu-, víkinga- og hetjualdir en andann í sögunum má kenna við lénskerfi og riddarasiðferði. Þær eru aðeins að litlu leyti samgermanskur hetjualdararfur heldur fremur úrvinnsla fortíðarinnar undir meiri eða minni áhrifum frá riddarasögum. Í menningu lénssamfélaga Evrópu urðu alls kyns fornaldarmenn að miðaldariddurum: Akkilles og Hektor, Alexander mikli, Sesar, Davíð konungur úr Biblíunni, Artúr konungur og Karl mikli. Öllum er lýst sem samtíðarmönnum sem hafa í heiðri hugsjónir og siði riddaraaldar en eru þó stærri og merkari en samtíðarmenn. Þeir verða allir hluti af samræmdri fortíð sem er þó lifandi sem samtíð væri, á svipaðan hátt og í ævintýri.[17] Eins eru víkingar íslenskra miðaldasagna riddarar sem settir eru á skip og látnir tala í sögustíl. Í Haraldskvæði er Haraldi hárfagra lýst sem riddarahöfðingja með trúða og leikara í þjónustu sinni, eins og

Eysteinn Haraldsson.[18] Nútíð og fortíð eru ekki tveir heimar heldur einn. Því fjarlægari sem fortíðin verður, þeim mun ákafar líkist hún riddarasamfélagi samtímans.[19]

Bókmenntir, hugmyndir og samfélag miðalda voru ein heild sem ekki verður í sundur skilin. Hugmyndaheimur Morkinskinnu mótast af því samfélagi sem lýst er í ritinu, því hirðsamfélagi sem tók að skapast á 12. og 13. öld. Miðaldir voru tíð umbreytinga. Norbert Elias og Stephen Jaeger hafa lýst því hvernig samfélagið þróaðist smátt og smátt í átt til þess sem við köllum „siðmenningu" með harðnandi hegðunarreglum. Ekki var nóg með að til yrðu nýir borðsiðir, svefnsiðir og baðsiðir heldur einnig ný viðhorf til annarra stétta, lífs og dauða. Eru þeir á einu máli um þróunina en Elias telur að samfélagsþróunin móti hugmyndirnar og menninguna, Jaeger vill gera meira úr áhrifum menningarinnar á þróun samfélagsins. Hvað sem því líður er ljóst að snemma á 13. öld, þegar Morkinskinna er sett saman, eru að skapast ný viðmið í riddarasamfélagi miðalda.

Að mati Jaegers áttu kirkjunnar menn frumkvæði að því að skapa nýja riddaraímynd og gátu haft rík áhrif með kennslu sinni við hirðir og dómkirkjuskóla. Hirðir konunga urðu fyrsti áfangastaður nýjunganna. Þaðan breiddust þær til lendra manna almennt. Hin nýja hugsjón var hinn kristni og siðmenntaði hirðmaður, riddarinn, sem var jafnvígur á borðsiði og blóðsúthellingar. Mannkostir þessa nýja riddara áttu m.a. að felast í mildi, visku, málsnilld og hnyttni. Riddarar áttu að klæðast vel, kunna að koma fyrir sig orði og umfram allt sýna stillingu, hvað sem á dyndi. Um æskilega hegðun gátu þeir fræðst í rómantískum bókmenntum (riddarasögum) en kirkjunnar menn áttu drjúgan þátt í tilurð þeirra. Að mati Jaeger sýna þær ekki hirðsiði tímans heldur boða nýja siði. Þar á meðal voru hófstilling, dýrkun kvenna, friðarstefna og trú á ástina.[20]

Ef menn hugsa um hirð konungs í ljósi hirðsamfélaga nýaldar kynnu menn að ætla að konungshirðir hafi verið friðsæll staður þar sem einvaldur ber ægishjálm yfir öðrum, þar sem öll samskipti eru formleg og fátt óvænt, hver á sinn sess og lítið er um átök. Elias og Jaeger eru sammála um að þannig hafi hirðin ekki verið. Þar hafi þvert á móti ríkt hörð samkeppni, stöðug átök og því hafi verið brýn nauðsyn að sýna stillingu og koma ekki upp um eigin fyrirætlanir. Við hirðina þurftu menn á góðu gervi að halda.[21]

Í Morkinskinnu er lýst hörðum heimi þar sem menn þurfa ekki síður að verja heiður sinn og samfélagsstöðu en í þjóðveldissamfélaginu heima á Íslandi. En þetta er öðruvísi heimur. Þjóðveldið var komið í upplausn þegar tekið var að setja saman Íslendingasögur. Morkinskinna lýsir á hinn bóginn samfélagskerfi sem var í sókn, evrópsku hirðsamfélagi. Munurinn er fyrst og fremst sá að valdabaráttan tengist nýrri hugsjón um manninn sem átti eftir að setja svip sinn á rómantískar bókmenntir næstu alda.[22] Morkinskinna fjallar í orði kveðnu um horfna tíð en um leið er lýst samfélagi í mótun: nýrri öld.

1 Fyrsta sagan er um Eystein konung en sú næsta um Sigurð. Í þriðju sögunni er aldrei sagt um hvaða konung er að ræða en inngangurinn að sögunum þremur lýsir vináttu Eysteins og Einars þannig að gera verður ráð fyrir að Eysteinn sé þar á ferð.

2 Minnið um dróttkvæðaskáldið og leikarana er einnig á ferð í Sverrissögu (90–91). Sbr. Jakobsen, Tåtten om Måne skald. Guðrún Nordal (Samhengið í íslenskum fornbókmenntum) hefur nýlega rætt bókmenntalegt samhengi Geisla Einars.

3 Sbr. Kramarz-Bein, 'Modernität' der Laxdœla saga, 421; Würth, Die Temporalität der Laxdæla saga.

4 „I berättelsen om kungarnas manjämning är däremot tendensen hövisk, såväl i Morkinskinna som i Heimskringla; meningen är att det gamla råbarkade manjämningsidealet, som personiferas av kung Sigurd, skall framställas som underlägset den nya tidens mer civiliserade och höviska ideal, som personifieras av kung Östen. Vad som sker under kungarnas dispyt är nämligen att Sigurds vikingadåd [...] visar sig komma till korta i jämforelse med hemmasittarens, kung Östens, fredliga bragder såsom byggande av kyrkor och hamnar, klok rättskipning osv. Kulturen vinner manjämningen på vikinga-andans bekostnad. Ett gammalt mönster har därmed givits en helt ny mening, liksom när en psalm görs om till socialistisk kampsång eller en dryckesvisa förvandlas till nykterhetspropaganda." (Lönnroth, Den dubbla scenen, 68)

5 Sama rit, 69. Um „turniment", sjá Saxtorph o.fl., Turnering; Keen, Chivalry, 83–101; Vale,Violence and the Tournament.

6 Um þau viðhorf, sjá Jaeger, The Origins of Courtliness, 176–95; Frantzen, Before the Closet, 235–47; Burns, Refashioning Courtly Love, 116–17.

7 Stock, Tradition and Modernity, 33: „Tradition and modernity are the most troubling concepts in cultural analysis. We are never quite sure what they mean." Sbr. Gössmann, 'Antiqui' und 'Moderni' im 12. Jahrhundert; Hartmann, 'Modernus' und 'Antiquus'.

8 Stock, Tradition and Modernity; Stock, Listening for the Text, 159–71; Stock, Implications of Literacy, 517–21.

9 Bruhn, Earl Rognvald and the Rise of Saga Literature, 240–42. Sbr. Bruhn, Tekstualisering, 206–13.

10 Jaeger, The Envy of Angels, 217–36. Svipuð merking felst í ritklifinu „alþýðan er gjörn til nýjungarinnar" sem finna má bæði í Rómverja sögu og Heimskringlu (II, 46).

11 Kramarz-Bein, 'Modernität' der Laxdœla saga. Menn hafa lengi tengt Laxdælasögu nýjum siðum (sbr. Ármann Jakobsson, Konungasagan Laxdæla, 378–79). Kramarz-Bein fléttar saman „nútímalegt" eðli sögunnar og áhuga sem þar sést á tísku og hvers kyns hlutum.

12 Gurevich (Categories of Medieval Culture, 136) telur hirðskáldskap almennt upptekinn af nútímanum. Það sjáist m.a. á mikilli notkun sögulegrar nútíðar.

13 Ekki er þó loku fyrir skotið að finna megi djúpstæðari áhrif úr heiðinni menningu í sögunni.

14 Samræður við söguöld, 171. Vésteinn hefur rætt hlutverk alþingis í þessari samfélagsmynd sérstaklega (Topography and world view in Njáls saga). Allen (Fire and Iron, 131) hefur líkt Njálu við Völuspá og brennunni við ragnarök. Athyglisverðar eru athuganir Würth (Ragnarök: Götterdämmerung und Weltende) um tengsl ragnarakahugmyndar Völuspár og félagslegra umskipta á 13. öld.

15 Meulengracht Sørensen (Modernitet og traditionalisme) hefur rætt samband hefðar og nýmæla, einkum í Íslendingasögum. Telur hann þróunina í átt til aukinnar hefðarhyggju. Kemur það mjög heim við dálæti eldri sagna eins og Laxdælasögu og Morkinskinnu á hinu nýja.

16 Er þetta dæmigert fyrir miðaldasagnaritara. Þrátt fyrir áhuga á því nýja gerðu þeir stundum óskýran greinarmun á nútíð og fortíð. Eins og Burke orðar það (The Renaissance Sense of the Past, 1): „Medieval men lacked a sense of the past being different in quality from the present. They did not deny that in some ways the past was unlike the present [...] [b]ut they did not take the difference very seriously."

17 Sjá Burke, The Renaissance Sense of the Past, 1–6, Paravaccini, Die ritterlich-höfische Kultur des Mittelalters, 18 og 28; Keen, Chivalry, 102–24. Sbr. Frank, Germanic Legend in Old English Literature, 88. Kapparnir sem hér eru nefndir koma til Íslands í þýddum sögum sem Stefanie Würth hefur nýlega fjallað um (Der „Antikenroman" in der isländischen Literatur des Mittelalters).

18 Haraldskvæði er vart hægt að kalla eitt kvæði heldur safn brota sem gerð hafa verið að kvæði eins og sjá má í útgáfu Jóns Helgasonar (Skjaldevers, 10–15). Sbr. Sverrir Jakobsson, Óþekkti konungurinn.

19 Eins og Brandt (The Shape of Medieval History, xv) hefur bent á eru miðaldasagnaritarar jafnvel enn „nútímasinnaðri" en nútímasagnfræðingar: „medieval chronicles have little of the antiquarian about them. They were written for their own time without much concern for the past."

20 Elias, The Civilizing Process; Jaeger, The Origins of Courtliness; Jaeger, The Envy of Angels, 21–117.

21 Fjölmörg rit eru til um lénskerfið, hugarfar þess og menningu, m.a. Duby, The Three Orders; Paravaccini, Die ritterlich-höfische Kultur im Mittelalter; Bumke, Höfische Kultur; Keen, Chivalry; Bloch, Feudal Society; Ganshof, Feudalism; Elias, The Court Society; Elias, The Civilizing Process; Jaeger, The Origins of Courtliness; Jaeger, The Envy of Angels; Lordship and Community; Hanning, The Individual in Twelfth-Century Romance; Burnley, Courtliness and Literature in Medieval England.

22 Bibire (From riddarasaga to lygisaga) hefur bent á að hinar síðari rómönsur séu ekki arftakar hinna þýddu nema að takmörkuðu leyti. Samt sé hirðumhverfið notað þar sem það sé kjörumhverfi óskhyggjubókmennta: „Romance is probably the only vehicle available for this idealised expression of human achievement and fulfilment within society, because the metaphor of the courtly world was (and possibly remains) the only available idealisation of society" (73).

V. MANNAMYNDIR

11. Gervið

11.1 Hver er maðurinn?

„Það sama haust er Magnús konungur lá skipum sínum við Skáney sá þeir einn dag að skip sigldi austan fyrir land“. Skipið reynist gulli búið og á því drekahöfuð fögur en seglið tvöfalt pell. Eðlilega fýsir konung að vita hver sé hér á ferð. Sá sem kemur til máls við hann segir ekki til nafns: „þó leyndi þessi maður nafni sínu og talaði mál Haralds Sigurðarsonar sem hann væri sendimaður hans“ (Msk., 55). Maðurinn rekur fyrir honum visku Haralds, styrk og stórvirki í útlöndum og segir það muni „horfa til mikils voða eður vanda ef hans viðurtaka verður eigi með sæmd eður æru“. Hinn ókunni er „mikill vexti og með tígulegu yfirbragði, það er hann mátti á sjá, en ávallt var nokkur hulda á dregin“ (Msk., 56). Hann er í dulargervi. Síðar kemur hann aftur á skipið og reynist vera Haraldur Sigurðarson sjálfur. Frásögnin er tveir leikþættir, frásögn Morkinskinnu og sá leikþáttur sem Haraldur setur sjálfur á svið þar sem hann er í gervi.[1]

Að loknum þessum leik í leik hefst langt endurlit, ævisaga Haralds konungs. Sú saga hefst er hann sleppur lífs frá Stiklastaðaorustu með því að dulbúa sig: „sá hafði steypt hettinum og mátti eg fyrir því ekki sjá í andlit honum“ (Msk., 57). Dulargervi er stef í sögu Haralds. Er hann kemur til Miklagarðs og gengur á mála konungs er það enn undir dulnefni: „nefndist hann sjálfur Norðbrigt og var það eigi í vitorði alþýðu að hann væri konungborinn, heldur bað hann alla sína því leyna því að það er að viðursýn gjört ef útlendir menn eru konunga synir“ (Msk., 59–60).[2] Haraldur dylst jafnan af tilefni: á flótta, til þess að lenda ekki í vandræðum eða til að sigra í orustu. Þetta er til marks um slægð og klókindi en margar orsakir kalla á sömu viðbrögð, dulargervið.

Hinn venjulegi maður þarf ekki að dyljast, hann er í eðli sínu nafnlaus. Vegna þess að Haraldur sker sig úr er dulargervið nauðsyn. Það sýnir því sérstöðu hans. Á Stiklastöðum dylst hann þar sem hann er bróðir hins fallna konungs. Algengt er að réttbornir ríkisarfar eða konungar dulbúist á flótta undan ofsóknum. Kristur flýði Heródes en Ólafur Tryggvason Gunnhildi konungamóður.[3] Í Miklagarði dylst Haraldur vegna þess að hann er konungsson, til að skapa ekki rið í samfélaginu. Þegar til Noregs kemur er hann enn í gervi. Orsakirnar eru óljósari en menn hljóta að vera á verði. Haraldur er ekki alltaf allur þar sem hann er séður.

En hann er ekki einn um að klæðast dulargervi í Morkinskinnu. Dulbúningar eru hvarvetna í sögunni. Oft eru það hinir tignu sem freista þess að dylja tign sína. Magnús góði og Einar þambarskelfir dulbúast til að kanna hug manna sinna fyrir orustuna á Hlýrskógsheiði: „Og nú taka þeir það ráðs, konungur og Einar, að þeir fara leynilega eitt kvöld og dyljast í herinum og kenndu menn þá eigi því að þeir höfðu breytt búningi" (Msk., 42). Hér eru konungur og Einar sem hverjir aðrir njósnarar og ráðið dugar vel.

Atriðið er kunnuglegt enda margnýtt sagnaminni. Til er ævintýrasaga um konung sem dulbýr sig til að reyna menn og sýna réttlæti. Frægasta útgáfan er í 1001 nótt en hún er líka til um Karlamagnús og Ólaf helga. Í þeirri sögu þjónar dulargervið sannleikanum: Konungur dylst til að sjá.[4] Á bak við er sú forsenda að tign konungs geri að verkum að menn sýni ekki rétt andlit sitt í návist hans. Til að sjá það þarf hann að klæðast gervi venjulegs manns. Sagan segir þversagnakenndan sannleik: Raunveruleikinn er fullur af falsi. Blekkingin ein dregur fram sannleikann.

11.2 Sá fríði í silkiskyrtunni

Í Sturlungu er dæmisaga um takmarkanir sjónarinnar, Geirmundarþáttur heljarskinns. Drottning ein lætur tvo sonu sína fyrir fagurt þrælsbarn en á unga aldri guggnar hinn meinti konungssonur en hin meintu þrælabörn gangast við, uns drottning verður vitni að því að þeir reka þrælssoninn úr hásæti. Er það greinilega konungleg hegðan. Af sögunni ber að draga lærdóm. Fegurð er ekki allt en þó veitir hið ytra vísbendingu um hið innra.[5] Í Laxdælasögu eru útlit og atferli Laxdæla jafngildur vitnisburður um konunglegt innræti þeirra. Líkaminn er ótvírætt samfélagsfyrirbæri.[6]

Konungar Morkinskinnu bera af í útliti. Sigurður slembir er „að allri atgjörvi [...] umfram langt alla sína jafnaldra og nálega hvern mann annan í

Noregi" (Msk., 406).[7] Konungar eru oft sagðir auðkenndir.[8] Útliti þeirra og karlkyns hirðmanna er iðulega lýst ítarlega í Morkinskinnu en útliti kvenna aldrei.[9] Magnús góði er nefndur „sá hinn fríði [...] í silkiskyrtunni" af andstæðingunum (Msk., 45), Sveinn Úlfsson vinnur sér traust með því að vera „virðulegur sýnum" (Msk., 36) og Haraldur harðráði er „með tígulegu yfirbragði" (Msk., 56). Hins vegar er Óttar birtingur þrátt fyrir kurteisi sína lítill og svartur (Msk., 388) og þegar Magnús góði sér Hreiðar heimska verður honum á orði: „Það ætla eg að eigi fæðist ljótari maður upp en þú ert" (Msk., 129). Sjónum er þá beint að ljótum höndum Hreiðars en fagrar hendur eru iðulega nefndar sem einkenni fagurra manna.[10] Hreiðar heimski minnir á hið ljóta sem á hvergi heima í hirðsamfélagi sögunnar en er þar samt. Hið fagra þarfnast hins ljóta til þess að njóta sín.

Afburðaútlit konunganna sést skýrt við sáttargerð í Konungahellu. Þá hittast Noregskonungur, Danakonungur og Svíakonungur og reynast hver öðrum glæstari:

> Og er þessir þrír konungar stóðu allir saman á einum velli, þá ræddu liðsmenn það, sem þótti, að varla myndu fást aðrir þrír höfðingjar jafntígulegir, og var Ingi konungur mest aldri farinn og var einna mestur af öllum þeim og þreklegastur og þótti hann af öllum þeim öldurmannlegastur. Eiríkur Danakonungur hafði fegursta ásjónu og íturmannlegsta. En Magnús Noregskonungur var af þessum öllum miklu kurteisastur og vasklegastur og hermannlegastur og voru þó allir þeir miklir og sterkir (Msk., 329).

Hér eru tilgreindir æskilegir útlitseiginleikar: stærð, fögur ásjóna, vaskleiki og kurteisi. Í Morkinskinnu eru konungarnir fagrir og þeir eru líka háir.[11] Ólafi kyrra er svo lýst:

> Ólafur konungur, sonur Haralds konungs, var mikill maður á vöxt og það er allra manna sögn að engi hafi séð fegra mann eða tígulegra sýndum. Hann hafði gult hár og bjartan líkama, eygður manna fegurst, limaður vel (Msk., 286).

Magnús, sonur Ólafs, er „manna fríðastur sjónum, þegar frá var tekinn Ólafur faðir hans, og manna hæstur var hann" (Msk., 291). Kross í Maríukirkju í Kaupangi sýnir að Magnús er þó lægri en Ólafur sem er lægri en Haraldur harðráði sem er hæstur allra, eins og fram kemur í orðum Haralds

Guðinasonar um landvinningakröfur hans: „Hann skal hafa sjö feta rúm eða því lengra sem hann er hærri en flestir menn aðrir“ (Msk., 275).

Lýsingar á útliti manna eru ekki jafn rækilegar og stundum í Íslendingasögum en að jafnaði ítarlegri en í riddarasögum þar sem smáatriðum í útliti er iðulega sleppt þó að sagt sé að persónur séu fríðar og fagurlega vaxnar.[12] Raunar eru almenn einkennisorð oft látin nægja: „Þá steypir Magnús konungur af sér brynjunni er hann var í og hefir ekki klæða nema eina silkiskyrtu. Öxi hafði hann í hendi sér er faðir hans hafði átta, er menn kalla Hel“ (Msk., 43). Magnúsi er ekki lýst rækilega, söguhlýðendum er látið eftir að sjá hann fyrir sér á skyrtunni. Virðist aðdáun sögunnar á glæstum konungum stundum vaxa eftir því sem þeir eru fáklæddari.[13] Sigurður slembir vekur mikla aðdáun á skyrtunni:

> Sigurður [...] var í skyrtu einni og hafði ekki á höfði. [...] og heldur vasklegur maðurinn, því að allra manna var hann snöfurlegastur (Msk., 423–24).

Virðist höfundi sérstaklega gefið um Sigurð og sparar ekki stóru orðin.[14] Honum er lýst jafn ítarlega og mestu Íslendingasagnahetjum:

> Sigurður var mikill maður og vænn, jarpur á hár og nakkvað ennisnauður, bláeygur og réttleitur, liður á nefinu, afurhendur og fimur og hverjum manni gjörvari að sér um alla hluti (Msk., 424).

Hér er dvalið við líkama konungs en tíðara er þó að sjónum sé beint að klæðum konunga. Er það í samræmi við mikla stund sögunnar við hluti og áherslu á hvers kyns gervi.

Konungar eru ekki síst auðkenndir vegna þess að þeir klæða sig öðruvísi en aðrir, eins og fram kemur í þessari lýsingu Magnúsar berfætts:

> Magnús konungur var auðkenndur. Hann hafði hjálm gylldan á höfði og skjöld fyri sér og var skrifað á leó með gulli, sverð í hendi er kallað var Leggbíti; voru að tannhjölt og vafiðr gulli meðalkaflinn og var allra sverða bitrast. Hann hafði dregið silkihjúp rauðan um utan skyrtuna, og var það allra manna mál að eigi hefði séð víglegra mann með jafnmörgum vopnum eða tígulegra höfðingja (Msk., 335).

Konungur er í konungsgervi en í sögunni þykir oft einnig vert að greina frá klæðum hirðmanna. Brandur örvi er í „skarlats kyrtli og hafði skarlats skikkju yfir sér og var bandið uppi á höfðinu“ (Msk., 194), Eysteinn orri er „í skarlats kyrtli rauðum“ (Msk., 202) og Egill Áskelsson fer í gálgann „í hálfskiptum kyrtli“ (Msk., 305). Konungar og hirðmenn Morkinskinnu eru stöðugt að klæða sig upp á. Fagurskreyttir karlmenn virðast vera listaverk, eins og tíðarandi hirðmenningarinnar kvað á um.

Þannig skapa fötin manninn í Morkinskinnu.

11.3 Leikhús veruleikans

Konungar eru stundum auðkenndir en stundum dulbúnir. Þá skiptir máli hverjir þekkja þá og hverjir ekki.[15] Magnús góði lætur útlit Sveins Úlfssonar blekkja sig: „Magnús konungur [...] fann að hann var vitur maður og virðulegur sýnum og hugði að hann mundi svo nokkuð í trúnaði og vinfengi sem hann var ásýndar“ (Msk., 35–36). Magnús reiknar með að hið ytra og innra fari saman. En þannig er það ekki alltaf og á það er lögð áhersla í Morkinskinnu. Öllu yngri er Möttulssaga sem snýst um það hvernig gríman fellur og hið ytra og innra verða skyndilega eins.[16] Þá verða kennsl sem hin mörgu gervi í Morkinskinnu kalla á.

Í Morkinskinnu er lögð áhersla á próf. Konungar sögunnar eru stöðugt að reyna þegna sína. Ekki koma dulbúningar alltaf beinlínis við sögu en allt fas hirðmannsins er gervi. Því veitir konungi ekki af því að reyna hvern mann þegnar hans hafi að geyma.[17] En taflið getur snúist við og þegnarnir reyna konung í staðinn. Fiskimaðurinn sem Haraldur harðráði kveðst á við reynist vera hermaður í dulargervi: „kastaði síðan fiskikuflinum og var hann hinn vasklegsti maður og fór síðan með konungi“ (Msk., 250). Slíkar raunir eru að því er virðist nær daglegur viðburður í hirðsamfélagi sögunnar og áminning um það leiksvið sem lífið er. Raunin vekur athygli á því að ekki er allt sem sýnist.

Haraldur harðráði er oftast í dulargervi allra konunga sögunnar. Í deilum þeirra Hákonar Ívarssonar er Hákon iðulega í gervi líka. Þar á meðal leikur hann svipaðan leik og Hrói höttur, býst sem tötramaður en kastar af sér gervinu þegar komið er í skóginn þar sem menn hans eru „og hafa þeir þá fundið Hákon jarl“ (Msk., 232). Á þessu er ævintýrasnið enda hefur gervi löngum fylgt hvers konar ævintýrasögum. Eru þá stafkarlsgervi vinsæl. Skömmu áður en Haraldur konungur fellur við Stanfurðubryggjur villir Haraldur Guðinason honum sýn með dulargervi (Msk., 275). Það er táknrænt fyrir hnígandi sólu Haralds harðráða að hann skuli nú vera röngum megin við gervið. Áður hefur hann unnið borg með brellu sem kallar á að hann sé dulbúinn bæði sem lík og líkberi (Msk., 75–76). En ekki þarf búninga til, fas manna getur nægt enda stutt milli skipulegs leikrits og lífsleiksins sjálfs. Þannig lætur Eysteinn konungur menn sína leika sig búna til vígaferla í þingdeilum við Sigurð (Msk., 373). Í því tilviki skiptir ekki öllu máli að vera vel vopnaður, mikilvægara er að sýnast vel vopnaður.[18]

Dulargervi eru fléttuð inn í gjörvalla frásagnaraðferð Morkinskinnu enda allir stöðugt í gervi í hirðsamfélaginu. Æ ofan í æ birtast ókunnir menn sem síðan kemur á daginn hverjir eru. Þessi atriði eru áminning um frásagnarhátt sögunnar. Við sjáum fólk stöðugt utanfrá: útlit þess, orð og gerðir. Söguhlýðendum Morkinskinnu er oft eins farið og höfðingjunum í Njálssögu sem sjá ókunnan mann sem vekur forvitni og kallar á síendurtekna lýsingu á Skarphéðni Njálssyni.[19] Í frásagnarhætti Íslendingasagna á undrið sinn sess, stöðugt er verið að rekast á ókunna menn sem eru almennt klæddir gervi, þó að ekki sé nema grímu nafnleysis.[20]

Það voru ekki ný sannindi á dögum Shakespeares að lífið væri leiksvið. Fyrir nokkrum áratugum nýtti félagsfræðingurinn Erving Goffman þá speki til að skoða samfélagið á nýjan hátt. Hann tók myndhverfinguna alvarlega og velti samfélaginu og hegðun manna fyrir sér með hjálp hugtaka á borð við hlutverk (role), leik (performance) og gervi (guise).[21] Þannig beindi hann sjónum að því hvernig formgerð samfélagsins mótast í menningunni og samskiptum manna. Hann taldi reglur samfélagsins skýrast með leikritslíkingunni sem hann afhjúpaði þó sem myndhverfingu í bókarlok. Í nútímakynjafræðum hefur svipaðri aðferð verið beitt. Þar eru áberandi hugtökin grímuleikur (masquerade) og leikur (performance) sem Judith Butler hefur notað til þess að afhjúpa hvernig kynferði mótast í menningunni.[22] Butler leggur áherslu á að það ferli sé í eðli sínu leikrænt, eins og orðið bendi til.[23] Goffman og Butler eru ekki víðs fjarri miðaldamönnum í hugsun. Stephen Jaeger telur að grímur og gervi einkenni hirðsamfélög miðalda. Þar stjórnist athafnir manna af siðum; mál manna og látæði lúti formlegum reglum. Hegðunin öll mótist svo af umhverfinu að hirðmaðurinn sé sjálfur listaverk. Reynsla hans sé frásögn og hirðlífið eins konar gjörningalist raunveruleikans með eigin stíl, fagurfræði og leikendum.[24]

Bókmenntir og saga mótuðu hugarheim Evrópumanna á síðmiðöldum, ekki síst við hirðina. Konungar tóku upp hringborð þar sem menn þeirra nefndu sig nöfnum riddara Artúrs konungs og léku leikrit upp úr Artúrssögnum.[25] Sagan varð fyrirmynd, ekki aðeins við hirðir heldur einnig meðal kirkjunnar manna og borgara. Konungar, hertogar og jafnvel páfar létust vera Sesar, Alexander,

Hannibal, Artúr og Karlamagnús. Riddarar hermdu eftir Tristan, Roland og Lancelot. Skáld og sagnaritarar líktu eftir Virgli, Tacitusi og Liviusi. Fyrirmyndirnar voru alstaðar, í textum sem voru lesnir, sungnir, predikaðir úr stólnum, leiknir á hátíðarstundum eða á myndum.[26] Þannig urðu mörk lífs og listar óskýr, jafnvel svo að lífið fór að líkja eftir listinni en ekki öfugt.[27]

Seinustu áratugi hafa fræðimenn mjög beint sjónum að einstaklingshugtakinu, einkum hinu flókna sambandi milli vaxandi sjálfsvitundar frá og með 12. öld og mikilvægi fyrirmynda og hins almenna í samfélögum miðalda.[28] Óskörp skil eru milli einstaklings og samfélags; einstaklingar lifa í samfélagi og formgerð þess mótar líf þeirra.[29] Á miðöldum lifðu menn í ljósi fyrirmynda, hvort sem það voru dýrlingar eða riddarar. Ekki var litið á líf hvers manns sem einstakt; oft var sagt að allir dýrlingar lifðu einu og sama lífi. Þess vegna líktust þeir hver öðrum og atvik í ævi eins þóttu minna á atvik úr ævi annars. Endurtekningar og vísanir sýndu að hið einstaka og stundlega væri léttvægt hjá hinu almenna og guðlega.[30] Aukinn áhugi á einstaklingnum á 12. og 13. öld var ærið þversagnakenndur þar sem innsti kjarni hvers einstaklings var almennur, mynd guðs. Öll innleitni og sjálfskoðun var leit að hinu almenna fremur en hinu einstaka.[31] Önnur þversögn var að á 12. öld hófst þróun í þá átt að í stað raunverulegrar nálægðar jókst vægi táknrænnar nálægðar með aukinni stjórnsýslu.[32] Þá kann að virðast þversagnakennt að vaxandi áhuga á einstaklingnum fylgdi aukinn áhugi á bræðralagi og samfélagi manna.[33]

Þeir einstaklingar sem sjást í Morkinskinnu eru jafnframt fyrirmyndir og staðalmyndir og hafa almennt vægi. Hirðsamfélagi sögunnar er lýst í nokkrum fulltrúum heildarinnar. Þó að í sögunni birtist á fimmta hundrað nafngreindra einstaklinga eru aðalpersónurnar fyrst og fremst tvær, konungur og þegn.[34] Hið leikræna form tengist hugmyndum um eðli mannfélags og einstaklings; í leikriti sögunnar eru smærri leikrit sem fara fram á mannlífssviðinu. Í einu atriði ræða Magnús konungur og móðir hans fyrst saman hljóðlega en leika síðan það sem um var rætt fyrir aðra (Msk., 139). Í kjölfarið birtist maður „með góðum riddara búnaði" konungi og liði hans og lætur hest sinn „fagurlega burdeigja" en síðan leikur hann „marga leika með mikilli list" (Msk., 140). Þessi maður (sem reynist vera Sveinn konungur) hegðar sér eins og hann sé á sviði.

Velta má fyrir sér hvort það sé gaman eða alvara þegar Magnús konungur fer að njósna um þegna sína, ekki síst vegna þess að hann tekur með sér Einar þambarskelfi, þann mikla kappa sem hefur náð að setja svip sinn svo sterkt á söguna að tilhugsunin um að hann fái dulbúist er hjákátleg. Dulargervi er í gamanleik hluti af viðsnúningi veruleikans sem koma þarf síðan á réttan kjöl. Lykilatriði er þá að viðtakendur sjái blekkinguna en enginn eða fáir þátttakendur leiksins. Gamanþættir Morkinskinnu líkjast að því leyti öðrum gamanleikjum ýmissa alda, til að mynda gamanleikjum Shakespeares sem dulargervi og tvífarar setja svip á.[35] Í hreinræktaðasta gamanþætti Morkinskinnu, Sneglu-Hallaþætti, birtist Haraldur harðráði sem oft áður í hálfgerðu dulargervi. Í upphafi þáttarins kljást þeir Halli í orðum án þess að konungur láti nafns síns getið og þarf að segja frá því síðar: „Þar var Haraldur konungur er orðum skipti við Halla" (Msk., 235). Í öðrum gamanþætti er Sigurður ullstrengur sendur í gervi að kljást við Sveinka Steinarsson sem reynist vera í enn betra gervi (Msk., 307–9). Hámarki nær grínið ef leikari sér í gegnum dulbúning en þykist falla fyrir blekkingunni, eins og þegar Sveinn gerski og menn hans látast vera munkar til að komast nálægt Þrændi upplenska (Msk., 104–5).

Segja má að enginn gleðileikur geti verið án gervis. Á það við flestar gerðir sagna fyrri tíma, hvort sem þær fjalla um bragðarefi á borð við Hróa hött eða hugrakka riddara sem dulbúast af öðrum sökum.[36] Þó að það kunni að virðast þversagnakennt tengist minnið oftast konungum eða köppum, þeim sem eru meiri eða betri en alþýða manna. Yfirlýstur tilgangur gervisins er að dyljast en í raun er það yfirlýsing um sérstöðu: Menn klæðast gervi vegna þess að þeir skæru sig annars úr.[37] En hvaða tilgang sem gervin hafa í sögunni gera þau hana mergjaðri og ævintýralegri.

Í sagnariti eins og Morkinskinnu minna dulargervi á hið almenna og táknræna gildi frásagnarinnar.[38] Þó að um sé að ræða sagnfræðirit, fullt af nöfnum og viðburðum sem eru einstök og söguleg, er hið almenna jafnan í sjónmáli um leið. Og hinn almenni sannleikur á bak við öll þessi dulargervi í Morkinskinnu er ef til vill ekki svo frábrugðinn forsendum fræðimannanna Goffman og Butler. Með tíðum dulargervum er dregin athygli að því gervi sem allir eru í, því hlutverki sem menn leika í þessu samfélagi.

1 Hluti þessa kafla hefur áður birst á prenti (Ármann Jakobsson, Dulargervið).

2 Þessu heldur hann áfram: „fór hann aftur til Miklagarðs og hafði nafn sitt hið sama" (Msk., 79).

3 Þetta minni sést í Helgakviðu Hundingsbana, Hrólfssögu kraka og Sverrissögu en í Morkinskinnu í sögu Sigurðar slembis (405, 409 og 412). Sjá Boberg, Motif-Index of Early Icelandic Literature, 169–71.

4 Harris, The King in Disguise. Þar er ítarlegur dæmalisti um þessa sögu. Þetta er ekki úreltur siður. Í Morgunblaðinu 30. júlí 1999 var greint frá því að Abdullah, hinn nýi konungur Jórdana, hefði brugðið sér í dulargervi til að heyra álit þegna sinna á viðkvæmum byggingarframkvæmdum í borginni Zarqa.

5 Sturlunga saga I, 5–7. Sagan er einnig í Hálfssögu og Hálfsrekka. Svipuð frásögn er í Heimskringlu (II, 108) þar sem árásargjörn hegðun Haralds harðráða í bernsku færir Ólafi helga heim sanninn um konunglegt eðli hans. Sú saga er ættuð úr eldri sögum en í Heimskringlu segir konungur beinlínis: „Hér muntu konung upp fæða, móðir."

[6] Sjá Ármann Jakobsson, Konungasagan Laxdæla, 357–64. Um líkamann á miðöldum og margvíslegt tákngildi hans, sjá Lönnroth, Kroppen som själens spegel; Bumke, Höfischer Körper—Höfischer Kultur.

[7] Sbr. t.d. Msk., 24, 286, 353 og 357.

[8] M.a. Msk., 65 og 410. Sbr. Ármann Jakobsson, Í leit að konungi, 97 og 106; Madelung, Snorri Sturluson and Laxdoela.

[9] Hið sama á við um a.m.k. Laxdælu, sbr. Ármann Jakobsson, Konungasagan Laxdæla, 357.

[10] Schultz, Bodies That Don't Matter, 94 o.áfr.

[11] Sbr. Ármann Jakobsson, Í leit að konungi, 96–111.

[12] Sjá t.d. Halvorsen, Riddersagaer, 177–78.

[13] Sbr. þessa lýsingu á Haraldi gilla þegar hann fer í kapphlaup við hest Magnúsar blinda: „Haraldur var í línbrókum nafarskeptum og lét hnéð leika laust í brókinni. Hann var í stuttri skyrtu og hafði möttul á herðum og kefli í hendi" (Msk., 397). Síðar í sögunni er almennari lýsing á Haraldi (Msk., 400).

[14] Sigurður fækkar enda oftar fötum í sögunni (Msk., 412, 436). Þessi notkun lýsingarorða gæti verið ættuð úr Hryggjarstykki, sbr. Bjarni Guðnason, Fyrsta sagan.

[15] Sjá Ármann Jakobsson, Í leit að konungi, 130 og 274–75.

[16] Möttuls saga, 6–28. Sbr. Klaniczay, The Uses of Supernatural Power, 51–78.

[17] Þetta sést í sögum af Haraldi harðráða (sjá t.d. Msk., 194–95) og Ólafi kyrra (Msk., 293–96). Boberg (Motif-Index, 147–62) tilgreinir ýmis dæmi um raunir í norrænum miðaldabókmenntum.

[18] Á öðrum stað (Msk., 46) er tekið fram að aðeins einu sinni hafi fégirni Magnúsar góða sést. Það sem sést virðist skipta mál hér.

[19] Brennu-Njáls saga, 297–306.

[20] Sjá The Stranger in Medieval Society.

[21] Goffman, The Presentation of Self in Everyday Life. Huizinga hafði áður sett fram hugmynd um leikinn sem lykil að menningunni (Homo ludens) og notaði dæmi úr Eddukvæðum. Sömu hugsun hefur Davíð Erlingsson beitt í greiningu á Grettissögu (Þjóðleikhús í Hegranesi): „Leikhús, og allra helzt eiginlegt þjóðleikhús, á sér sinn eiginlegan stað á vettvangi þjóðarlífsins hvarvetna þar sem fólk kemur saman, enda þótt formlegur leikur einhver eigi sér nú á dögum stað „á fjölum" sérhæfra bygginga."

[22] Butler, Gender Trouble. Hugtakið grímuleik sækir Butler til fræðikonunnar Joan Riviere.

[23] „"performance" suggests a dramatic and contingent construction of meaning." (Gender Trouble, 139)

[24] Jaeger, The Origins of Courtliness, 258. Sjá einnig Elias, The Civilizing Process, 48–56; Brandt, The Shape of Medieval History, 114–25.

[25] Loomis, Arthurian Influence on Sport and Spectacle. Um stöðu Artúrs á Norðurlöndum, sjá Reichert, King Arthur's Table; Blaisdell, The Figure of the King; Kalinke, King Arthur North-by-Northwest.

[26] Klaniczay, The Uses of Supernatural Power, 95. Hann sækir hér í smiðju Huizinga (The Waning of the Middle Ages). Um stöðu Karlamagnúsar á ritunartíma Morkinskinnu, sjá Baldwin, The Government of Philip Augustus, 355–93.

[27] Sbr. fleyg orð Oscars Wilde í ritgerðinni „The Decay of Lying" (sem kom fyrst á prent árið 1891). Wilde sagði einnig að listaverk hans bæru aðeins vitni hæfileikum hans, snilligáfuna hefði hann notað í lífið. Að þessu leyti er hann á svipuðum brautum í hugsun og ýmsir hugsuðir miðalda.

[28] Sjá Ullmann, The Individual and Society in the Middle Ages; Dronke, Poetic Individuality in the Middle Ages; Morris, The Discovery of the Individual; Benton, Consciousness of Self and Perceptions of Individuality; Hanning, The Individual in Twelfth-Century Romance; Bynum,

Did the XIIth Century discover the individual?; Brandt, The Shape of Medieval History; Bynum, Jesus as Mother, 82–109; Heffernan, Sacred Biography; Gurevich, Das Individuum im europäischen Mittelalter; Gurevich, The Origins of European Individualism, 19–88. Sbr. Ármann Jakobsson, Í leit að konungi, 46 (og tilvitnuð rit þar); Ármann Jakobsson, The Individual and the Ideal; Ásdís Egilsdóttir, Eru biskupasögur til?, 216–18; Torfi H. Tulinius, Le regard de l'autre porté sur soi; Le Goff, Loðvík helgi sem einstaklingur og fyrirmynd; Bagge, Mannlýsingar í konungasögum.

29 Sbr. Elias, The Civilizing Process, 168.

30 Sbr. Heffernan, Sacred Biography; Bynum, Jesus as Mother, 80–109; Duby, The Diffusion of Cultural Patterns in Feudal Society; Brandt, The Shape of Medieval History, 106–46; Ásdís Egilsdóttir, Um biskupasögur, 49–52.

31 Bynum, Jesus as Mother, 80–109

32 Jaeger, Envy of Angels, 4–15.

33 Sbr. Bynum, Jesus as Mother, 59–109; Heffernan, Sacred Biography.

34 Um persónusköpun í norrænum miðaldasögum hefur mjög verið fjallað en á sundurleitan hátt, allt frá því að áherslan sé á frásagnarlegt hlutverk persónu (Lönnroth, Njáls Saga, 61–68; sjá einnig t.d. Heller, Die Literarische Darstellung der Frau) til umræðu frá sálfræðilegu sjónarmiði (sjá t.d. Torfi H. Tulinus, Framliðnir feður; Ármann Jakobsson, (Miðalda)kona verður til).

35 Solberg, "Who Was That Masked Man?" Víglundarsaga er slíkur gamanleikur þar sem ein mikilvæg sögupersóna reynist í lokin önnur en sýnst hefur. Tvífaraminnið er náskylt dulargervisminninu en of umfangsmikið til að gera því skil hér enda er það ekki áberandi í Morkinskinnu.

36 Boberg (Motif-Index, 168–87) rekur dæmi um hvers konar gabb og gervi í frásögnum. Þekkt dæmi um bragðarefsminnið eru í Færeyingasögu, í Njálssögu (þar sem Gunnar leikur Kaupa-Héðin) og Króka-Refssögu. Grettir er iðulega í gervi og í Grettlu kemur fyrir sérstakt undirminni, ættað úr Tristramssögu, þar sem hetjan klæðist tötrum (þetta er einnig í sögnum um Hróa hött). Gylfaginning Snorra-Eddu er sérstakur leikur með gervi þar sem sá sem ginntur er (Gylfi) er sjálfur í gervi. Þannig mætti lengi telja. Á nítjándu öld voru dulargervi nánast fastur liður í ævintýrasögum (t.d. í Ívari hlújárn eftir Scott og Greifanum af Monte Cristo eftir Dumas). Dulargervi virðast hafa skipt miklu máli í sögnum um Hróa hött frá öndverðu (sjá ýmsar greinar í Robin Hood in Popular Culture).

37 Taka má undir orð Susan Crane (Knights in Disguise, 63): „chivalric incognito, as a motif of romance and as a historical practice, amounts to a peculiar kind of self-representation, a self-dramatization that invites rather than resists public scrutiny."

38 Sjá Holbek, Interpretation of Fairy Tales, 187–403; Holbek, Tolkning af trylleeventyr, 88–91; Davíð Erlingsson, Fótaleysi göngumanns.

12. Hinn eini

12.1 Hið einstaka og hið almenna

Hringsól Hreiðars heimska um Magnús góða er táknræn mynd formgerðar Morkinskinnu en sýnir einnig hvernig form og inntak sögunnar fara saman. Hreiðar fær ekki skilið konung nema með því að ganga í hring um hann. Hið nykraða form sögunnar snýst um að skoða konunga frá öllum hliðum, frá sjónarhorni þegnanna eða innan um þá. Inntak sögunnar kallar á þáttaformið sem dýpkar síðan merkingu sögunnar, þar á meðal greiningu hennar á konungsvaldi.[1] Í Morkinskinnu er hringsólað um aðalpersónurnar í þáttum til að dýpka persónulýsingu þeirra.[2] Áhugi á mannlýsingum hefur áhrif á formgerð sögunnar; lýsing konunganna verður saga Noregs.[3]

Hugmyndir um sérstakt samband konunga við guðdóminn eru mikilvæg menningarauðlegð sem nýtist þeim til að ná og halda völdum. Konungasögur eru mótaðar af og lifa á slíkri almennri goðsögn um guðlegt eðli konungsvalds, álíka og heilagramannasögur snúast um helgi og hlutverk dýrlinga í samfélaginu. Konungar Morkinskinnu eru bæði einstaklingar og fyrirmyndir. Sérhver konungur hefur í sér fólgið margþætt tákngildi sem skapast og breytist í menningunni. Hver konungur er einstaklingur en stakeðlið verður ekki skilið frá hinu almenna hlutverki. Það hlutverk er sveigjanlegt; á 13. öld merkti konungsvald annað en nú og á Íslandi léku konungasögur lykilhlutverk í að móta merkingu þess.[4] Þó að allir konungar þurfi ákveðna kosti til að gegna hlutverki sínu eru þeir gæddir þeim í misríkum mæli. En allir konungar eru alltaf í hlutverki.

Sjálfsmynd manns á miðöldum verður til með ýmsu móti. Menn tengja sig við fyrirmyndir og hlutverk, ætt, eignir eða hluti. Konungur getur aldrei verið maður eingöngu og konungasögur snúast um sköpun konungsímyndar, tilurð konungs. Það fyrirbæri er flókið, í senn mannlegt og guðlegt, andlegt og veraldlegt.[5] Í konungasögu er í senn lýst einstökum manni og flóknu samfélagsfyrirbæri í mynd sérhvers konungs.

Allir textar um samfélög snúast um vald. Í konungasögu er konungsvald það vald sem máli skiptir. Umfjöllun Morkinskinnu um konunga snýst um eðli þess valds. Umræða um konungsvald nær ekki dýpt ef látið er nægja að lýsa konungum einum; það er ekki fyrr en konungurinn er sýndur innan um þegna sína, í samfélagi, að konungsvaldið verður sýnilegt. Morkinskinna er mikilsverð heimild um konungsvaldshugmyndir einmitt vegna þess að konungar svífa þar ekki í lausu lofti heldur eru innan um þegna sína.

Konungar sögunnar eru margbrotnir einstaklingar sem einnig gegna hlutverki og eru táknmyndir æðri veruleika. Hér verður fjallað um hvernig einstakir konungar falla að hinni almennu hugmynd um konungseðli og hvað mótar sjálfsmynd einstakra konunga. Í Morkinskinnu er konungurinn hluti af samfélagi hirðarinnar. Hann er fyrirmyndarriddari, persóna í riddaralegri konungasögu.

12.2 Hvar sástu jafndýrlega höll?

Einstakir konungar í Morkinskinnu eru ekki aðeins mældir við fyrirmyndir heldur einnig bornir hver við annan. Samanburður er helsta leið höfundar til að setja fram hugmyndir um konungsvald. Í upphafsatriði Morkinskinnu hefur Jarisleifur konungur í Garðaríki látið gera mikla höll og inn í hana gengur Ingigerður drottning „með fagurlegri kvenna sveit". Konungur stendur upp, fagnar henni en spyr svo: „Hvar sáttu jafndýrlega höll eða jafnvel búna, fyrst að sveitinni, slíkra manna sem hér eru saman komnir, og í annan stað búningur hallarinnar með miklum kostnaði" (Msk., 1–2). Drottning lætur vel af en kveður þó betur skipaða þá höll „er Ólafur konungur Haraldsson situr í, þó að hún standi á súlum einum". Svo snýr hún hnífnum í sárinu: „Miklu mun ykkar þó meiri mun [...] en eg mega orðum svo til skipa sem vert er" (Msk., 2). Sagan hefst í veislu sem er spillt. Spurning konungs á víða hliðstæður í riddaralegum konungasögum og viðbrögðin eru jafnan eins: eitthvað reynist skyggja á dýrðina og gleðina. Þegar fullkomnun virðist náð er fallið á næsta leiti.[6]

Upphaf sögunnar sýnir þó ekki síður það sem koma skal, stöðugan samanburð á konungum. Konungur reiðist og slær drottningu kinnhest. Því unir hún ekki og vill yfirgefa konung. Hann þarf að vægja og býður henni að leggja hvað sem er á sig. Þar sem deilan snerist um Ólaf helga velur hún honum það hlutskipti að fóstra son hans: „eg hefi spurt að hann á einn son ungan, laungetinn. Bjóð honum hingað og veit honum uppfæðslu og fóstur, því að sannlegt er það með yður, er mælt er, að sá er ógöfgari er öðrum fóstrar barn" (Msk., 3). Aftur kemur fyrir þekkt minni: að minni fóstri barn þess meiri.[7] Þegar mikið liggur við er frásögnin þakin í þekktum sagnaminnum.[8]

Viðbrögð Jarisleifs sýna stillingu hans og vitsmuni. Hann játar yfirburði Ólafs: „una megum vér því þó að Ólafur konungur sé oss meiri maður og eigi virði eg til óvirðingar þótt vér fóstrim honum barn" (Msk., 3). Síðar rýfur hann verslunarsamband við Noreg við fall hans: „Jarisleifur konungur virði sem var, að Noregsmenn höfðu níðst á hinum helga Ólafi konungi og var þar nokkura stund eigi kaupfriður í milli" (Msk., 5). Þó að sagan hefjist á samanburði og keppni þeirra Ólafs er með þeim bræðralag og síðar sýnir hann Haraldi, bróður Ólafs, vinarþel (Msk., 64). Jarisleifur kemur fram við Noregskonunga eins og þeir væru honum sérstaklega skyldir. Þeir eru allir sem bræður, fulltrúar sama konungs á himnum og mynda samfélag konunga. Þess vegna er líka rétt og skylt að bera þá stöðugt saman.

Stöðugur samanburður á konungum hefur margþættan tilgang. Fyrst og fremst þann að kryfja til mergjar konungsvaldið sjálft og þætta saman hið einstaka og almenna. En einnig er í sögunni fjallað um hvort rétt sé að konungar séu fleiri en einn.

12.3 Sá eg þig eigi þar

Nú víkur sögu að mannjöfnuði Sigurðar og Eysteins Magnússona sem voru konungar saman í Noregi í 20 ár.[9] Sá þáttur er lokahnútur á frásögn af sameiginlegu ríki þeirra og þar eru þeir bræður bornir saman. Samanburður þeirra er þó löngu hafinn þegar hér kemur sögu.[10] Þeir deila ekki um ættgöfgi eða rétt til ríkis heldur dyggðir, hlutverk og skyldur konunga. Sigurður státar sig af að vera sterkari og betur syndur. Eysteinn kveðst hagari og betri að tefla. Sigurður segist vopnfær og liðtækur í „turniment" en menn sækja fremur til Eysteins til að úrskurða um mál sín. Sigurður kveður sig orðheldnari en Eysteinn segir hann heita illu einu. Eysteinn virðist þannig sveigjanlegri en Sigurður stífari.

Mannjöfnuðurinn nær hámarki þegar borin eru saman afrek konunganna í embætti. Sigurður dregur krossferðina fram eins og trompás úr erminni:

> Fór eg til Jórdanar og kom eg við Púl og sá eg þig eigi þar. Vann eg átta orrustur og vartu í öngarri. Fór eg til grafar drottins og sá eg þig e[igi] þar. Fór eg í ána, þá leið er drottinn fór, og svam eg yfir og sá eg þig eigi þar, og hnýtta eg þér hnút og bíður þín þar. Þá vann eg borgina Sídon með Jórsalakonungi og höfðum vér eigi þinn styrk eða ráð til (Msk., 383).

Eysteinn reynist þó eiga krók á móti bragði:

> Norður í Vogum setta eg fiskimannavist, að fátækir menn mætti nærast til lífs og hjálpar. Þar lét eg og kirkju reisa og settag þar prestvist og lagðag fé til kirkjugerðar, en nálega var áður heiðið. Munu þeir menn muna að Eysteinn konungur hefir verið í Noregi. Á Þrándarnesi lét eg og kirkju gjöra og lagðag fé til og munu þeir menn muna að Eysteinn konungur hefir verið í Noregi. Um Dofrafjall var för úr Þrándheimi. Urðu menn þar oft úti og fóru hörðum förum. Lét eg þar sæluhús gjöra og leggja fé til, og munu þeir menn muna að Eysteinn konungur hefir verið í Noregi. Fyr Agðanesi voru úrhæfi og hafnleysi og fórust þar jafnan mörg skip. Þar er nú höfn gör og gott skipalægi og kirkja gör. Síðan lét eg vita gera á háfjöllum. Munu þeir menn muna, er þess njóta, að Eysteinn konungur hefir verið í Noregi. Nú munu njóta þessa fiskimenn og kaupmenn, er gæðin flytja landi þessu, og missir þá eigi alls konungdómurinn. Höllina lét eg og gjöra í Björgvin og Postulakirkju og rið í milli. Munu konungar muna, þeir er síðar eru, þetta verk. Michalskirkju lét eg og gera og settag þar munklífi. Skipaða eg lögunum, bróðir, að hver mætti hafa réttindi við annan, og ef þau eru haldin, mun betur fara landsstjórnin. Þeim Jömtum höfum vér og snúið undir þetta ríki, meir með blíðyrðum og viti, heldur en með ágang. Nú er þetta smátt að telja, en eigi veit eg víst að landsbúinu gegni þetta verr eða sé óhallkvæmra en þótt þú brytjaðir blámenn fyrir hinn raga karl og hrapaðir þeim svo í helvíti (Msk., 384–85).

Stíll kaflans einkennist af endurtekningum og upptalningu sem skapa hraða og taktfasta hrynjandi. Sigurður endar setningar sínar gjarnan á „sá eg þig eigi þar“, frasa með fimm stuttum orðum sem hljómgera snerpu Sigurðar. Á móti fleygar Eysteinn upptalningu sína með orðunum „munu þeir menn muna að Eysteinn konungur hefir verið í Noregi“. Það er lengri frasi og hljómþýðari sem snýst auk heldur ekki um konung sjálfan heldur um þegna Eysteins, þá sem hann vinnur fyrir.

Fyrst telur Sigurður upp hernaðarafrek sín og eru öll unnin guði til dýrðar. Á móti teflir Eysteinn kirkjubyggingum og klausturstofnun, lagabótum, gerð hafna og sæluhúss og tiltekur sérstaklega kaupmenn og fiskimenn sem njóti góðs af starfi sínu. Eins og hinn síendurtekni frasi gefur til kynna er Eysteinn að vinna öðrum. Hann er konungur kaupmanna, sjómanna og friðsamra borgara sem þurfa góða vegi, hafnir, skýr lög og klaustur sem bæði er sáluhjálpar- og menningarstofnanir. Krossferð Sigurðar og kurteisi eru að vísu merkileg en gagnast þegnunum síður í daglegu amstri en afrek Eysteins.[11]

Mannjöfnuður konunganna gegnir hlutverki konungsskuggsjár, að draga fram dyggðir konunga og hlutverk. Þó að Eysteinn sé sigurvegari reynist Sigurði ekki alls varnað. Áður í Morkinskinnu hefur komið fram að þessir ólíku konungar stjórna vel þegar þeir leggjast á eitt.[12] En það er einmitt það sem þeir gera ekki lengur. Á undan mannjafnaðaratriðinu er Þingasaga, dæmisaga um átök milli þeirra þar sem takast á stífni og styrkur Sigurðar og lagaprettir Eysteins. Tekst þeim að leysa málið að lokum en „eftir þetta varð þó aldregi m .. milli þeirra bræðra né blíða eða ástsemd“ (Msk., 382).[13]

Eigi að síður eru Eysteinn og Sigurður konungar í best heppnuðu samkonungsstjórn sem lýst er í Morkinskinnu. Í sögunni eru sex skeið þar sem margir konungar ríkja. Magnús góði og Haraldur stjórna saman í tvö ár, Magnús og Ólafur Haraldssynir í þrjú, synir þeirra í eitt, synir Magnúsar berfætts fyrst þrír en síðan tveir í tuttugu ár, Magnús blindi og Haraldur gilli keppa um völdin í fimm ár en síðan eru synir Haralds konungar saman í um tuttugu ár. Í sumum tilvikum er landinu skipt en það er þó ávallt sameign konunga að einhverju leyti.[14] Magnús góði gefur Haraldi harðráða hálft ríki sitt en þó fylgir að þegar þeir eru saman skuli Magnús vera „fyrimaður okkar í heilsun og þjónkun og sæti“ (Msk., 94) og eiga fyrri rétt á skipalægi og bryggjum konungs.

Þetta fyrirkomulag varir í ár og í Morkinskinnu er engu ári í sögu Noregs lýst jafn ítarlega. Frásögn af því er ríflega tíundi hluti sögunnar (Msk., 94–143). Fyrirkomulagið reynist meingallað. Tveir eru efstir og jafnir en þó ekki hnífjafnir sem á sér enga samsvörun á himnum í kaþólskri kristni þar sem áhersla er lögð á einingu hins æðsta valds.[15] Allar frásagnir af þessu tvíkonungsríki leiða að einu: ókostum þess að hafa tvo konunga. Sá greinarmunur sem gerður er á þeim veldur ágreiningi. Magnús sættir sig ekki við annað en að vera efstur en um leið er óþolandi fyrir Harald að vera í öðru sæti. Í skiptum þeirra kemur í ljós „að vant var til að gæta og gera svo að báðum líkaði vel. [...] Og þvílíkar greinir gerðust brátt á umræðum manna og hafa verið fleiri þeir hlutir er nokkur grein hefir á orðið með þeim frændum, og héldu nú landinu um veturinn“ (Msk., 99).

Þegar í upphafi reynir Haraldur að slá Magnúsi við með gulli og leikrænum tilþrifum. Þá móðgast hann yfir hring sem Magnús vill gefa honum og virðist öfunda Magnús af helgum föður sínum (Msk., 96). Næst reynir Haraldur að leggja í konungslægi, þvert á gerða samninga; þegar Magnús er fastur fyrir og Haraldur þarf að vægja reynir hann að tala niður til hans (Msk., 97–99). Síðan fylgja þættir þar sem þegnar gera upp á milli konunganna, Haraldi í óhag. Tveimur þegnum sem hafa verið með mörgum konungum þykir Magnús hegða sér eins og konungi sæmi (Msk., 99–102). Þá eru frásagnir um hvernig

Haraldur ofsækir vini Magnúsar (Msk., 103–10) og þolir ekki að Magnúsi sé unnað meir en sér.[16] Í frásögn um skattheimtu Haralds fullyrðir gamall maður að ef tveir eru konungar og sá fyrri tekinn til konungs á Eyraþingi „ætlum vér það að sá mun mest vald á oss eiga, þegnum sínum" (Msk., 108). Þetta gremst Haraldi vitanlega.

Arnórsþáttur jarlaskálds snýst um þennan samanburð og greinarmun. Arnór vill flytja konungunum kvæði en annað þarf að flytja fyrst og samkvæmt samkomulagi konunganna þarf það að vera kvæði Magnúsar. Þegar Arnór kemur fyrir konunga tekur Haraldur hins vegar orðið og vill greinilega ögra Arnóri til að flytja sér fyrst. Arnóri tekst að koma sér hjá því að móðga Harald en málinu er þó ekki lokið því að í kvæðinu eru þessar línur: „manngi veit eg fremra annan [...] hverr gramur er þér stóru verri" (Msk., 116). Haraldur skilur hvað klukkan slær og gellur við: „Lofa konung þenna sem þú vill [...] en lasta eigi aðra konunga" (Msk., 117). Kvæði Magnúsar reynist stórum betra. Arnór kemst hins vegar upp með að setja Magnús skör ofar án þess að hljóta að launum fæð Haralds.

Samanburðurinn heldur áfram meðan konungarnir lifa báðir. Skömmu fyrir lát Magnúsar lætur Sveinn Úlfsson svo um mælt að þeir séu „ójafnir konungar" (Msk., 140). Þegar Haraldur vill fá mikið lið með sér til Danmerkur til að láta taka sig til konungs á undan Sveini segir Einar þambarskelfir að sér þyki betra „að fylgja Magnúsi konungi dauðum en hverjum öðrum konungi lifanda" (Msk., 145). Magnús sjálfur minnir móður sína á að treysta ekki umsjá Haralds (Msk., 139) og segir að sér þyki líklegt „að sumum verði myrkari og kaldari ráð Haralds konungs frænda míns en mín" (Msk., 143). Þannig þarf Haraldur stöðugt að þola óhagstæðan samanburð.

Þegar Hreiðar heimski fréttir af komu Haralds til Björgvinjar segist hann ekki víðförull „en mér er mikil forvitni á að sjá tvo konunga senn í einum stað" (131). Við fyrstu sýn virðist þetta kjánaleg athugasemd. En það er aðalatriði í hugmyndafræði Morkinskinnu að það sé verra að hafa tvo konunga. Þegar Haraldur krefst ríkis í Noregi segir Einar þambarskelfir: „ekki fýsumst vér að tvískiptast milli höfðingja. Höfum vér jafnan einum senn þjónað" (Msk., 89). Þegar Haraldur biður bændur um konungsnafn „þorði engi maður þar að gjöra fyri ríki Magnúsar konungs að láta heita annan mann konung að honum lifanda" (Msk., 93). Það leiðir aðeins til vandræða að hafa tvo konunga. Þó er á þessum tíma „friður og mikil gæska í landinu fyr árferðar sakir og annarra hluta" (Msk., 99). Við lát Haralds harðráða verða aftur tveir konungar í landi en ekki lengi; Magnús Haraldsson deyr von bráðar (Msk., 282). Synir þeirra Ólafs kyrra taka svo báðir við völdum við lát Ólafs og stefnir í átök þegar Hákon Þórisfóstri deyr snögglega (Msk., 297–98). Hrikalegri verða afleiðingarnar þegar Magnús blindi, Haraldur gilli og Sigurður slembir keppa um landsráð. Frá stjórnarárum Haraldssona er nánast einvörðungu sagt frá misklíð og ágreiningi sem leiðir að lokum til dauða þeirra allra.

12.4 Of mjög dragast lendir menn þá fram

En það er barist um völd í Morkinskinnu þó að ekki séu tveir konungar. Aðrir geta ógnað konungi. Þannig má segja að ríkisstjórnendur séu tveir þegar öflugur jarl er í landi eins og varð síðar á dögum Erlings skakka og Magnúsar, Hákonar galins og Inga Bárðarsonar, Skúla Bárðarsonar og Hákonar. Slíkt tvíveldi leiðir ekki síður til ófarnaðar en í slíkum tilvikum virðist samúð Morkinskinnu með konungi.

Dæmi um þetta er deila Haralds harðráða og Einars þambarskelfis. Á undan vígi Einars eru tvær smáfrásagnir (Msk., 172–77). Þar kemur til deilna Einars og konungs og litlu munar að upp úr sjóði þegar Haraldur konungur segir: „Ríkur ertu, Einar, ef þú ert konungur yfir landinu heldur en eg þó eg sé svo kallaður“ (Msk., 174). Áður er þess getið að upp hafi komið greinir milli Haralds og Einars:

> Haraldur konungur varð ósáttur við Einar þambaskelfi fyrir þá sök að Einar vildi jafnast við konung í ríkdóm sínum allt í Þrændalögum og aldri kom hann svo til kaupstaðarins, þá er Haraldur konungur var fyrir, að eigi hefði hann mikið lið og varla mátti konungur koma fram málum sínum fyrir ofríki Einars. Og það kapp gjörði Einar í kaupstaðnum að hann tók af móti sannan þjóf og náði konungur eigi að dæma hann og var Haraldur konungur sjálfur á mótinu (Msk., 171).

Fyrr í sögunni höfðu bændur kveinkað sér undan Haraldi og síður viljað greiða honum skatt en Magnúsi góða. Þá mætti Einar á þing og svínbeygði Harald. Haraldur varð æfur og sakaði Einar um ofmetnað: „góður væri sá dagur, er þinn ofsi steypist, og svo sem nú ertu höfði hærri en aðrir, skyldir þú brátt höfði lægri“ (Msk., 108–9). Síðar hafði Einar neitað að fylgja Haraldi í herferð til Danmerkur til að treysta ríki hans þar (Msk., 145) og hann hafði raunar frá upphafi andæft því að Haraldur yrði konungur (Msk., 89).

Þegar Magnús konungur lifir virðist Einar í fullum rétti en þegar kemur að ósætti þeirra Haralds síðar virðist hann í órétti. Einar þambarskelfir er í upphafi sögu sagður „frægur maður og kunnigur að mörgum góðum hlutum“ og „fyrirmaður allra lendra manna í Noregi“ (Msk., 18–19). Hann er stórlyndur og vill helst ekki sverja Magnúsi trúnaðareið en brýtur odd af oflæti sínu. Síðan styður hann konung af kappi. Í Þorsteinsþætti Síðu-Hallssonar kemur fram að þeir láta ekkert sundra sér (Msk., 111–15). Á hinn bóginn er hann frá öndverðu lítill vinur Haralds harðráða. Af Morkinskinnu er þó ekki annað að ráða en Haraldur láti hann lengi óáreittan. Eins vill Einar ekki styðja Svein Danakonung gegn Haraldi: „og hvern enda sem á með okkur Haraldi konungi, þá mun eg ekki svíkja hann né land undan honum“ (Msk., 175). Haraldi þykir slíks „beint von að honum: að drengilega mundi hann mæla og af öngri hollustu við mig“ (Msk., 176).

Að lokum býður Haraldur Einari á sáttafund. Þá sofnar Einar undir skemmtisögu Haralds og þykir konungi óvirðing að (Msk., 178).[17] Eftir það hættir konungur að leita sátta og þegar Einar fer næst á sáttafund til konungs lætur hann vega Einar og son hans. Síðan dæsir höfundur yfir þessum málalokum:

> Nú leið svo að Einari löng heift og fjanskapur, er Haraldur konungur hafði lengi bundist og stilltan sig að, sem til vísar fyr í þessu máli, og var þó mörg önnur áminning milli þeirra áður en á þessa lund lykist (Msk., 180).

Haraldur hefur sýnt stillingu að mati sögunnar. Þó að Einari sé jafnan lýst sem göfugum og drenglyndum eiga lendir menn ekki að jafnast við konung. Rétt eins og Magnús hafði áður allan rétt sín megin í deilum þeirra Haralds er rétturinn nú Haralds megin.

Þegar Sveinki Steinarsson sýnir Magnúsi berfættum mótþróa heldur konungur reiðilestur um lenda menn sem ekki huga að virðingu konungs:

> Of mjög dragast lendir menn þá fram, er þeir vilja eigi þess gæta er til konungs kemur, og hefir það aldri fyrr vel gefist í þessu landi, fyrst um daga Ólafs konungs helga, mál þeirra Erlings Skjálgssonar, svo og um Einar þambarskelfi er jafnaðist í ríki við Harald konung, frænda vorn. Svo gafst nú og Steigar-Þóri og Agli; nú kunna þeir eigi sjálfir meta sig (Msk., 310).

Niðurstaða Magnúsar er „að hann mundi einn vilja vera konungur yfir Noregi“ (Msk., 311). Hinn réttsýni Kolbeinn klakka varar Sveinka við að vilja „að óreyndum sökum eflast móti konungi þínum réttkosnum og ættbornum til lands þessa og hefir það öngum vel gefist“ (Msk., 311). Verður ekki betur séð en sú sé niðurstaða Morkinskinnu.

Að þessu leyti er ákveðinn munur á Morkinskinnu og Heimskringlu.[18] Freistandi er að setja það í samhengi við ritunartíma þeirra. Báðar eru sögurnar líklegast samdar á árunum 1220–1240 en þá stjórnuðu Noregi konungur og jarl, Hákon og Skúli. Í Morkinskinnu er mælt með því að einn stjórni og að það sé konungur. Heimskringluhöfundur virðist sáttari við samstjórn þó að aðrir en konungar eigi í hlut. Snorri Sturluson var fylgismaður Skúla jarls og féll í ónáð konungs fyrir. Í Morkinskinnu virðist skilningur á málstað konungs meiri. En þó að afstaða til samtímastjórnmála eigi þátt í að móta hugarfar Morkinskinnu er hún ekki lykilsaga. Gildi þess sem þar kemur fram er almennt. Konungurinn á himninum er sá sem allir konungar tákna, þiggja vald sitt frá og eru fulltrúar hans. Hann stjórnar einn og eins fer best á því að einn tryggi réttlætið á jörðu niðri.[19]

Í Laxdælasögu segir frá því að á skipi einu í hafvillum sé deilt um hvert skuli sigla. Kemur þá fram sú krafa að þeir ráði „er fleiri váru“. Það er borið undir Ólaf pá sem þar er á skipi og hann segir: „því verr þykki mér sem oss muni duga heimskra manna ráð, er þau koma fleiri saman.“[20] Afstaða sögunnar til lýðræðis er á þessa lund. Það er konungs að tryggja réttlætið og einfaldast að einn sé þar að verki.

1 Sbr. Bagge, Icelandic Uniqueness or a Common European Culture?, 421. Hið sama á við um Flateyjarbók að mati Stefanie Würth (Elemente des Erzählens, 113–59).

2 Svipaðri aðferð er beitt víða í evrópskri sagnaritun, t.d. í Gesta Frederici eftir Ottó frá Freising sem Bagge (Icelandic Uniqueness or a Common European Culture?, 433) lýsir svo: „The coherence and unity emerge by juxtaposing on the typological level a number of key episodes, scattered throughout the work, which serve as examples illustrating its main ideas. Through such an interpretation, Frederick emerges as far more than an individual person.“ Sbr. Bagge, Ideas and Narrative in Otto of Freising's Gesta Frederici.

3 Sbr. Andersson, The Politics of Snorri Sturluson, 16. Kalinke (Sigurðar Saga Jórsalafara, 156) telur mannlýsingar drifkraft sögunnar, fremur en átök. Undir það taka Andersson og Gade (Introduction, 2).

4 Ármann Jakobsson, Í leit að konungi. Morkinskinna kom mjög við sögu í þeirri bók en hér verður aðeins rætt um þá þætti í konungsvaldsumræðu sögunnar sem skipta mestu máli fyrir heildartúlkun hennar.

5 Sjá Ármann Jakobsson, The Individual and the Ideal; Ármann Jakobsson, Í leit að konungi, 117–32.

6 Þetta er þekkt minni úr rómönsum (sjá Ármann Jakobsson, Le Roi Chevalier, 146–47). Sbr. kafla 8.

7 Eins og Einar Ólafur Sveinsson hefur bent á (Laxdæla saga, 75 nmgr.) kemur það minni víða fyrir. Sbr. Ármann Jakobsson, Í leit að konungi, 133.

8 Hér kvikna m.a. hugrenningatengsl við Biblíuna; drottning notar biblíuorðið „sannlegt“ (amen). Magnús konungur verður senn í sömu stöðu og sjálfur Kristur konungur, í útlegð en aðrir sitja í því ríki sem hann á með réttu. Konungur er ekki aðeins hann sjálfur, honum svipar til annarra konunga.

9 Um hann, sjá Lönnroth, Den dubbla scenen, 53–80; Kalinke, Sigurðar Saga Jórsalafara, 162–65; Lie, Studier i Heimskringlas stil, 66–68. Um fagurfræði og hugarfar mannjafnaðarins almennt, sjá Clover, The Germanic Context of the Unferþ Episode, 444–59; Clover, Hárbarðsljóð as Generic Farce; Lönnroth, The double scene of Arrow-Odd's drinking contest, 97 o.v.

10 Sbr. Kalinke, Sigurðar Saga Jórsalafara, 154. Að mati Anderssons er mannjöfnuðurinn hátindurinn á samanburði hinnar mildu og harðneskjulegu konungsímyndar sem hann telur setja svip á Morkinskinnu (Snorri Sturluson and the saga school, 16).

11 Í Elucidarius (Þrjár þýðingar lærðar, 95–6) er sagt betra að gefa fátækum mönnum farareyrinn en að fara til Jórsala.

12 Sbr. Kalinke, Sigurðar Saga Jórsalafara, 164.

13 Orðið sem virðist hefjast á m er óskýrt í Morkinskinnu.

14 Um skiptingu Noregs, sjá Ármann Jakobsson, Í leit að konungi, 139–41 (og þarívitnuð rit).

15 Ármann Jakobsson, Í leit að konungi, 133–43.

16 Dæmigerð er þessi setning: „Haraldur konungur spurði þetta, þótti Þrándur brátt hafa á litið, og sýnt sig í því að hann vildi meira sóma gera Magnúsi konungi en sér, og líkar honum illa og leggur til Þrándar mikinn óþokka“ (Msk., 104).

17 Sbr. Gade, Einar Þambarskelfir's Last Shot; Ármann Jakobsson. Að sofna undir sögum.

18 Ármann Jakobsson, Rundt om kongen, 75–78; Ármann Jakobsson, Kongesagaen som forsvandt.

19 Ármann Jakobsson, Í leit að konungi, 117–25.

20 Laxdæla saga, 53.

13. Konungar verða til

13.1 Freka snúið til miskunnar

Sagan hefst á konungi í glæsilegri höll. Ekki norskum konungi heldur Jarisleifi í Garðaríki. Þessi saga snýst nefnilega ekki aðeins um Noregskonunga. Jarisleifur tekur Magnús Ólafsson í fóstur gegn vilja sumra hirðmanna. Veldur það misklíð í hirðinni, uns Magnús vegur hirðmann með smáexi. Jarisleifur verður glaður og segir: „Konunglegt verk, fóstri" (Msk., 5). Ást þessa erlenda konungs er til vitnis um ágæti Magnúsar. Konungar eru öðrum skyggnari á aðra konunga.[1]

Við kynnumst Magnúsi í bernsku og fylgjumst með leið hans til valda í Noregi. Þegar hann verður konungur er sögusamúðin þegar með honum. Hann „gjörist brátt ríkur og vinsæll og var [...] fullgjör með afli og visku og stjórn" (Msk., 24). Hér eru taldar upp tvær dyggðir réttláts konungs: afl og viska.[2] En söguhlýðendur muna ofsafengið skap hans. Í fyrstu virðist hann undir hæl Einars þambarskelfis.[3] Fljótlega kemur þó annað á daginn. Konungur fer að grufla út í Stiklastaðaorustu og síðan fellur Kálfur Árnason í ónáð. Sá styrkur sem áður var talinn konungi til tekna verður hóflaus: „harðnaði konungur mjög við Þrændur, svo að sumir létu alla eign sína og enn fleiri stukku úr landi, svo sem Kálfur, en sumir guldu fé". Konung skortir hvorki visku né afl en þegar Þrændir koma saman þykir þeim „konungur sjá ekki hóf á kunna" (Msk., 25). En þeim fer eins og músunum sem vildu hengja bjöllu á köttinn: „fýsti hver annan til að segja konunginum en enginn vildi sjálfur" (Msk., 26). Að lokum kemur í hlut Sighvats skálds að segja konungi satt í bundnu máli, í Bersöglisflokki. Skáldið segir konung í fyrstu hafa farið „með friði og stillingu um alla hluti" (Msk., 27) en nú sé hann orðinn of strangur.

Sagan hefur almennt gildi. Konungur sem er að flestu leyti til fyrirmyndar hættir að gæta hófs. Þá hættir styrkur hans að vera kostur, hann verður harðstjóri. Þannig eru einstakir konungar Morkinskinnu bornir við það sem er til fyrirmyndar. Á bak við lýsingu þeirra liggur skýr sýn á konungsvaldið, hlutverk konunga og dyggðir þeirra. Eftir umvandanir Sighvats skálds sýnir Magnús óvænta stillingu en ætlar þó á þingi að sýna bændum „freku". Þá segir maður að nafni Atli: „svo skorpnar skór á fæti mér að hvergi má eg úr stað komast" (Msk., 31). Næsta dag hefur konungur látið skipast:

> þóttust menn þá finna í orðum konungs, að guð hafði þá mýkt skap hans og var þá freka snúið til miskunnar. Og annan dag undruðu menn er konungur var þá svo linur og voru þá mjúkar tölur til landsmanna og svo til Þrænda sem annarra. Hét konungur þá öllum mönnum gæsku og friði, og efndi það æ betur og aflaðist honum af því mikillar frægðar og vinsæld, og gjörir þá annað sinni sætt við bændur og fyrirgefur öllum það hið mikla mál, er áður hafði hann við hatast, er þeir höfðu gjört ófrið og barist í móti hinum helga Ólafi konungi, föður hans. Og gjörist Magnús konungur héðan frá svo ástfólginn öllu landsbúinu að menn þóttust unna honum hugástum og var hann kallaður Magnús góði (Msk., 31).

Magnús konungur hefur setið nokkra hríð á stóli en á þessu þingi verður nýr konungur til. Það er Magnús góði, sá konungur sem er til fyrirmyndar í öllum skiptum við þegna sína, sýnir þeim miskunn og gæsku og er að vonum elskaður í staðinn.

Konungar eru oft skapmeiri en aðrir menn, enda að flestu leyti stærri í sniðum. Mörg dæmi eru í sögunni um reiði Magnúsar (Msk., 98, 110, 122–23, 138). En hún er aðeins skaðleg ef stillingu skortir. Þegar Hreiðar heimski hefur farið fram á að Magnús kasti skikkju sinni er konungur efins um heilindi Hreiðars. Þá segir Hreiðar: „Engi er til þess fær, konungur, að ginna þig eða ljúga að þér“ (Msk., 128). Hreiðar er sannfærður um að konungur sé öðrum vitrari og í Hreiðarsþætti sést að Magnús sér margt skýrar en aðrir, til að mynda þann mann sem býr í Hreiðari.[4] Magnús er einnig mælskur, fastur fyrir, djarfur í hernaði og lítillátur. Hann er búinn flestöllum mikilsverðum kostum konunga.[5]

Magnús er æskumaður þegar hann tekur við ríki. Oft er honum frýjað vegna þess á fyrstu ríkisárum hans (Msk., 44) og Haraldur harðráði notar það til að reyna að gera lítið úr honum í deilu þeirra um skipalægi:

> „ […] bráðgeð er bernska og viljum svo virða, frændi, að þetta væri æskubragð.“ Þá mælti Magnús konungur: „Þetta var ættarbragð en eigi æskubragð […]“ Þá svaraði Haraldur konungur og stóð upp: „Það er fornt mál að hinn vitrari skyli vægja.“ Gekk á brott síðan […] (Msk., 98).

Haraldur vægir en tekur þó fram að hann sé sá vitrari. Írónían er enn meiri þegar Arnór jarlaskáld beitir sama málshætti til að fá að flytja Magnúsi drápu á undan Haraldi: „Það er mælt að bráðgeð verða ungmenni“ (Msk., 116, sbr. kafla 6).

Þrátt fyrir æsku er Magnús spakur að viti. Hann er „áhlýðinn vinum sínum um öll góð ráð en um rógsemi og undirhyggjur, þá var hann daufheyrður og kunni glöggt að sjá og skilja hvað fyrir honum var mælt" (Msk., 24). Hirðin er harður heimur og nóg er um róg og illmælgi. Magnús konungur hefur sig af skynsemi yfir slíkt og trúir góðu einu. Aðeins í skiptum við Svein Úlfsson sýnir hann barnslegt hrekkleysi. Orsökin er að konungur telur að Sveinn sé „í trúnaði og vinfengi sem hann var ásýndar" (Msk., 36).

Á ögurstundu á Hlýrskógsheiði eru þegnar konungs honum efst í hug: „Konungur er fyrir því áhyggjufullur og harmar hryggð þá er hann sér á mönnum sínum" (Msk., 42). Hann man síðan að þakka þeim liðveisluna (Msk., 45) og tekur eftir því ef menn hans eru þungbúnir og vill bæta úr (Msk., 109). Slíkan konung geta skáld kallað hollvin sinn (Msk., 117). Þegar hann tekur ríki sest hann „í Niðarós með miklu fjölmenni og allskyns blíðu og gleði" (Msk., 20).[6] Hann er og „frægur mjög um lönd af ríki og sigursæld og stórum gjöfum og mátti svo að kveða að allir ynni honum hugástum nema óvinir hans" (Msk., 52). Hér er lýst riddaralegum konungi sem mönnum veitist létt að elska.[7]

Klifað er á ástsæld Magnúsar (Msk., 28, 33, 121). Sögulegt mikilvægi hans felst ekki síst í henni:

> Þessi tíðindi voru margs manns harmur í Noregi öllum og segja það allir menn einn veg að engi maður hafi meir ástfólginn verið allri alþýðu en Magnús konungur (Msk., 148).

Lát Magnúsar veldur harmi alþjóðar. Ekki vegna þess að hann hafi reynst óskeikull. Hann gerir skyssu með því að taka Svein Úlfsson til sín sem vin og með því að hafna kröfum Haralds frænda síns í fyrstu (Msk., 89–90). En þó er hann til fyrirmyndar, eins og Hreiðar heimski segir: „þannig mundi hver sig kjósa sem þú ert, þó að sjálfur mætti ráða" (Msk., 128). Persónulýsing Magnúsar í Morkinskinnu snýst um þá fyrirmynd sem þar er sköpuð: Magnús góða. Dýptin í persónulýsingunni er fólgin í því að skapsmunir hans sjást frá upphafi. Um hríð spilla þeir stjórn hans svo mjög að hann er réttnefndur harðstjóri en með skapstillingu verður hann fyrirmyndarkonungur.

13.2 Íslandsvinurinn

Haraldur harðráði er margbrotnasta persóna Morkinskinnu, jafnvel ótrúlega margbrotinn: „Þættir Msk. leiða í ljós allólíka eiginleika í fari Haralds svo að mönnum verður varla ætlað að trúa, að hann hafi í rauninni verið svo blandinn."[8] Bjarni Aðalbjarnarson, Finnur Jónsson og Indrebø töldu mynd Haralds í Morkinskinnu samsuðu.[9] Aðrir hafa freistað þess að túlka Harald eins og hann birtist í sögunni eins og hún er varðveitt nú.[10]

Haraldur sést fyrst í Morkinskinnu dulbúinn sem stýrimaður sinn. Þá þegar sést dálæti hans á leikjum, mikilvægur dráttur í lýsingu hans. Eftir þann fyrsta fund kemur löng saga um æskuár hans og utanferðir.[11] Sjónarhornið er þá nálægt honum og beitt sama bragði og áður til að hinn nýi konungur öðlist hylli söguhlýðenda. Í þeirri frásögn koma fram margir bestu eiginleikar Haralds: viska, ráðsnilld, útsjónarsemi en einnig varasöm hneigð til að blekkja aðra til að fá sitt fram.[12] Hann er allfrábrugðinn Magnúsi frænda sínum. Svipar honum til bragðarefa á borð við hinn ráðsnjalla Odysseif en í norrænum menningarheimi eru Þrándur í Götu og Hákon jarl kunnir af visku og slægð sem gerir þá í senn varasama og aðdáunarverða. Þá minnir Haraldur á feðgana Hvamm-Sturlu og Sighvat; eins og þeir er hann manna vitrastur, orðsnjall og ófeilinn við að beita þessum hæfileikum í valdabaráttu. Þá eru allir þessir menn harðir naglar, aðlaðandi hörkutól.[13] Útlit Haralds veitir einnig blendin skilaboð. Hann er „víglegur maður og föllitaður, stórmannlegur og skolbrúnn og nokkuð grimmlegur" (Msk., 57). Af honum skín grimmd og ógn en þó er hann söguhetja næstu kafla.

Þegar Haraldur flýr Miklagarð heldur hann fyrst á fund vinar síns og fóstra Magnúsar konungs, Jarisleifs konungs í Garðaríki. Þá segist hann ætla á fund Magnúsar:

> hann mun vilja hitta Magnús konung, frænda sinn, ef hann vildi nakkvað ríki miðla honum, þar sem hann ræður fyr tveimur konungríkjum, og kallaði honum það vel sama að gjöra sæmd svo nánum frændum sínum. Konungur bað hann, og svo drottning, að hann skyldi fyr hvaðvetna fram þyrmast við Magnús konung og létu sér undir því mest þykkja að hann væri honum sem trúastur og traustastur með sinni visku og styrkleik (Msk., 87).

Konungur og drottning Garðaríkis eru vinir beggja og hafa áhyggjur af væntingum Haralds, en þegar Sveinn Úlfsson, sem hefur svikið Magnús, falast eftir stuðningi Haralds vill Haraldur ekki „óvingast við hann eða hylla sig fjandmönnum hans" (Msk., 88). Hann hefur þannig ekki illt í hyggju þegar þeir Magnús finnast að lokum.[14] En honum er illa tekið. Ræður Einar þambarskelfir mestu um það en Magnúsi konungi finnst það síðar misráðið. Eftir vonbrigðin leitar Haraldur á vit Sveins og þeir herja saman á Noreg.

Magnús breytir nú um aðferð, sendir Haraldi leyndarbréf og býður honum ríki. Þá er Haraldur í vanda þar sem hann er genginn í lið með Sveini og telur að menn virði honum „til lausungar“ ef hann svíkur lit (Msk., 91). Hann bregður því á það ráð að kenna Sveini um þegar ör kemur í skip hans en Sveinn þykist vita að Haraldur hafi sjálfur sviðsett þetta og „myni […] sýna skipt skaplyndi sínu í þessu“ (Msk., 92). Laus úr bandalagi við Svein heldur Haraldur á Upplönd og lætur gefa sér konungs nafn (Msk., 93). Þar með kemur hann á fund Magnúsar með því nafni. Þegar þeir sættast gerist það með þeim hætti að Magnús gefur Haraldi ríkið hálft. Konungsnafnið hefur hann þegar.

Þessir atburðir sýna ekki aðeins klókindi Haralds heldur einnig að hann er ófeilinn við að blekkja aðra ef með þarf. Með því að láta Þóri frá Steig kornungan gefa sér konungsnafn ögrar hann Magnúsi og gerir það aftur í hinni miklu sáttaveislu með því að halda því fram að Ólafur helgi hafi rænt föður hans, Sigurð sýr.[15] Þegar samkonungsríki þeirra er komið á reynir Haraldur strax að ögra Magnúsi með því að leggja í lægi hans en lætur undan þegar Magnús fer í hart. Þó reynir hann að espa Magnús upp þegar þeir hittast og tala niður til hans (Msk., 97–98). Þannig er sýnt hvernig Haraldur reynir ávallt að komast eins langt og hægt er, svífst einskis og beitir jöfnum höndum yfirgangi og slægð.

Haraldur kemst almennt fremur illa frá þáttum um þá Magnús báða. Í Þrándarþætti upplenska (Msk., 103–7) koma ofsi hans og heift skýrt fram og eins lítt dulin öfund í garð Magnúsar. En Magnús er honum viljasterkari og Haraldur þarf jafnan að láta í minni pokann. Haraldur unir Magnúsi ekki að vera fremri og leggur fæð á alla þá sem taka hann fram yfir. Þetta sést í Arnórsþætti jarlaskálds (Msk., 116–18) en þó kemur viska Haralds einnig skýrt fram þar og Arnóri tekst að vera vinur konunganna beggja. Grunur Haralds um að Magnús þyki honum fremri skýrir gjamm hans meðan kvæðið er flutt. Hegðun hans er skiljanleg þó að ekki geti hún talist aðlaðandi. Mynd hans er öllu neikvæðari í þáttum um Þóri konungsbróður (Msk., 109–10) og Hreiðar heimska (Msk., 124–37). Þar ofsækir Haraldur lítilmagna af kappi og hömluleysi.

Þannig einkennist sameiginlegt stjórnarár þeirra Magnúsar af óánægju Haralds með sinn hlut og almennri tilhneigingu þegnanna til að taka Magnús fram yfir hann. Skömmu fyrir lát Magnúsar er farið að jafna þeim mjög saman og í dauðanum gætir Magnús þess að senda burt bróður sinn og aðra sem Haraldur þykist eiga sökótt við og segir: „kann vera að sumum verði myrkari og kaldari ráð Haralds konungs frænda míns en mín“ (Msk., 143). Hefnigirni Haralds er við brugðið, bæði í Morkinskinnu og í smáþætti um æsku hans í sögum Ólafs helga.[16] Hún sést líka í herferðum hans gegn Dönum (t.d. Msk., 158, 159, 204) og í ýmsum þáttum sem hér hafa verið nefndir. Þegar Haraldur sendir Halldóri Snorrasyni sáttaboð eftir flótta Halldórs frá Noregi þykist Halldór þekkja hann of vel til að taka því: „þar ætlar hann mér gálga, ef eg kem, og kann eg skaplyndi hans“ (Msk., 155). Samt virðist Halldóri hlýtt til Haralds (sbr. kafla 9).

Verr fer í skiptum þeirra Hákonar Ívarssonar (Msk., 204–34). Haraldi mislíkar þegar Hákoni er hælt ákaft og segir: „Sigur höfum vér þó enn fengið [...] að Hákon hafi eigi við verið“ (Msk., 216). Hann hefnir sín með því að heita Hákoni jarlsnafni en efna ekki. Hefjast þá mikil átök þar sem hvor reynir að vera öðrum snjallari í hernaðarlistum. Að lokum fjarar það stríð út án þess að sættir verði. Í þessum þætti kemur Haraldur fram af hörku og slægð. Þó er stríð þeirra Hákonar prúðmannlegt og líkist einvígi í burtreiðum.

Haraldur kemst verst frá þeim þáttum sem gerast á sameiginlegu stjórnarári þeirra Magnúsar en mynd hans breytist eftir Halldórsþátt.[17] Í Þorvarðarþætti neitar konungur að þiggja segl af Íslendingi þar sem annar Íslendingur hafi gefið honum vont segl. Þetta er hróplegt ranglæti og virðist stafa einvörðungu af því að Haraldur er í vondu skapi þegar Þorvarður krákunef nálgast hann: „Konungur var nökkvað svo brúnvölsi“ (Msk., 201). Síðar í þættinum er hann kominn í betra skap, er sanngjarn og skapgóður og játar á sig öll mistök: „Eg ság aldri betri segl og hefi eg þar góðu nítt“ (Msk., 203). Þó að skapgerðargallar hans komi þar skýrt fram verður ekki séð að hann fari halloka úr þættinum.

Þegar kemur að mannlýsingu Haralds í Morkinskinnu reynist hún býsna jákvæð:

> Haraldur konungur var ríkur maður og stjórnsamur innanlands, spekingur að viti, og það er vitra manna mál að enginn maður hafi verið djúpvitrari á öllum Norðurlöndum en Haraldur konungur og manna ráðsnjallastur, svo að honum varð aldri ráðfátt. Hann var sterkur maður að afli og vígur hverjum manni betur. Hann var fullhugi og mikill á framkvæmd verka sinna (Msk., 169–70).

Áherslan er á visku Haralds, ráðsnilld, speki, styrk, vígfimi og stjórnsemi. Þetta eru allt þættir í tveimur höfuðdyggðum miðalda, visku og afli. Virðist

Haraldur hafa þessa kostu í ríkum mæli. Þó er gerður fyrirvari: „honum þótti gott lofið því að hann var þessa heims höfðingi hinn mesti“ (Msk., 170).[18] Þörf Haralds fyrir lof hefur þegar birst sem öfund í garð Magnúsar. Almennt þolir hann illa að heyra öðrum hælt, hann er tortrygginn svo að jaðrar við ofsóknaræði, og stöðugt á varðbergi, eins og þeim hættir til sem eru óöruggir um hylli annarra. Harald skortir vinsældir á við Magnús þó að hann virðist almennt njóta hylli manna sinna. Ólíkt Magnúsi er Haraldur ekki alinn upp sem konungsefni. Völdin eru honum ekki sjálfsögð enda einkennist afstaða hans til þeirra af kappi.

Þá eru ótaldir tveir eiginleikar: mikið dálæti á sögum og kvæðum og vináttа við Íslendinga. Þetta eykur mjög nánd hans við Morkinskinnuhöfund sjálfan sem er íslenskt skáld. Hvorttveggja er nefnt í lýsingu Haralds (Msk., 170) en sést einnig víðar í sögunni. Sárindi hans þegar Arnór kýs að flytja Magnúsi betra kvæði og á undan helgast væntanlega ekki síst af þrá hans til að vera konungur sem lofaður er af skáldum.[19]

Í Sneglu-Hallaþætti (Msk., 234–47) er Haraldur dómari í deilum Halla og Þjóðólfs sem sættir þá en hefur um leið gaman af keppni þeirra. Hann leggur fyrir þá þrautir og verkefni sem iðulega tengjast skáldskap. Oft kastast í kekki en gjört má greina að hann ann Íslendingum og er iðulega ekki eins reiður og sýnist. Stríðni Haralds er greinileg en einnig hvílíkt dálæti hann hefur á kvæðum, sögum og orðheppnum Íslendingum. Í kjölfarið fylgja þættir sem styrkja þá mynd, um fiskimann (Msk., 247–50) og Stúf hinn blinda (Msk., 251–54). Eins og Sneglu-Halli hættir Stúfur sér býsna langt í skiptum við konung og hlær með sjálfum sér að nafni föður hans. En nú tekur Haraldur þessu vel og hafði þó ætlað að drepa Hreiðar heimska fyrir sams konar skop (Msk., 135).[20] Haraldi er ekki lengur ógnað af Magnúsi og þá getur hann leyft sér mildi.

Haraldur kemst sæmilega frá Auðunarþætti vestfirska en er þó greinilega viðsjárverður og skapar það spennu. Í þeim mörgu þáttum sem gerast eftir lát Magnúsar hegðar Haraldur sér betur. Hæst rís hann eftir orustu í Jótlandshafi þegar Finnur Árnason mágur hans er handtekinn. Hann hafði látið Svein Úlfsson kaupa sig til fylgis við sig:

> „Viltu hafa grið nú?“ segir konungur, „þótt það sé ómaklegt.“ „Eigi af hundi þínum,“ sagði jarl. „Viltu þá,“ sagði konungur, „að Magnús, frændi þinn, gefi þér grið?“ Magnús, sonur konungs, stýrði þá skipi og var þó á ungum aldri. Þá sagði jarl: „Hvað muni hvelpur sá griðum ráða?“ Þá þótti konungi gaman að erta jarl og mælti: „Viltu taka grið af Þóru, frændkonu þinni?“ Þá spurði jarlinn: „Er hún hér?“ „Hér er hún,“

> sagði konungur. Þá mælti Finnur jarl orðskrök það er síðan er uppi haft, og frá sagt, hversu reiður hann var, er hann fekk eigi stillt orðum sínum: „Eigi er nú undarlegt að þú hafir vel bitist, er merin er með þér." Nú voru Finni jarli grið gefin þó að hann játti því ekki og hafði Haraldur konungur hann með sér of hríð (Msk., 213–14).

Haraldur kann að hafa hemil á skapi sínu ef því er að skipta. Hér hefur hann unnið mikinn sigur og getur leyft sér mildi og örlæti en umfram allt stillingu.[21]

Á efri árum er Haraldur þannig stórlyndari en á þó til að reiðast. Einar þambarskelfir kemur við kaun hans með því að sofna á gamals aldri:

> segir konungur frá mörgum afreksverkum sínum í útlöndum og fann það, að svo var sem Einar leiddi það ekki, sem svefn nökkver liði á hann. Einar var þá gamall mjög. Og nú er konungur fann það, að Einar leiddi ekki, og þótti sem hann óvirði frásögnina, og þóttist finna bæði nú og fyrr í þeirra viðskiptum, að Einar vildi ekki til hans hugðu leggja (Msk., 178).

Haraldur tekur þetta til sín. Líklega er hér á ferð sú saga sem sögð er fyrr í Morkinskinnu[22] og Íslendingurinn sögufróði segir síðar (Msk., 200). Haraldur hefur eflaust verið gjarn á að segja þessar sögur og Einar hittir óvart á veikan blett. Skáldskapur og sagnalist eru ríkur þáttur í sjálfsmynd Haralds. Í lokaorustu sinni yrkir hann vísu sem ekki er undir dróttkvæðum hætti en þykir hún ekki nógu góð: „Ekki er sjá vísa vel gjör er áður kváðum vér og skulu vér gjöra aðra betri" (Msk., 276). Hann kveðst líka á við fiskimanninn Þorgils (Msk., 249) og yrkir um sjálfan sig eftir frækinn flótta frá Miklagarði (Msk., 85–86).[23] Engu líkara er en Haraldi þyki ævi sín ómerk uns hún hafi hlotið form sögu eða kvæðis. Hann er hæstánægður með sögu hins sögufróða Íslendings frá æsku sinni, einkum þegar kemur í ljós að sú saga hefur verið sögð aftur og aftur á Íslandi af gömlum vini hans en nú óvini, Halldóri Snorrasyni (Msk., 200).

Haraldur tjáir sig í sögum. Hann afhjúpar Úlf auðga með dæmisögu (Msk., 190–92) og kveður svo vísu „að" Úlfi (Msk., 193). Vísa er vopn í höndum Haralds harðráða. Almennt er hann árásargjarn í tali, jafnvel þegar vel liggur á honum. Þegar hinn sögufróði Íslendingur segist vera þunglyndur þar sem hann sé mislyndur að eðlisfari segir Haraldur: „Ekki mun það vera" (Msk., 199). Hann kemur beint að mönnum og er ófeiminn við að segja þá ljúga ef það er mat hans.

Haraldur er sagður hafa verið „allra Noregskonunga vinsælastur við Íslendinga“ (Msk., 170) og mörg dæmi rakin um það. Þættir um skipti hans við Íslendinga sanna þetta. Þegar Sveinn úr Lyrgju kvartar yfir því að Halldór Snorrason stýri skipi talar konungur máli Íslendinga (Msk., 152). Erfitt er að átta sig á orsökum þessa dálætis á Íslendingum en vera má að Haraldur treysti Íslendingum betur þar sem þeir hafi síður glýju í augum vegna hins látna Magnúsar konungs.

Theodore Andersson telur að í Morkinskinnu sé tekin afstaða gegn Haraldi en Sverrir Tómasson telur höfund blendinn í afstöðu til hans.[24] Hann tengir það við æskilegar konungsdyggðir og þær skipta án efa máli. Konungur er æðsti stjórnandi og fulltrúi guðs í ríki sínu. Mikilvægt er að einblína ekki um of á hið sértæka í lýsingu hans heldur gefa einnig gaum hinu almenna. Haraldur er vitrari og styrkari en flestir aðrir konungar.[25] Þriðja höfuðdyggð konunga er stilling og þar stendur hnífurinn í kúnni. Víða í sögunni koma fram ofurkapp Haralds og hófleysi.[26] Í þáttum sem gerast meðan Magnús lifir bregst varla að Haraldur missir stjórn á sér. Þá koma styrkur hans og viska ekki að gagni því að konungur þarf allar dyggðirnar þrjár til að geta talist réttlátur. Vitur og sterkur konungur sem ekki stillir sig getur orðið ranglátur konungur, harðstjóri.[27]

Brandsþáttur örva (Msk., 194–95) virðist í fyrstu dæmisaga um örlæti. Brandur kemur til Noregs og Þjóðólfur skáld keppist við að hæla honum við Harald konung og segir „að honum þætti eigi sýnt að annar maður væri betur til konungs fallinn í Íslandi fyrir sakir örleika hans og stórmennsku“. Þessu reiðist konungur. Flest höfum við lent í því að þykja vinir og félagar hæla öðrum fyrir eiginleika sem við teljum okkur sjálf hafa í ríkum mæli en þeir virðast aldrei hafa tekið eftir. Haraldur er einkar viðkvæm sál og þolir illa að öðrum sé hælt. Hafa má í huga að þegar hér er komið sögu hefur hann sannað örlæti sitt eftirminnilega í Auðunarþætti (sjá kafla 5). Ekki getur heldur talist nærgætið að jafna Brandi við konung.[28] Haraldur hefur áður verið annar tveggja konunga í Noregi og sýnt merki þess að hann vildi heldur vera einn á tindinum.

Haraldur bregst enda hart við: „Það skal eg nú reyna“ (Msk., 194). Nú sendir hann Þjóðólf þrisvar á fund Brands og biður hann fyrst um skarlatsskikkjuna sem hann beri, síðan um gullrekna öxi sem hann eigi og að lokum kyrtilinn sem hann sé í. Brandur hefur aldrei orð um en lætur Þjóðólf fá það sem um er beðið. En þegar að kyrtlinum kemur sprettir hann annarri erminni af. Konungur skilur sneiðina: „Þessi maður er bæði vitur og stórlyndur. Auðséð er mér hví hann hefir erminni af sprett. Honum þykkir sem eg eiga eina höndina og þá þó að þiggja ávallt en veita aldrigi" (Msk., 195). Síðan lætur hann senda eftir Brandi og gefur honum góðar gjafir.

Hér er þrefalt próf. Haraldur konungur hefur mikið dálæti á prófraunum eins og kemur ítrekað fram. Hér einsetur hann sér að prófa í senn örlæti Brands og hollustu Þjóðólfs sem hann notar sem sendiboða. Um leið refsar hann Þjóðólfi fyrir hjalið um Brand. Brandur stenst prófraunina vel en með því að spretta af erminni áminnir hann konung um leið. Haraldur er einnig í prófi. Hann skortir stillingu og í þessu prófi gengur hann alltof langt með því að senda Þjóðólf þrisvar til Brands að heimta meira. Þetta er óhóf og Haraldur sem fyrr að missa stjórn á sér. En fyrir áminningu Brands áttar Haraldur sig tímanlega: viskan bregst honum aldrei og hann ræður rétt í táknið. Hann fær stillt sig, hefur gaman af og þátturinn endar vel.

Brandsþáttur og aðrar frásagnir um vanstillingu Haralds harðráða eru vitaskuld mikilvægar fyrir persónulýsingu hans. En um leið er þar fjallað um konungsvald almennt. Sett er fram sú meginkenning að konungi beri að gæta hófs og sýna stillingu. Haraldur hefur alla burði til að vera réttlátur konungur en styrkur hans gerir það að verkum að ef stillingin bregst verður hann harðstjóri. Theodore Andersson telur að í Morkinskinnu séu settar fram tvær andstæðar konungsmyndir og afstaða tekin gegn herskáum konungum.[29] Mér virðist á hinn bóginn að höfundur noti Harald sem dæmi um mikilvægi stillingar fyrir konunga. Í sögunni eru dæmisögur þar sem Haraldur stendur sig og aðrar þar sem honum bregst stillingin. Ef Haraldur stillir sig er hann til fyrirmyndar: vitur, hugrakkur og sterkur. En ef stillingin bregst getur hann orðið harðstjóri, eins og Magnús góði áður.

Í fáum öðrum konungasögum er jafn mikið fjallað um jákvæða eiginleika Haralds. Í Morkinskinnu sjást dæmi um hernaðarlist hans og hugrekki í bardaga. Þar eru margar sögur um vinsamleg skipti hans við Íslendinga. Greint er ítarlega frá vinsemd hans í garð skálda og hann er sýndur sem velgjörðamaður frásagnarlistar. Í sögunni koma skuggahliðar hans einnig fram, einkum á samstjórnarári þeirra Magnúsar (Msk., 96–144). En þar eru einnig þættir þar sem Haraldi er lýst af samúð og aðdáun. Þó að honum hætti til að missa stjórn á skapi sínu eru þess einnig dæmi að hann stilli sig. Hefði Morkinskinnuhöfundur viljað sýna Harald í neikvæðu ljósi hefði hann varla fjallað svo rækilega sem raun ber vitni um Íslandsvininn Harald, fagurkerann og listunnandann Harald, herstjórann Harald og hinn vitra, ráðsnjalla og málsnjalla Harald.

Í Morkinskinnu er þáttur um hamstola svein sem Haraldur og Magnús lækna í sameiningu (Msk., 118–20). Magnús biður hann að vera sem bestur en

Haraldur að vera sem næmstur og minnugastur (Msk., 119). Í augum Morkinskinnuhöfundar eru þeir fulltrúar ólíkra kosta. Magnús er ástsæll og vinsæll en Haraldur er vitur og næmur. Skapbrestir hans eru margir og miklir en eins og fram kemur í næstu frásögn á eftir (Msk., 120–24) hefur jafnvel Magnús góði sína galla. Kvensemin getur hlaupið með hann í gönur og þá þarf helgan föður hans til að minna hann á að gera rétt.

Tæpum helmingi af texta Morkinskinnu (223 bls. af 462 í útgáfu Finns Jónssonar) er varið í sögu Haralds harðráða. Í lýsingu hans er ekkert dregið undan og höfundur virðist njóta þess að lýsa bæði kostum hans og göllum. Viðkvæmni og óþolinmæði, hefndarþorsta og hófleysi, öfund og nísku er lýst af sömu áfergju og visku, hugrekki, vináttu við Íslendinga, glettni og gamansemi og skáldskaparlist, fíkn í að reyna menn og hrjúfri framkomu sem oft hylur vinarþel í garð skálda, hirðfífla og Íslendinga. Í lýsingu Haralds koma þversagnir í fari höfundar Morkinskinnu skýrt fram. Hann felur jafnan í sögum sínum boðskap og siðferðislegan lærdóm en nýtur sín þó best þegar hann segir frá ævintýrum í útlöndum, gulli, gersemum, framandi þjóðum og ótrúlegum viðburðum. Í lýsingu Haralds slær hann í og úr. Haraldur er hugrakkur en fauti, manna vitrastur en lætur skapið hlaupa með sig í gönur. Ráðsnilld hans getur umhverfst í blekkingar og lygar. En jafnvel þegar hann blekkir eða er með yfirgang má hafa samúð með honum, eins og Hrappi í Njálu eða Langa-Jóni í Gulleyju Stevensons. Þó að mynd Haralds í Morkinskinnu hafi þótt ruglingsleg og þversagnakennd er sá Haraldur sem verður til í Morkinskinnu stórbrotin persóna og kann að hafa haft áhrif á önnur rit. Sá Haraldur sem birtist í Króka-Refssögu er ættaður beint úr Morkinskinnu. Hann er klókur og ræður gátur af list en um leið hefnigjarn og ákafur að ná óvini sínum.

Saga Haralds er veigamesti hluti Morkinskinnu. Hún er dæmisaga um stillingu. Það sést í lokum hennar þegar Haraldur heldur í hinstu herferð sína til Englands. Fyrst er leitað til Sveins Úlfssonar sem biðst undan og sýnir þar stillingu og skynsemi:

> Svo miklu em eg minni maður fyri mér en vor frændi, gamli Knútur, að varla fæ eg haldið mínu ríki fyr Norðmönnum, en gamli Knútur eignaðist að erfð Danaveldi en við hernaði og hamingju England, og var það þó um hríð vænna að hann mundi þar eftir liggja. Noreg fekk hann orustulaust. Nú kunnum vér að ætla oss hóf, og meir eftir voru lítilræði heldur en framkvæmd vors frænda gamla Knúts (Msk., 263).

Ræða Sveins um hóf og stillingu varpar ljósi á viðbrögð þess konungs sem leitað er til næst. Haraldur virðist fyllast ofmetnaði og er ef til vill farinn að trúa eigin lygasögum af æskuafrekunum; minnir sennilega að hann hafi sigrað „konunginn sjálfan í Affrika" eins og hann segir Magnúsi frænda sínum þegar þeir hittast (Msk., 64). Fram kemur að sumum í Noregi þykir að Haraldur muni engan ofjarl sinn hitta: „Telja það sumir menn upp hversu mörg stórvirki Haraldur konungur hefir unnið víða um lönd; kalla það að öngan hlut muni hann finna ófæran fyri sér" (Msk., 265). Eins fer mörgum Englendingi er lið hans nálgast: „fyri þá sök er konungur hafði unnið svo mikinn sigur við stóra höfðingja og ofurefli liðs var allt fólkið hrætt orðið og örvæntist í móti að standa" (Msk., 270).

Þegar kemur að úrslitaorustunni við Stanfurðubryggju kallar Haraldur Tósta jarl á sinn fund og spyr hann ráða. Þegar til kemur þiggur hann ekki ráð hins klóka jarls sem segir: „Þér skuluð ráða þessu, herra, sem öllu öðru" (Msk., 272). Þó að Tósti hafi upphaflega komið á fund hans að leita liðsinnis getur Haraldur þegar upp er staðið engum um kennt nema sjálfum sér. Áður hefur hernaðarlist hans ítrekað komið fram og meðal annars andúð á fífldirfsku í hernaði.[30] Sögunni lýkur brátt: „Nú fær Haraldur konungur lag framan í óstinn svo að þegar kom blóðboginn út í munninn. Þetta var hans banasár, og því næst féll hann til jarðar" (Msk., 278). Fall hans er snöggt. Síðan fellur Tósti jarl líka og að lokum Eysteinn orri. Frásögnin verður harmræn þegar einföld staðhæfing um hvað tímanum leið hellir síðdegisrökkrinu yfir söguhlýðendur: „Þar féll nálega allt stórmenni Norðmanna, og var þá hinn efri hlutur dags" (Msk., 280).

Þó að höfundur sé fáorður er engu líkara en hann sakni Haralds harðráða. Eflaust hafa flestir söguhlýðendur einnig gert það.

13.3 Gleðikonungurinn

Ekki er laust við að spennufall verði í Morkinskinnu við fall Haralds harðráða. Synir hans hafa verið nefndir til sögu löngu fyrr (Msk., 171). Sá eldri, Magnús, hefur birst fjórum sinnum í herferðum föður síns (Msk., 213–16 og 233) án þess að vekja verulega eftirtekt.[31] Þegar kemur að herferðinni til Englands skilur Haraldur Magnús eftir „lands að gæta" en tekur með sér yngri son sinn, Ólaf. Að loknu hinu mikla mannfalli stendur Ólafur uppi sem höfðingi „fyrir liðinu því sem eftir var og lífs varð auðið" (Msk., 281). Í hlut hans kemur að leiða flóttann. Bróðir hans ræður Noregi á meðan og er sagður „hinn fríðasti maður" (Msk., 284). Síðan skipta þeir ríkinu; Magnús ræður nyrðri hlutanum en Ólafur þeim eystri. Ekki kemur til átaka milli þeirra enda veikist Magnús skömmu síðar af reformasótt og deyr.[32] Þá er Ólafur kyrri orðinn einn arftaki föður síns.

Ólafur kyrri var lengur konungur í Noregi en nokkur annar frá dögum Haralds hárfagra fram að Hákoni Hákonarsyni, alls 27 ár. Í ljósi þess er vægi hans í sagnaritun um Noregskonunga furðu lítið. Frásögn Morkinskinnu af honum (281–96) er ítarlegri en í öðrum sögum. Meginatriði hennar eru þessi:

1. Ólafi er lýst og sagt frá Skúla Tóstasyni.
2. Greint er frá friðarsamningum milli Ólafs og Sveins Danakonungs.
3. Sagt er frá frið þeim sem fylgir í kjölfarið og kaupstaðnum í Björgvin.
4. Frásögn af siðum við hirð Ólafs.
5. Um fjölda hirðmanna og rök konungs fyrir honum.
6. Um hæð Ólafs í samanburði við föður sinn og son.
7. Mildi Ólafs konungs og vinsældir.
8. Ólafur veitir Knúti helga Danakonungi lið til að ráðast inn í England.
9. Þáttur um Ólaf og karl sem kunni krákumál.

Margir þessara liða eru einnig í Fagurskinnu og Heimskringlu og nokkrir í Ágripi. Aðeins í Morkinskinnu eru þeir allir en í Heimskringlu eru jarteinir Ólafs helga hluti Ólafssögu kyrra þó að sá síðarnefndi komi þar ekki við sögu.

Feðgarnir Haraldur og Ólafur eru ítrekað bornir saman. Sagt er frá að í Maríukirkju í Kaupangi séu þrír krossar sem sýni hæð konunganna Haralds harðráða, Ólafs kyrra og Magnúsar berfætts.[33] Kafli um Skúla Tóstason felur í sér samanburð á Haraldi og Ólafi; í Fagurskinnu er sagt að Skúli hafi stjórnað Ólafi þar sem Ólafur hafi ekki verið jafn „djúpvitr“ og faðir hans.[34] Í Morkinskinnu og Heimskringlu er hins vegar sagt að Skúli hafi ráðið „með konungi“ (Msk., 283) en ekki minnst á Harald.[35] Í öllum sögunum þremur er Ólafur spurður hví hann hafi stærri hirð en áður hafi tíðkast. Hann segist „vera því minni fyrirráðsmaður en hans faðir, að eigi fekk hann betur stillt eða stjórnað ríkinu við tvö hundruð manna en Haraldur konungur við níu tigu eða hundrað“ (Msk., 290). Í svarinu kemur fram hversu ríkur Haraldur hafi verið en um leið viska og málsnilld Ólafs sem áður er sagður „fámálugur oftast og lítt talaður á þingum“ (Msk., 286). Honum tekst að auka vald sitt með því að hæla föðurnum en minna þá sem eru svo ósvífnir að spyrja á hörku Haralds í leiðinni.[36] Þannig er dreginn fram styrkur beggja.

Aðeins í Ágripi og Morkinskinnu segir að Ólafur hafi skipað „þeim mörgum hlutum til vægðar er Haraldur konungur faðir hans hafði reist með freku og haldið svo“ (Msk., 291).[37] Síðar segist hann vera kátur að sjá „á lýð mínum gleði og frelsi. [...] en á dögum föður míns var lýður þessi undir aga miklum og ótta“ (Msk., 292). Hér eru dregnar fram andstæður milli stjórnar Haralds og Ólafs og þeim fyrrnefnda lýst sem harðstjóra. Ekki þarf það þó að merkja að alfarið sé tekin afstaða með Ólafi á kostnað Haralds.[38] Ólafur er persónugervingur mildinnar: kátur, örlátur og miskunnsamur. Fyrir vikið er hann vinsæll og stjórn hans hefur í för með sér aukið frelsi og aukna gleði þegnanna. Á hinn bóginn ber Haraldur af hvað varðar visku, stjórn og aga.

Ólafi kyrra er lýst sem konungi verslunar og viðskipta í Morkinskinnu og ríkisárum hans sem stöðugum gleðskap. Gamlir siðir eru í öndvegi, klæðum manna er lýst af nákvæmni og dvalið við fagra hluti. Ekki er sagt frá mörgum viðburðum; í staðinn kemur ítarleg lýsing á hirð á friðaröld þar sem tilveran snýst um veislur og starf konungs felst í að reisa kirkjur og styðja við bak kaupmanna. Ólafur kyrri er friðarkonungur sögunnar en að auki kátur og góðviljaður maður sem nýtur sín best í veislum og gleðskap.

Margt er líkt með Ólafi kyrra og harðráðum föðurnum. Á bak við mildina skín í stjórnsemi og í skiptum þeirra Sveins Danakonungs sést sú festa sem búast mætti við af syni Haralds harðráða (Msk., 288). Í sögunni um krossana þrjá í Maríukirkju sem mæla hæð konunganna kemur fram að Ólafur er hærri en sonurinn Magnús og nálgast hinn risavaxna föður. Þá sést í sögunni um karl sem sagður er kunna krákumál að Ólafur hefur erft dálæti föðurins á prófraunum; hann gengur svo langt í að prófa karl að hann þarf að beita hirðmenn sína hörðu.[39] Þegar karl stenst raunina verður konungur hins vegar hinn kátasti, segir þrautina gerða „til gamans oss“ og launar karli vel (Msk., 295). Í þessum þætti tekst ekki aðeins að sýna mildi Ólafs heldur einnig líkindi þeirra feðga.

Í Ágripi er mynd Ólafs jákvæð en á þeim nótum að hann hafi verið linur og hægur við þegna sína. Í Fagurskinnu er gefið til kynna að aðrir hafi ráðið yfir honum. Í Heimskringlu er fátt sagt um Ólaf. Í Morkinskinnu er mynd Ólafs jákvæð en þar reynist hann fastari fyrir en virðist við fyrstu sýn. Friðurinn í stjórnartíð hans stafar ekki síst af festu og styrkri stjórn. Á hinn bóginn hefur hann önnur markmið, hefur lært af óförum föðurins og forðast landvinninga og herferðir. Í staðinn verður hann vinur bændanna, kátur og örlátur fyrirmyndarkonungur. Konungstíð hans er stöðug veisla.

13.4 Yfirgefinn harðjaxl

Við lát Ólafs taka tveir konungar við, Magnús sonur hans austur í landi en Hákon sonur Magnúsar Haraldssonar í Þrándheimi. Eftir erfiða samstjórn Magnúsar góða og Haralds harðráða var þriggja ára sambúð sona Haralds friðsæl og kann að stafa af skapgerð þeirra bræðra sem væntanlega hafa alist upp saman. Hins vegar kemur fljótt til ýfinga milli frændanna Magnúsar berfætts og Hákonar. Hákon gefur þrænskum og upplenskum bændum upp skuldir í jólagjöf og „bætti í mörgu rétt landsmanna". Magnús tekur þessi vinsældakaup óstinnt upp og „þóttist hafa minna af landi og sköttum en faðir hans hafði haft eða föðurbróðir" (Msk., 297). Magnús safnar liði og heldur norður í ríki frænda síns. Hákon er ekki síður viðbragðssnöggur að safna liði svo að Magnús hörfar.

Hákon líkist um sumt Magnúsi góða og Ólafi kyrra. Óvíst er þó hvort hann hafi nauðsynlega festu til að vega upp á móti mildinni. Steigar-Þórir, fóstri hans, ræður miklu og aldrei lofar góðu að konungur ráði ekki sjálfur.[40] Hákon nær ekki að setja svip á söguna því að hann veikist við að elta rjúpu uppi á fjalli og deyr snögglega (Msk., 298). Lýst er mikilli sorg þegna hans sem minnir á hryggð manna við lát Magnúsar góða. Þá dregur til tíðinda. Magnús berfættur þóttist kenna köld ráð Steigar-Þóris á bak við vinsældakaup Hákonar og nú lætur Þórir gera að konungi mann sem ekki er af konungsættinni. Magnús bregst reiður við og í þrumuræðu segist hann hafa látið óáreitt meðan Hákon lifði „að þeir héldi undir hann ríki" (Msk., 300) en kveðst nú ekki mega konungur heita „nema ef gefa stökk þessum ófriði" (Msk., 301). Síðan fylgir rækileg lýsing á hefnd hans á Þóri en platkóngurinn Sveinn kemst undan á flótta og er ekki tekinn alvarlegar en svo að hann kemst síðar í sætt við Eystein, son Magnúsar. Þó að það þyki ósvinna að hafa eflt smáborinn mann gegn konungi sýnist Magnús herskár og ofsafenginn. Ekki vottar fyrir kímni Haralds harðráða. Þó er hann sagður „manna fríðastur sjónum þegar frá var tekinn Ólafur faðir hans" og „manna kurteisastur" (Msk., 291) en um leið tekið fram að sumir hafi kallað hann Styrjaldar-Magnús. Hann er jafnan sýndur í stríði og við aftöku uppreisnarmanna sem þrátt fyrir allt eru aldraðir höfðingjar eða vaskir menn.

Síðan er Magnús einráður í Noregi. Í þætti um Sveinka Steinarsson (Msk., 306–15) leika milligöngumenn aðalhlutverk. Magnús er sama hörkutólið og fyrr og heldur langa ræðu um þá óhæfu að lendir menn vilji jafnast við konung (Msk., 310). Hann er þannig persónugervingur sterks konungsvalds. Að lokum fellst Sveinki á að lúta honum en konungur brýtur odd af oflæti sínu og ræðir sjálfur við Sveinka. Þar með lýkur langri baráttu Magnúsar fyrir einveldi í Noregi en hann er áfram „ríklyndur maður og refsingasamur bæði innanlands og utanlands“ og ryður „land sitt víkingum og illþýðisliði“ (Msk., 315). Ríki Magnúsar er þegnunum til góðs; hann losar þá við aðra ofbeldismenn. Í staðinn taka við styrjaldir í austur og vestur, uns hinir þrír norrænu konungar semja frið. Magnús hefur verið árásaraðilinn og er beðinn um að girnast ekki ríki hinna og fær dóttur Svíakonungs. Þegar konungarnir eru saman komnir þykir Magnús „af þessum öllum miklu kurteisastur og vasklegastur og hermannlegastur“ (Msk., 329). Þetta er í annað sinn sem orðið kurteisi er notað um hann. Helstu kostir hans eru fríðleiki og riddaraleg hegðun. Er þetta öllu geðþekkari mynd en skapast hefur af ríki hans, refsigleði og fíkn í styrjaldir. Til staðfestingar fylgja þrjár vísur kenndar Magnúsi til Matthildar keisaradóttur sem hefur lofað hann (Msk., 330). Þetta er annar Magnús en við höfum séð hingað til, riddarakonungurinn sem ástmaður og skáld en ekki í stöðugu stríði.

Nú heldur Magnús til Írlands í von um frekari landvinninga.[41] Ekki skortir viðvaranir fyrir þá orustu. Sigurður ullstrengur sér ástæðu til að minna konung á örlög afa hans:

> hræddir erum vér um nokkuð í þessu landi, hvað til sæmdar vill gerast. Er land þetta fjölmennt en fólkið svikalt, og er oss uggur á hve til verður geymt. Fór svo um frænda yðarn Harald konung að fyrst var honum allt upp gefið í Englandi þar sem hann kom við, en þó lauk svo að hann lést þar sjálfur. Mundi vinum þínum þykkja allra best að þú hefðir kyrr setið í þínu ríki (Msk., 333).

Óljóst er hver þörf sé á stöðugum landvinningastyrjöldum Magnúsar. Líkingin við Harald harðráða vekur grun um að Magnús geri sig sekan um ofmetnað eftir sigra sína í hernaði. Örlög þeirra Haralds eru þó ólík; menn Haralds standa með konungi sínum til hinstu stundar og flýja ekki einu sinni eftir fall hans en þegar ljóst er að við ofurefli er að etja flýja menn Magnúsar sem fætur toga. Er Magnús hinn bitrasti yfir en tekið er fram að hann sé „auðkenndur“ vegna glæsilegra klæða (Msk., 335).

Í þessari orustu sýnir Magnús hugrekki og neitar að flýja. En þegar hann fellur er tekið fram að hann hafi fengið „högg af sporðu írskri“ (Msk., 335). Ekki þótti ástæða til að taka sérstaklega fram að Haraldur harðráði hafi ekki verið veginn af eigin mönnum. Munurinn á þessum tveimur herskáu konungum er að Haraldur er vinsæll þrátt fyrir hörkuna og hefur talsverða persónutöfra enda bæði djúpvitur, gamansamur og listfengur. Margir þættir í sögunni sýna hann í fagnaði og gleðskap og lið hans fylgir honum í dauðann. En þó að Magnús sé glæsilegur, kurteis og njóti kvenhylli flýja allir frá honum. Tekið er fram að Víðkunnur Jónsson hafi fengið „mikinn metnað af sonum Magnúsar konungs“ fyrir að fylgja honum lengur en aðrir (Msk., 337).

Magnús berfættur er ómótaðri persóna en faðir hans og afi. Einkalíf hans er að mestu móðu hulið, hann er ekki sýndur í friði og fátt kemur fram um skipti hans við skáld og Íslendinga. Af stjórnartíð hans virðist mega ráða að of mikil harka og stöðug landvinningastríð séu þegnunum lítt þóknanleg. Það verður hlutskipti Magnúsar að deyja einn og yfirgefinn á erlendri grundu, fullur beiskju og skilningsleysis á kjarkleysi manna sinna.

13.5 Ævin er óargadýr

Við fráfall Magnúsar berfætts taka ríki þrír synir hans: Sigurður, Eysteinn og Ólafur. Ólafur er yngstur og deyr á unglingsaldri. Hann kemur lítt við sögu en er getið í tengslum við draum Sigurðar og sagður „vinsæll og ungur“ (Msk., 359). Þá birtist hann í Þingasögu en hefur lítil áhrif og „miklu minnst lið“ (Msk., 376) svo að Eysteinn þarf að minna Sigurð á að þeir séu þrír konungarnir (Msk., 377). Ólafur tekur einu sinni til máls (Msk., 381) og virðist vænsti piltur. Þegar þar er komið sögu hefur tvisvar (Msk., 337 og 364) verið sagt frá dauða hans þar sem Þingasaga er sögð á eftir atburðum sem gerast síðar.[42] Ólafur er feigur frá upphafi og hefur líklega minnst vægi allra konunga í Morkinskinnu.[43] Um leið virðist hann sýnu göfgastur þeirra enda er ýjað að því í draumráðningu Eysteins (Msk., 359) að aldur og konungsvald spilli fyrir mönnum í öðru lífi.

Bræður hans stjórna síðan tveir.[44] Er samkomulag gott í fyrstu og þeir taka „af mönnum áþjánir og marga ánauð og illar frekur og álögur [...] og aflaði þeim það mikilla vinsælda af allri alþýðu“ (Msk., 337–38). Kastljósinu er fyrst beint að Sigurði og honum fylgt í krossferð til landsins helga. Þá víkur sögu til Noregs þar sem Eysteinn reisir hallir, kirkjur, klaustur og virki. Eysteinn er „spekingur mikill að viti [...] snjallur í máli og hinn mildasti af fé [...] glaður og lítillátur í máli“ (Msk., 353–54). Hann sameinar kosti Magnúsar góða (mildi, gleði og lítillæti) og Haralds harðráða (speki og málsnilld). Magnús berfættur var víkingakonungur sem virtist lifa fyrir frægð og landvinninga.[45] Eysteinn eykur hins vegar Jamtalandi við Noreg „með djúpsettu ráði en eigi með ófriði né áhlaupum“ (Msk., 353) og allt starf hans snýst um að gagnast öðrum.[46]

Meginlýsing á samskiptum Eysteins og Sigurðar er í tveimur þáttum, Þingasögu (Msk., 365–82) og mannjöfnuði (Msk., 382–85). Þingasagan er fæðardeila sem þróast frá smámáli en lýkur sem einvígi bræðranna.[47] Mynd Eysteins dýpkar þar. Hann reynist bragðarefur sem sveigir og beygir lögin að vild að hætti Njáls á Bergþórshvoli. Þannig kann hann að láta lið sýnast meira en það er (Msk., 370) og að standa fastur þegar Sigurður virðist ætla að láta kné fylgja kviði. Að lokum þykir ýmsum „mikill munur orðinn [...] visku þeirra bræðra" (Msk., 379) og víst er að Eysteinn fær sitt fram.[48] Mannjöfnuði þeirra bræðra lýkur einnig Eysteini í vil (sbr. kafla 12). Þar er fáum dráttum bætt við lýsingu þeirra en öll afrek þeirra dregin saman, hvors á sínu sviði.[49] Þeir koma þar fram sem tvær konungsmyndir sem eru bornar saman. Sigur Eysteins í þeim leik er fyrst og fremst árétting þess að konungur á umfram allt að standa sig í starfi sínu sem ríkisstjórnandi, til heilla fyrir friðinn, lýðinn og viðskiptin.[50]

Eysteinn nýtur lýðhylli. Þegar hann deyr er „það mál manna að yfir enskis manns líki hafi jafnmargir menn í Noregi jafnhryggvir staðið sem yfir grepti Eysteins konungs, síðan er andaðist Magnús konungur, son Ólafs hins helga" (Msk., 388). Það er engin tilviljun að Magnús góði er nefndur hér. Höfundur Morkinskinnu ber ekki aðeins saman konunga heldur líkir þeim hverjum við annan og dregur fram hliðstæður. Þannig leggur hann áherslu á almenna hlið þeirra.[51] Gæskan bindur Eystein og Magnús saman, rétt eins og speki, ráðsnilld og málsnilld tengja Eystein Haraldi harðráða.[52]

Sigurður Jórsalafari er einn flóknasti konungur Morkinskinnu. Á barnsaldri fær faðir hans honum dóttur Melkólms Skotakonungs og gerir hann höfðingja „yfir allar eyjar fyr vestan haf, og gaf honum konungs nafn" (Msk., 323). Hann verður konungur fyrstur bræðranna og vera má að þess vegna þyki honum að hann eigi að vera fremstur þeirra. Þegar Sigurður fréttir lát föður síns skilur hann dóttur Skotakonungs eftir, „kveður sér allt leitt" þar vestur og yfirgefur ríki sitt (Msk., 337). Þessi áköfu viðbrögð eru ávitull þess sem koma skal. Skömmu eftir að þeir bræður taka ríki heldur hann úr landi til Jórsala „að kaupa sér guðs miskunn og góðan orðstír" (Msk., 337). Reynist það frægðarför. Sigurður kemur fram sem fyrirmyndarriddarakonungur, iðulega „kátur" (Msk., 341), „manna best vopnfær" (Msk., 344) og sýnir rausn og skörungskap andspænis erlendum konungum sem taka honum sem jafningja. Þegar til kemur hefur hann einnig á takteinum brellur til að virðast voldugri og auðugri en hann er í raun (Msk., 349). Utanferð Sigurðar er saga af gulli og gersemum, fræknum sigrum, höfðinglegum móttökum og dýrum veislum. Eins og víðar í íslenskum miðaldasögum gengur allt í haginn í útlöndum og vegur hetjunnar er heldur meiri en heima.

Þegar líður að lokum þessarar frægðarfarar fer að draga fyrir sólu. Eins og oft kemur fram í Morkinskinnu kann frægðarsól að reynast hverful. Þó að Sigurður sé „tvítugur að aldri [...] orðinn hinn frægsti af ferðum sínum og stórlyndi“ (Msk., 352) eru blikur á lofti. Fyrst tekur Sigurður „mikla ógleði“ (Msk., 357). Eysteinn bróðir hans, sem hefur nýlega læknað Ívar skáld, er fenginn í málið og Sigurður segir honum uggvænlegan draum sem Eysteinn ræður. Er þá Sigurði konungi nokkuð létt.

Þingasagan hefst á kæti Sigurðar sem jaðrar þó við óhóf, hann er „ákafa kátur“ (Msk., 367). Hann sendir mág Sigurðar Hranasonar í sendiferð en liggur konu hans á meðan. Sigurður Hranason er að vonum óánægður með þá vansæmd sem systur hans er sýnd með þessu og sýnir konungi vanþóknun. Þá verður konungur „ákafa reiður“ og sakar nafna sinn um að stela konungsfé. Síðan vill konungur halda þessu til streitu. Þykir Sigurði Hranasyni erfitt að eiga við ofurkapp hans (Msk., 368), leitar til Eysteins og deila brýst út. Reiði Sigurðar konungs er meginorsök hennar og fylgir hann málinu eftir af kappi en Eysteinn verst með slægð og lagaklækjum. Aðferð Sigurðar konungs er fyrst og fremst að láta dólgslega og með „freku“ (Msk., 373) eða að ryðja úr sér fúkyrðum. Þykist hann eiga í fullu tré við Eystein: „Vera má að Eysteinn konungur hafi þetta málið eytt með lögkrókum sínum og eftir er einn dómurinn og kann vera að sjág þeim eigi óvanari að heyja þann en Eysteinn konungur og skal sá nú úr slíta með oss ef vér nám eigi réttu“ (Msk., 378). Heitt er orðið í kolunum og linnir ekki fyrr en Sigurður Hranason gengur fyrir nafna sinn og leggur örlög sín á vald hans. Þá setur Eystein „svo rauðan að honum mátti einum fingri dreyra vekja“ (Msk., 380) en þó stillir hann sig og nær seinasta krók á móti bragði; þeir Ólafur gefa Sigurði upp sinn hluta skuldarinnar. Að lokum ákveður Sigurður að gera hið sama til að sýna göfuglyndi sitt og örlæti (Msk., 381).

Þó að það kólni milli þeirra bræðra kemur aldrei til stríðs. Í Þingasögu virðist Sigurður sannfærður um eigin rétt (Msk., 381). Áður hefur hann verið sagður

> mikill maður og sterkur, skörunglyndur og fríður sjónum, svartur á hár ... stjórnsamur og refsingarsamur, hélt vel lögin og var ekki mikill lagamaður. Hann var ..ldur fálátur og ómálugur, lítt talaður á þingum, heitfastur og langúðigur (Msk., 356).[53]

Sigurður hefur erft styrk Haralds harðráða og heiftrækni og í Þórarinsþætti stuttfelds minnir hann ekki lítið á Harald (Msk., 385–87). Ekki er getið um visku í lýsingunni að framan og ber þar mikið á milli. Sigurður er lítill lagamaður en vill fylgja bókstafnum. Slík stífni, langrækni og fálæti vita ekki á gott. Eftir Þingasögu er sagt um Sigurð:

> Það er mál manna að eigi hafi meiri skörungur verið né stjórnarmaður í ... Sigurður konungur, og þó var það, er á leið æfi hans, að varla fekk hann gætt skaplyndis síns né hugar, að eigi yrði það stundum með m ... áfelli og þunglegum hlutum, en ávallt þótti hann merkilegur konungur og dýrlegur höfðingi af ferð sinni og atgervi (Msk., 382).[54]

Sigurður er góður konungur að upplagi en hættir smám saman að geta gætt stillingar. Virðist það sjúklegt. Eitt sinn er menn fá „lítt orð af honum" (Msk., 382) spyr Eysteinn konungur hvort hann sé sjúkur en Sigurður hreytir í hann ónotum.

Andstæður gleði og harms bera uppi sögu Sigurðar Jórsalafara. Í æsku heldur hann suður í lönd í krossferð og er hvarvetna tekið með kostum og kynjum. Heinrekur Englandskonungur fær þakkir í hefðarstíl: „Sigurður konungur þakkar honum vel sín blíð fyrirheit og dýrlegar viðurtökur og allan þann kostnað og sóma er hann veitir honum" (Msk., 339–40). Síðan heldur hann land úr landi og viðtökurnar verða æ betri, skrautið meira og gleðin ákafari uns kemur suður til Miklagarðs:

> keisari lét fara í móti þeim með leika og söngfæri. Reið Sigurður konungur og allir hans menn með þvílíkan prís inn í borgina og svo til halla keisara [...] þá koma þar í höllina tveir sendimenn Kirjalax keisara og báru í milli sín í miklum og stórum töskum bæði gull og silfur (Msk., 348).

Þetta er konungleg gjöf handa hinum unga norska konungi. Í staðinn veitir Sigurður keisara snæðing og vinnur þá mesta sigur sinn af mörgum í þessari ferð, nær að elda þó að eldivið skorti „og veitir hann konunglega". En þegar sómi konungs er hvað mestur í heimsveldinu sjálfu kemur höggormur í Paradís, spámaður sem spillir gleðinni:

> Það mælti spekingur einn í Miklagarði að svo mundi fara virðing Sigurðar konungs sem hið óarga dýr er vaxið, geyst í bógunum og aftur minna; lét að svo mundi fara hans konungdómur að þá mundi mest um þykkja vert en síðar minna (Msk., 351).

Líf konungs minnir spekinginn á villidýr. Líkingin er dregin af lögun ljónsins en minnir um leið á dýrið sem býr í hverjum siðfáguðum manni.[55] Sigurður konungur er nú stjarna í glysheimi. En innra með honum býr það sem verður honum síðar að falli.

Í æsku situr Sigurður Jórsalafari stórveislur umvafinn frægu fólki. Sjálfur stólkonungurinn er við hann sem bróður. Síðar er hann einnig í veislum en þá er allt breytt:

> Sigurður konungur sat með mörgum mönnum göfgum í stirðum hug. Var það frjákveld eitt að dróttsetinn spurði, hvað til matar skyldi búa. Konungur svaraði: „Hvað nema slátur?" Svo var mikil ógn að honum að engi þorði í mót að mæla. Voru nú allir ókátir og bjuggust menn til borðanna. Komu inn sendingar og heitt slátur á, og voru allir menn hljóðir og hörmuðu konungs mein (Msk., 393).

Hér ríkir engin gleði. Spádómurinn hefur ræst. Krossferðarkonungurinn krefst nú þess að borða kjöt á föstudegi og brjóta gegn kristnum sið. Þættir um andleg veikindi konungs gerast margir í veislum og hann situr gjarnan í hásæti með hirð sinni. Sviðið minnir á frægðarför konungs í æsku. En konungi hefur hrakað, hann er veill á geði og þegnar hans óttast hann. Veislugleðin hefur snúist í andhverfu sína.

Saga Sigurðar Jórsalafara fjallar um gleði sem snýst í harm. Ævi hans er veisla sem fer úr böndunum. Aftast í sögu hans eru fimm þættir um vaxandi vanstilli hans. Í þeim fyrsta er hann „með miklu vanmegni og þungu bragði [...] leit yfir lýðinn og arðgaði augunum og sá umhverfis sig um pallana" (Msk., 388). Hegðun konungs er ofsafengin og aðeins Óttar birtingur þorir að segja honum til syndanna. Þá lætur konungur skipast og játar að hann hafi verið „ær" (Msk., 389). Í annað sinn mislíkar konungi svo að manni sé hælt fyrir sundfimi að hann vill drekkja honum (Msk., 390–91) og í þriðja þættinum hindrar Áslákur hani konung í að borða kjöt á helgum degi (Msk., 393). Í fjórðu frásögninni grípa kvensemi og kjötfíkn konung og í þeirri fimmtu vill hann skilja við konu sína og fá annarrar. Enn vill hugrakkur þegn firra konung ógæfu og fer konungur þá að „þrútna og bólgna" (Msk., 398). Síðar kemur þó í ljós að konungur kann að meta þennan hug. Í banalegu konungs vilja vinir hans að hann láti þessa konu og einnig hún sjálf, eflaust konungi til sáluhjálpar. Viðbrögðin eru vanstillt: „Konungur sagði: „Eigi kom mér það í hug að þú mundir fyrláta mig sem aðrir." Og snerist frá henni og gjörði dreyrrauðan" (Msk., 400). Hann sýnir greinileg merki ofsóknaræðis, jafnvel í dauðanum.

Athygli vekur hve oft Sigurður sér að sér. Hann hegnir aldrei þegnum sínum fyrir að taka fram fyrir hendur hans en þeir eru þó almennt dauðhræddir og vita ekki hvernig bregðast skuli við. Í hvert sinn sem hann er fámálugur óttast menn „að þá mundi enn koma að honum vanstilli“ (Msk., 395). Þetta ráðleysi þekkja aðstandendur geðsjúkra vel; sú breyting sem hinn sjúki hefur tekið veldur því að mönnum fallast hendur. Sjálfur veit konungur af þessu. Þegar sonur hans, Magnús blindi, og meintur bróðir, Haraldur gilli, eru teknir að keppa um völd, lætur hann svo um mælt:

> Illa eru þér að staddir, Noregsmenn, að hafa æran konung yfir yður, en svo segir mér hugur um að þér mynduð rauðu gulli kaupa af stundu að eg væra heldur konungur en þeir Haraldur og Magnús. Annar er grimmur en annar óvitur (Msk., 397).

Þetta reynist sannmæli. Báðir þessir arftakar hans eru illa til konungs fallnir. Ógæfa Sigurðar er önnur; hann er ágætur konungur sem hefur gengið af vitinu. En hann er ekki veikari en svo að hann veit af því og þjáningar hans í þessari veiki koma skýrt fram.

Veiki Sigurðar er iðulega kölluð „staðleysi“ eða „vanstilli“.[56] Úr honum er horfinn staður og hann missir stillinguna. Í Morkinskinnu er stilling sú dyggð konungs sem mest er til umræðu. Hófleysið varð Haraldi harðráða að falli en mein Sigurðar er enn alvarlegra. Án stillingar getur konungur ekki verið réttlátur og rækt skyldur sínar við land og lýð. Enda stenst Sigurður ekki samjöfnuð við bróður sinn og hefur þó heila krossferð sér til ágætis. Eftir því sem veikin ágerist fær Sigurður Jórsalafari öll einkenni harðstjóra. Stjórn hans verður ógnarstjórn þar sem þegnar hans og vinir þora sig hvergi að hræra.

Marianne Kalinke telur söguna leiða í ljós að Eysteinn og Sigurður stjórni best saman og þá njóti þeir mestrar hylli. Noregur sé best kominn þegar Sigurður eykur hróður hans erlendis en Eysteinn sinnir þörfum lands og lýðs heima.[57] Samstaða bræðranna er vissulega einstök; vera tveggja konunga í landi veldur oftast deilum í Morkinskinnu. En um góðu árin er fátt sagt í sögunni. Meira rými fá efri árin og þá koma eiginleikar Eysteins fremur að gagni. Mest munar þó um geðsýki Sigurðar á efri árum sem spillir því áliti sem hann vann sér í æsku. Einmitt vegna þess hversu mikið er gert úr æskuafrekum hans erlendis í sögunni verður saga hans að lokum að harmleik.

13.6 Gæfa og gjörvileiki

Seinasta ógæfa Sigurðar konungs er að tryggja Magnúsi syni sínum ríkið. Sá er „allra manna fríðastur sjónum [...] og þótti allra manna gjörvilegastur" (357). Ekki fara saman gæfa og gjörvileiki. Magnús góði hafði sagt að á þessu nafni lægju harmur og tign (Msk., 143). Á ritunartíma Morkinskinnu höfðu fjórir Magnúsar bæst við: Magnús Haraldsson, Magnús berfættur, Magnús blindi og Magnús Erlingsson. Sá fyrsti lést á unga aldri en hinir féllu í bardaga þrítugir eða yngri, Magnús berfættur yfirgefinn af eigin mönnum en hinir tveir fyrir hendi eigin þegna.[58] Enginn er þó meiri ógæfumaður en Magnús blindi. Grimmd hans er við brugðið (Msk., 397 og 411) en saga ríkisára hans hefur glatast úr Morkinskinnu, uns hann er hrakinn frá völdum, blindaður, fóthöggvinn og geltur af þrælum Haralds gilla (Msk., 401). Síðan er hann fluttur í klaustur á Hólmi og þangað sækir Sigurður slembir hann þegar hann vantar lögmætan konung til að ná völdum í Noregi. Þá er Magnús fús að siga Svíakonungi á landa sína og lýgur að Danakonungi að Noregur sé auðunninn (Msk., 416–17, 419).

Örlög Magnúsar blinda eru ill en þó nýtur hann samúðar eins og faðirinn, ekki síst í dauðanum þegar Hreiðar Grjótgarðsson tekur hann í faðm sér og vill bjarga honum en báðir eru skotnir. Hollusta Hreiðars er jákvæðasti dómur sem Magnús fær í sögunni. Þrátt fyrir allt er trúr þegn fús að fylgja honum í dauðann. Sjálfur sýnir Magnús æðruleysi og er sáttur við dauðann: „Það mælti Magnús konungur blindi er hann fekk skotið: „Það kom sjö vetrum til síð"" (Msk., 433).[59] Líki hans er sýnd virðing, hann er grafinn hjá föður sínum. Vera má að með því sé gefið til kynna að hann hafi erft alla bresti hans; um það er erfitt að fullyrða vegna þess hve götótt saga Magnúsar er í Morkinskinnu.

Ekki tekur betra við: Hinn óvitri Haraldur gilli. Hann kemur frá Suðureyjum og segist sonur Magnúsar berfætts. Er honum vel tekið af Sigurði konungi og fær að fremja skírslu til faðernis (Msk., 391–3, 395–6). Aðrir spotta Harald vegna þess hve kynlegt mál hans er. Á eftir fylgir eins konar Íslendingaþáttur; Magnús konungsson frýjar útlendingnum en hann stendur sig með sóma. Haraldur er „vasklegur og liðmannlegur, heldur hár vöxtum og hinn vakurlegsti sýnum" (Msk., 400). En hann lætur menn sína ráða yfir sér og virðist enga stjórn hafa á þeim þegar Magnúsi er misþyrmt.

Haraldur gilli er vinsæll af mönnum sínum og „allra manna mildastur" (Msk., 404). Því til staðfestingar er þáttur um Magnús Einarsson byskup í Skálholti sem lýkur á þessum orðum: „Í þessum hlut má marka stórlæti Haralds konungs" (Msk., 405). Þá gefur Haraldur grið og sættir öllum „er hafa vildu“ (Msk., 402) og tekur við mönnum Magnúsar. Sýnir það mildi hans en ekki verður séð að hann sé mjög fastur fyrir og almælt er að hann sé „ekki vitur maður“ (Msk., 411). Haraldur gilli er hvorki nógu vitur né sterkur til að vera konungur. Hann er gagnslaus konungur, ekki harðstjóri heldur of linur og fyrir vikið „réðu mjög lendir menn landráðum“ (Msk., 411). En konungur á ekki láta aðra ráða fyrir sig. Þannig fær hann ekki tryggt réttlæti í ríkinu.[60]

Að lokum fellir kvensemin Harald. Hann á ekki aðeins börn með Ingiríði drottningu heldur einnig Þóru Guthormsdóttur (Msk., 404) og er veginn í rekkju hennar eftir að hafa í grandaleysi ljóstrað upp hvar hann hygðist sofa þá nótt. Lokaorð hans eru mælt í óviti: „Sárt býr þú nú við mig, Þóra“ (Msk., 413). Haraldur deyr eins og hann hefur lifað, rænulaus um umhverfi sitt og embætti. En eftir látið er hann „kallaður heilagur“ og alþýða manna vill engum fylgja nema sonum hans barnungum „og var þeim svo land svarið að undir öngan annan skyldi ganga meðan nakkvar lifði sona Haralds“ (Msk., 414).

Banamaður Haralds er Sigurður slembir sem sagður er sonur Magnúsar berfætts. Hann er í fyrstu klerkur en er síðar með jörlum og konungum og sækir til þeirra sóma, fer suður til Rómar og Jórsala að sækja helga dóma og að lokum til Íslands.[61] Hann er sagður „að allri atgjörvi [...] umfram langt alla sína jafnaldra og nálega hvern mann annan í Noregi“ (Msk., 406). Hann heldur að lokum til Haralds konungs og segir ætt sína en ráðgjafar konungs brugga honum vélar. Sigurði tekst þó að sleppa á ævintýralegan hátt, sækir traust til Danmerkur en fer á laun til Noregs að „ráða Haraldi konungi svikræði og líftjón“ (Msk., 412).

Eftir víg Haralds er Sigurður annaðhvort bróðurmorðingi eða ættlaus til ríkis í Noregi (Msk., 413). Þarf hann því að sækja Magnús blinda til að halda fram í sinn stað. Glæsileiki Sigurðar er óumdeildur (sjá kafla 11). Heift Norðmanna í garð hans er hins vegar mikil þegar til lokaorustu kemur. Þegar hann er að lokum fangaður segir hann: „Margur maður vondur mun hér feginn gjör í dag á mínu höfði“ (Msk., 436). Síðan er ítarlegt pyntinga- og aftökuatriði þar sem kvalalosti óvina Sigurðar er í skarpri andstöðu við stillingu hans (sjá kafla 8). Sigurður deyr píslarvættisdauða og hreinsast ef til vill þannig af bróðurmorðinu. Hann er nefndur „ógiftu maður“ í Morkinskinnu (Msk., 437). Ógæfa hans er fyrst og fremst að hafa valdið dauða Haralds gilla en um leið að Norðmenn neita að fylgja honum. Atgervi skortir hann ekki en hann nýtur ekki fylgdar þegnanna.

Synir Haralds gilla eru þá smábörn. Sigurður er tekinn til konungs á Eyraþingi af Þrændum en Víkverjar gera Inga að konungi á Borgarþingi (Msk., 414) að frumkvæði móður hans. Fyrstu ríkisár barnkonunganna mótast af ófriði við Sigurð slembi. Þar standa þeir eðlilega saman en þó þykir Víkverjum Ingi vera „við háskann allan og hans lið“ en Þrændir hafi „kyrrsæti og hóglífi“ (Msk., 429). Síðar kemur þriðji bróðirinn, Eysteinn, frá Skotlandi og er svarið land. Virðist þá allt í sómanum en fljótlega dregur til tíðinda. Fyrst er Óttar birtingur veginn og veldur það sundurþykki milli Inga og Sigurðar:

> En frændur Óttars og vinir kenndu ráðið Sigurði konungi, er hann var þá og í kaupangi, og voru bændur geystir á hendur honum, en hann bauð fyr sig skírslur og festi járnburð, að hann skyldi sanna mál sitt, og varð það að sett. Fór Sigurður konungur eftir það suður í land og urðu þær skírslur aldregi fluttar (Msk., 440).

Sigurður sleppur frá þessu. Er ekki getið um fæð milli þeirra bræðra „meðan fóstrar þeirra lifðu og höfðu þeir eina hirð, Ingi konungur og Sigurður, en Eysteinn einn sér“ en þegar fóstrar þeirra deyja skilja þeir bræður hirðina (Msk., 445).

Um svipað leyti og erkistóll er settur í Niðarósi „gjörist margt það með þeim bræðrum er heldur var til sundurþykkis“ (Msk., 453). Fyrst vaknar grunur um að Sigurður og Eysteinn hafi sammælst um að taka ríki Inga. Einkum virðist Sigurði uppsigað við Gregoríus Dagsson sem er „altrú höfuðbenda“ Inga (Msk., 453). Kemur til húskarlavíga milli manna Gregoríusar og Sigurðar en Ingi letur átaka uns Gregoríus setur fram „dómínókenningu“ um að bræður Inga muni drepa niður menn hans einn af öðrum en síðan ræna hann völdum. Hann hótar að fara einn að Sigurði. Þá lætur Ingi segjast og þá verða bræðravíg, þau fyrstu í sögunni að undanskildu ódæði Sigurðar slembis. Eftir fall Sigurðar birtist Eysteinn og er „tregur til sætta“ (Msk., 458). Gregoríus vill láta kné fylgja kviði en konungarnir eru „sáttir að kalla og hittust eigi sjálfir“ (Msk., 459). Ýmsar krytur verða uns sættir takast í Seleyjum þar sem Ingi er með mikið lið. Að lokum kemur aftur til átaka. Er víg Eysteins í uppsiglingu þegar Morkinskinnu lýkur í miðju kafi.

Frásögnin af ríkisstjórn bræðranna þriggja er stutt og snýst um deilur þeirra. Leika þegnar þeirra, einkum Gregoríus Dagsson, þar mikil hlutverk. Ingi var í orustu í æsku og er síðan hryggbrotinn og með visinn fót og „afllítill“ (Msk., 416) en þó „vinsæll mjög við alþýðu“ (Msk., 446). Hann er vinsælastur af þeim bræðrum og í deilum þeirra er sjónarhornið jafnan með honum og Gregoríusi. Er Inga greinilega til lofs að Gregoríus skuli fylgja honum (Msk., 453). Ingi er tregur til að fara gegn bræðrum sínum en fylginn sér ef með þarf og sækir styrk til manna sinna. Mesti auður Inga virðist vera ástsæld og fylgd góðra manna sem vega upp á móti fötlun hans. Á hinn bóginn nutu Magnús berfættur, Magnús blindi, Haraldur gilli og Sigurður slembir lítt vasklegs útlits.

Bróðirinn, Sigurður munnur, er sagður „ofstopamaður mikill og óeirðar um alla hluti, þá er hann óx upp“ (Msk., 445). Honum er kennt víg Óttars birtings enda „ekki vinur hans og þótti hann allt hallur vera undir Inga konung, mág sinn“ (Msk., 439). Þar sem Óttar var fóstri Sigurðar og helsti stuðningsmaður er Sigurður nánast föðurbani. Mynd Sigurðar er ekki máluð dökkum litum í þætti um Geirstein; hann neitar sonum Geirsteins um að fremja þau illvirki sem þeir vilja og biður þá „leita eftir með vægð“ (Msk., 451). Að lokum lætur hann þó undan og fær þeim lið til að fara að Gregoríusi Dagssyni sem er síðan helsti óvinur hans. Síðan er gefið í skyn að þeir Eysteinn bruggi Inga launráð. Þegar Ingi fer loksins að Sigurði yfirgefur þorri liðs Sigurðar konung sinn en þeir sem ákafastir hafa verið í ófriðnum við Gregoríus eru vegnir. Sigurður kallar „á Inga konung, bróður sinn, að hann skyldi selja honum grið“ en er samt veginn (Msk., 457).

Sigurður verður fyrir því sama og Magnús berfættur, menn hans renna allir frá honum nema einn. Ógæfa hans virðist vera að eiga ekki jafn góða liðsmenn og Ingi. Þó að hann sé grunaður um víg Óttars birtings og fleiri óhæfuverk kemur sekt hans aldrei skýrt fram. Hann er veginn hjá frillu sinni eins og faðirinn og virðist einnig vera kvensamur úr hófi fram og talhlýðinn mönnum sínum.[62] Í deilum þeirra Gregoríusar virðast söguhlýðendur eiga að skera úr um hvort Gregoríus fari með of miklu kappi. Á Sigurður sér málsbætur? Hvað sem því líður skortir hann styrk þegar á reynir og líklega visku líka. Hann er því álíka gagnslaus konungur og faðirinn.

Iðulega eru þeir bræður Sigurður og Eysteinn settir undir einn hatt; þegar greint hefur verið frá ofstopa og óeirð Sigurðar er bætt við: „svo var Eysteinn konungur bróðir hans og var það nær nökkvi, en allra var hann fégjarnastur“ (Msk., 445).[63] Hann hefur litlu áður verið í árangursríkri herferð sem mælist vel fyrir en hann þykist „þessa ferð hafa gjört í hefnd þess er Haraldur konungur Sigurðarson fór vestur og féll þar“. Slík kokhreysti jaðrar við ofdramb. Eysteinn er almennt sagður vitur í konungasögum.[64] Sú viska virðist þó iðulega slægviska; í valdastreitunni við Inga og Gregoríus forðast hann bein átök. Á hinn bóginn eru sýndar aðrar hliðar á honum í sögunni. Í þáttum um Einar Skúlason er Eysteinn konungur sýndur sem velgjörðamaður skálda og einkum Einars sem síðar í sögunni er ráðgjafi hans í misklíðinni við Inga (Msk., 458).[65] Er sú mynd geðþekkari en sjá má úr sögunni sem heild.

Þegar kemur til lokaorustu brýnir Eysteinn menn sína og vill ekki flýja. Þá er honum svarað: „Fylgi gullkistur þínar þér og verji land þitt“ (Msk., 461). Nú kemur fégirnin konungi í koll. Tvisvar er vísað til Eysteins fyrra þegar kemur að ævilokum Eysteins hins síðara. Margt er líkt með þeim nöfnum. Í þáttunum um Einar Skúlason gæti konungurinn á sviðinu verið hvor nafninn sem er. Eysteinn er vel þokkaður og sýnir skáldi sínu rækt. Báðir eru þeir nafnar vitrir en örlög þeirra eru ólík. Annar er ákaflega tregaður, hinn yfirgefinn af mönnum sínum. Munurinn á örlögum þessara nafna sýnir áherslu Morkinskinnuhöfundar á ástsæld konunga sinna. Hún ræður úrslitum um örlög þeirra.

13.7 Konungsmyndir Morkinskinnu

Í sögu hvers konungs í Morkinskinnu er ákveðinn kjarni sem tengist eðli konungsvaldsins. Saga Magnúsar góða snýst um hvernig hann breytist úr harðstjóra í Magnús góða. Það gerist þegar hann stillir sig. Saga Haralds harðráða fjallar einnig um stillingu. Haraldur er afburðamaður en ofsi hans getur gert hann að harðstjóra. Kjarni sögu hans er sá munur sem er á Haraldi eftir því hvort hann stillir sig eða ekki. Saga Ólafs kyrra sýnir hins vegar að konungar geta verið fastir fyrir en þó mildir og blíðir. Magnús berfættur er harðjaxl eins og afinn en skortir ýmsa kosti Haralds. Afgerandi munurinn á þeim er að menn Haralds fylgja honum í dauðann en menn Magnúsar berfætts skilja hann eftir. Lýðhyllin stafar af mildi í samskiptum við þegnana en án lýðhylli getur sterkasti og kurteisasti konungur skyndilega staðið uppi einn og yfirgefinn.

Eysteinn og Sigurður Magnússynir stjórna saman og eru andstæður. Eysteinn er dæmi um konung sem stjórnar með hægð. Hann gagnast þegnum sínum og er sárt saknað. Sigurður vinnur Noregi frægð á meðan en saga hans umhverfist í harmleik þegar hann missir stað sinn í lífinu. Þessi ógæfa Sigurðar verður síðan ógæfa Noregs því að í kjölfar þeirra bræðra koma margir konungar og allir illir. Magnús blindi er grimmur en Haraldur gilli gagnslaus. Sigurður slembir drýgir ódæðisverk í valdasókn sinni. Sögunni lýkur á sonum Haralds gilla. Enginn þeirra er afburðakonungur en Ingi þeirra fremstur þegar hann herðir sig til dáða. Sigurður er jafn gagnslítill kjáni og faðirinn en Eysteinn Haraldsson um margt arftaki hinna vitru konunga Haralds harðráða og Eysteins Magnússonar. Munurinn er að viska Eysteins nýtist ekki til góðs. Að lokum stendur hann uppi aleinn, eins og Magnús berfættur fyrr í sögunni.

Hann hefur hugsað meira um gullkistur sínar en þegnana. En enginn konungur getur verið án þeirra.

Theodore M. Andersson hefur bent á hve gjarnt Morkinskinnuhöfundi sé að skipta konungum í tvennt. Magnús góði, Ólafur kyrri og Eysteinn Magnússon séu friðsælir, ástsælir og heimakærir. Haraldur harðráði, Magnús berfættur og Sigurður Jórsalafari á hinn bóginn herskáir og einbeiti sér fremur að landvinningum en að rækta garðinn sinn. Telur hann söguna taka skýra afstöðu með fyrrnefndu konungsmyndinni. Haraldur, Magnús og Sigurður séu stórbrotnir einstaklingar en verri konungar.[66]

Höfundur Morkinskinnu mátar einstaka konunga í konungshlutverkið og hugar ekki síst að ástsæld, vinsældum og mildi. Dregin er upp jákvæð mynd af Magnúsi góða, Ólafi kyrra og Eysteini. Á hinn bóginn er lýsing Haralds harðráða vart jafn neikvæð og Andersson vill vera láta. Þrátt fyrir allt er hann yfirburðamaður á mörgum sviðum og við hann leggur höfundur mesta rækt. Haraldur er athyglisverðasta konungsmynd sögunnar. Eins er lýsing Sigurðar Jórsalafara um margt jákvæð þó að ekki yrði litið framhjá seinustu stjórnarárum hans. Konungar Morkinskinnu eru trúverðugar og margþættar persónur sem lýst er af næmri tilfinningu fyrir hverjum og einum. Þeir eru flóknir einstaklingar en um leið eru þeir fyrirmyndir. Þetta tvennt rekst ekki á í Morkinskinnu.

Í Morkinskinnu verða einstakir konungar að dæmum um gildi konungsdyggða. Ýmsa konunga skortir einhverja eða nokkrar þessara dyggða og eru gallaðir eða jafnvel vanhæfir. Haraldur harðráði og Sigurður Jórsalafari eru gallaðir en Magnús berfættur og Eysteinn Haraldsson að lokum yfirgefnir af mönnum sínum. Magnús blindi, Haraldur gilli og Sigurður munnur eru nánast óhæfir. Í Morkinskinnu er hið fullkomna jafnan í sjónmáli þegar hinu einstaka er lýst. Einstökum konungum reynist erfitt að uppfylla allar þær skyldur sem krafist er af fyrirmyndarkonungi. Engum konungi er alls varnað og gallar allra eru sýndir, jafnvel Magnúsar góða og Eysteins Magnússonar. En þó að ekkert sé dregið undan er konungsvaldið sjálft ekki gagnrýnt heldur er sýnt hversu vandmeðfarið það sé. Áhuginn á konungsvaldinu er jákvæður en gagnrýninn. Sagan snýst um mikilvægi konungsvaldsins og gildi þess að þjóna konungi.

1 Sbr. Ármann Jakobsson, Í leit að konungi, 130–32.

2 Sama rit, 202–22. Sjá einnig Würth, Elemente des Erzählens, 145. Johannesson (Saxo Grammaticus, 23–30) hefur túlkað formgerð Danasögu Saxa með hliðsjón af konunglegum dyggðum.

3 Þeir Hörðaknútur Danakonungur eru þá sagðir „auðráðir sínum mönnum og hægir" (Msk., 22).

4 Hann er einnig fljótari en Haraldur harðráði að átta sig á hvert stefnir í drápu Arnórs jarlaskálds (Msk., 116) enda er tekið fram í sögunni að konungur sé „vitur" (Msk., 30).

5 Sjá m.a. Msk., 42–6, 97–8 og 110. Lítillæti skiptir miklu máli; í því líkir konungur eftir Kristi. Konungur sýnir vald sitt vart á áhrifameiri hátt en með að sýna af sér lítillæti (sbr. Lawson, Cnut, 135).

6 Magnús er góður við menn sína (Msk., 102–3), kátur (Msk., 121) og tekur mönnum „blíðlega" (Msk., 102). Sjá einnig Msk., 126.

7 Sbr. Lönnroth, Charlemagne, Hrolf Kraki, Olaf Tryggvason.

8 Bjarni Aðalbjarnarson, Formáli (1951), xviii.

9 Indrebø, Harald Hardraade i Morkinskinna; Finnur Jónsson, Indledning, xxiv–xxv.

10 Sbr. Andersson, The Politics of Snorri Sturluson; Ármann Jakobsson, The Individual and the Ideal.

11 Um ævintýri Haralds og sögulegan grundvöll frásagna Morkinskinnu af þeim hefur nokkuð verið fjallað, ítarlegast af Sigfúsi Blöndal (Væringjasaga, 108–68).

12 Bagge (Harald Hardråde i Bysants, 173–81) hefur fjallað um frásagnir af æskuárum Haralds í Heimskringlu en þær eru ættaðar úr Morkinskinnu. Niðurstaða hans er að í þeim frásögnum sé höfuðáherslan á mannlýsingu Haralds og konunglega eiginleika. Er það mjög í anda Morkinskinnu.

13 Haraldi og Sighvati er beinlínis líkt saman í Sturlungu. Sjá Guðrún Nordal, Ethics and action, 222–23. Hvamm-Sturla var sagður „bæði vitr ok tungumjúkr" (Sturlunga saga I, 113). Um þessa hetjutegund og hlutverk hennar, sjá Jaeger, The Origins of Courtliness, 95–100. Til hennar gæti Njáll á Bergþórshvoli talist (sbr. Ármann Jakobsson, Ekki kosta munur). Fyrsta útlitslýsing Haralds í Morkinskinnu minnir þó fremur á síendurtekna lýsingu á Skarphéðni Njálssyni (sbr. kafla 11 nmgr. 19).

14 Um þessa frásögn af komu Haralds harðráða í Noreg hefur mikið verið fjallað. Engin önnur konungasaga segir eins frá þessu og hefur frásögn Morkinskinnu þótt mótsagnakennd, klaufaleg og líklega innskot (sbr. kafla 3). Það er þó ekkert sérstaklega vandasamt að fá skynsamlega merkingu úr henni.

15 Um það er hvergi getið í frásögnum af skiptum Ólafs og Sigurðar sem eru vinsamleg, bæði í „Helgisögunni" og Heimskringlu. Sjá Olafs saga hins helga, 23–36; Heimskringla II, 40–49, 68 og 107.

16 Heimskringla II, 108.

17 Um þetta eru raunar skiptar skoðanir, sjá Indrebø, Harald Hardraade i Morkinskinna; Andersson, The Politics of Snorri Sturluson; Ármann Jakobsson, The Individual and the Ideal. Indrebø taldi mynd Haralds jákvæða í „meginsögu" Haralds en neikvæða í þáttunum, Andersson taldi hana almennt neikvæða en sjálfur hallast ég að því að við lát Magnúsar verði hvörf.

18 Þessi fyrirvari kann að eiga rót í blendinni mynd Haralds í eldri sagnaritum. Í Hamborgarkirkjusögu Adams frá Brimum er Haraldi lýst sem harðstjóra sem hafi verið öllum öðrum grimmari („crudelitate sua omnes tyrannorum excessit furores") og komið yfir Norðurlönd eins og elding („fulmen"). Hann hafi verið hataður af öllum sakir fégrægi og grimmdar („propter avaritiam et crudelitatem suam omnibus erat invisus") og jafnvel stundað galdra („maleficis artibus") (Adam von Bremen, Hamburgische Kirchengeschichte, 159). Jákvæðari er lýsing Haralds í Historia de antiquitate regum Norwagiensium þar sem hann er sagður öflugur, ráðhollur, skjótráður en fastheldinn á sitt og ágjarn í garð annarra: „vir strenuus, in consilio providus, manu promptus, sui tenax, alieni cupidus," (Monumenta Historica Norvegiae, 56). Í Ágripi segir um Harald: „var eigi sá annarr konungr, er ǫllum mǫnnum stœði agi jafnmikill af fyr vizku sakar ok atgervi." (Ágrip af Nóregskonunga sǫgum, 37)

19 Sbr. Turville-Petre, Haraldr the Hard-ruler and his Poets; Fidjestøl, „Har du høyrt eit dyrare kvæde?"

20 Í Flateyjarbók er þetta dregið skýrt fram: „Þoldi hann og allra manna beztt þott ath honum væri kastad klamyrdum þæ er honum var gott j skapi." (Flateyjarbók III, 415)

21 Hegðun Haralds er auðvitað afar skynsamleg (sjá Bagge, Harald Hardråde i Bysants, 177–79).

22 Á bls. 56–88 í Morkinskinnuútgáfu Finns Jónssonar.

23 Í Fóstbræðrasögu hefur líka varðveist sú sögn að hann hafi botnað hinstu vísu Þormóðar Kolbrúnarskálds (Fóstbræðra saga, 276).

24 Andersson, The Politics of Snorri Sturluson, 58–66; Íslensk bókmenntasaga I, 384–85.

25 Sjá Ármann Jakobsson, Í leit að konungi, 202–22.

26 Sama rit, 225–26.

27 Sbr. sama rit, 191–239.

28 Um þann jöfnuð, sjá Hermann Pálsson, Brands þáttur örva; Andersson, The King of Iceland, 923. Sbr. Ármann Jakobsson, Royal pretenders and faithful retainers.

29 Andersson, The Politics of Snorri Sturluson.

30 Sjá m.a. Msk. 66–8, 70–76, 81, 84, 166–68, 216–17, 228–30 og 232–33.

31 Þegar Haraldur konungur býður Finni Árnasyni að þiggja grið af Magnúsi (bróðurdóttursyni sínum) hreytir Finnur úr sér: „Hvað muni hvelpur sá griðum ráða?" (Msk., 213).

32 Reformasótt er að mati Reichborn-Kjenneruds (Gamle sykdomsnavn, 119–20) eins konar eitrun eða drep (ergotismi) en ekki hringormasótt eða tengd maganum (rifjunum), eins og aðrir hafa getið sér til.

33 Sjá Fagrskinna, 301–2; Heimskringla III, 230. Í Heimskringlu er þessi saga hluti sögu Magnúsar berfætts. Um samanburð þeirra feðga í konungasögum, sjá Andersson, The Politics of Snorri Sturluson, 66–68; Ármann Jakobsson, The Individual and the Ideal.

34 Fagrskinna, 296. Það liggur beint við að skilja þetta sem last um Ólaf (sbr. Ármann Jakobsson, The rex inutilis in Iceland, 48–51).

35 Sbr. Heimskringla III, 197.

36 Sjá Fagrskinna, 301; Heimskringla III, 207. Í Heimskringlu bætir Ólafur við: „en engi pynding gengr mér til þessa við yðr eða þat, at ek vilja þyngja kostum yðrum." Þá nefnir Ólafur hér „ógn" af Haraldi en í Morkinskinnu og Fagurskinnu er talað um „stjórn" eða stillingu. Þó að Heimskringla virðist stundum hampa Haraldi á kostnað Ólafs (sjá Andersson, The Politics of Snorri Sturluson, 66–67) er aðeins þar gefið í skyn á þessum stað að stjórn Haralds jaðri við harðstjórn; hvorki í Msk. né Fsk.

37 Sjá einnig Ágrip, 40. Á hinn bóginn er það aðeins í Heimskringlu sem Ólafur notar vangavelturnar um stærð hirðarinnar til að gefa til kynna að faðirinn hafi verið harðstjóri.

38 Andersson (The Politics of Snorri Sturluson, 66–68) telur að svo sé.

39 Andersson hefur velt því fyrir sér hvort hér sé á ferð sögn um Harald harðráða sem hafi færst yfir á Ólaf kyrra, svo líkur þykir honum Ólafur föður sínum í þessum þætti (Morkinskinna, 447).

40 Sbr. Ármann Jakobsson, Í leit að konungi, 191–92, 220–21; Ármann Jakobsson, The rex inutilis in Iceland.

41 Sjá Danielsson, Magnús berfættrs sista strid; Power, Magnus Barelegs' Expedition to the West.

42 Enda hefur lengi verið litið á Þingasögu sem unglegt innskot í söguna (sjá m.a. Louis-Jensen, Kongesagastudier, 94–108; sbr. Berger, The Textual History of Þinga saga). Ekki er hægt að líta svo á að það sé sannað (sbr. Gade, Kaupangr–Þrándheimr–Niðaróss, 53) þó að vel sé hugsanlegt að þessi þáttur hafi verið til í heild sinni fyrir ritun Morkinskinnu.

43 Sbr. Kalinke, Sigurðar Saga Jórsalafara, 153–54.

44 Sigurður fær austurhlutann en Eysteinn Þrændalög. Hins vegar verður ekki séð að Magnús og Haraldur hafi skipt ríkinu landfræðilega. Sjá Ármann Jakobsson, Í leit að konungi, 139–41 (og þarívitnuð rit).

45 Í Heimskringlu (III, 237) er honum eignaður málshátturinn: „Til frægðar skal konung hafa, en ekki til langlífis."

46 Mynd hans er áþekk í öllum konungasögum (Ármann Jakobsson, Í leit að konungi, 267). Í Historia de antiquitate regum Norwagiensium er hann kallaður „rex pacificus" (Monumenta Historica Norvegiae, 64).

47 Velta má fyrir sér hvort nota megi slíkt orð um átök konunga en ég fæ ekki annað séð en skilgreining Helga Þorlákssonar (Hvað er blóðhefnd?, 397) eigi nokkurn veginn við þessar deilur.

48 Bjarni Einarsson (Litterære forudsætninger for Egils saga, 148–55) telur að í Egilssögu gæti áhrifa frá þessari frásögn og gerir þá ráð fyrir henni sem sjálfstæðri sögu án tillits til þess hvort hún hafi verið í Morkinskinnu frá fyrstu tíð.

49 Kalinke (Sigurðar Saga Jórsalafara) telur þennan mannjöfnuð (sem einkenni lýsingu konunganna í sagnaritum frá dögum Historia de antiquitate regum Norwagiensium) vera rauðan þráð í sögunni.

50 Sbr. Ármann Jakobsson, Í leit að konungi, 194–95 o.v.; Lönnroth. Den dubbla scenen, 53–80. Andersson (The Politics of Snorri Sturluson, 69–71) telur að hér sé tekin skýr afstaða með konungi sem ekki vill í landvinninga erlendis.

51 Sbr. hugmyndir mínar um bræðralag konunga (Í leit að konungi, 129–32).

52 Ármann Jakobsson, Í leit að konungi, 204–5.

53 Hér er erfitt að lesa sumi stafi í handritinu og því eyður.

54 Einnig hér hafa sumir stafir reynst ólæsilegir. Í fyrri eyðunni gæti átt að standa „Noregi en" en í þeirri seinni „miklum"

55 Beck (Hit óarga dýr) hefur fjallað um ljónslíkingar í íslenskum miðaldasögum.

56 Í Heimskringlu (III, 262) er þessi lýsing á upphafi sjúkleika Sigurðar: „En er konungr var í laug ok var tjaldat yfir kerit, þá þótti honum renna fiskr í lauginni hjá sér. Þá sló á hann hlátri svá miklum, at þar fylgði staðleysi, ok kom þat síðan mjǫk optliga af honum."

57 Kalinke, Sigurðar Saga Jórsalafara, 164: „Either ruler, had he been charged with sole responsibility for the realm, would have been deficient. [...] Only as a team, albeit one with contrary tendencies, can the Norwegian monarchy [...] be considered to have had considerable impact both at home and abroad." Sbr. Andersson, The Politics of Snorri Sturluson, 69–71.

58 Magnús Erlingsson er að vísu studdur af eigin liði en fellur í stríði við menn Sverris konungs.

59 Að mörgu leyti minnir þunglyndi hans og uppgjöf á Magnús Erlingsson þegar endalok hans nálgast (Sverris saga, 96). Báða skortir konungana tilfinnanlega baráttuanda.

60 Í Heimskringlu (III, 278) er Haraldur sagður „ráðþægr, svá at hann lét aðra ráða með sér ǫllu því, er vildu." Slíkt er ekki til fyrimyndar hjá konungi (sbr. Ármann Jakobsson, The rex inutilis in Iceland).

61 Saga Sigurðar í Morkinskinnu er ættuð úr Hryggjarstykki og hefur Bjarni Guðnason fjallað mest og best um hana (Fyrsta sagan).

62 Sérstakur þáttur er um hvernig Sigurður feðrar Hákon sem síðar leiddi andstæðinga Inga konungs (Msk., 442). Í þætti um víg Geirsteins kemur og fram að dóttir hans er frilla Sigurðar (Msk., 448).

63 Þá kemur fram að Nikulás kardínáli frá Róm hafi verið reiður Eysteini og Sigurði en sáttur við Inga konung „og kallaði hann son sinn" (Msk., 454).

64 Í Ágripi er hann sagður „slœgvitr, undirhyggjumaðr" (52) en í Heimskringlu „vitr maðr ok skynsamr" (III, 331).

65 Einar hefur einnig ort um Eystein: „Jöfur fýstist austur / örlyndur og hraustur" (Msk., 440). Í

Fagurskinnu (340–41) er vísa eftir Einar höfð sem heimild um að víg Eysteins hafi verið illa þokkað.

66 Sjá Andersson, The Politics of Snorri Sturluson; Andersson, Snorri Sturluson and the saga school at Munkaþverá, 16; Andersson, The Unity of Morkinskinna; Andersson, The King of Iceland.

14. Konungar og þegnar

14.1 Yðart frelsi mín gleði

Í Morkinskinnu eru konungar höfuðriddarar. Magnús berfættur er sagður „manna kurteisastur“ (Msk., 291) og kurteisari en konungar Svía og Dana (Msk., 329) Þó að greint sé frá fundi norrænu konunganna þriggja í öðrum sögum er orðið kurteisi aðeins notað í Morkinskinnu. Hvað merkir þetta orð? Hér mun það einkum vísa til ásýndar Magnúsar, vaskleiks og hermennsku enda er skömmu síðar sagt að keisaradóttur hafi þótt „slíkur konungur [...] sæmilegur sem Magnús konungur var“ (Msk., 330). Kurteisi getur falist í hvers kyns líkamslistum. Magnús góði er á unga aldri „kænn við marga leika og íþróttir“ (Msk., 4) og Haraldur harðráði gumar sig af átta „íþróttum“ (Msk., 86) í vísu.[1] Stórmennska og rausn sannfæra Kirjalax keisara um kurteisi Sigurðar Jórsalafara (Msk., 349 og 351). Þá felst kurteisin í að heyja bardaga drengilega. Hegðun Tósta jarls og manna Haralds harðráða er sem dæmakennsla í slíkri kurteisi (Msk., 271–80). Orð eins og sómi, prýði, orðstír og drengskapur eru þar enda ákaft notuð.[2]

Alla þessa kurteisi má kalla ytri kurteisi, sem menn bera utan á sér.[3] Annars konar kurteisi á við í samskiptum manna en góð samskipti eru mikilvæg fyrir konunga. Þó að þeir séu einir á tindinum í samfélaginu þurfa þeir að þekkja fólk og kunna að eiga við það.[4] Mildi er mikilvæg dyggð konungs. Orðið merkir bæði örlæti og miskunn. Notkun sama orðs um þetta tvennt gæti bent til þess að örlæti á fé og miskunnsemi hafi þótt tvær hliðar sömu dyggðar. Í Auðunarþætti er sú mildi Haralds að gefa Auðuni líf sitt sambærileg við fémildi Sveins. Sá þáttur sýnir líka að gjafir eru grundvallarform samskipta.

Fémildi sýnir hver maðurinn er. Eitt sinn kemur aldraður þegn á fund Magnúsar góða og „bað ef hann vildi gefa honum fé nokkuð með því að hann var kallaður maður mildastur“ (Msk., 101). Magnús spyr hvaða vanda hann eigi við þennan mann og fær það svar að málið snúist um konungdóm hans. Magnús gefur honum hring og maðurinn segir: „Konunglega er gefið, herra“ (Msk., 101). Örlæti er lykilatriði í konunglegri hegðun. Síðar kemur fram að Magnús hefur gefið mönnum sínum allt gullið sem Haraldur harðráði gaf honum (Msk., 142). Því reynist vel ráðstafað.[5] Með örlæti má vitaskuld kaupa vinsældir. Gregoríus Dagsson beitir fé sínu til að styðja Inga konung (Msk.,

453) og halda „betur húskarla sína en hver annarra lendra manna, því að hann drakk aldregi svo í skytningum, að eigi drykki húskarlar hans allir með honum“ (Msk., 455).[6]

Meðal konunga sem eru orðlagðir fyrir örlæti er Haraldur gilli. Sagt er frá að Magnús Einarsson byskup í Skálholti kom á fund hans og þá dýrmætar gjafir:

> Þá mælti drottning: „Far heill og sæll, herra byskup.“ Konungur mælti til hennar: „Far heill og sæll, herra byskup? Hverja heyrðir þú slíkt mæla, göfga konu, við byskup sinn og gefa honum ekki? (Msk., 404).

Mildi Haralds er slík að hann gefur byskupi hægindin undan sér og konu sinni. Því miður reynast aðrar dyggðir hans ekki eftir þessari en það er ekki síst örlætið sem veldur því að Haraldur er þrátt fyrir galla sína vinsæll í lífi og dauða. Á hinn bóginn er Eysteinn Haraldsson yfirgefinn af mönnum sínum sem segja honum að láta „gullkistur“ sínar sjá um landvarnir (Msk., 461). Eysteinn hefði betur eytt gullinu í menn sína eins og Magnús góði og Haraldur gilli; ekki kemur það honum að notum nú.

Miskunn er konungleg og konungi ber að gefa grið eftir ákveðnum reglum.[7] Þeir sem gefast upp og leggja líf sitt í hendur konungs fá jafnan grið. Sveinn Úlfsson neitar að drepa Norðmenn sem hafa gengið á „miskunn“ hans en er þó eggjaður til (Msk., 169). En þrátt fyrir þessa reglu leikur enginn vafi á að þegar menn gefast upp fyrir konungi á hann líf þeirra. Ef hann þyrmir þeim er hann að gefa þeim líf sitt.[8] Magnús góði er æfur þegar móðir hans ákveður upp á sitt einsdæmi að gefa Þorkeli geysu líf (Msk., 138). Konungur á líf fanga; enginn annar getur gefið þeim það. Þrátt fyrir hörku Haralds harðráða gefur hann þeim grið sem gefast upp þegar hann vinnur borgir á Sikiley; þá seinustu gefur hann aftur borgarjarli sem honum hefur þótt verðugur andstæðingur (Msk., 77). Þykir það til marks um gæfu Haralds að „hvar sem hann fór um Jórsalaland voru nálega allar borgir og staðir upp gefnir í hans vald; svo fylgdi honum mikil hamingja“ (Msk., 78). Það er hamingja konungs að þurfa ekki að brenna og herja. Þegar Finnur Árnason er fangi Haralds eru honum boðin grið og fær þau óumbeðin — þó að Haraldur geti ekki stillt sig um að hælast um. Um það er sagt: „þar líknaði sá er valdið átti og vegur var það en eigi lítilræði“ (Msk., 215). Þetta er afstaða Morkinskinnu til griða í hnotskurn.

Sjaldgæft er að konungar láti taka af lífi þá sem gefist hafa upp. Þó er Sigurður Haraldsson veginn eftir að hafa beðið bróður sinn um grið (Msk., 457). Þegar Magnús berfættur gjörsigrar Steigar-Þóri gengur mikið lið „á konungs vald“ (Msk., 303). Orðið vald er nánast samheiti við grið enda ganga þeir á vald konungi sem vilja grið. Þá eiga konungar að sýna mildi en Magnús er „reiður“ (Msk., 305) og virðist reiðin blinda hann. Þó að drottinsvikar eigi í hlut eru þessar aftökur ógæfa konungs (sbr. kafla 8 og 13).

Kurteisi mótast í skiptum við aðra. Hinn mildi konungur er í samfélagi, umkringdur þegnum sínum. Hann er glaðvær og blíður í fasi og öðlast þar með hylli þegna sinna. Magnús góði er örlátur og miskunnsamur bæði í bókstaflegum og víðum skilningi. Þegar hann kemur á bæ vita menn að „allir menn leggja ástúð til hans“ (Msk., 121) enda eru viðbrögð við láti hans ofsafengin og persónuleg, eins og stundum sést enn við lát fyrirmenna. Fátæklingar mega „eigi lengi orðum upp koma fyrir harmi“ (Msk., 146) og ekki þurr hvarmur á nokkrum manni. Ólafur kyrri er einnig bæði fémildur og miskunnsamur en líka kátur og ástríkur við þegnana:

> og í þessu má marka hver hans gæska hefir verið og ástsemd við lýðinn, þá má marka nokkuð af þeim orðum er hann mælti einn dag í Miklagildi. Var hann þá kátur og í góðu skapi og gjörðust þeir menn til, er þetta mæltu: „Herra, mikill fögnuður er oss á því er þú ert svo kátur.“ Hann sagði: „Nú skal eg kátur vera, er eg sé bæði á lýð mínum gleði og frelsi, og sitg í samkundu þeirri er helguð er hinum helga Ólafi konungi frænda mínum. En á dögum föður míns var lýður þessi undir aga miklum og ótta, og fálu þá flestir menn gull sitt og gersemar, en nú sé eg á hverjum yðrum skína það er á, og er yðart frelsi mín gleði (Msk., 291–92).

Ólafur er kurteis konungur. Það merkir gott skap, hlýju og sléttmæli við þegnana. Í lýsingu Ólafs nær það einnig yfir stillingu enda er hann áður sagður „glaður við öl og fagurmæltur við vini sína og hófsmaður um alla hluti“ (Msk., 286).

Haraldur harðráði er einnig glaður á góðri stund eins og sést víða. Á örlagastundu eru menn hans ráðnir í að fylgja honum í dauðann þó að Hákon Ívarsson segi: „Sveinn konungur er maður vinsæll en vor konungur er ekki vinsæll“ (Msk., 206). Hákon Þórisfóstri er „allra manna vinsælastur við bændur“ (Msk., 297) enda ríkir hryggð við lát hans. Sigurður slembir yrkir um gleði þegna sinna: „Gott var í gamma / þars vér glaðir drukkum / […] vara þar gamans vant / að gamans drykkju / þegn gladdi þegn […]“ (Msk., 425). Sonum Magnúsar berfætts er lýst svo í upphafi að þeir séu „listulegir, róir og friðsamir við sína undirmenn“ (Msk., 337) og hafi vingast „í mörgu lagi við landsmenn og alla alþýðu" (Msk., 337–38). Þannig eru bræðurnir í fyrstu allir til fyrirmyndar. Síðan fer munur þeirra að koma í ljós. Eysteinn Magnússon reynist „hinn mildasti af fé og allra konunga [...] ástsælastur við sína menn" (Msk., 353–54). Þetta er staðfest þegar hann hjálpar Ívari Ingimundarsyni. Þannig er fyrirmyndarkonungurinn tilbúinn að veita þegnum lið og gleðja þá. Er Eysteinn að vonum tregaður: „er það mál manna að yfir enskis manns líki hafi jafnmargir menn í Noregi jafnhryggvir staðið sem yfir grefti Eysteins konungs, síðan er andaðist Magnús konungur, son Ólafs hins helga" (Msk., 388).

Sigurður Jórsalafari sýnir einnig ítrekað mikið örlæti (Msk., 349, 381). Er hann snýr heim úr krossferðinni „átti allur lýður honum að fagna" og kvæði eru birt um „hversu fegnir menn urðu honum er hann kom heim í land" (Msk., 352). En skömmu síðar er hann orðinn „fálátur og ómálugur, lítt talaður á þingum" (Msk., 356) og fer að fá köst: „Sigurður konungur tók mikla ógleði og mátti lítt njóta tals hans. Sat hann skömmum við drykkju, en það þótti ráðamönnum hans og vinum þungt" (Msk., 357). Enn síðar er hann þungbúinn í veislu og Eysteinn þarf að benda honum á að það sé „vor sómi að gleðja menn vora". Því svarar Sigurður til: „Ver þú svo kátur sem þér sýnist; lát mig ráða minni gleði" (Msk., 382). Í þunglyndinu bregst Sigurður þegnum sínum. Konungar eiga að vera kátir enda hefur þögn þeirra þögn allrar hirðarinnar í för með sér (sbr. Msk., 389).

Áherslan á blíðu og gleði, ástúð og vinsældir konunga stafar af áhuga höfundar á samfélagi og samskiptum manna. Kurteisin er dyggð hins nýja tíma og er mikilvægari en herstjórnarlist, hugrekki og baráttugleði, kostir sem eru einnig mikils virði í sögunni, eins og öðrum konungasögum. Áherslan á mildi og blíðu er hins vegar óvíða meiri.[9]

14.2 Þungbærar skyldur

Ingiríður drottning, ekkja Haralds gilla, fer dag einn til messu og gengur fram á lík Sigurðar skrúðhyrnu, gamals hirðmanns. Hún gengur þegar á fund sonar síns, Inga konungs, og segir „hann lengi myndu lítinn konung ef hann vildi ekki að hafast þótt hirðmenn hans væri drepnir annar að öðrum sem svín". Gregoríus Dagsson bætir við að bræður Inga muni færa sig upp á skaftið: „Nú er þeir sjá að þú hefst ekki að, þá munu þeir taka þig af konungdóminum, er vinir þínir eru drepnir áður" (Msk., 456). Ef Ingi hefst ekki að er hægt að steypa honum af stóli.

Konungsvald krefst festu og konungar hafa hlutverki að gegna. Í bréfi til Magnúsar góða segir Játvarður Englakonungur: „em eg svo settur fyrir land þetta af guðs hálfu og landslaga að dæma hverjum sinn rétt og leggja svo niður ófrið“ (Msk., 54). Játvarður telur sig fulltrúa Guðs sem beri að dæma og gæta friðarins. Á sama hátt eru verk Ólafs kyrra til marks um hlutverk konunga: „sá hann hvað konungdóminum hæfði og eru mörg verk hans að telja, þau sem bæði eru góð og konungleg“ (Msk., 291). Minnst er á stuðning hans við kirkjuna, dýrkun Ólafs helga og gæslu friðarins. Eysteinn Magnússon nefnir stuðning við sjómenn og kaupmenn (Msk., 384). Konungar eiga að efla kaupstaði og gæta friðhelgi kaupmanna.[10] Magnús berfættur tekur hlutverk sitt við að gæta friðarins svo alvarlega að þegar Þrændir rísa upp kveðst hann ekki mega konungur heita „nema ef gefa stökk þessum ófriði“ (Msk., 301).[11] Afstaða sögunnar til stríðs og friðar virðist sú að betra sé að vinna land með ráðsnilld en járni og blóði (sbr. Msk., 353 og 384). Kaupmenn og bændur vilja alltaf frið enda stríð ekki í þeirra verkahring. Konungi ber að sjá til þess að friður ríki.[12] Konungar í Morkinskinnu eru iðulega sýndir sem dómarar og löggjafar. Sumum þykir það erfitt hlutskipti. Ungur borgargreifi í Englandi kvartar yfir dómarahlutverkinu: „eg em þó maður ungur og lítt vanur að sitja yfir málum manna og er mér enn margt ókunnigt það er þessu fylgir“ (Msk., 325).[13]

Konungar Morkinskinnu eru samfélagsstofnun. Hér verður ekki skilið á milli einstaklings og samfélags; konungar eru hvorttveggja. En það samfélag er óstöðugt; konungar eru ekki einvaldar sem taka við völdum og halda þeim áreynslulaust. Í samfélaginu í sögunni er tekist á um völd, lög og rétt, fé og frama. Það er á sífelldri hreyfingu, ekki síður en samfélagið í Íslendingasögum. Þrátt fyrir skrautið á sögusviðinu er heimur Morkinskinnu harður og enginn getur verið öruggur um stöðu sína, ekki einu sinni konungur. Þeir eiga í eilífri keppni um stöðu sína í samfélaginu, hver við annan eða við volduga höfðingja. Konungar hafa skyldum að gegna og þurfa að standa sig. Þó að Ingi sé konungur geta móðir hans og Gregoríus Dagsson stillt honum upp við vegg og neytt til að vega Sigurð bróður sinn.

Sögunni eins og hún er varðveitt lýkur á að Eysteinn konungur Haraldsson bíður ósigur fyrir mönnum Inga bróður síns. Hann felur sig í hrísrunna en er fundinn af Símoni skálp: „Símon mælti og heilsaði honum: „Heill, lávarður,“ sagði hann. Konungur svarar: „Eg ætla nú að þú þykkist minn lávarður““ (Msk., 462). Óbrúanlegt bil er milli konungs og kotungs en samfélagið er á hreyfingu og enginn veit hvar hann verður á morgun. Í Morkinskinnu deyja aðeins tveir konungar á sóttarsæng eldri en 35 ára. Annar þeirra, Sigurður Jórsalafari, er þá löngu orðinn geðsjúkur. Það er mæða að vera konungur í slíku samfélagi; þann sannleik fanga kaldhæðin orð Eysteins konungs. Þó að Símon ávarpi hann með réttu virðingarheiti er merking orða og titla á haus. Í þeirra skiptum ræður nú Símon. Eysteinn getur fyrirlitið hann en ekki sigrað. Hann á ekkert eftir nema orð.

14.3 Góður drengur gulli betri

Þegar Magnús góði liggur banaleguna spyr Haraldur harðráði hvað orðið hafi um gull það sem hann færði honum að gjöf:

> „Lít hér á borðin, frændi," segir hann, „er skipuð eru góðum drengjum og dýrlegum. Þeim sömum hefi eg gefið gullið og haft í móti gullinu ást þeirra og hollustu og er víst betri fylgd og framganga eins góðs drengs en mikið fé" (Msk., 142).

Slíkra ummæla var að vænta frá örlátum konungi. Í Morkinskinnu er vakandi áhugi á öllu sem tengist þjónustu við konung, m.a. ýmsum siðvenjum.[14] Greint er frá eiðum við konung og kemur talan tólf þá við sögu (Msk., 19, 22–23, 96), hefðbundin tala fylgdarmanna konungs: „Þá skulu þér beiða að tólf menn gangi inn og segið það öngan sið að færri menn gangi með tigins manns líki en tólf" (Msk., 74).[15]

Í hernaði er nálægð þegna mikilvæg þó að þeir séu ekki í forgrunni í Morkinskinnu, eins og í riddarasögum.[16] Þegar Sigurður Jórsalafari heldur í krossferð hefur hann „með sér fjölmennt og gott mannval og þó þá eina er sjálfir vildu fara og veita honum fylgd og föruneyti" (Msk., 338). Konungur og menn hans mynda svo hálfgert keppnislið í stríði; ræna og rupla og skipta herfangi og eggja hver annan en konungur heldur yfir þeim ræður og leggur línurnar, eins og í Sverrissögu.[17] Konungarnir eru hinir vitru feður sem er treyst, ekki síst Haraldur harðráði: „Allur herinn samþykkti honum og þótti mikils um vert um skipti hans og framkvæmd er hann veitti jafnan" (Msk., 69).

Megindyggðir góðs þegns eru hlýðni og tryggð. Þeim óhlýðnu er refsað og það fá Danir að finna þegar þeir hafa gefið Sveini Úlfssyni konungsnafn: „En er Magnús konungur kom í Danmörk, þá refsar hann landsmönnum er þeir höfðu tekið annan konung og tekur fé af mörgum en sumir flýðu úr landi frá eignum sínum. Suma lét hann drepa" (Msk., 37). Slíkir refsileiðangrar verða tíðir hjá Magnúsi og síðan tekur Haraldur harðráði við. Í sögunni er þó einnig sýnd hin jákvæða hlið hlýðninnar, tryggðin. Stundum sjást tryggir þegnar sem hafa þjónað mörgum konungum. Einn þeirra er Þorkell dyðrill:

> Eg hefi nú verið með nokkurum konungum og þjónað þeim af minni kunnustu. Fyrst með Ólafi konungi Tryggvasyni er eg unna mest allra manna. Síðan var eg með feður þínum og mundi hann eigi þess til mín geta að eg munda svíkja son hans (Msk., 100).

Trú Þorkels á Magnúsi góða er mikil viðurkenning og eins gamla mannsins sem reynist hafa verið „með feður þínum í hernaði og unna eg honum sem sjálfum mér" (Msk., 102). Hirðmaður Inga, Sigurður skrúðhyrna, er „gamall og hafði mörgum konungum á hendi verið" (Msk., 456). Þeim mun meiri ástæða er fyrir Inga konung að sakna hans því að slík tryggð er eftirsóknarverð. Þá er Haraldi harðráða til sóma að fiskikarlinn Þorgils kveðst vilja fylgja honum en sá hefur fylgt Ólafi helga á Stiklastöðum (Msk., 250).

Í tíðum bardögum reynir á tryggð hirðmanna. Magnús góði hefur áhyggjur af liði sínu fyrir orustuna á Hlýrskógsheiði (Msk., 42) sem reynast ástæðulausar. Þegar mönnum Haralds harðráða eru boðin grið eftir fall hans neita þeir og „vilja sigrast á óvinum sínum eða liggja þar allir um konung sinn" (Msk., 278). Á aðra lund fer þegar Magnús berfættur hvetur menn sína og segir „drengilegt að sýna sig sem þér eruð, góðir drengir. Kann og vera að nú megi það sýnast hvað þér viljið veita yðrum konungi" (Msk., 334). En þegar Upplendingar eiga að skjóta á Írana á leiðinni yfir fenin kasta þeir

> heldur skjöldum á bak sér og runnu sem þeir máttu af taka til skipanna. Þá kallaði Magnús konungur á Þorgrím húfu og mælti: „Óvitur var eg þann dag er eg gerða útlagan Sigurð hund og var hitt þó miklu fíflslegra, er eg gjörða þig lendan mann, og ódrengilega skilst þú nú við mig, og minnast mætta eg þessa, og eigi mundi Sigurður svo fara, ef hann væri hér" (Msk., 335).

Víðkunnur Jónsson reynist betur og hefst þá frami hans í þjónustu konunga (Msk., 336). Sama gildir um Sigurð Hranason sem sendir síðar menn til Eysteins Magnússonar að leita liðs og lætur fylgja að „ef konungur hefir nokkurar tregður í að fara, segið honum að eg ætla að síðarsta lagi skildumst eg við föður hans vestur á Írlandi" (Msk., 363). Þarf ekki lengi að hvetja Eystein. Sigurður og Víðkunnur hafa reynst gulls ígildi í tryggð sinni. Síðar vill Sigurður Hranason ekki vera mestur vinur Sigurðar Jórsalafara:

> öllum vilda eg yður gott, bræðrum, en hve mikið fé sem við liggur og þótt líf mitt liggi við, þá mun eg öngan mann virða meira um aldur en Eystein konung meðan eg lifi (Msk., 381).

Þrátt fyrir fáleika þeirra Eysteins getur Sigurður ekki annað en hrifist af þessum hug.

Mikilvægi tryggðarinnar er tákngert í mynd af hirðmanni sem ber konung í fanginu, líkt og Eneas bar föður sinn á bakinu við fall Tróju. Hreiðar Grjótgarðsson tekur Magnús blinda fullorðinn í faðm sinn og vill hlaupa burt með hann. Um Hreiðar er sagt: „Og það mæltu allir að hann þótti vel og prúðlega hafa fylgt sínum lánardrottni, og gott er hverjum er slíkan orðróm getur" (Msk., 433). Almannarómur kveður upp úr um að hegðunin sé til fyrirmyndar og rödd sögunnar tekur undir. Hreiðar sýnir í verki hvað orðið fylgd merkir.

Sambúð þegna og konunga í ófriði er í öndvegi í ýmsum konungasögum en í Morkinskinnu er tíðara en annarstaðar að sýnd séu skipti konungs og manna hans í friði.[18] Þegar einstökum þegnum er lýst er horft til hins almenna í leiðinni. Miðaldir voru tími fyrirmynda, dýrlingar og riddarar í riddarasögum voru fyrirmyndir sem gátu eflt þá þjónustulund sem var nauðsynleg forsenda stigveldissamfélagsins, hvort sem um var að ræða eiginlegt lénsveldi eða ekki.[19] Á Íslandi sjást fyrirmyndirnar í sagnaritum eins og Morkinskinnu. Allir eru þjónar. Konungar þjóna þegnum en hirðin þjónar þeim og allur landslýður. Allir eiga að geta fundið sig í slíkri þjónustu. Hinn auðugi bóndi Högni segir sendimönnum sem hann telur frá Sveini Danakonungi að hann sé „einn búkarl, en þessu máli er þó svo að svara: ef Sveinn konungur fer hingað í land með her sinn í Noreg, þá skal engi bóndason honum óþarfari en eg" (Msk., 176).[20]

Þjónustan á þó að vera á báða vegu. Þegnar hlýða konungi en ætlast til þess að hann sinni hlutverki sínu.[21] Konungur sem ekki verndar menn sína er enginn konungur, eins og Ingiríður drottning bendir Inga syni sínum á þegar menn hans eru drepnir „sem svín" (Msk., 456). Sendiboði Magnúsar berfætts orðar „samning" konunga og þegna þannig:

> en nú vill konungur sýna sig í allri blíðu til allra sinna manna, þeirra er til hans vilja þjóna, býst til forystu og að vera brjóst fyr öllum Noregsmönnum, stórum og smám. Þar í móti vill hann hafa af sínum landsmönnum góða þjónustu og sæmilega fylgd (Msk., 308).

Þessu er misvel tekið. Almennt gildir þó að konungur verndar þegnana en þeir fylgja honum. Hvor hefur sínar skyldur sem eru mikilvægar í samfélagsmynd sögunnar.

Það merkir ekki að þegnar skuli ávallt þegja og hlýða. Ónefndur maður átelur Magnús góða fyrir að leyfa fjölkunnugum heiðingja að drepa menn sína „sem búfé“ (Msk., 44). Þeir vega heiðingjann saman og löngu síðar launar maðurinn konungi fyrir að hafa þegið ráðin „lítillátlega“ (Msk., 102). Konungar geta ekki stjórnað án góðra ráða. Hjá Ólafi kyrra er um sérstakt embætti að ræða: „hinn göfgasti maður, sá er gamall var og vitur og væri konungsráðgjafi kallaður, sem konungum hafði lengi títt verið, að hafa með sér gamla spekinga til þess að vita forna siðu og dæmi foreldra sinna“ (Msk., 289). Sigurður Sigurðarson er sagður einna vitrastur í Noregi (Msk., 376) og hann hafði ráðið Magnúsi berfættum að hörfa á Írlandi en konungur þá ekki ráðin og féll (Msk., 333).

Í sögunni eru allmörg dæmi um þegna sem áminna konung. Sighvatur skáld er fyrstur í röðinni. Magnús konungur er orðinn óvinsæll og „þótti nú vinum hans þörf á að nokkur segði konunginum hvar komið var“ (Msk., 26). Þá kveður Sighvatur Bersöglisflokk. Konungur hyggur „að þessum ráðum og áminningum sem Sighvatur skáld hefir til skipað í kvæðinu“ og aðrir taka undir með skáldinu (Msk., 30). Konungur lætur segjast og þar skiptir ekki minnstu máli að Sighvatur flytur konungi kvæði honum til heiðurs og áminnir hann með því að lofa hann. Í þáttum er ítrekað sýnt hvernig áminna skuli konung. Arnór jarlaskáld gætir þess að óvirða í engu Harald harðráða þó að hann þurfi að gera upp á milli þeirra Magnúsar góða (Msk., 116–18). Brandi örva tekst að áminna Harald á táknrænan hátt, án þess að óvirða hann (Msk., 195). Eins nær Stúfur að sneiða að Haraldi án þess að móðga hann með því að skella upp úr án þess að skýra af hverju (Msk., 252). Haraldur skilur sneiðina og þannig halda báðir virðingu sinni.[22]

Í geðveiki Sigurðar Jórsalafara eru fjögur tilvik þar sem þegn ávítar konung eða tekur fram fyrir hendur hans til þess að firra hann óhappi (Msk., 388–94, 398–99). Ekki veitir konungi af, eins og fyrir honum er komið. Hann er alltaf þakklátur þó að hann fái ekki ráðið við skap sitt. Óttar birtingur er einn þessara framhleypnu þegna og konungur hælir honum fyrir að stilla „svo orðunum að mér yrði að virðing“ (Msk., 389). Ef tekið er fram fyrir hendur konungs er brýnt að gæta stillingar. Kolbeinn klakka vinnur Magnúsi berfættum gagn með því að sætta þá Sveinka Steinarsson (Msk., 311–15). Sú milliganga er unnin á bak við konung en honum til þægðar. Það má taka fram fyrir hendur konungs ef honum er það fyrir bestu. Ormur jarl Skaptason veitir grið Sveini Úlfssyni án þess að tala við Magnús konung og hættir á reiði konungs. Í staðinn fær hann laun frá konungi sem kann að meta framtakið (Msk., 102–3).

Þannig einkennast skipti konunga og hirðmanna af gegnd. Þau samskipti eru burðarás þess samfélags sem lýst er í Morkinskinnu.

14.4 Ofjarl

Þó að konungar séu aðalpersónur Morkinskinnu er þar einnig sagt frá stórum og smáum þegnum þeirra. Saga hvers og eins er dæmi um þjónustu við konung.

Einar þambarskelfir er snemma í sögunni fenginn til að vera fóstri Magnúsar og forsjármaður enda treysta konungshjónin í Garðaríki engum betur (Msk., 17). Þegar ríkið er öruggt í höndum Magnúsar styggist konungur við Kálf Árnason og á Einar þátt í því (Msk., 24). Hann svífst einskis og virðist telja það hlutverk sitt að verja konung fyrir þeim sem gerast of miklir í Noregi. Þegar Sveinn Úlfsson leitar eftir vináttu konungs tekur Magnús honum vel, gefur honum dýrar gjafir og jarlsnafn með:

> Og er Einar þambaskelfir sér þetta, þá mælti hann: „Ofjarl, ofjarl, fóstri," segir hann. Konungur segir styggilega: „Fátt ætli þér að eg kunna að líta og öngva mannraun muni kunna að því að yður þykir sumt ofjarlar en sumt ekki að manni" (Msk., 36).

Samband konungs og Einars minnir á samband foreldris og unglings sem vill velja eigin vini og finnst foreldrarnir aldrei treysta sér. Valdahlutföllin eru þó í raun önnur og Einar tekur tillit til þess og þekkir stöðu sína. Hann reynist hafa rétt fyrir sér í þetta sinn og er enn þver á móti þegar Haraldur harðráði kemur til Noregs og vill fá ríki:

> Síðan eru til heimtir ríkismenn, og upp borið af Magnúsi konungi hvers Haraldur beiddist. Þá svaraði Einar þambarskelfir fyrst ríkismanna: „Fjarri vartu þá, Haraldur, er vér unnum land af Knýtlingum, og ekki fýsumst vér að tvískiptast milli höfðingja. Höfum vér jafnan einum senn þjónað, og svo mun enn vera meðan Magnús konungur heldur ríkinu og lífi sínu." Eftir þessi ræðu hneigjast allir ríkismenn í sínum svörum (Msk., 89).

Einar spillir málinu fyrir Haraldi og þykir Magnúsi það síðar misráðið (Msk., 90) en frásögn sögunnar af þessu samkonungaríki gefur til kynna að margt sé til í orðum Einars.

Í deilum Haralds og Magnúsar tekur Einar að sér að gæta hagsmuna Magnúsar og spillir skattheimtu á þingi fyrir Haraldi (Msk., 108–9). Fátt er með þeim Haraldi þegar Magnús deyr og bætir ekki úr skák þegar Einar vill heldur fylgja líki Magnúsar norður til grafar en Haraldi til landvinninga í Danmörku (Msk., 145). Þó sýður ekki upp úr fyrr en löngu síðar. Þrátt fyrir allt virðist Haraldur vilja halda frið við Einar. Eins vill Einar ekki svíkja Harald þó að hans sé freistað. Báðir eru ráðríkir og óvægnir en nógu vitrir til að halda frið sín á milli. Að lokum virðist ofurkapp Einars sjálfs verða honum að falli. Rætast þá orð hans um „ofjarlinn" á honum sjálfum. Þó að Haraldur hafi áður fyllst ofsareiði í garð Einars (Msk., 109) líður og bíður uns hann lætur til skarar skríða. Þegar hann reynir hollustu hans spyr hann sendimann sinn: „Hversu fóru orð með yður Einari, kappanum á Gimsum?" (Msk., 176). Það er glettni í orðinu „kappi"; Haraldur virðist þrátt fyrir allt hafa lúmskt gaman af Einari. Einar sjálfur kallar sig „gamlan uxa" (Msk., 23) en fer þó með Magnúsi konungi í dulargervi að njósna um menn hans (Msk., 42).

Milli Magnúsar konungs og Einars ríkir ástúð enda kallar konungur Einar jafnan „fóstra". Þegar hann veikist er Einar með honum og spyr:

> „Ertu sjúkur, herra?" „Lítt em eg enn sjúkur, fóstri," sagði konungur. „Það er oss harmur mikill," sagði Einar, „ef þér verður nokkuð og munu vinir þínir eigi bætur bíða (Msk., 140).

Á banabeði biður Magnús Harald að vera „vinur vina minna" (Msk., 141). Heitir Haraldur því en Einar er vantrúaður á efndir og gerir sér ljóst að dauði Magnúsar skaðar hann. Harmur hans ristir þó dýpra. Það reynir á vináttu konungs og Einars þegar Þorsteinn Hallsson er í ónáð konungs og vill gefa Einari hross. Því neitar Einar en Eindriði sonur hans þiggur hrossin. Þá eru þeir feðgar skuldbundnir Þorsteini en vinátta Einars og konungs er í hættu. Einar vill því ekki drekka jól með konungi en Eindriði býst til farar engu að síður. Tekur Einar þá það ráð að fara í staðinn og er reiður Eindriða:

> Allkynleg er þín ætlun; sækja heim Magnús konung og Þorsteinn með þér! Far heim heldur á Gimsar, en eg mun hitta konung, og mun eg alls við þurfa að sættir verði teknar, en eg kann hvorntveggja ykkarn konung,

> að ekki munduð þið svo stilla ykkrum orðum að það mundi hlýða (Msk., 113–14).

Einar lítur á konung sem son sinn, ekki síður en Eindriða, og vill engin átök milli þeirra. Hann er eins og faðir að sætta tvo syni.[23] Að lokum fer Einar til konungs sem tekur honum vel en vill ekki ræða um Þorstein fyrr en Einar reiðist. Reiðiorð Einars og leikrænir tilburðir duga þó til. „Konungur rís upp og eftir honum og leggur hönd á háls Einari og mælir: „Kom heill og sæll, fóstri," segir hann, „það skal aldregi verða að okkra vináttu skilji" (Msk., 115). Vináttan sigrast á stoltinu.

Þó að í sögunni sé taumur Haralds dreginn í fæð þeirra Einars er sjónarhornið þó með Einari í lokin. Þá á karl von á örlögum sínum en vill að Eindriði sleppi:

> Og Einar gekk að höllinni og inn síðan. Þá mælti hann: „Myrkt er í málstofu konungs." Einar bað Eindriða son sinn standa í forstofunni og lést ætla að konungur myndi eigi á hann ráða ef hann væri eftir. Og er Einar kemur í stofuna, þá bera þeir menn vopn á hann, er þar eru fyrir. Einar veður þá að, þar er konungur er, og höggur til hans og sakar hann ekki því að hann er fyr í tveim brynjum. Þá mælti Einar: „Hvatt bíta nú hundar konungs." Og er Eindriði heyrði það, þá stenst hann eigi og hleypur inn, og er sá maður Árni nefndur er honum varð að bana. Og var þar nú drepinn Einar og Eindriði sonur hans er allra manna var vaskastur og gjörvilegastur (179–80).

Sjónarhornið er hjá Einari og fall Eindriða þar af leiðandi sorglegra. Þessi launvíg eru harmleikur, þó að Haraldur konungur hafi lengi stillt sig (sbr. kafla 12–13).

Kálfur Árnason er í upphafi sögu virðingarmaður í liði Sveins Alfífusonar: „hafði honum heitið verið jarlsdómi af Knúti konungi ef hann felldi Ólaf konung frá landi og svo var virðing hans mikil að hann skyldi leggja skip sitt næst konungsskipinu jafnan, hvar sem þeir lágu í höfnum" (Msk., 15). Í Karlsþætti vesæla verða þau óvæntu hvörf að Kálfur tekur við Karli og bjargar undan Sveini konungi.[24] Svein tekur að gruna Kálf um gæsku en vill verða fyrri til að svíkja. Kálfur áttar sig á þeim brögðum og fer í staðinn til Garðaríkis og gengur í lið Magnúsar. Magnús þiggur þjónustu hans og vill heldur hafa Kálf með sér en á móti: „veit eg öngvan mann stóru vitrara í Þrændalögum en svo sem Kálfur er og mun oss vant verða að sjá við brögðum hans" (Msk., 16). Þeir

Einar taka saman að sér forsjá konungs. Er Kálfur fulltrúi viskunnar en Einar aflsins:

> Gjörðust þeir Kálfur og Einar ráðgjafar og fóstrar Magnúss og voru þeir þá ríkastir menn í öllum Þrændalögum. Einar var orustumaður mikill og framkvæmdarmaður hinn mesti en Kálfur var spekingur að viti (Msk., 20).

Þó fellur Kálfur að lokum í ónáð en sýnir enn snarræði og flýr til Orkneyja (Msk., 25). Lífsbjörg hans virðist að vera snar í snúningum. Raunar hefur áður komið fram í stuttri gamanfrásögn (Msk., 23) að hann er við öllu búinn. Síðar fær hann boð um að Magnús vilji taka hann til sín aftur ef hann veiti lið Rögnvaldi Orkneyjajarli en þó fer svo að hann skiptir enn um lið, nú í miðjum bardaga og á ekki afturkvæmt til hirðar Noregskonunga: „hann leggst í hernað eftir þenna bardaga og gjörist víkingur mikill" (Msk., 32).[25]

Einar þambarskelfir er tryggur Magnúsi út yfir gröf og dauða en Kálfur Árnason fljótur að bregða trúnaði. Báðir eru gagnlegir konungi en sá sem berst með einum í dag en öðrum á morgun er ekki til fyrirmyndar. Raunar getur stífni Einars einnig verið varasöm. Tryggð hans við Magnús góða er yfirsterkari hollustu hans við konungsvaldið almennt þó að ekki vilji hann svíkja Harald heldur. En þó að Einar gæti ekki hófs í tryggð við látinn konung er hann greinilega betri þegn en Kálfur að mati sögunnar.

Torvelt er að túlka stöðu Sveins Úlfssonar í sögunni. Hann kemur til Magnúsar góða, fer með „fagurmælum" og heitir „Magnúsi konungi öllum sínum trúnaði og vinfengi ef hann vildi sæma hann í nokkuru léni til forráða" (Msk., 35). Síðan svíkur hann Magnús og vill síðar fá Harald harðráða til að svíkja hann líka (Msk., 88). Með vaxandi fáleikum þeirra Haralds mildast hugur Magnúsar til Sveins. Skömmu fyrir andlát Magnúsar segir Sveinn: „Eg em níðingur fyr Magnúsi konungi og slíkt sama er Haraldur konungur fyr mér, og ójafnir konungar eru þeir, Magnús konungur og Haraldur konungur" (Msk., 140). Nú þykir Magnúsi konungi hann „gersemi" og hefur gleymt svikum hans. Á banabeði mælir hann svo fyrir að Sveinn skuli hafa „Danmörk og njóti vel" (Msk., 141) og bætir við: „ef eg hefi nokkuð í átt og eg ann honum nú og best að njóta því að mér þykir hann réttlegast tilkominn" (Msk., 142). Sveinn fær tíðindin ferðbúinn „og ætlaði þá að skiljast við ríkið" (Msk., 144). Í staðinn hefst langt stríð við Harald sem er óþreytandi að úthrópa Svein drottinsvikara og minna á „hversu hann hélt eiðana við Magnús konung" (Msk., 159). En þó að Haraldur hafi lengi betur lýkur svo að menn hans fara að leita til Sveins (Msk., 180) sem er sagður vinsælli (Msk., 206). Þannig verður þáttur Sveins æ betri eftir því sem á líður og átökum þeirra Haralds lýkur með jafntefli.

Haraldur harðráði á sér einnig trausta fylgismenn sem fylgja honum sumir frá upphafi til enda. Einn er Úlfur Óspaksson stallari sem sést fyrst með honum suður í álfu þegar Haraldur tekur sikileyskar borgir með brögðum (Msk., 74) og er síðar kastað í dyflissu ásamt konungi og Halldóri Snorrasyni (Msk., 80). Úlfur sést síðan ítrekað í þjónustu konungs (Msk., 207, 209, 265) en deyr skömmu áður en konungur heldur í hinstu för sína til Englands (Msk., 265). Halldór verður hins vegar viðskila við konung (Msk., 148–55) og valda því skapbrestir beggja (Msk., 151).[26] Halldór fær hvorki sams konar tignarstöðu og Úlfur né heldur mægist hann við konung og er ef til vill betri liðsmaður í stríði en í friði. Þó virðist konungi hlýtt til hans þrátt fyrir ófagran viðskilnað; hann kætist þegar hann fréttir síðar að Halldór sé iðinn að segja mönnum útferðarsögu hans heima á Íslandi (Msk., 200). Stundum gliðnar vinátta einfaldlega í sundur og vinir hætta að reynast hvor öðrum jafn vel. Skiptir þá stundum engu hvað á undan er gengið.

Harald skortir aldrei fylgismenn en mægðir styrkja vináttuna við Ármæðlinga (Msk., 171). Einn þeirra er Eysteinn orri Þorbergsson sem er ófeiminn að segja honum til syndanna (Msk., 201–4). Undir lokin er hann sagður „ágætastur og kærastur Haraldi konungi allra lendra manna“ og konungur hefur heitið honum dóttur sinni (Msk., 271). Tryggð Eysteins við konung reynist lifa dauðann af; hann stjórnar Norðmönnum eftir fall konungs, í svokallaðri orrahríð (Msk., 279–80). Við hlutverki Sveins Úlfssonar sem höfuðfjandi Haralds tekur Hákon Ívarsson sem gengur í lið með Sveini konungi eftir að hafa verið svikinn um jarlsnafn. Hann reynist Sveini þó erfiður líka. Sveini þykir hann „gjarn á mannvirðing og mun honum líka vel ef hann hefði þar annað jarls ríki“ (Msk., 226). Enda fer svo að Hákon (sem er þegar jarl Sveins) vill verða Svíajarl líka; eitt jarlsríki virðist ekki nægja í sárabætur fyrir það sem hann fékk ekki af Haraldi. Þannig verða orð Einars þambarskelfis um ofjarlinn að eins konar leiðarminni í sögunni.

Í sögu Magnúsar berfætts er hlýðni við konung höfuðatriði. Steigar-Þórir er raunar kynntur til sögu löngu fyrr. Þegar Haraldur harðráði kemur til Noregs vill hann greinilega semja við Magnús góða en grípur þó til þess ráðs að taka konungsnafn áður, væntanlega til að styrkja stöðu sína. En enginn þorir að gefa honum það nafn fyrr en kemur í Guðbrandsdali. Þá kemur til skjalanna „einn maður af búöndum [...] en það var Þórir á Steig, er síðan var mikill höfðingi, en þá var Þórir fimmtán vetra gamall, er hann gaf Haraldi konungs nafn" (Msk., 93). Þórir er þegar í æsku fús að gera það sem aðrir þora ekki: að ganga gegn vilja konungs. Þá styður hann Harald harðráða. Þó ákveður Haraldur síðar að reyna hann og fleiri höfðingja með því að bera á þá fé sem sagt er frá Sveini konungi. Þórir tekur við fénu eins og fleiri en fréttir af gabbinu og „hvert víti þeir höfðu hreppt er við fénu höfðu tekið" (Msk., 176). Fer hann rakleiðis á fund Haralds og segist hafa ákveðið að „taka við fénu og þótti mér betur komið að þér hefðuð en Danir" (Msk., 177). Síðan þykist hann þurfa að flýta sér að sætta menn en skrópar í veislu til Haralds:

> Þá mælti konungur: „Hafi þig tröll, svo slægan, en þar er sá maður er síst má vita hvað í skapi býr, og er þetta nú nokkuð vant að skilja með hverju hann fer, en ekki munu við hann nú hafa að sinni, en svo segir mér hugur um, að ósýnt sé hversu hans mál leiðir til lykta fyrir sakir pretta hans og ótrúleika" (Msk., 177).

Hér fær Steigar-Þórir illan dóm; hjá honum fara saman slægð og ótryggð. Honum tekst þó að komast undan reiði Haralds en þegar kemur að herförinni til Englands er Þórir ekki með í för „því að hann hafði dreymt illa um konung" (Msk., 266).

Steigar-Þórir verður uppvís að sviksemi áður en Magnús berfættur kemst til valda. Hann vinnur í eigin þágu og kemst þó lengi upp með það. Þegar Ólafur kyrri deyr taka Þrændir til konungs fóstra Þóris, Hákon Magnússon. Virðast landsráð innan seilingar Þóris þegar fóstri hans deyr óvænt. Þá gengur hann skrefi of langt:

> Og eftir andlát Hákonar konungs tóku Þrændir sér konung, Svein son Haralds flettis. Að því ráði hurfu margir menn, en þó var forgangsmaður að þessu Steigar-Þórir (Msk., 298–99).

Fer þetta lið nú með ránum og illvirkjum. Uppreisn er hafin gegn Magnúsi konungi. En hún er kæfð í blóði og Þórir tekinn af lífi þrátt fyrir elli og vanheilsu. Er sú lýsing löng og hrottaleg og skýr samúð með Þóri sem er vitur og kaldhæðinn (sbr. kafla 8). Menn hans gaspra um að „eigi mun gjört hafa verið jafn frítt skip síðan Ormur hinn langi var gjörr. Þetta er og vöskum drengjum skipað og eru glíklegir til góðrar varnar" (Msk., 302). En þeir flýja síðan eins og hræddir hérar og skilja Þóri og Egil Áskelsson eina eftir. Þá segir Þórir: „Vera má að vort skip sé eigi verr skipað en Ormur hinn langi, en þess get eg að fleiri félli þar, en hér renni fleiri" (Msk., 302–3).[27] Þó að Magnús konungur virðist versti hrotti er Þórir samt svikull. Rétturinn er ótvírætt konungs megin.

Magnús berfættur á þó einn fyrirmyndarþegn, Víðkunn Jónsson sem fylgir honum uns yfir lýkur (Msk., 336–37). Það verða gráglettin örlög Magnúsar að vera yfirgefinn af mönnum sínum, eins og Steigar-Þórir. Víðkunnur er síðan oft nefndur í fylgd Magnússona. Hann er svo tryggur að þó að hann hafi samúð með Eysteini konungi í Þingasögu kýs hann að fylgja Sigurði konungi þar sem hann sé lendur maður hans (Msk., 370). Hann fóstrar Magnús son hans (Msk., 357) og tekur við honum í stríði hans við Haraldssonu (Msk., 425). Þá er Víðkunnur gamall en fylgd hans traust sem fyrr. Sigurður Hranason er einnig sagður hafa fylgt Magnúsi á Írlandi þegar aðrir runnu (Msk., 363). Þegar hann lendir upp á kant við Sigurð Jórsalafara kemur til hörkudeilu milli konunganna tveggja. Þá velur Sigurður Hranason að leggja mál sitt á vald Sigurðar konungs og treysta á miskunn hans, eins og góðum þegni sæmir. Eftir óróaskeið er komið á jafnvægi undir stjórn Magnússona þar sem þegnar hlýða konungi.

Undir lok Sigurðarsögu Jórsalafara kemur fyrir annar fyrirmyndarþegn, Óttar birtingur. Hann er í fyrstu þjónn en kemst í náð konungs með hetjulegri framgöngu og kurteisri hegðun (sbr. kafla 8) og er síðan í fremstu röð norskra hirðmanna. Hann er „í þeim ráðum“ er Þrændir taka til konungs Sigurð Haraldsson (Msk., 414). Síðar er hann fremstur í liði Sigurðar og sannfærir aðra um að rétt sé að þeir bræður standi saman gegn Sigurði slembi (Msk., 430). Þá gengur hann að eiga Ingiríði ekkjudrottningu og er „mikill styrktarmaður ríkis Inga konungs meðan hann var í barnæsku“. Þykir þá Sigurði bróður Inga á sig hallað og að lokum er Óttar veginn (Msk., 439).

Ekki er lengur nóg að sýna hollustu. Stuðning við einn konung má túlka sem fjandskap við annan. Gregoríus Dagsson styður Inga ákaft gegn bræðrum hans. Enn eru þó til þegnar sem fara bil beggja. Erlingur skakki er sagður „mest hallur í allri vináttu til Inga konungs“ (Msk., 441) en lætur aðra um að bera hitann og þungann af baráttunni við hina bræðurna. Þegar Gregoríus er á flótta undan Eysteini fær Kristín konungsdóttir, kona Erlings, honum langskip og þykir Erlingi hún „vel gjört hafa“ (Msk., 459). Ekki virðist hann þó sjálfur ætla sér að vera í öndvegi í þeim bardaga sem á eftir fylgir. Erlingur er enda sagður „spekingur mikill að viti“ (Msk., 441).

Þessar sögur um þegna snúast allar um sama hlutinn, hvernig skuli fylgja konungi. Konungar þarfnast göfugra og hugdjarfra höfðingja en þeir mega ekki verða „ofjarlar“ og hollusta getur verið vandmeðfarin. Annars væri engin saga.

1 Með „íþróttum" er átt við alls konar hæfileika sem núna myndu heyra undir listir, þar á meðal íþróttir í nútímaskilningi. Hirðmenn Magnúsar góða þekkjast fyrir „kurteislegan róður" (Msk., 120), Sigurður slembir er „allra manna fóthvatastur" (Msk., 411) og „manna best syndur" (Msk., 435), Haraldur gilli getur hlaupið hraðar en hestur (Msk., 397–98) og Eysteinn Magnússon og Sigurður slembir eru góðir að tefla (Msk., 383 og 411). Sbr. Lönnroth, Charlemagne, Hrolf Kraki, Olaf Tryggvason.

2 Sigurður Jórsalafari er einnig gjarn á slík orð (t.d. Msk., 343, 344 og 348). Sigurður slembir er sagður þola pínslir sem drengur góður (Msk., 438) sem vísar þá ekki síður til bardagmanns en heilags manns.

3 Sbr. Jaeger, The Envy of Angels, 106–16. Um orðið kurteis, sjá m.a. Bjarni Einarsson, On the Status of Free Men in Society and Saga, 49.

4 Max Weber greindi milli stjórnunar í krafti slíkra eiginleika (charisma) og þeirrar sem byggðist á valdboðinu einu. Elias (The Court Society, 117–45) hefur sýnt fram á að jafnvel einvaldskonungar 17. aldar þurftu að vera vel færir í mannlegum samskiptum og þá enn frekar konungar í lénskerfi.

5 Einu sinni í sögunni er þess þó getið að Magnús hafi átt til fégirni (Msk., 46) en um leið er tekið fram að hún hafi verið sjaldséð hjá honum.

6 Hér minnir hegðun Gregoríusar á stórmenni (big men) í samfélögum án miðstjórnarvalds sem styrkja stöðu sína einmitt með veisluhöldum (sjá t.d. Helgi Þorláksson, Draumar Dalamanns). Örlæti er í senn dyggð víkingahöfðingja og riddarakonunga, eins og fram kemur í kenningum dróttkvæða (sjá Ármann Jakobsson, Í leit að konungi, 236–39).

7 Sbr. Ármann Jakobsson, Í leit að konungi, 232–36; Ármann Jakobsson, Hákon Hákonarson — Friðarkonungur eða fúlmenni?

8 Sagt er að Ingi Svíakonungur hafi gefið Norðmönnum sem gáfust upp „líf sitt og vopn og klæði og hesta" (Msk., 328). Sbr. Msk., 48, 158, 238, 312 og 379–80.

9 Burnley (Courtliness and Literature in Medieval England, 64–75) telur hinar tvær tegundir mildi helstu dyggðir í hugarheimi hirðmenningarinnar, ásamt stillingu. Um þessar nýju áherslur í manndyggðum er einnig fjallað í bókum Jaegers (The Origins of Courtliness, 28–48; The Envy of Angels, 102–6). Sbr. Sverrir Jakobsson, Uppruni nútímans á 13. öld.

10 Ármann Jakobsson, Í leit að konungi, 179–80. Sjá einnig Sverrir Jakobsson, Griðamál á ófriðaröld, 129–32; Helgi Þorláksson, Kaupmenn í þjónustu konungs.

11 Hér stendur „ef" í útgáfu Finns Jónssonar en Jonna Louis-Jensen hefur lesið „eg" í handritinu.

12 Um friðarviðleitni miðalda og hugtakið konungsfrið, sjá Sverrir Jakobsson, Griðamál á ófriðaröld; sami, Friðarviðleitni kirkjunnar á 13. öld. Um skyldur konunga gagnvart stéttum sem börðust ekki, t.d. klerkum og kaupmönnum, sjá Ármann Jakobsson, Í leit að konungi, 179–80.

13 Um dómarahlutverk konunga hef ég áður fjallað (Í leit að konungi, 180–85). Einna athyglisverðust umræða um konunga, málarekstur og lög er í Þingasögu og væri efni í sérstaka rannsókn.

14 Um slíkt má fræðast í yfirlitsritum, t.d. Paravaccini, Die ritterlich-höfische Kultur des Mittelalters; Keen, Chivalry, 64–82, 125–42 og 179–218.

15 Um töluna tólf í bókmenntum og þar á meðal tólf manna flokk í fylgd höfðingja, sjá Laugesen, Syv – Ni – Tolv, 39–48. Sbr. Andersson, Composition and Literary Culture in Þiðreks saga, 10–12.

16 Sú er raunin í jafn ólíkum sögum og Þiðrekssögu, Karlamagnússögu, Hálfssögu og Hálfsrekka og Hrólfssögu kraka (sjá m.a. Ármann Jakobsson, Le Roi Chevalier, 146–47).

17 Um þetta hef ég áður fjallað (Í leit að konungi, 257–64 og 212–22). Sbr. Bagge, From Gang Leader to the Lord's Anointed, 20–49. Þetta er ekki síst áberandi í herferðum Haralds harðráða (Msk., 155, 159 og 163) en sjá má dæmi þessa í herferðum annarra konunga, s.s. Magnúsar berfætts og Sigurðar Jórsalafara.

18 Sverrissaga fjallar ekki síður um skipti konunga og þegna. Á hinn bóginn má líta svo á að í sögunni ríki stöðugt stríðsástand og í Morkinskinnu eru fleiri dæmi um skipti konunga og þegna í friði.

19 Bisgaard, Tjenesteideal og fromhedsideal, 23–40. Slík þjónustulund var ekki bundin við hirðsamfélög. Sjá má dæmi um hana í íslensku höfðingjasamfélagi 13. aldar (sbr. Jón Viðar Sigurðsson, Heimili, þingmennska, frændur og vernd á þjóðveldisöld, 107–8; Einar Ól. Sveinsson, „Ek ætla mér ekki á braut“).

20 Slík húsbóndahollusta er víða lofuð í miðaldasögum, t.d. í Hákonarsögu þar sem Heinrekur byskup í Stafangri heitir trúnaði sínum í stóru og smáu (Hákonar saga Hákonarsonar, 37).

21 Hér er dæmi um gegnd (reciprocité) í mannlegum samskiptum sem samfélagsfræðingar hafa beint sjónum að hin síðari ár. Sjá m.a. Burke, History and Social Theory, 69–71.

22 Í Morkinskinnu kemur iðulega fram að ekki er sama hvernig farið er að hlutum. Í Geirsteinsþætti er sagt frá tveimur sendimönnum Sigurðar munns. Annar „leitar eftir viturlega með mikilli góðgirnd“ en hinn ber fram erindi sitt „með meiri freku og ákefð“ (Msk., 451) og gerir illt verra.

23 Átök feðra og sona eru minni í Íslendingasögum og geta falið í sér átök gamalla og nýrra siða (Schach, Some Observations on the Generation-Gap Theme). Túlka má deilu Einars og Eindriða sem dæmisögu um hvatvísi æskunnar og visku ellinnar. Um þjóðfélagsstöðu æskumanna, sjá Duby, Les «jeunes» dans la société aristocratique; sbr. Marchello-Nizia, Courtly Chivalry; Pastoureau, Emblems of Youth; Stock, The Implications of Literacy, 476–89.

24 Ekki er ljóst hvað varð um jarlsnafnið sem Kálfi var heitið. Kannski er gefið til kynna að Kálfur hafi þegar hér er komið sögu verið orðinn þreyttur að bíða eftir efndum.

25 Um Kálf hefur Fleischhauer ritað bók (Kalf Arnason) og vill tengja sagnir af Kálfi hetjukvæðum.

26 Bárður upplenski biður Harald að muna „skap Halldórs og stirðlæti“ (Msk., 151) en í þættinum koma skapbrestir konungs einnig skýrt fram.

27 Síðar má segja að Þórir fái nokkra uppreisn þar sem Eysteinn konungur gengur að eiga dóttur hans (Msk., 354). Andersson hefur bent á að í sögunni sé byggt á heimildum sem rekja megi til ættar Steigar-Þóris og kunni það að skýra ákveðna samúð með honum (Morkinskinna, 429, 437 og 448).

15. Sjálfsmynd Íslendings

15.1 Íslensk og norræn sjálfsmynd

„Nú skal jafnmæli með okkur," sagði konungur. „Skaltu nú standa upp og leggja af þér skikkju, og vil eg sjá þig." Hreiðar fleygir af sér feldinum og hefir saurgar krummur, maðurinn hentur mjög og ljótur en þvegnar heldur latlega. Konungur hyggur að honum vandlega (Msk., 128–29).

Þegar Hreiðar heimski hefur hringsólað um Magnús góða fær konungur að horfa á móti og söguhlýðendur með. Augun beinast að stórum og skítugum höndum Íslendingsins. Ekki er laust við að skíturinn leiði hugann að kolbítnum, ævintýrahetjunni sem að lokum vinnur hálft konungsríkið og prinsessuna. Slíkur kolbítur er Hreiðar en hnossið sem hann hlýtur er ekki prinsessa heldur vinátta konungs. Er þeir skiljast vill Magnús gefa honum hólm einn úti fyrir Noregi með góðum grösum og er gott land þó að ekki sé mikið. Hreiðar svarar til: „Þar skal eg samtengja með Noreg og Ísland" (Msk., 136). Konungi líst ekki á og ræður að gefa Hreiðari fé í staðinn enda muni Hreiðari ekki óhætt í Noregi.[1] Hreiðar talar hér digurbarkalega sem fulltrúi Íslands og má hafa gaman af. En öllu gamni fylgir nokkur alvara. Í Morkinskinnu eru Ísland og Noregur samtengd.

Í Noregi er Íslendingurinn hinn heimski eða ókunni sem að verulegu leyti leggur til sjónarhorn sögunnar, ekki síst í þáttunum. Það sjónarhorn er einnig höfundar sem líklega er sjálfur íslenskur og hefur verið í sporum Hreiðars heimska fyrst þegar hann kom til Noregs. Sagnarit hafa manngerðarhlutverk og þar á meðal við að móta sjálfsmynd.[2] Þau eiga sér rót í ævi og sjálfsskilningi höfunda sinna. Í þáttum um Íslendinga sem koma til Noregs og eru í þjónustu konungs rekur höfundur Morkinskinnu óbeint eigin sögu og ræðir það sem nú heitir vandi þess og vegsemd að vera Íslendingur.[3] Morkinskinna fjallar ekki aðeins um konunga heldur einnig Íslendinga í Noregi.

Þegar sagt er frá mannfalli í liði Magnúsar blinda kemur þetta fram: „Þá féllu tveir íslenskir menn, Sigurður prestur son Bergþórs Mássonar, annar Klemet son Ara Einarssonar" (Msk., 434). Ekki aðeins er sérstaklega minnst á Íslendinga í þessum stórviðburðum heldur eru þeir ættfærðir svo að söguhlýðendur þekki þá.[4] Þeir verða merkilegir fyrir að vera í útlöndum. Eins er sagt frá að Auðunn sé vestfirskur og Sneglu-Halli norðlenskur þó að ekki séu þeir ættfærðir (sbr. kafla 2). Greinilega skiptir máli hvaðan af Íslandi menn koma.

Morkinskinna er vitnisburður um íslenska sjálfsmynd á miðöldum. En orðin þjóðerni og þjóðarvitund eru varasöm. Íslenskir menn voru ekki aðeins Íslendingar heldur einnig kristnir menn, Dalamenn eða Sturlungar. Ekki fyrr en komið er til útlanda skipti máli hvort menn voru Danir, Norðmenn eða Íslendingar og þegar enn lengra kemur hættir það á ný að skipta máli. Í Miklagarði voru Íslendingar hluti norrænna manna:

> En mikill fjöldi var þar áður fyrir Norðmanna, er þeir kalla Væringja. Þar var sá maður íslenskur er Már hét og var Húnröðarson, faðir Hafliða Mássonar, [...] (Msk., 60).

Eins er Húsvíkingurinn Eldjárn kallaður Norðmaður í Englandi (Msk., 325). Það er fyrst og fremst í Noregi sem það skiptir máli að vera Íslendingur en það þarf ekki að merkja andstöðu við Noregskonung og veldi hans. Íslenskt þjóðerni fólst ekki í stjórnarfarslegu sjálfstæði Íslands heldur fremur í sjálfsvitund íslenskra manna í Noregi.[5]

Eins mótast sjálfsmynd norrænna manna í fjarlægum löndum. Framandi lönd eru mikilvæg mælistika á sjálfsmyndina. Það kemur einna skýrast fram í deilum Væringja undir forystu Haralds harðráða (sem kallast þá Norðbrigt) og Gyrgis, frænda drottningar:

> er þeir settu landtjöld sín tók Norðbrigt og hans menn þann tjaldstað er yfir var öðrum tjöldum. Þá kom til höfðinginn Gyrgir og bað Væringja flytja í burt tjöld sín. Norðbrigt segir: „Ekki er það réttlegt og ekki hefir það verið Væringja háttur að flytjast í dalverpi undan Girkjum“ (Msk., 62).

Haraldi þykir eðlilegt að norrænir menn hefji sig yfir Grikki. Þó eru þeir aðkomumenn í mesta stórveldi heimsins. Greinilega eiga norrænir menn engum að lúta. Íslenskt þjóðerni skiptir engu máli í Miklagarði en norrænt þjóðerni gerir það; þar hópast norrænir menn saman. Meðal Grikkja eiga norrænir menn þar að auki samleið með öðrum rómversk-katólskum mönnum; Norðbrigt er ekki aðeins leiðtogi norrænna manna í herferðum fyrir stólkonung heldur fylgja honum „latínumenn“ (Msk., 64).[6]

Frásögnin um utanferð Sigurðar Jórsalafara (sbr. kafla 7 og 13) varpar ekki síður ljósi á Noregskonunga og Norðmenn sjálfa. Í slíkum ferðasögum máta menn sjálfa sig við heiminn. Þó að glæsibragur í Miklagarði sé mun meiri en á norðurhjara eru konungarnir tveir jafnir. Sigurður og þar með Noregur vaxa af þessari ferð. Oft er minnst á Norðmenn og afrek þeirra af stolti og ferðin er sýning á norrænni hæversku og hermennsku (Msk., 341–43, 348).[7] Í stríðum við Dani og Gauta virðast Norðmenn ein heild. Algengt er þá að andstæðingum sé niðrað undir þjóðaheiti en átt við fylgismenn ákveðins konungs. Iðulega eru Norðmenn í liði Dana og Svía og herinn jafnvel allur á vegum norsks konungs eins og þegar Magnús blindi og Sigurður slembir reyna að steypa Haraldssonum. Þó eru þess dæmi að þjóðum séu eignaðir ákveðnir eiginleikar. Haraldur harðráði sakar Dani um að vera gjarnari á að reka svín en berjast (Msk., 162) og Gautar virðast litlir hermenn (Msk., 229–30, 417).[8] Þó að Magnús góði sé konungur í Danmörku og telji sig eiga rétt til lands þar (Msk., 142) metur hann eigin ættjörð meira (Msk., 93) og Dönum þykir munur á Magnúsi og eigin konungum þó að hann sé vel liðinn (Msk., 37, 137).

Talsvert ber á ríg innan Noregs. Einkum líta Þrændir stórt á sig, kalla sig „höfuð Noregs“ og auðvelt er að höfða til metnaðar þeirra: „Þrændir voru þá og ríkir menn en nú skulu þeir vera þrælar konungs greifa hér í Noregi“ (Msk., 25). Í sögubyrjun fylgja þeir Einari þambarskelfi og gera enn þegar Haraldur harðráði reynir að hvetja menn sína til hernaðar í Danmörku (Msk., 145). Síðar skiptist landið oft milli konunga. Eftir lát Ólafs kyrra ber fyrst á raunverulegum klofningi. Þá fylgja Þrændir Hákoni Þórisfóstra en ekki Magnúsi berfættum og efla síðan annan mann til ríkis gegn Magnúsi (Msk., 297–99). Þegar synir Magnúsar deila landinu er Eysteinn konungur Þrænda og í Þingasögu kemur fram að hver landshluti hefur eigin lög. Síðar er Sigurður Haraldsson konungur Þrænda og þá verður vart fæðar Víkverja og Björgvinjarmanna í garð Þrænda (Msk., 429). Aðrir Norðmenn eru ekki jafn stórlátir en þó þarf Haraldur harðráði að brjóta niður Upplendinga þegar þeir vilja réttarbætur umfram aðra í Noregi (Msk., 187). Síðar í sögunni er þess sérstaklega getið að Upplendingar hafi flúið úr lokaorustu Magnúsar berfætts í Úlastíri (Msk., 334–35).

Sjálfsmynd hvers manns er samsett. Í Noregi eru menn Þrændir, í her Magnúsar konungs Norðmenn en í Miklagarði norrænir menn.[9] En mikilvægasta þjóðin í Morkinskinnu eru Íslendingar. Sagan snýst öðrum konungasögum fremur um hlutskipti Íslendinga í Noregi sem er mun mikilvægara fyrir umræðu um íslenskt þjóðerni en líf þeirra á Íslandi. Þar munar mest um Íslendingaþættina svokölluðu. Fara þeir þá að skipta máli sem þáttaklasi í sögunni um íslenska hirðmenn og stað þeirra í heiminum.

15.2 Eigi verri ætt á Íslandi

Haraldur harðráði er sá konungur Morkinskinnu sem mest kveður að. Í sögu án aðalpersónu kemst hann næst því að vera aðalpersónan. Margir þættir eru í sögu hans, þar á meðal flestallir þar sem Íslendingar eru í aðalhlutverki því að Haraldur konungur er Íslandsvinur. Í lýsingu hans fær sá þáttur verulegt rými:

> Hann hefir verið allra Noregskonunga vinsælastur við Íslendinga. Þá er á Íslandi var mikið hallæri, þá sendi Haraldur konungur fjögur skip og hlaðin öll með mjöl og kvað á að ekki skippund skyldi dýrra en þrem mörkum vaðmála. Hann leyfði utanferð öllum fátækum mönnum, þegar er þeim fengist vistir um haf og fór fjöldi utan fátækra manna, og þaðan í frá nærðist landið til árferðar og batnaði, er áður var að þrotum komið af hallæri því er á gekk. Haraldur konungur sendi út til Íslands klukku til kirkju þeirrar er hinn heilagi Ólafur konungur sendi viðinn til og aðra klukkuna, og sú kirkja var sett á Þingvelli þar sem alþingi er sett. Þvílíkar menjar hafa menn hans á Íslandi og þar með margar stórgjafir er hann veitti þeim er hann sóttu heim. Úlf Óspaksson, íslenskan mann, hann gjörði Haraldur konungur stallara sinn og veitti honum þar með hinn mesta metnað og valdi honum kvonfang virðulegt, Jórunni Þorbergsdóttur Árnasonar (Msk., 170).

Úlfur fylgir konungi frá æskuárunum í Miklagarði og deyr rétt á undan honum, þegar herförin til Englands er í bígerð. Þá segir Haraldur: „Hér liggur nú sá maður er dyggvastur var og drottinhollastur“ (Msk., 265). Úlfur er fyrirmyndarþegn en konungur velgjörðamaður hans og svili þar sem hann velur honum systur drottningar að kvonfangi. Tekið er fram að orð Haralds séu Úlfi „gott vitni“ (Msk., 265) og það gildir um Íslendinga yfirleitt. Úlfur er Íslandi til sóma. Orð Haralds eru eflaust ekki síst tilfærð þess vegna.

Því fer þó fjarri að skipti konungs og Íslendinga í sögunni séu eitt allsherjar lofdýrðarkvæði. Þvert á móti kemur einatt til átaka og spennu. Í fyrsta Íslendingaþætti sögunnar neitar Þorsteinn Síðu-Hallsson að gjalda Magnúsi góða landaura og lætur hið sama gilda um fylgdarmenn sína. Fyrir þetta gerir Magnús Þorstein útlægan en tekur hann þó í sátt að lokum. Ekki vegna hans sjálfs þó að Eindriða Einarssyni þyki „gott mannkaup“ í Þorsteini (Msk., 112) heldur til að halda vináttu við Einar þambarskelfi. Síðar kemur Þorsteinn á fund Magnúsar konungs á banabeði og biður hann nafns þar sem konungur eigi ekkert annað eftir að gefa. Konungi þykir „þó nokkur svo djörfung ótignum mönnum að kalla börn sín eftir mér“ en vill þó ekki neita Þorsteini nafnsins (Msk., 143).

Næsti Íslendingaþáttur fjallar um Arnór jarlaskáld sem einnig ber sig djarflega við konunga en ekki síður norska hirðmenn: „nú er hann kom að stofunni, þá mælti hann við dyrvörðu: „Gefið rúm skáldi konunga““ (Msk., 116). Arnór kallar sig skáld konunga og þvær ekki einu sinni af sér tjöruna þegar hann gengur fyrir konunga. Ekki er laust við að lýsing hins kokhrausta Íslendings sé kímni blandin. Arnór reynist þó kunna að feta það þrönga einstigi að gæta virðingar konunganna beggja (sbr. kafla 6). Verður hann vinur þeirra og vinátta konungs er jafnan góður mælikvarði á ágæti manna.[10]

Í fyrstu virðast varla finnast ólíkari Íslendingar en hinn veraldarvani Arnór og Hreiðar heimski. Í Hreiðarsþætti er formgerð sögunnar lýst á táknrænan hátt en um leið er lýst Íslendingi við norsku hirðina. Er Hreiðar þar persónugervingur íslensku þjóðarinnar. Það skilja Íslendingar því að þegar fréttist að hann ætli með bróður sínum til Noregs „firna allir Þórð um, ef hann flytur utan afglapa“ (Msk., 125). Hreiðar þykir ekki góð landkynning en konungur vill hitta hann þegar hann heyrir um hann. Hreiðar áttar sig ekki á því hvað liggur þar á bak við: „er Hreiðar heyrði sagt að konungur vildi hitta hann, þá gengur hann uppstert mjög og nær á hvað sem fyrir var og var hann því óvanur að konungur hefði beiðst fundar hans“ (Msk., 127). Hann hegðar sér nánast eins og barn. Ekki verður þó séð að þjóðin bíði álitshnekki. Þvert á móti reynist Magnús konungur skilja stöðu hins ókunna og heimska við hirðina og spáir að úr muni rætast.

Halldór Snorrason er á hinn bóginn gamall fylginautur Haralds konungs harðráða og staða hans ólík stöðu Hreiðars. Í Halldórsþætti má þó greina fordóma gegn Íslendingum. Norskur skipstjóri, Sveinn úr Lyrgju, þykkist við þegar konungur vill gera Halldór að skipstjóra: „Eigi kom mér það í hug að þú mundir íslenskan mann til þess velja en taka mig frá skipstjórn“. Virðist einsætt að Sveinn telji Íslendinga annars flokks en konungur svarar: „Hans ætt er eigi verri á Íslandi en þín hér í Noregi og eigi hefir enn alllangt síðan liðið er þeir voru norrænir er nú byggja Ísland“ (Msk., 152). Eflaust þætti nú á dögum eðlilegra að vísað væri til sérstöðu Íslendinga en Haraldur tekur öndverðan pól í hæðina, segist telja Íslendinga sem hverja aðra Norðmenn og vill gera vel við þá af þeim sökum.

Andúð á Íslendingum kemur fram víðar. Hlegið er að Auðuni vestfirska í Danmörku (Msk., 184). Þegar Íslendingur skemmtir með æskuævintýrum Haralds harðráða „ræða margir um að þó sé djörfung í þessu er hann, Íslendingur, segir þessa sögu“ (Msk., 200). Sérstaklega er minnst á uppruna mannsins. Það skiptir greinilega máli að Íslendingur geri sig breiðan við hirðina með sögum sínum. Síðar vill oflátinn Ingimar niðurlægja Ásu-Þórð og „lést eigi mega heita lendur maður ef hann hefði eigi við stafkarlinum einum íslenskum" (Msk., 361–62). Þykir honum konungur draga „fram hluta mörlandans" (Msk., 364). Þegar slíkrar andúðar verður vart standa konungar jafnan með Íslendingum og gæta réttar þeirra, eins og þegar Haraldur áminnir Svein úr Lyrgju.

Þó hafnar Haraldur segli frá Þorvarði krákunefi og segist hafa þegið „segl að yður Íslendingum" sem hafi reynst illa (Msk., 201). Hér setur hann alla Íslendinga undir einn hatt. Á því er þó ráðin bót og almennt tekur konungur málstað Íslendinga. Þetta er kjarnaatriði í Morkinskinnu: Íslendingar eru fjölbreyttir og meta á þá eftir verðleikum en ekki sem hóp. Tveir nafnlausir Íslendingar koma fyrir í þáttum sem gerast á tíð Haralds harðráða. Annar er sá sögufróði (Msk., 199) en hinn Norðlendingur sem hegðar sér kjánalega og er að lokum sendur úr landi af Einari þambarskelfi og sagt að koma „eigi til Noregs meðan Haraldur konungur er yfir landi" (Msk., 174). Saga þessa kjána sýnir að Íslendingar eru af ýmsu sauðahúsi.[11] Almennt reynast þeir þó atgjörvismenn og sögur þeirra fara vel. Það gildir um Hreiðar heimska, Auðun vestfirska og Brand örva. Smáþættir um Gissur Ísleifsson (Msk., 251) og Magnús Einarsson (Msk., 404–5) sýna einnig hversu mikils norsku konungarnir meta ættgöfuga Íslendinga.

Þættirnir um Sneglu-Halla (Msk., 234–47) og Stúf (Msk., 251–54) sýna hvernig Íslendingar komast í náð konungs með orðheppni og skáldskaparfimi en hvorttveggja er íþrótt að skapi Haralds harðráða. Sneglu-Halla er „svo farið að hann var skáld og foryfldist heldur fás í orðum sínum" (Msk., 234). Þegar Halli fer „á fund konungs og kveður hann" bendir konungur honum á að hirðin sé erfið „útlendum mönnum" (Msk., 235). Halli reynist enda kenjóttur og verður konungur styggur við: „Hvað skyldir þú fara utan af Íslandi til ríkra manna og gjörast svo að undrum" (Msk., 237). Enn er uppruni Íslendingsins dreginn fram og beitt sem svipu á hann. Halli er hálfgert viðundur við hirðina, grófur og ósiðaður og varla í húsum hæfur. Hann kemst þó í náð konungs sem stefnir saman þeim Þjóðólfi skáldi, tveimur Íslendingum sem virðast í fljótu bragði fjarska ólíkir. Þjóðólfur er virðulegt dróttkvæðaskáld og hirðmaður en Halli klámhundur og orðhákur sem alla fágun skortir. En þegar betur er að gáð eru þeir báðir fátæklingar frá Íslandi, með fortíð sem er verulega á skjön við dýrð hirðarinnar (Msk., 239–41). Konungur virðist þó hafa skilning á því. Halli er í húsum hæfur vegna þess að konungur vill það.

Íslenskur uppruni Stúfs kemur einnig við sögu í þætti hans. Konungur er fljótur að sjá að hann er íslenskur en gerir svo gys að viðurnefni föður hans sem var Þórður köttur, fóstri Snorra goða.[12] Þá hlær Stúfur með sjálfum sér og tekst án þess að spotta Harald að minna hann á að sjálfur eigi hann föður með óvirðulegt auknefni. Síðan skemmtir Stúfur konungi svo vel að hann fær hirðvist en fyrst þarf konungur að leita samþykkis hirðmanna (Msk., 251–54). Í þessu tilviki er það auðfengið en stundum er Íslendingum illa tekið af öðrum hirðmönnum. Þurfa þeir því að koma sér áfram, oft með orðheppnina og skáldskaparlistina eina að vopni. Sú flétta er í Þórarinsþætti stuttfelds sem gerist á dögum Sigurðar Jórsalafara (Msk., 385–87). Halli, Stúfur og Þórarinn eru allir skáldmæltir, eins og Arnór jarlaskáld. Skáldgáfan er höfuðdyggð Íslendinga og er áfram mikilvæg við hirðina þó að Haraldur harðráði sé horfinn af sviðinu. Eysteinn Magnússon er ekki síst vinur Ívars Ingimundarsonar vegna þess að það er „margskonar skemmtan" að orðum hans (Msk., 355) og Einar Skúlason nýtur hylli konunga vegna fimi í skáldskap. Hann er þó annað og meira en skemmtikraftur; kemur fyrst við sögu þegar Sigurður Jórsalafari sendir hann að kanna mál; gefur þá að sjálfsögðu skýrslu í bundnu máli (Msk., 375). Mestur er vegur hans þó með Eysteini Haraldssyni; þá er hann stallari (Msk., 446) og ráðgjafi í deilum við Inga konung – sem gefur ráð í bundnu máli (Msk., 458). Þó að Einar tali í ljóðum er hann tekinn alvarlega. Skáldið gegnir hlutverki við hirðina sem sendiboði og allsherjar diplómat; nýtur trausts einmitt vegna þess að orðin eru einu vopn hans.[13]

Með Einari Skúlasyni er hringnum frá Úlfi stallara lokað. Úlfur og Einar eru ekki aðeins jafngóðir og norskir hirðmenn heldur betri. Báðir eru trúnaðarmenn konunga sinna. Þeir virðast njóta þjóðernis; sem Íslendingar eru þeir engum háðir í Noregi nema konungi og því getur hann treyst betur á þá en aðra. Um leið sýnir traust konungs ágæti Íslendinga. Þeir fóta sig við hirðina vegna eigin hæfileika.

Í Landnámu segir að gildi rits af því tagi felist í að „vér þykjumsk heldr svara kunna útlendum mǫnnum, þá er þeir bregða oss því, at vér séim komnir af þrælum eða illmennum, ef vér vitum várar kynferðir sannar."[14] Í íslenskum miðaldasögum sjást ýmis dæmi þess að Íslendingar viti að umheiminum þyki lítið til þeirra koma. Í ýmsum Íslendingasögum kemur fram að landnámsmönnum hafi þótt Ísland fjarlægt og ómerkilegt.[15] Þá kemur víða fyrir niðrunaryrðið mörlandi.[16] Í Morkinskinnu, eins og í ýmsum öðrum íslenskum miðaldasögum, er brugðist við þessu.[17] Íslendingar sögunnar eru misjafnir og sumir reynast illa. Stundum fá aðrir landar að gjalda þess. Meðal helstu eiginleika íslenskra hirðmanna eru höfðingjadirfska og vald á skáldskap og skemmtun.[18] Virðist þetta hluti af almennri goðsögn um Íslendinga sem fram kemur í þeim orðum Magnúsar góða að þeir séu „hugkvæmir“. Hún sést einnig í frásögnum í Íslendingasögum af Íslendingum sem ganga djarfir á fund konungs og eru sagðir „einráðir“.[19] En þrátt fyrir það sérlyndi er leiðin til metorða í lífinu bundin konungi og hirð hans.[20]

Höfundur Morkinskinnu hefur áhuga á undarlegum mönnum (sbr. kafla 9). Þrátt fyrir sérlyndið — og stundum vegna þess — eru Íslendingar skemmtilegir og þarfir þegnar konungs. Þó að stundum megi greina spennu vegna uppruna Íslendinga er reglan sú að þeir séu jafngóðir þegnar og aðrir — og stundum betri.

15.3 Þroskasaga á tveimur hæðum

Í Morkinskinnu eru Íslendingar oft í stöðu smælingjans. En til eru aðrir smælingjar. Einn slíkur er Karl vesæli. Hjá honum sér Jarisleifur mun á ætt og mannkostum: „þú ert vitur maður þótt þú sér smárrar ættar“ (Msk., 8). Óttar birtingur er annar slíkur þegn sem reynist betri en ætt sín (sbr. kafla 8). Bæði Karl og Óttar komast til metorða sakir þjónustu við konung og það er eina leið hins ættsmáa á tindinn. Þetta gildir ekki síst um Íslendinga. Í norsku samfélagi eru þeir framandi og það er jafnan erfitt hlutskipti.[21]

Hlutverk konungsins er að jafna rétt smárra og stórra, útlendinga og Íslendinga. Það kemur fram víða í sögunni, t.d. í Auðunarþætti, þætti um sögufróðan Íslending, Sneglu-Hallaþætti og Þórarinsþætti stuttfelds. Almennt eru konungar jákvæðir í garð Íslendinga og standa með þeim gegn öfundarmönnum. Haraldur harðráði er þó mestur vinur Íslendinga, eins og hamrað er á. Íslendingaþættir Morkinskinnu snúast um konung og Íslendinga og greina samband þessara tveggja lykilpersóna sögunnar. Niðurstaðan er að Íslendingar reynast konungum oftast vel og öfugt. Undantekningar eru þó á því. Haraldi er illa við Hreiðar heimska og það slitnar upp úr vináttu konungs og Halldórs Snorrasonar. Haraldur á til að hlaupa á sig en er oftast komið á beinu brautina aftur. Þannig lyktar Arnórsþætti jarlaskálds, Brandsþætti örva og Þorvarðarþætti krákunefs á farsælan hátt.

Theodore M. Andersson telur gæta neikvæðni í garð konunga í Morkinskinnu, einkum þeirra sem herskáir eru.[22] Vitaskuld eru þess dæmi. Hvergi kemur þó fram að deilur Íslendinga við konung tengist uppruna þeirra. Óvildin er einna mest í Halldórsþætti en þó er það einmitt þar sem Haraldur konungur styggist þegar hallað er á Íslendinga. Þar tekur hann fram það sem einnig þykir þörf á að ítreka í Landnámabók, að ætt Halldórs sé ekki verri á Íslandi en Sveins úr Lyrgju í Noregi (Msk., 152). Svo virðist sem Morkinskinnuhöfundi þyki rétt að íslenskur aðall sé ekki síður metinn en norskur.

Sjónarhorn Morkinskinnu er að vísu íslenskt en einnig býsna nálægt konungum sögunnar. Íslendingunum er sjaldnast fylgt eftir frá Íslandi heldur koma þeir skyndilega til hirðarinnar og horft er á þá frá norsku sjónarhorni. Algengasta gerðin af Íslendingi sem sést í þáttunum er sú sem Sighvatur skáld, Arnór jarlaskáld, Brandur örvi, Ívar Ingimundarson og Einar Skúlason eru góðir fulltrúar fyrir. Sá Íslendingur er sigldur. Hann er siðfágaður heimsmaður sem kann að hegða sér í návist konunga og er diplómat fram í fingurgóma. Einar gegnir beinlínis slíku hlutverki í sögunni og Sighvatur, Arnór og Brandur ná allir að leysa hárfínar jafnvægislistir á glæsilegan hátt. Allir eru þessir menn skáld en ekki aðeins eru orð þeirra list heldur eru þeir sjálfir listaverk í þeirri menningu þar sem sjálfur maðurinn, fágun hans og góðir siðir, er meginmarkmið allrar kennslu. Þeir eru fullkomnir hirðmenn, fágaðir og listrænir og njóta virðingar við hirðina.[23]

Ole Bruhn hefur fært rök fyrir að hinn nýi heimur sem Morkinskinnuhöfundur hefur augastað á hafi einkennst af frelsi til að velja sér lífsstíl og sjálfsmynd (sbr. kafla 10). Þá kusu margir að leita til hinnar fornu dróttkvæðalistar og verða skáld sem þreifst í hinum nýja heimi hirðarinnar en holdgerði um leið horfinn heim fornrar skáldskaparlistar.[24] Fyrir Íslending við hirð Noregskonungs voru skáldskapur og sagnalist verðmæti sem ekki var hægt að ganga að gefnum. Kurteisi skáldanna Sighvats, Arnórs, Ívars og Einars felst ekki síst í skáldskapnum. Þeir yrkja ekki aðeins kvæði heldur eru þeir skáld.[25] En sjálfsmynd þeirra sameinar bæði gamalt og nýtt; þeir eru ekki einvörðungu skáld heldur hirðmenn. Brandur örvi þarf ekki kvæði til að komast í náðina, hann sýnir fágun í hegðun sinni, klæðaburði og ekki síst örlætinu. Umfjöllun sögunnar um Íslendinga í þjónustu konungs ber þannig vitni áhuga á skáldunum sjálfum, ekki síður en skáldskap þeirra.[26]

Líklegt má teljast að höfundur Morkinskinnu sé af svipuðu tagi og þessir menn. Íslendingur var hann, víslega sigldur, afar sennilega hirðmaður og um list hans er Morkinskinna sjálf rækur vitnisburður. En á bak við er önnur saga. Fágaður og kurteis heimsmaður eins og Sighvatur, Arnór eða Einar Skúlason sprettur ekki alskapaður úr höfði Seifs. Á bak við hvert jarlaskáld er önnur saga, saga Hreiðars heimska. Þó að höfundur Morkinskinnu og aðrir íslenskir hirðmenn Noregskonungs á 13. öld hafi getað séð sjálfa sig í Sighvati og Arnóri hefur þeim eflaust fremur liðið eins og Hreiðari heimska, Auðuni vestfirska eða Sneglu-Halla þegar þeir komu fyrst til útlanda. Á bak við hvern fullorðinn fágaðan hirðmann er barnið sem ekkert skildi og skar sig úr við hirðina. Líklegt er að hluti hlýðenda Morkinskinnu hafi fremur verið í stöðu þessa barns sem þekkir ekki heiminn. Jafnvel höfundur sjálfur veit af Hreiðari heimska innra með kurteisu skáldi konunga.

Saga Íslendinga Morkinskinnu er þroskasaga á tveimur hæðum þar sem sjá má annars vegar Hreiðar heimska en hins vegar Arnór jarlaskáld. Þeir eru sami maður en á milli er ginnungagap kurteisrar hirðmenntunar sem skilur að skáld og kolbít. Arnór jarlaskáld er vitaskuld óvenjulegur hirðmaður, hálfgerður trúður sem mætir tjörugur til konunga og kveður þá vel. En tök hans á kurteisi valda því að hin kynlega hegðun er kostur en ekki galli, hann hefur náð tökum á eigin annarleika og klæðist honum eins og gervi. Arnór skilur formgerð hirðarinnar og færir sér í nyt trúðshlutverk Íslendingsins. Í því felst kurteisi hans. Hann vekur aðdáun fyrir að vera öðruvísi en Hreiðar verður fyrir aðkasti sakir annarleika. Þeir geta vart verið ólíkari en eru þó sami maður, fyrir og eftir hirðvist.

Þetta sést í sögu Þjóðólfs Arnórssonar sem er kurteist hirðskáld konunga og fyrirlítur ósiðaða Íslendinga eins og Sneglu-Halla. En á bak við kurteist gervi er uppruni í sárri fátækt, ómegð og beiningum á Íslandi. Þegar Halli segir að Þjóðólfur hafi étið föðurbana sinn má skynja klið fara um hirðina enda slíkt í engu samræmi við fágað og skrautlegt hirðlífið. Síðan kemur á daginn að Þjóðólfur bjó við sult og seyru í bernsku. Faðir hans gat ekki framfleytt fjölskyldu sinni og var efnt til samskota á héraðsþingum þar sem einn höfðingi er svo „stórlátur“ að hann gefur kálf til fjölskyldunnar. Faðirinn er hins vegar slíkur klaufi að honum tekst að láta kálfinn hengja sig enda með hann í taug sem hann hefur smeygt um háls sér. Síðan draga börnin kálfinn heim og snæða hann (Msk., 240–41). Allt er þetta skammarlegt fyrir Þjóðólf: hin sára fátækt, ölmusugjafirnar og hæðileg örlög föðurins. Um leið er þessi saga til marks um að hann lifir tvöföldu lífi. Hann er skáld konunga og þykist hafinn yfir Sneglu-Halla. En hann er tveir menn. Á bak við skáldagrímuna er munaðarlaust barn sem lifði á sníkjum á úthjara. Það er engin furða að Þjóðólfur reiðist og vilji höggva Halla. Í sögunni er afhjúpað að í gervi hins fágaða hirðskálds er fátækur og ósiðaður eyjarskeggi.

Sú sjálfsmynd Íslendingsins sem fram kemur í Morkinskinnu er tvöföld. Þar kemur fram annarleiki eyjarskeggjans og smæð erlendis en einnig að Íslendingar eru gagnlegir og góðir þegnar konungs, ekki síst í krafti skáldskapar og sagnalistar. Saman fara minnimáttarkennd og sjálfsöryggi sem togast jafnan á; öðru hvoru hefur Arnór betur, síðan Hreiðar. Hjáleigubúinn er í stöðugri leit að viðurkenningu hins stóra og vill öðlast hana með því að teljast jafngóður honum. En um leið vill hann vera öðruvísi.

1 Andersson (Morkinskinna, 433) telur að þessi einkennilega hugmynd „suggests some larger theme"; hér megi greina „a real parodistic edge" þar sem vísað sé til kröfu Ólafs helga um að fá Grímsey að gjöf frá Íslendingum.

2 Sbr. Davíð Erlingsson, Saga gerir mann.

3 Eins og Sigurður Nordal orðaði það (Íslenzk menning I, 39).

4 Algengt er að rætt sé um íslenska menn og málefni af kunnugleik. Í frásögn um dvöl Sigurðar slembis hjá Þorgils Oddasyni er greinilega reiknað með að söguhlýðendur kannist við Þorgils (Msk., 409–10).

5 Hér er byggt á athugunum Sverris Jakobssonar (Hvers konar þjóð voru Íslendingar á miðöldum?; Defining a Nation in the Middle Ages). Athyglisverð greining á sköpun slíkrar hópvitundar í sagnaritun er hjá Fentress og Wickham (Social Memory) sem nota íslenska miðaldasamfélagið sem dæmi (162–72).

6 Dæmi um samstöðu latínumanna eru sjaldgæf í íslenskum miðaldaritum (sbr. Sverrir Jakobsson, Hvers konar þjóð voru Íslendingar á miðöldum?, 122) en kunna að skírskota til átaka í Miklagarði milli Grikkja og latínumanna í upphafi 13. aldar.

7 Sbr. Msk., 234. Óvíst er hvort átt er við Norðmenn sérstaklega eða hvort bornir eru saman norrænir menn og suðrænir, sbr. Sverrir Jakobsson, Hvers konar þjóð voru Íslendingar á miðöldum?, 129–30. Ekki þarf heldur að vera að enskur vagnkarl greini á milli Styrkárs stallara og Dana þó að hann kalli hann Norðmann (Msk., 280).

8 Sjá einnig m.a. Msk., 21, 145, 148, 155, 159, 165, 168, 204, 223, 293 og 328.

9 Sbr. Sverrir Jakobsson, Hvers konar þjóð voru Íslendingar á miðöldum?; Sverrir Jakobsson, Defining a Nation.

10 Sbr. Bjarni Guðnason, Túlkun Heiðarvígasögu, 45–65.

11 Oddur Ófeigsson lendir í ónáð konungs fyrir forboðin viðskipti við Finna. Með honum er hirðmaður, Þorsteinn frændi Þóris hunds (Msk., 254–61), og man konungur greinilega vel svik Þóris: „kann vera að segist í ætt þína um svikin" (Msk., 260). Jakobsen (Har det eksistert en skriftlig saga om Tore Hund og hans ætt?) telur að til hafi verið saga um Þóri hund. Oddur verður síðar aðalpersóna Bandamannasögu og verður þar ekki séð að þessi svik hans skipti máli. Sú saga er raunar háðsk í garð konunga (sjá Ármann Jakobsson, Royal Pretenders and Faithful Retainers, 50; Andersson, The King of Iceland, 923–24).

12 Sbr. Holtsmark, Kattar Sonr.

13 Sjá Fidjestøl, The king's skald from Kvinesdal, 73–79.

14 Íslendingabók. Landnámabók, 336 nmgr. Þessi athugasemd er úr Þórðarbók og væntanlega þar með Melabók. Guðrún Ása Grímsdóttir (Fornar menntir í Hítardal, 50) hefur bent á að hún falli ekki síður að hugarfari íslenskra höfðingja á 17. öld en fyrr.

15 Sjá t.d. Laxdæla saga, 5; Vatnsdæla saga, 29. Báðar þessar sögur lýsa ættum sem eru skilgreindar út frá erlendum hugmyndum um konunga og aðal (sjá Ármann Jakobsson, Konungasagan Laxdæla; Ármann Jakobsson, Royal Pretenders and Faithful Retainers). Clunies Ross (From Iceland to Norway) hefur rætt stöðu Íslendinga sem jaðarþjóðar og lýsir stöðu þeirra í ýmsum frásögnum um Íslendinga í Noregi svo: „individual Icelanders [...] are, on a case-by-case basis, represented as better, cleverer, and more gifted than any individual Norwegian, except for perhaps the Norwegian king" (57).

16 Um það, sjá Bogi Th. Melsteð, Töldu Íslendingar sig á dögum þjóðveldisins vera Norðmenn?, 30.

17 Það á við um skáldasögurnar, sjá Whaley, Representations of Skalds in the Sagas 1: Social and Professional Relations, 305–8.

[18] Sú hugmynd finnst víða í sögum, t.d. í formálum Theodoricusar munks og Saxa málspaka, að Íslendingar séu sérfróðir um sagnfræði og fornan arf. Meulengracht Sørensen orðar þetta skemmtilega: „Icelanders were professionals, a kind of literary Swiss Guard, which was called upon when it became necessary to relate history in poetry or in writing." (Social institutions and belief systems, 13)

[19] Sjá m.a. Laxdæla saga, 213. Brünger („Hugkvæmir ok höfðingjadjarfir") og Vésteinn Ólason (Íslendingaþættir; Den frie mannens selvforståelse i islandske sagaer og dikt) hafa fjallað um Íslendingaþætti sem myndir af Íslendingum og má taka undir margt sem þar segir.

[20] Sbr. Clunies Ross, The Skald Sagas as a Genre: Definitions and Typical Features, 47–8.

[21] Sverrir Jakobsson (Útlendingar á Íslandi á miðöldum) hefur fjallað um samsvarandi stöðu Norðmanna á Íslandi. Sbr. Magerøy, Soga om austmenn.

[22] Sjá m.a. Snorri Sturluson and the Saga School at Munkaþverá, 16–17; The Politics of Snorri Sturluson, 56–58; The Unity of Morkinskinna, 5. Þetta tengist hugmyndum Anderssons um uppruna sögunnar.

[23] Slíkum hirðmönnum er víða lýst mætavel í ritum Jaegers (t.d. The Origins of Courtliness, 258).

[24] Bruhn, Earl Rognvald and the Rise of Saga Literature, 242.

[25] Þetta er önnur skáldagoðsögn en mótaðist síðar í sögum á borð við Egilssögu og Kormákssögu (sjá m.a. Finlay, Pouring Óðinn's Mead).

[26] Eins og fram hefur komið hefur mönnum þótt ákveðin innleitni setja svip á hirðbókmenntir 12. og 13. aldar (Sjá Hanning, The Individual in Twelfth-Century Romance).

VI. LISTAVERKIÐ

16. Sögur um sögur

16.1 Tvær sögur

Í sögu Haralds harðráða er stuttur þáttur sem er kallaður „Frá skemmtun Íslendings" og gerist „eitthvert sumar" á ríkisárum hans (Msk., 199). Auk konungs er í aðalhlutverki Íslendingur sem ekki er nefndur en sagður „ungur og frálegur".[1] Hann kemur til konungs og biður hann ásjár. Konungur virðist velviljaður honum og fús að hafa gagn af honum. Og þegar Íslendingur á í hlut virðast sögur koma honum fyrst í hug:

> Konungur spurði ef hann kynni nökkverja fræði en hann lést kunna sögur. Þá sagði konungur, að hann mun[2] við honum, en hann skal þess skyldur að skemmta ávallt er vildi, hvergi sem hann bæði, og svo gjörir hann, og er hann vinsæll við hirðina og gefa þeir honum klæði og konungur gefur honum vopn í hönd sér, og líður nú svo fram til jóla. (Msk., 199)

Greinilega er um fátækan mann að ræða og útlending. Eini auður hans er sagnalistin en það er auður sem um munar.

Átök þáttarins hefjast þegar Íslendinginn „ógleður" og er hann tregur til að segja konungi hvað valdi. Konungur getur sér þess til; Íslendinginn muni nú þrjóta sögur. Ein reynist þó eftir, útferðarsaga Haralds sjálfs. Jólaskemmtun hirðarinnar þetta ár er að heyra Íslending segja hana. Mikil spenna skapast yfir því hvernig konungi líki. Íslendingurinn nýtur aðstoðar konungs við að láta söguna endast út jólin. Ýmsum við hirðina þykir Íslendingur djarfur. Í lokin kemur í ljós að konungi hefur líkað vel og enn betur líkar honum að heyra hver heimildarmaðurinn sé, Halldór Snorrason (Msk., 200).

Þessi saga fjallar um aðra sögu sem þegar hefur verið sögð í Morkinskinnu (Msk., 56–88). Hér er sérstæð tvísýnarlist á ferð. Sögumaður Morkinskinnu flytur söguhlýðendum sögu um íslenskt skáld sem segir hirðinni aðra sögu sem sami sögumaður hefur áður sagt sömu hlýðendum. Hlýðendur sögu skáldsins eru konungur sjálfur sem hefur lifað söguna og hirðmenn hans sem hafa þegar heyrt hana oftar en einu sinni.[3] Frásögnin er sjálfhverf; sögufróður Íslendingur sem hefur verið við hirð konunga og sagt útfararsögu Haralds harðráða segir sögu um sögufróðan Íslending við hirð konungs sem er að segja sömu sögu. Og þegar sagan er sögð íslenskum hlýðendum — og þeim er hún að minnsta kosti öðrum þræði ætluð — hlýða þeir á sögu um landa sinn segja norsku hirðinni sögu sem hann hefur numið á Þingvöllum. Þessi litli þáttur er því sjálfsævisögulegur. Hann er saga frásagnarinnar sjálfar; frásögn um frásögn.

Í Sverrissögu er hrakningum Sverris í æsku líkt við „þá er konunga born urðo fyrir ſtiup-mæðra ſkopum“.[4] Konungasagnariturum var tamt að líta á ævir manna sem sögur. Í sögunni um sagnaskemmtun Íslendings er ævi Haralds harðráða söguefni og ekki í fyrsta sinn því að áður hefur Haraldur sagt Magnúsi þá sögu (Msk., 56–88) og síðar Einari þambarskelfi frá æskuafrekum sínum (Msk., 178). Sagan um Íslendinginn sem flytur konungi eigin ævisögu er ekki fyrsta sinnar tegundar í Morkinskinnu; áður hefur Sighvatur skáld flutt Magnúsi konungi ævisögu hans í vísum. Sagan um sögu konungs er tvítekin og er saga um stöðu Íslendinga við hirðina og í heiminum og það meginatriði sem skáldskapurinn er í sjálfsskynjun Íslendinga.

16.2 Ákaflega ort

Í Morkinskinnu er lýst valdastreitu, vélum, veislum og verslun. Sögur og kvæði eru meðal sögulegra viðburða í þessari frásögn og geta verið tæki í valdabaráttu. Það er sýnt í upphafi sögu, er Magnús konungur tekur að rifja upp mótgjörðir þegna sinna við föður sinn. Þá vill hann heyra söguna um fall Ólafs helga (sbr. kafla 8). Kálfur Árnason vill aftur á móti ekki að þessi tíðindi séu endurnýjuð í frásögn. Í þeirri endurnýjun felst nefnilega stórviðburður í sögunni. Sú saga og hvernig hún er sögð marka upphaf að vinslitum konungs og Kálfs (Msk., 25). Sagan um söguna af falli konungs er upphaf að ofríki Magnúsar konungs sem linnir ekki fyrr en með frekari skáldskap, Bersöglisvísum Sighvats (Msk., 26–30). Sagan af ríki Magnúsar er römmuð inn með sögu og kvæði.

Í þætti um Úlf auðga segir Haraldur harðráði sögu (með kvæðum) sem reynist Úlfi auðga „óvinveitt skemmtun“ (193) þar sem sagan er leið konungs til að svipta Úlf eignum. Hún er málathöfn; með henni heggur Haraldur Úlf.[5] Víðar í sögunni eru málgjörðir ígildi orustu. Mannjöfnuður Eysteins og Sigurðar er slík viðureign og Haraldur harðráði og Sveinn Úlfsson vegast á í orðum fyrir orustur (Msk., 164–65). Magnús konungur góði kennir Þóri hálfbróður sínum einu sinni að vegast í vísum við Harald harðráða. Þórir er sagður „fámálugur og ekki orðhittinn“. Haraldi þykir svívirðing að sitja gegnt honum og ljóðar á hann: „Þegi þú Þórir / þegn ertu ógegn / heyrða eg að héti / Hvinngestur faðir þinn“. Þórir reiðist „en þóttist engu kunna að svara“ (Msk., 109). Magnús kennir honum þessa vísu: „Gjörði eigi sá / garð um hestreður / sem Sigurður sýr / sá var þinn faðir“ (Msk., 110). Haraldur er viðkvæmur fyrir föður sínum, reiðist og bregður sverði.[6]

Í sögunni eru smærri sögur og í þeim sögum eru sagðar sögur.[7] Skömmu fyrir víg Einars þambarskelfis er sagt frá heimboði hjá Haraldi harðráða. Sú saga snýst um sögu sem Haraldur segir Einari, ef til vill sömu sögu og Íslendingurinn sögufróði segir síðar. Einar sofnar undir sögunni enda „gamall mjög“ (Msk., 178). Ekki aðeins er söguflutningur málathöfn; það er einnig málgjörð að hlýða á sögu. Einar hlýðir ekki sakir elli en Haraldur fyrtist við enda viðkvæmur fyrir hvorutveggja, æskuafrekunum og orðstír sínum sem sagnameistara og skálds (sbr. kafla 13).[8]

Í Sveinkaþætti verða mennirnir til í eigin orðræðu. Sigurður ullstrengur hefur ræðu sína svo: „Guðs kveðju og sína sendir Magnús konungur guðs vinum og sínum og einkum öllum lendum mönnum og ríkum búöndum og allri alþýðu út í frá“ (Msk., 307–8).[9] Hér og víðar í sögunni má sjá áhrif frá hefðarstíl, ekki síst í bréfum og ræðum sem oft er vísað til.[10] Hér verður látin nægja lýsing á herferð Haralds harðráða í Englandi:

> og lögðu þeir eftir brynjur sínar en gengu upp með skjöldum og hjálmum og kesjum og voru gyrðir sverðum og margir höfðu skot og boga. Þeir voru kátir mjög og hugðu nú til enskis ófriðar, og er þeir sækja í nánd borginni sjá þeir jóreyki mikla og þar undir því næst fagra skjöldu og hvítar brynjur (Msk., 271).

Orð og stílbrögð úr hefðarstíl eiga þátt í að skapa samfélagsmynd sögunnar. Áhugi höfundar á orðum er þó einnig listrænn. Saga hans er ekki aðeins frásögn af löngu liðnum atburðum heldur einnig orðlistaverk.

Sífelldur söguflutningur í sögunni er til marks um mikla formvitund. Tekið er fram að sagan setji skorður: „verður hér frásögn að hvílast fyrst, því að eigi má allt senn segja". Að sjálfsögðu er numið staðar þegar spennan er mikil og höfundur beitir sögulegri nútíð til að láta söguhlýðendur taka þátt í því sem er að gerast: „Magnús konungur er nú áhyggjufullur því að liðsmunur er mikill [...] en konungur vill þó fyrir öngvan mun flýja, en allillur kvittur er í þeim Dönunum og þykir þeim sér stýrt til voða" (Msk., 38). Þannig gefur sögumaðurinn til kynna að hér sé sögð saga en beitir um leið öllum brögðum sagnalistarinnar til að halda mönnum við efnið.

Þegar sagt er frá atburðum sögunnar er oft tekið að ræða frásagnir af þeim. Þetta á við í hinstu orustu Magnúsar berfætts. Flestir manna konungs yfirgefa hann og fáir eru eftir til frásagnar; þeir einir geta sagt frá sem fylgt hafa konungi betur en aðrir: „það sagði Víðkunnur sjálfur, að þá er menn runnu og hann rann frá konunginum, að fáir mundi þá kunna frá þeim tíðindum að segja, er þar voru eftir á vettvanginum" (Msk., 336). Hér blandast áhugi á frásögnum umræðu um fylgd við konung. Öll afrek í bardaga tengjast frásögn. Sigurður konungur Jórsalafari bendir mönnum sínum á að í orustu einni suður í löndum kunni eitthvað að gerast „það er frásagnar þykki vert" (Msk., 341).[11] Enda verða helstu hernaðarafrek sögunnar að dróttkvæðum sem einnig eru birt í sögunni. Saman fara frásögn af viðburðinum og frásögn af frásögninni (í kvæðinu) af honum.

Þegar Haraldur harðráði sleppur frá Stiklastöðum hittir hann bóndason og frásögn af þeim fundi er höfð eftir bóndasyni í beinni ræðu. Þegar henni lýkur segir: „Þessa frásögn vissi Magnús konungur og aðrir menn í Noregi" (Msk., 57–58). Saga bóndasonarins er jafn mikilvæg og atburðirnir sem sagt er frá. Síðan segir: „En héðan frá er sú frásögn um farar Haralds er hann Haraldur sagði sjálfur og þeir menn er honum fylgdu" (Msk., 58). Þó að ýmsum fræðimönnum hafi þótt sagan af æskuævintýrum Haralds á sérkennilegum stað í sögunni á hún þegar betur er gáð heima þar: höfundur gerir ráð fyrir að allt sem á eftir fer sé ekki lýsing atburða sem gerðust fyrir löngu heldur frásögnin sem gerist nákvæmlega þá, þegar Haraldur segir Norðmönnum frá ævi sinni.[12] Því til áréttingar er frásögnin fleyguð með vísunum til þess að það sé hann sem segi frá. Tekið er svo til orða að greint sé frá viðburðum eftir „fyrirsögn" hans og bætt við að „hann segir sjálfur" frá tilteknum atburðum (Msk., 64). Þannig er frásögn Haralds af æsku sinni í Miklagarði staðgengill atburðanna. Í þeirri frásögn eru aðrar frásagnir sem koma í stað atburða. Haraldur skýrir í löngu máli ráð sitt til að vinna þriðju borgina á Sikiley og atburðurinn sjálfur verður þá leikin endurtekning á ráði hans (Msk., 73–76).[13]

Í Morkinskinnu og ýmsum öðrum konungasögum eru dróttkvæði. Þannig á heil bókmenntagrein sér stað innan annarrar, kvæði eru varðveitt í sögum. En þau eru ekki aðeins geymd þar heldur skipta þau máli. Vísur í konungasögum jafngilda stundum heimildavísunum í doktorsritgerðum nútímans, tilfærðar til að staðfesta að rétt sé með farið.[14] Þær eru stundum einnig liður í frásögninni, jafnvel kjarni hennar.[15]

Arnórsþáttur snýst um flutning kvæða. Átökin hverfast um það hnoss sem dýrt kvæði getur verið. Fjögur erindi þeirrar drápu hljóma sjálf, fleyguð af orðaskiptum konunganna. En áður er sagt: „Þá kveður skáldið þetta" (Msk., 116). Þessi hógværa setning dregur enn frekari athygli að kynngi kvæðisins sem er hrynhend drápa, e.t.v. sú fyrsta sinnar tegundar.[16] Máttur kvæðisins sést einnig í viðbrögðum Haralds sem grípur stöðugt fram í (sjá kafla 6). Í lokin kveður hann upp úr um að kvæðið muni lifa „meðan Norðurlönd eru byggð" (Msk., 118). Hér er mikið sagt en ekki þarf að efast um að Haraldi sé alvara enda sleginn af þeim mun sem er á kvæðum þeirra Magnúsar. Hann fær ekki á sér heilum tekið fyrr en Arnór hefur heitið honum erfidrápu (Msk., 118) en víða í sögunni birtast erindi hennar (Msk., 49–52, 211–12, 269–81).

Haraldur harðráði er velgjörðamaður skálda og sjálfur skáld; auk kvæðisins sem hann kveður að Úlfi auðga yrkir hann 16 vísur „og eitt niðurlag að flestum" og tileinkar heitmey sinni en sex þeirra fylgja sögunni (Msk., 85–86).[17] En þó að Haraldur falli lifir skáldskapurinn. Í Giffarðsþætti fer túlkun á „lofkvæði" Húsvíkingsins Eldjárns fyrir dóm ensks borgargreifa og nálægt lokum sögunnar eru þættir um Einar Skúlason. Þar svífur yfir vötnum svipaður andi og við hirð Haralds harðráða; glettinn konungur leggur prófraunir fyrir skáld sitt til að stytta sér stundir. Konungar Morkinskinnu eru jafnan reiðubúnir í leiki. Þegar Ívar Ingimundarson vill ekki segja Eysteini konungi frá raunum sínum er konungur strax til í gátuleik: „Eg mun þá geta til" (Msk., 355).

Sagan er full af kveðandi konungum. Sagt er frá að Magnús konungur berfættur hafi ort til keisaradóttur sem hafi þótt hann kurteis (Msk., 330). Hann yrkir einnig í gamni vísupart um huglausa riddarann Giffarð (Msk., 324). Sigurður Jórsalafari svarar í vísum (Msk., 387) og kveðst á við íslenska skáldið Þórarin stuttfeld (Msk., 385). Þá er í sögunni vísa eftir Sigurð konung slembi (Msk., 425). Haraldur harðráði, Magnús berfættur og Sigurður Jórsalafari eru harðjaxlar og þekktir af hernaði í útlöndum.[18] Í Morkinskinnu eru kvæði oft liður í orustu og þá ýmist fléttuð inn sem heimildatilvísanir (sjá t.d. Msk., 315–22) eða menn kveðast á (sjá t.d. Msk., 324–25). Varla má finna í sögunni lýsingu á herferð þar sem kvæði eru ekki í öndvegi. Þá kemur fyrir að menn svari fyrir sig í vísum. Lausamál og ljóð fléttast þá saman sem órjúfanleg heild og hvorugt getur án hins verið. Þannig víkur Eysteinn Haraldsson oft málum til Einars Skúlasonar á fundi þeirra Inga og Einar svarar í bundnu máli, eins og búast má við af stórskáldi (Msk., 458–59).

Vísur setja svip á stórviðburði, í frásögn af Englandsferð og falli Haralds harðráða eru einar 22 vísur (Msk., 262–81). En drjúgur hluti Morkinskinnu gerist í konungsgarði og sjónum er beint að daglegu amstri fremur en stórtíðindum. Þar koma vísur einnig við sögu; bæði í tíð Haralds harðráða og annarra konunga. Haraldur leggur sérstaka rækt við kvæði og er gjarn á að kveðast á við menn sína. Í átökum þeirra Sveins Úlfssonar kemst hann að því að Sveinn hefur svikið hann og verður dróttkvætt vísuorð á munni: „Logið hefir Baldur að Baldri" (Msk., 162). Þjóðólfur Arnórsson skáld er þar staddur og botnar vísuna. Þykir þetta greinilega ekki síður frásagnarvert en gangur bardagans.

Í Sneglu-Hallaþætti eru mörg dæmi um vísur í daglegu lífi manna við hirðina og enn kemur Þjóðólfur við sögu. Á bæjarrölti heyrast áflog skinnara og járnsmiðs og vill konungur láta Þjóðólf yrkja um en Þjóðólfi finnst efnið léttvægt. Þá leggur konungur fyrir hann bragþraut: „er nökkverju meiri vandinn á en þú ætlar. Þú skalt gjöra af þeim nökkvað aðra menn en þeir eru. Látt annan vera Geirröð jötun en annan Þór" (Msk., 235). Þegar Þjóðólfur hefur leyst það og ort ágæta vísu (þar sem smiðurinn er Þór smiðbelgja en sútarinn húða Geirröður) vill konungur fá aðra þar sem þeir eru kenndir við Sigurð Fáfnisbana og Fáfni. Sútarinn verður þá ýmist skafdreki skinna eða naður nautaleðurs en smiðurinn Sigurður sleggju og konungur tangar. Þannig er í leik hrært saman goðsögulegum hetjum og óvættum og hversdagslegum áflogum smámenna. Þetta getur skáldið og skemmtir þannig hinum menningarlega sinnaða konungi sem þykir mikil íþrótt í slíkum skáldskap. Að launum fær Þjóðólfur fingurgull og er hrokur alls fagnaðar við hirðina: „of kveldið var tíðrætt of vísurnar" (Msk., 236). Með skáldskapnum öðlast Þjóðólfur hylli konungs og vinsældir hirðarinnar. Þetta þykir höfundi Morkinskinnu umtalsvert. Áflog smiðsins og skinnarans hefðu líklega seint talist nógu merk til að sagt væri frá þeim í konungasögu en vísur Þjóðólfs um málið fá þar inni í fullri lengd.

Síðar pínir Halli ójafnaðarmanninn Einar flugu til að bæta sér frænda en Einar hefur aldrei bætt nokkurn mann. Það gerir hann með því að ógna honum með níðkviðlingi:

> [Halli] þokar þá frá hásætinu og umlar við fyrir munni sér, svo að eigi nam orða skilin, en allir heyrðu að hann muðlaði nökkvað. Þá mælti konungur: „Gjör svo vel, Einar, sem eg bið; bætt honum nökkverju;

> hann svífst enkis, og er þér verri einn kviðlingur ef eftir verður munaður, sem hætt er, ef upp kemur, að eigi falli niður, slíkur maður sem þú ert, því að mið megum sjá hverja setning hann hefir á, og er þetta engi draumur, er hann sagði, því að þetta mun hann enda, og eru dæmi til þess að níðið hefir bitið enn ríkari menn en þú ert, og mun það aldri niður falla meðan Norðurlönd eru byggð (Msk., 243–44).

Máttur orðsins er meiri en svo að nokkur ójafnaðarmaður fái rönd við reist; ef Halli fer með níðvísuna er hún komin á kreik og lifir að eilífu. Kviðlingar eru lífseigari en gjörðir manna og í höndum Halla eru þeir máttugt vopn.

Þó að Halli sé síðan úr sögunni gegnir öðru máli um vísnaskemmtunina því að síðan koma tveir þættir þar sem kvæðaskemmtun er í öndvegi. Sá fyrri er um fiskikarl sem ljóðar á konung. Konungur svarar í vísu og síðan yrkir Þjóðólfur vísu að boði konungs. Þá hæðir konungurinn skáldið fyrir að hafa gert kórvillu í bragnum:

> Konungur mælti: „Heyr, þjóðskáld, kvattu svo: röm, skömm? Ekki er það jafnhátt, hröm, sköm, það væri jafn hátt, og er þó mállausa, og fleira hefir þú betur ort.“ Þjóðólfur reiddist og bað þann yrkja, er betur kunni (Msk., 248).

Þjóðólfur er hörundsár og ófús að taka þátt í leikjum konungs, nú sem endranær. Konungur hendir gaman að og nýtur þess greinilega að stríða skáldi sínu. Um leið kemur skýrt fram að hann nýtur þessarar dróttkvæðasennu og ekki þykir honum verra að fiskikarlinn er greinilega hirðmaður; reynist raunar vera gamall jálkur frá Stiklastöðum í dulargervi. Íþrótt hans í kveðskap nægir þó ein sér til að koma honum í náð konungs. Skömmu síðar í sögunni kemst skáldið Stúfur blindi í hirð konungs og kveður honum bæði flokka og drápur (Msk., 253).

Lokaþátturinn í sögu Haralds harðráða fram að lokaherferðinni til Englands er þannig að uppistöðu þrír þættir um kvæði, sögur og skemmtanir við hirðina. Í þessum þáttum er margumtalað dálæti konungs á kveðskap sýnt og persónulýsing hans dýpkuð. Um leið er dregin upp mynd af samfélagi við hirðina og söguhlýðendur eru allnokkru nær um stöðu Íslendinga þar. En þó að þessar sögur um kvæði gegni margvíslegu hlutverki eru þær þó fyrst og fremst sögur um kvæði; list sem snýst um sjálfa sig.

16.3 Sönn saga

Á Hlýrskógsheiði heldur Magnús góði til orustu við heiðingja. Klukknahljóð heyrist á himnum og „í þessum þys kemur þar búkarl einn og brýst fram í milli manna og kvaðst eiga skylt erindi við konunginn“ (Msk., 43). Sá segir konungi draum um Ólaf helga á hvítum hesti og bætir við: „og að þú grunir eigi mína sögn, þá hefi eg sannar jarteignir til að sanna sögu mína“ (Msk., 44). Hér þarf jarteinir; það skiptir máli hvort sagan er sönn. Höfundur hefur enda litlu áður upplýst að sá maður hafi verið með konungi þar „er Oddur hét og var Gellisson. Hann hefur sagt suma hluti frá þessum tíðindum“ (Msk., 43). Hér er vísað til heimildar en þeim mun ótrúlegri eru atburðirnir sem sagt er frá: „og svo varð mikið mannfallið, sem ólíklegt mun þykja, er frá er sagt, að svo stórir valkestir lágu í ánni og svo þykk að stíga mátti búk af búk og fara svo þurrt yfir ána“ (Msk., 45). Sögumaður er ekki alltaf jafn viss í sinni sök; það kemur fram þegar hann segir frá því hvernig Magnús rak flóttann: „rak hann svo mjög lengi einn samt flóttann að engi maður fylgdi honum, en sumir segja að hann ræki við þrettánda mann“ (Msk., 45).

Höfundur Morkinskinnu er sagnaritari. Hann hefur ekki fullt frelsi um hvernig greina skuli frá atburðum sögunnar heldur er hann háður heimildum og væntanlega einnig hefð. Í frásögninni hér að framan minnir hann á þetta. Hann leggur ekki áherslu á sjálfstæði sitt heldur þvert á móti að hann sé háður öðrum. Sagnaritarinn er hlekkur í langri keðju. Hann getur mótað efnivið sinn og sveigt að eigin tilgangi og heildarskilningi. Á hinn bóginn vekur hann ekki athygli á því. Þvert á móti er því komið skýrt á framfæri að hér sé á ferð saga sem höfundur hafi ekki öll tök á og þekking hans sé komin frá öðrum.

Í Morkinskinnu er stundum vísað til heimilda. Um Eirík Oddsson og heimildarmenn hans um sögu Sigurðar slembis er rætt í löngu máli (Msk., 419).[19] Einnig er vísað til „sögu Knúts konungs“ (Msk., 293) en tíðari eru vísanir til heimildarmanna og kvæða.[20] Stundum er raunar vísað til hvorstveggja:

> Með þessum hætti sagði Þorgils, vitur maður, og kvað sér segja Guðríði, dóttur Gutthorms Steigar-Þórissonar, og hann lést sjá mösurbollann og möttulinn er Haraldur konungur gaf Þóri og var þá skorinn í altaraklæði. Þessi mál sannar Bölverkur skáld [...] (Msk., 96–97).

Stundum fylgja kvæðum athugasemdir um heimildargildi: „og til þess að þetta sé eigi logið, þá segir Arnór svo, jarlaskáld [...] “ (Msk., 290). Þegar sagt er frá því þegar Haraldur blindaði Grikkjakonung eru tvær vísur látnar fylgja og síðan bætt við:

> eigi þarf orð að gera hjá því, að sjálfan Grikkjakonung blindaði hann. Jafn vel mætti nefna til þess greifa einhvern eða hertoga ef það þætti sannara, en í öllum kvæðum Haralds konungs segir þetta eina lund (Msk., 84).

Höfundi er ljóst að hægt er að efast um það sem ótrúlegast er og honum þykir ástæða til að ræða heimildir sínar og áreiðanleika þeirra.[21] Stundum er þess getið á hverju skáldin byggi: „Það sannar Stúfur er heyrt hafði Harald konung frá segja þessum tíðindum“ (Msk., 78). Frásögnin um Jórsalaferð Haralds byggist þá á kvæði Stúfs sem byggist á frásögn Haralds. Þar sem í sögunni er gert ráð fyrir að frásögnin af æskuævintýrum Haralds sé ígildi þess sem Haraldur segir Magnúsi þegar þeir hittast loksins er á ferð sérstök tilvísun; konungur vitnar í skáld sem hefur frásögnina eftir honum sjálfum!

Gullið sem Haraldur kemur með til Noregs er sagt vera auður Grikkjakonungs: „sem allir menn segja, að þar sé rautt gull nær húsum fullum“ (Msk., 95–96). Hér er vísað til heimildarmanna en í setningunni er aðalhending sem bendir til þess að kvæði búi á bak við. Ekki hefur þó þótt ástæða til að fara með frekari hendingar sem virðist benda til þess að stundum sé nóg að vísa til heimildarmanna þó að kvæði séu tiltæk.

Slíka umræðu um sannleikann má finna í konungasögum og Sturlungu en mest í fornaldarsögum. Hún er á hinn bóginn sjaldgæf í Íslendingasögum. Svo virðist sem að þeim mun ótrúlegri sem sögur séu, þeim mun meiri ástæða þyki til að árétta sannleiksgildi þeirra.[22] Einna mest er rætt um sannleikann í hinni ævintýralegu frásögn af æsku Haralds harðráða og í sögu Sigurðar slembis. Stundum er trúverðugleiki frásagnarinnar aukinn með því að setja fram ýmis sjónarmið og taka fram að heimildarmönnum beri ekki saman:

> Það er flestra manna sögn að Magnús konungur hafi skotið en þó stóð annar maður hjá konungi háleyskur og skutu þeir báðir senn og hefir annar hvor þeirra örina átta en þó vísar Þorkell hamarskáld svo til að Magnús ætti örina sem hér segir [...] Önnur örin kom á nefbjörgina hjálmsins og festi þar og nú fyr þá sök hafa menn nokkuð deilst að hvorri konungur skaut að þeir stóðu nær og hvort skotið fylgdi öðru er þeir skutu jafnsnemma báðir (Msk., 319)

Hér er sagt frá orustu á Bretlandseyjum. Eins er með umdeildar gjörðir, eins og þegar Sigurður slembir sækir Magnús blinda úr klaustri á Hólmi: „Fór Sigurður slembir til Hólms og tók þar með valdi úr klaustrinu Magnús frænda sinn af nauðgum munkum en sú er fleiri manna sögn að Magnús færi að vilja sínum“ (Msk., 415). Þá kemur fyrir að sagnaritarinn slái vopnin úr höndum hugsanlegra gagnrýnenda með því að játa að hann viti ekki allt um fortíðina: „hér greinir eigi um hvort þeir fundust síðan“ (Msk., 387).[23]

Tilvísanir hafa þó ekki síður listrænt gildi en sönnunargildi. Þegar Haraldur harðráði heldur í hinstu herferð sína til Englands „segja svo allir þeir er nokkur frásögn er kunnig hér um að eigi hafi betra mannval búist af Noregi til einnar ferðar en þetta“ (Msk., 264–65). Hér skiptir þekking heimildarmanna á föruneyti Haralds ekki öllu máli. Það sem er mikilvægt er að þetta þótti stórum hópi manna. Hinar ófáu heimildatilvísanir í sögunni hafa mikilvægt formgerðarhlutverk. Þær sýna að sagan vill sýnast vera sagnarit, byggt á heimildum sem metnar eru á gagnrýninn hátt.[24]

Annað sem gefur til kynna að frásögnin sé sagnfræðileg eru fjölmörg nöfn og staðreyndir í sögunni. Þegar sagt er frá vígi Eindriða Einarssonar „er sá maður Árni nefndur er honum varð að bana“ (Msk., 180). Mannsins er ekki getið frekar og nafn hans kemur ekki einu sinni fyrir í vísu.[25] Það er nefnt til þess eins að nefna það; allur sögulegur fróðleikur er mikilvægur og enginn ástæða til að spara hann. Í herferð Haralds harðráða til Englands er minnst á merki konungs „er þeir kölluðu Landeyðu. Friðrekur hét sá maður er merkið bar“ (Msk., 272–73). Er Friðrekur þessi síðan úr sögunni. Hvers vegna er hann nefndur? Það hefur listræn áhrif; söguhlýðendum þykir þeir hlýða á sanna sögu þar sem er urmull af mismikilvægu fólki sem er þó sjálfsagt að telja upp vegna þess að það var til. Ástæðulaust er að nafngreina skáldsagnapersónur sem ekki hafa teljandi áhrif á söguna en þegar raunverulegt fólk á í hlut má nefna það — vegna þess að það var til.

Stundum eru menn sem ekkert koma við sögu nefndir vegna ættingja sinna. Það á líklega við um Ketil krók, ættaðan „norðan af Hálogalandi. Fékk Ólafur konungur honum þar kvonfang gott og gaf honum lends manns rétt norður þar og er frá Katli komið margt stórmenni“ (Msk., 283). Öðru hvoru er líka minnst á ættingja manna sem leika ekki hlutverk í sögunni.[26] Í ýmsum bardögum er talinn upp fjöldi manna í liði konunga og verður æ tíðara eftir því sem líður á söguna og nær dregur samtíðinni. Nálægt sögulokum er Morkinskinna tekin að minna á Sturlungu. Stöðugt er verið að nefna menn sem nútímalesandi kannast ekkert við en gera má ráð fyrir að hafi verið einhverjum söguhlýðanda kunnir.[27] Þannig er minnst á Þorgrím húfu og Sigurð hund og greinilega er saga á bak við (Msk., 335) en ekkert kemur frekar fram um þessa menn.[28] Þessi nöfn skipta engu fyrir söguþráðinn en skapa tilfinningu fyrir sannri sögu og styðja samfélagsmynd sögunnar — konungar Noregs eru ekki í tómarúmi heldur er umhverfis þá fjöldi manns sem á eigin sögu. Sum nöfn tengjast stöðum og sumum fylgja lífleg viðurnefni en önnur standa ein og sér sem minning um mann sem nú er aðeins nafn.

Í sögunni er stundum minnst á erlenda konunga til marks um að hér fari söguleg frásögn. Þegar segir frá herferð Eysteins Haraldssonar er bætt við: „þá var Stefnir konungur á Englandi" (Msk., 444). Einhverjir í hópi söguhlýðenda hafa þekkt Stefni konung, Stefán frá Blois sem var konungur á Englandi 1135–1154.[29] Önnur leið til að minna á að hér fari sagnfræðileg frásögn er að vísa til nútíðar. Í sögunni eru tvær nútíðir. Annars vegar er söguleg nútíð iðulega notuð til að láta söguhlýðendur lifa sig inn í söguna. Spenna skapast þegar örvum rignir yfir Sigurð konung Haraldsson: „er nú liðið mjög gengið af höndum honum" (Msk., 457). Við vitum að þetta „nú" á við nútíðina í frásögninni. En nútíðin er einnig notuð til að tengja hina sögulegu fortíð við samtímann. Haraldur harðráði sér Ólaf helga á stræti í Miklagarði og sögumaður víkur sér um stund úr frásögninni og gerist leiðsögumaður: „þar er nú gjör kapella Ólafs konungs" (Msk., 80). Þegar sagt er frá greftri Magnúsar konungs er bætt við: „en nú er það innan kórs fyrir rúmi erkibyskups" (Msk., 147). Fortíðin tengist nútíðinni í minjum. Víg Einars þambarskelfis er í stofu við Nið „þar sem nú er höllin" (Msk., 179). Eftir lát Sigurðar Jórsalafara er sagt: „Liggur hann nú í steinveggnum utar frá kórnum" (Msk., 400). Sigurður hverfur úr sögu en söguhlýðendur vita af honum í steinveggnum.

Þegar minnst er á Skúla konungsfóstra er ætt hans rakin til Inga og Skúla Bárðarsonar. Má gera ráð fyrir að Skúli sé á lífi þegar sagan er sögð en Ingi nýlátinn (d. 1217). Þá er minnst á Eystein erkibyskup (d. 1188) sem lét færa lík Haralds harðráða rúmum mannsaldri eftir fall hans (Msk., 284). Persónur sögunnar tengjast samtíma sagnaritunarinnar.[30] Hin sagnfræðilega yfirsýn sést á því að öðru hvoru er greint frá hinu óliðna. Í sögu um frillu Sigurðar Jórsalafara birtist prestur sem Sigurður heitir en tvítekið er hver framtíð hans hafi verið: „og síðan var byskup" (Msk., 398). Á sögutímanum veit enginn annað en að hér sé Sigurður prestur en söguhlýðendur fá líka að vita framtíð hans.

Einu sinni vindur sögumaðurinn sér ekki aðeins til nútíðar heldur alla leið til Íslands og tengir hinn löngu látna Harald gilla gripum sem líklega eru söguhlýðendum vel kunnir:

> Og sá kalekur er mestur að staðnum í Skálaholti en af pellunum er yfir voru dregið hægindin og konungur og drottning gáfu honum eru nú gervar fyrisöngskápur þar að staðnum (Msk., 405).[31]

Sagnamaðurinn hverfur í bili en leiðsögumaðurinn tekur við og minnir á að allt sé það satt sem frá er sagt; það geti menn sannfærst um með því að fara í Skálholt og sjá kaleikinn.

Sögumaðurinn veit að hann fer með efni sem ýmis sjónarhorn eru á. Er hann kynnir Magnús berfætt til sögu er minnt á gamalt auknefni: „sá hét Magnús, er kallaður var berfættur og sumir menn kölluðu áður létti Styrjaldar-Magnús" (Msk., 291). Þessir „sumir menn" hafa þar með fellt þann dóm að Magnús hafi einkum verið herkonungur. Sögumaður tekur ekki undir það en minnir á að hann er aðeins hlekkur í langri keðju sagnamanna. Þegar segir frá orustu Gregoríusar Dagssonar við Hísing Geirsteinsson eru lokin þessi: „féll þar Hísingur fyr Gregoríusi og er það frægt orðið" (Msk., 453). Frægð þessara úrslita minnir á að frásögnin er aðeins ein af mörgum sögum af hinu liðna.

Höfundur Morkinskinnu kemur söguhlýðendum með ýmsum hætti í skilning um að um sagnarit sé að ræða, sanna sögu sem byggist á heimildum. Frásögn hans er jafn listræn fyrir það en á því er sjaldnar vakin athygli. Morkinskinna fjallar vitaskuld um fortíðina en áhugi sagnaritarans á hefðum var eigi að síður á forsendum samtímans og hugmynda hans sjálfs. Höfundurinn gerði sér grein fyrir því að sitthvað er fortíð og saga.

16.4 Auður í orðum

Árið 1263, rúmum fjörutíu árum eftir ritun Morkinskinnu, lá Hákon Hákonarson banaleguna en sagan var að öllum líkindum sett saman á fyrstu konungsárum hans. Í sögu Hákonar er sagt að í sóttinni hafi verið lesnar fyrir hann bækur, fyrst á latínu en þá á norrænu. Þar á meðal hafi verið lesið fyrir hann „konungatal fra Halfdani suarta ok siþan fra ollum Noregs konungum huerium eftir annan".[32] Hér er hið sama á ferð og víða í Morkinskinnu: í einni konungasögu er greint frá lestri annarra konungasagna. Sagnamaðurinn segir frá öðrum sagnaflutningi þar sem sjálfur konungur hlýðir á.

Hákon Hákonarson lagði áherslu á lærdóm, visku og stuðning við menntir og listir. Hegðun hans á banabeði er í samræmi við það; hinn menntaði konungur hlýðir góðri sögu jafnvel í andlátinu.[33] Hákon átti það sameiginlegt með Sverri afa sínum og Haraldi harðráða að í þjónustu hans voru ófá skáld.[34] Þegar slíkur konungur er í landi er list skálda á borð við Sighvat skáld, Arnór jarlaskáld og Einar Skúlason aðgöngumiði á æðri staði, eins og fram kemur þegar Ásu-Þórður yrkir kvæði um Víðkunn Jónsson til að komast „í tryggð við hann" (Msk., 360).

Í samfélagi sögunnar geta dróttkvæði verið auður.[35] Þáttur Hákonar Ívarssonar hefst á gamansögu um Sighvat skáld og Ívar, föður Hákonar. Þegar Sighvatur færir Ólafi konungi kvæði sem verður margrómað ræður Ívar skáldinu „að yrkja um fleiri göfga menn en konung einn, því að það kann vera að konungur mæðist á gjöfum við yður, er þér yrkið um hann á leið fram" (Msk., 205). Hér vísar Ívar til þess að ætlast var til launa fyrir kvæði og hið sama er honum í hug þegar Sighvatur kemur á fund hans að færa honum kvæði. Þá verður Ívari á orði: „Það verður yður mjög oft, skáldunum, þá er konungi leiðist of skvaldur yðart, þá leiti þér undan og viljið draga fé af búöndum" (Msk., 206).[36] Frásögnin er gamansöm og felst tvísæið í augljósri ágirnd Ívars í kvæði sem hann reynir þó að breiða yfir með ólíkindalátum og önuglyndi.

Kvæðin og sögurnar í sögunni eru í senn þungvæg í samfélagsmynd Morkinskinnu og kjarni sjálfsmyndar hins íslenska skálds en sagan hnitast um skipti þess við konung. Enn er þetta táknað í Hreiðarsþætti. Hreiðar flytur konungi kvæði sem er táknsaga um ævi hans. Kvæðið er „allundarlegt, fyrst kynlegast en því betra, er síðar er" (Msk., 136). Eins er með ævi Hreiðars; hún er fyrst með kynlegu og einrænu móti en verður betri er á líður. Með því að láta kvæðið tákna þroska og ævi hins heimska Íslendings kemur höfundur því á framfæri að í listinni felist allt líf manna.

Kvæði og sögur Morkinskinnu eru ekki aðeins kjarni í samfélags- og sjálfsmynd sögunnar; þau eru einnig þriðja mynd sögunnar: myndin af myndinni. Morkinskinna er ekki aðeins um höfund sinn og samfélag hans heldur er hún saga um sögu. Sú fagurfræði er sett fram í sögunni sjálfri sem dæmisaga í von um að söguhlýðendur skilji það líka.

1 Hin óljósa tímasetning og nafnleysi Íslendingsins minna á ævintýri en þau gerast á óskilgreindum tíma („einu sinni var") og fjalla um ónefndar persónur (karlsson og kóngsdóttur). Í Flateyjarbókargerð þessa þáttar heitir Íslendingurinn hins vegar Þorsteinn en það nafn er býsna algengt á söguhetjum þátta.

2 Hér mun vanta orðið „taka" (sbr. Msk., 199 nmgr. 3).

3 Þessi saga hefur vakið athygli enda kemur þar fram hve langan tíma taki að segja sögu á borð við útfararsögu Haralds (Sjá m.a. Clover, The Medieval Saga, 195; Mitchell, Heroic Sagas and Ballads, 98) og er hún gott dæmi um munnlegan sagnaflutning (sbr. Heinrichs, Die Geschichte vom sagakundigen Isländer). Ekki kemur þó fram hversu mikinn hluta utanferðarinnar sagan náði yfir eða hve nákvæm hún var. Lönnroth (The Man-Eating Mama of Miklagard, 47–48) hefur bent á að sagan sýni hvernig sögulegum fróðleik hafi verið miðlað; þar komi fram að

sögur um æsku Haralds hafi verið sagðar við hirð hans og fleiri hafi verið til frásagnar en Haraldur sjálfur. Þó að þessi frásögn sé ekkert áreiðanlegri en útferðarsagan sjálf skapi hún þá tilfinningu að allt sé þetta áreiðanlegt. Glauser (Erzähler – Ritter – Zuhörer) hefur velt fyrir sér stöðu söguhlýðenda í riddarasögum þar sem allalgengt er að þeir séu ávarpaðir.

4 Sverris saga, 7.

5 Svipað dæmi er í Hákonarsögu (155) þegar Skúli jarl stendur upp og kveður þrisvar sömu vísu um ara sem sat á steini. Hér beitir Skúli kveðskap til að bera af sér sakir og er sú notkun málsins ígildi vopnaviðskipta þar sem tök Skúla á kaldhæðni skipta miklu máli.

6 Síðar reynist þetta geymt en ekki gleymt (Msk., 142–44).

7 Andersson og Gade (Introduction, 82) hafa vakið athygli á þessum áhuga á skáldskap og frásagnarlist sem á ekki sinn líka í íslenskum miðaldasögum: „he shows a curiosity about literary transmissions that appears nowhere else in Icelandic literature."

8 Fáleikar Haralds og Einars hafa áður birst í vísum; þegar konungi mislíkar við Einar fer hann afsíðis og fer með vísu sem í felst ógn og einnig er sagt frá vísu hans um liðsöfnuð Einars (Msk., 171–72). Þær vísur marka upphaf að vinslitum Einars og konungs.

9 Sveinki sjálfur hefur svo eigin stíl og sá býsna kyndugur (sbr. kafla 9).

10 Sjá t.d. Msk., 429. Hið sama á við þegar lýst er bardögum eða fylgd riddara við konung, sjá m.a. Msk., 66, 68, 82 og 338. Eins og Finnur Jónsson hefur bent á (Indledning, viii) eru ófá tökuorð í sögunni og tengjast mörg hirðlífi og riddaramennsku. Má þar nefna orðin príss, jaga, gráður, próvendor, jungfrú, raufarar, burdeigia, turniment og cisterna. Kari Ellen Gade hefur tekið saman lista yfir tökuorð og stakdæmi í Morkinskinnu, Sverrissögu og Ólafssögu helga og góðfúslega lánað mér. Þar sést að í Morkinskinnu eru talsvert fleiri tökuorð en í hinum og allmörg tengjast hirðlífi. Áberandi eru orðin herra og kurteislegur. Í Morkinskinnu er orðið kurteislegur notað í lýsingu Magnúsar berfætts á fundi í Konungahellu (Msk., 329) en ekki í samsvarandi texta í Heimskringlu (III, 229) eða Fagurskinnu (311).

11 Frásögn af andláti Magnúsar góða hefst svo: „Nú barst það að er mikil tíðindi eru að segja" (Msk., 140).

12 Finni Jónssyni (Indledning, xv) þótti einkennilegt að nota þessa aðferð.

13 Víða í sögunni eru slíkar frásagnir, þar sem fyrst er sagt frá ráðagerðum en síðan kemur að atburðum og eru þeir þá sem leikin endurtekning á frásögninni áður (Msk., 105, 196–97). Þetta er sama aðferð og beitt er í Brennu-Njálssögu (58–65) þegar Gunnar bregður sér í gervi Kaupa-Héðins. Fyrst segir Njáll fyrir allt sem gerast muni en síðan gerast atburðirnir sjálfir sem eru þá endurtekning á orðum Njáls.

14 Sjá einkum Bjarni Einarsson, On the rôle of verse in saga-literature. Hann orðar það svo: „Í konunga sögum er yfirleitt vitnað í vísur til að sanna frásögnina og þessar vísur eru flestar úr lofkvæðum um konunga eða aðra höfðingja eftir hirðskáld þeirra eða önnur samtíma skáld" (Mælt mál og forn fræði, 183). Aðrar vísur séu á hinn bóginn einkum „þættir í listrænni frásögn".

15 Samkvæmt Bjarna Einarssyni (On the rôle of verse in saga-literature, 121) eru 155 vísur í Morkinskinnu tilfærðar til sönnunar eða staðfestingar en 67 telur hann lið í frásögninni.

16 Um Hrynhendu og kvæði Arnórs almennt, sjá Whaley, The Poetry of Arnórr Jarlaskáld.

17 Um þær vísur, sjá Nedrelid, Kor mange kunstar kunne kong Harald? Sbr. kafla 13.

18 Sbr. Andersson, The Politics of Snorri Sturluson, 58.

19 Í þeirri frásögn (Msk., 434–38) eru heimildavísanir tíðar. Sú frásögn mun ættuð úr Hryggjarstykki (sjá Bjarni Guðnason, Fyrsta sagan, 12–32). Um heimildir Hryggjarstykkis, sjá sama rit, 72–94.

20 Sjá m.a. Msk., 50, 188, 280, 315–16, 405, 420, 427, 431, 433 og 437–38.

21 Sbr. Jón Helgason, Introduction, 13. Heimildarýni Morkinskinnuhöfundar og umhugsun um heimildir er í meira lagi miðað við önnur miðaldaverk (sbr. Burke, The Renaissance Sense of the Past, 19–20).

22 Nokkuð hefur verið fjallað um afstöðu norrænna sagnaritara á miðöldum til sannleikans og sagnfræði, sjá Sverrir Tómasson, Formálar íslenskra sagnaritara á miðöldum, 189–260; Meulengracht Sørensen, Fortælling og ære, 33–78. Meulengracht Sørensen (Modernitet og traditionalisme, 156–57) hefur bent á að það sé ekki síst í frásögnum sem eru ævintýralegar, t.d. fornaldarsögum, að rætt er um sannleikann.

23 Það er e.t.v. í sama skyni þegar tekið er fram að fjarlægðin frá atburði til frásagnar sé nokkur. Einu sinni er vitnað í menn sem hafi haft tíðindi af Væringjum eystra: „það segja menn þeir er verið hafa í Miklagarði að Væringja minni svo frásagnar [...]“ (Msk., 80).

24 Sbr. Manhire, The Narrative Functions of Source-References.

25 Ósagt skal látið hvort það er tilviljun að hann ber sama nafn og banamaður Snorra Sturlusonar.

26 T.d. í þessu tilviki: „var þar mest fyrimaður Jóan Mörnefsson, faðir Eindriða er féll undir Serk, lendur maður og göfugur“ (Msk., 375–76).

27 Í samtíðarsögunum, t.d. Sverrissögu og Hákonarsögu, eru svo oft nefndir menn sem ekki er gerð grein fyrir, að þær verða stundum óskiljanlegar án skýringa. Reiknað virðist með að allir söguhlýðendur kannist við þessa menn. Þetta á einnig við um Morkinskinnu, sérstaklega seinni hlutann.

28 Morkinskinnu ber raunar ekki saman við aðrar heimildir um þessa höfðingja, sjá Morkinskinna (útg. Anderssons og Gade), 450–51.

29 Raunar hafa Andersson og Gade (Introduction, 74–77) bent á áhugaleysi Morkinskinnuhöfundar á tímatali. Fyrir honum snýst sagnfræði greinilega ekki um tímatal.

30 Slík vitund um samfellu milli ættliða er dæmigerð fyrir hugarfar aðalsmanna á miðöldum (Bisgaard, Tjenesteideal og fromhedsideal, 100–2).

31 Um þessar gjafir er líka fjallað í Hungurvöku (Hungrvaka, 100).

32 Flateyjarbók 3 (1868), 229.

33 Lönnroth (Den dubbla scenen, 56–57) túlkar þessa frásögn á svipaðan hátt og hér er gert en leggur þó ívið meiri áherslu á hversu formlegur söguflutningur sé, hann sé nánast helgiathöfn.

34 Sjá einkum Fidjestøl, „Har du høyrt eit dyrare kvæde?“ Um menningarlega stöðu skálda, sjá Guðrún Nordal, Tools of Literacy, 117–95; Bjarni Einarsson, Skáldasögur; Bjarni Einarsson, The Lovesick Skald; Bjarni Einarsson, To skjaldesagaer; Andersson, Skalds and Troubadours; Finlay, Skalds, Troubadours and Sagas; Sigurður Nordal, Íslenzk menning, 233–77; Poole, Viking Poems on War and Peace.

35 Um bókmenntir sem menningarauðmagn, sjá Torfi H. Tulinius, Snorri og bræður hans, 55–58; Torfi H. Tulinius, Virðing í flóknu samfélagi, 80–89.

36 Fidjestøl („Har du høyrt eit dyrare kvæde?“, 61–62) rekur fleiri dæmi um „markaðsvirði“ kvæða. Athyglisverð er frásögn í Gunnlaugssögu um konung sem ekki var vanur að meta kvæði (Gunnlaugs saga, 75–76).

17. Tekist á við tímann

17.1 Menningarbylting Hákonar konungs

Morkinskinna er rómantískt rit. Herferðir konunga og ástamál fléttast saman. Magnús góði er fóstraður í Garðaríki eftir rifrildi konungshjónanna. Haraldur harðráði fellur í ónáð í Miklagarði eftir að hafa hafnað Zoe hinni ríku. Deilur Hákonar Ívarssonar við Harald harðráða eru í senn valdabarátta og ástarsaga. Deilurnar í Þingasögu spretta af kvensemi Sigurðar Jórsalafara. Ítrekað er numið staðar og horfið frá málefnum ríkisins að einkamálum hirðmanna, á sama hátt og Eysteinn konungur Magnússon gefur sér tíma til að sinna hvorutveggja í þættinum um Ívar Ingimundarson.

Morkinskinna er sett saman nálægt 1220. Hún er grein af meiði konungasagna en mótuð af siðferði og viðhorfum hirðlífsins. Í víðum skilningi má telja hana til hirðbókmennta.[1] Á þeim tíma snúast veraldlegar bókmenntir sunnar í álfunni að verulegu leyti um einkamál. En fleira en áhuginn á einkalífi minnir á riddarabókmenntir. Mikill áhugi á skrauti og hlutum líkist því sem sést í hirðbókmenntum. Í sjónmáli er hirðsamfélag mótað af riddarahugsjóninni, hefðir þess, siðir og samskipti manna. Formgerð Morkinskinnu er mótuð af hliðstæðri fagurfræði og rómantískar bókmenntir 12. og 13. aldar. Í sögunni eru tökuorð úr heimi hirðlífsins: riddari, burdeigja, turniment. Sagan er undir áhrifum frá nýjum anda sem gegnsýrir rómantískar bókmenntir og þau áhrif gera hana ólíka eldri konungasögum. Áhugi á skiptum konunga og þegna setur þó einnig svip á Sverrissögu og yfirgripsmikil notkun kvæða á sinn líka í Elstusögu Ólafs helga.[2] Þegar um og jafnvel fyrir aldamótin 1200 voru hafnar tilraunir í sagnaritun sem síðan fæddu af sér hina sérstæðu íslensku sagnahefð.

Árið 1217 varð þrettán ára piltur konungur í Noregi og sat við völd fram til 1263. Að öllum líkindum var Morkinskinna samin á fyrstu ríkisárum Hákonar Hákonarsonar. Þó að hinir ætluðu söguhlýðendur séu greinilega íslenskir er líklegt að hirð Hákonar konungs hafi einnig verið ofarlega í huga sagnaritarans. Skömmu síðar varð stórviðburður í norrænni bókmenntasögu: „Var þá liðit frá hingatburði Christi 1226 ár, er þessi saga var á norrænu skrifuð eptir befalningu ok skipan virðuligs herra Hákonar kóngs.“[3] Tristramssaga varð fyrst af mörgum. Einnig er vísað til Hákonar konungs í Elíssögu, Ívenssögu, Möttulssögu og

Strengleikum, safni ljóðsagna Marie de France.[4] Þýðingarstarf konungs er til marks um metnað til að kynna norsku hirðinni fjölbreytt bókmenntalíf. Ívenssaga og Tristramssaga eru þýddar úr hirðkvæðum (romans courtois) og sú fyrrnefnda er þýðing á kvæði Chrétiens de Troyes, upphafsmanns hefðarinnar í Frakklandi. Elíssaga er þýdd úr frönsku kappakvæði (chanson de geste) en hirðkvæði og kappakvæði eru tvær höfuðgreinar hirðbókmennta á þessum tíma. Sjóndeildarhringurinn víkkar enn með þýðingu ljóðsagna (lais) Marie de France og gamansagna (fabliaux) á borð við Möttulssögu. Þær fimm þýðingar sem kenndar eru Hákoni konungi veita fjölbreytta mynd af erlendum hirðbókmenntum. Má teljast líklegt að hann hafi viljað kynna norrænum mönnum þessar bókmenntir og tilgangurinn því öðrum þræði hagnýtur.[5]

Annar tilgangur var að skemmta. Þýðingarnar bera vitni smekk æskumanns sem hefur hrifist af harmrænum tilfinningaskáldskap á borð við Tristramssögu en einnig notið gamansagna um ástalíf á borð við Möttulssögu. Hákon konungur er rúmlega tvítugur þegar Tristramssaga er þýdd, nýgiftur og við hirð hans hefur ríkt áhugi á ástalífi.[6] Hann var þó ekki fyrstur Noregskonunga til að sýna skáldskap áhuga. Í Morkinskinnu má sjá ýmis dæmi um að konungar séu velgjörðarmenn skálda. Hákon var það einnig. Þegar Snorri Sturluson hélt til Noregs árið 1218 orti hann kvæði um þá Skúla jarl, kvæðið Háttatal sem er þriðjungur Snorra-Eddu og ef til vill upphaf að konungasagnaritun Snorra.[7]

Þýðingar á vegum Hákonar konungs sýna að hann var ekki aðeins áhugasamur um fornar listir. Honum var í mun að kynna hirðbókmenntir nýrra tíma og vera nútímalegur konungur. Í Hákonarsögu Sturlu Þórðarsonar er honum lýst í líkingu við fyrirmyndarkonunga 13. aldar, heilagan Loðvík í Frakklandi, Alfons 10. Kastilíukonung og Friðrik 2., keisara Hins rómverska keisararíkis. Allir voru þeir kristnir konungar sem lögðu kapp á að friða lönd sín og bæta þar lög og landsrétt. Allir studdu þeir kirkju og kristni og töldu visku höfuðdyggð sína. Friðrik 2. þótti raunar svo vitur og lærður að hann var nefndur veraldarundur (stupor mundi). Hákon hélt góðu sambandi við Friðrik 2. og lagði allt kapp á að tengjast öðrum lærðum konungum álfunnar. Dóttir hans var gefin Kastilíuprinsi og hann sendi fálka til soldánsins í Túnis. Hann var iðinn við að reisa hallir og kirkjur. Noregur átti að vera siðað konungsríki eins og þau í Suður-Evrópu.[8]

Hinar nýþýddu riddarasögur gátu leiðbeint um hvernig kurteisir menn hegðuðu sér sunnar í Evrópu. Þær sýndu nýjan smekk. Hákon lét ekki þar við sitja. Vera má að hann hafi gengist fyrir ritun Konungsskuggsjár (Speculum regale) og ætlað sonum sínum.[9] Gömul er sú hugmynd að Fagurskinna sé runnin undan rifjum Hákonar.[10] Þá hefur Torfi Tulinius skotið því fram að ritun Hervararsögu og Heiðreks geti tengst viðleitni Hákonar til að tryggja erfðaríki í Noregi.[11] Hvað sem því líður var Hákon Hákonarson velgjörðamaður lærdóms og lista fram í andlátið. Í banalegunni lét hann lesa fyrir sig sagnarit, þar á meðal konungasögur og að lokum sögu Sverris afa síns (sbr. kafla 16). Í elli virðist Hákon ekki síst hafa áhuga á konungasögum þó að riddarasögur hefðu hrifið hann í æsku.[12] Afkomendur hans sýndu erlendum hirðbókmenntum einnig áhuga. Syni hans er eignuð Barlaamssaga og Jósafats og sonarsonurinn Hákon Magnússon er sagður hafa látið „venda morgum riddara sogum jnorænu ur girzsku ok franzeisku mali."[13]

Morkinskinna var sett saman áður en þýðingarherferð Noregskonunga hófst en í henni birtast sömu straumar enda var þeirra farið að gæta hér á landi löngu fyrr. Áhrif hæverskrar menningar úr suðri á norræna menningu hefjast vitaskuld ekki með einni þýðingu árið 1226 enda vafasamt að konungi hefði komið til hugar að hefja slíkt þýðingarstarf ef smjörþefinn af evrópskri riddaramenningu hefði ekki lagt til Noregs og Íslands löngu fyrr. Morkinskinna sýnir vel að kurteis menning er tekin að móta hugarfar manna þegar árið 1220 og ekki þarf það í sjálfu sér að koma á óvart.[14]

En þrátt fyrir daður við nýjungar stendur Morkinskinna á gömlum merg dróttkvæðalistar og sagnfræði; hin hæverska rót er aðeins ein af mörgum rótum hennar. Í henni fara saman epískur þungi og rómantísk dulúð.[15] Fagurfræði hennar kann að vera undir áhrifum frá dróttkvæðum (sbr. kafla 5) enda er hún sjálf umgjörð um dróttkvæði. Milli kvæðanna og sagnanna liggur taug sem erfitt er að festa hendur á. Skáld eru í öndvegi í Morkinskinnu eins og sumum Íslendingasögum sem taldar eru gamlar, t.d. Egilssögu, Kormákssögu og Hallfreðarsögu.[16] Þó að erfitt sé að festa hendur á tengslum Morkinskinnu við elstu Íslendingasögur er hún sett saman nálægt upphafi Íslendingasagnaritunar. Þar er fjallað um einkalíf og ástir eins og í þessum þremur sögum, þar er mikil fjöld kvæða og skipti Íslendinga við konung eru höfuðatriði. Mestu skiptir þó að hér eru á ferð langar og flóknar sögur þar sem bein ræða er áberandi auk sviðsetningar og dramatíkur. Ekkert af þessu var fullkomin nýjung en flest megineinkenni Íslendingasagna má einnig finna í Morkinskinnu. Hinar þýddu riddarasögur fjalla einnig um einkalíf og ástir og þjónustu við konung. Formgerð Morkinskinnu stendur einnig nærri þeirri hefð (sbr. kafla 4–5). Paul Bibire hefur rætt mun þýddra riddarasagna og frumsamdra (lygisagnanna) sem síðar komu til skjalanna. Að hans mati eru Íslendingasögurnar hinir eiginlegu arftakar þýddra riddarasagna.[17] Hið sama á við um fornaldarsögur en munurinn á hefðbundnum fornaldarsögum og hefðbundnum riddarasögum felst í efni fremur en formi eða hugmyndum.[18]

Morkinskinna er ekki harmræn eins og Tristramssaga eða sögur Kormáks, Kjartans eða Gunnlaugs. Ástarmál eru ekki í öndvegi heldur konungar og skipti þeirra við þegna sína. Hún er meiður af konungasagnahefð. Konungasögurnar eru raunar ekki heildstæð bókmenntagrein. Sumar eru ágripskenndar en aðrar dramatískar og þættar eins og Morkinskinna. Sumar gerast í grárri forneskju en aðrar eru samtíðarsögur. Hlutur kvæða er misjafn.[19] Ekki er Danasaga Saxa lík Morkinskinnu að öllu leyti; í henni er sögð forneskjusaga en ekki saga nálægrar fortíðar. Þó virðast höfundarnir báðir aðhyllast fagurfræði þenslunnar. Meðferð Saxa á fornum kvæðum sýnir það, hann enduryrkir þau undir hexametri og eykur mjög við efni sitt. Sama gildir um lausamálið; alltaf er Saxi mun fyllri en önnur rit um sama efni, eins og höfundur Morkinskinnu.[20]

Konungasögurnar eru ekki ósnortnar af erlendum áhrifum þó að þær eigi sér ekki ótvíræðar fyrirmyndir, allra síst þær lengstu og fyllstu.[21] Líklega er ógjörningur að finna nokkurt íslenskt miðaldaverk sem er laust við erlend áhrif. Þó eru þau flest með sérstæðu sniði og engar erlendar bókmenntir eru alveg hliðstæðar íslensku sögunum. Morkinskinna lýsir erlendu samfélagi. Hún er undir áhrifum frá hirðmenningu sunnan úr álfu, þar á meðal rómönsum. Það er ein rót sögunnar. Önnur rót liggur í fortíðinni, norrænni skáldskaparhefð sem hafði verið í sérstöku öndvegi meðal Íslendinga. Sagan fjallar um dróttkvæði og dróttkvæðaskáld og í henni eru dróttkvæði. Í fagurfræði hennar mætast fléttuform rómantískra kvæða sunnan úr álfu og fagurfræði nykraðs. Heimildir Morkinskinnu eru hins vegar aðrar konungasögur og höfundur hennar er sagnaritari eins og þeir sem á undan fóru: Theodoricus munkur, Eiríkur Oddsson og höfundar Ágrips, Orkneyingasögu og Jómsvíkingasögu. Ef til vill hafa þó engir haft meiri áhrif á hann en höfundar Elstusögu Ólafs helga og Sverrissögu, hvor á sinn hátt. Þrír straumar renna saman í einu riti og allir héldu áfram að fléttast saman í Íslendingasögunum.

Morkinskinna varð til á umbrotaskeiði í íslenskri sagnaritun. Undir áhrifum þenslufagurfræði skapar höfundur hennar ítarlega og listræna frásögn sem er mótuð af sterkri og gamalli hefð, sumpart rómantísk í anda en þó mótuð af gagnrýnum huga sagnfræðingsins sem telur að draga megi nokkurn lærdóm af sögunni en um leið eigi hún að vera skemmtileg og lifandi frásögn.[22] Morkinskinna er ekki síst flókin vegna allra þeirra strauma í listum sem voru á kreiki þegar hún var sett saman og orkuðu á gerð hennar.

17.2 Höfundurinn

Orðið höfundur hefur verið notað oft í þessu riti og er mál að velta því nánar fyrir sér. Hér hefur verið gert ráð fyrir einstaklingi bak við verkið sem hafi mótað formgerð þess, samfélagsmynd og boðskap af yfirvegun, þó að hann hafi sjálfur skilgreint sig sem sagnaritara. Höfundur Morkinskinnu kemur ekki fram sem frumlegur hugsuður en er það samt og í verki hans er fátt tilviljunum háð. Skemmst er að minnast að Finnur Jónsson taldi enga höfundarvitund í Morkinskinnu.[23] Í athugun eins og þessari er á hinn bóginn þörf á að ræða höfund Morkinskinnu. Fyrst þarf þó að skilgreina hvað átt er við.

Þegar minnst hefur verið á höfund Morkinskinnu hér hefur verið fylgt venjum í bókmenntagreiningu þar sem gert er ráð fyrir höfundi og raunar mörgum höfundum, þar á meðal höfundi í verkinu (söguhöfundi).[24] Það er höfundurinn í verkinu sem hér hefur verið vísað til þegar gripið hefur verið til orðsins sem frásagnarfræðilegrar nauðsynjar við að greina sögutextann. Höfundur er gagnleg hugmynd og nota má orðið án þess að kveðið sé upp úr um höfundinn í holdinu — hver hann sé eða hvort hann sé einn maður, tveir eða fleiri.

Í nútímafrásagnarfræði er gert ráð fyrir höfundi enda eiga nútímaskáldverk sér að jafnaði tiltekinn höfund. Það á síður við rit eins og Morkinskinnu. Eins og önnur sagnarit á hún sér upphaf í þeim atburðum sem frá er sagt og síðan langri hefð frásagna um þá.[25] Sköpun verks af þessu tagi byggist á úrvinnslu þó að sköpunarmátt þurfi svo sannarlega einnig til. Höfundur sagnarits er safnari sem velur efni í sögu sína, skipar því niður og skapar nýtt samhengi. Honum má líkja við seinasta byggingarmeistara stórrar dómkirkju, þann sem leggur seinustu hönd á verk annarra.[26] Að öllum líkindum hefur þáttur seinasta meistarans verið ríkur. Morkinskinna er mikil að vöxtum, mun umfangsmeiri en öll fyrri rit um sama efni. Vart hefur verið á sambærilegu verki að byggja þó að ýmist efni hafi áður verið til á blaði eða í munnmælum. Í sagnaritinu verður listræn heild úr þessu efni.

Var sá höfundur einn eða má reikna með heilli ritnefnd á bak við verkið?[27] Í Morkinskinnu talar sögumaður verksins stundum í 1. persónu. Ekki má rugla honum saman við höfund sjálfan en í epísku verki er þó vart ætlast til þess að söguhlýðendur greini þar á milli. Þessi „eg“ birtist nokkrum sinnum í sögunni (m.a. Msk., 134, 276, 336–37, 354, 437, 453 og 457), stundum raunar í fleirtölu (Msk., 179, 333).

Allnokkuð ber á sögumanni í þeim köflum sem eru ættaðir úr Hryggjarstykki, til að mynda þegar skýrt er hví getið sé um smáatriði í flótta Sigurðar slembis: „því er þess getið hversu hann bjó um eldsvirkið, að það þótti hugkvæmlega gjört að búa svo um að aldregi vættist" (Msk., 435). Peter Hallberg þótti ósennilegt að hér talaði höfundur í eigin nafni og ekki þarf svo að vera.[28] Eigi að síður má víða greina í textanum sögumann sem talar sem gagnrýninn sagnaritari, síður fráhverfur því að koma fram í eigin persónu en höfundar Íslendingasagna.[29] Þegar numið er staðar við Harald konung harðráða og honum lýst lætur sögumaður þess getið að fleiri sögur séu til um Harald en teknar séu með: „kemur mest til þess ófróðleikur vor og það með að vér viljum eigi rita vitnisburðarlausar sögur þótt vér höfum heyrt þær frásagnir, því að oss þykir betra að héðan af sé við aukið heldur en þetta sama þurfi aftur að taka" (Msk., 170). Hér er á ferð ritklif, pauca ex multis.[30] Höfundur stígur fram í fyrstu persónu og lýsir eigin vinnubrögðum og á greinilega fremur von á gagnrýni fyrir að taka of lítið með í rit sitt en of mikið þó að raunin hafi orðið önnur.[31]

Áhugaverð er frásögnin af skiptum Haralds harðráða og Finns Árnasonar sem fléttast við gamansögu um Svein Úlfsson og kerlingu í koti.[32] Ef til vill hefur höfundi þótt varasamt að tilfæra móðganir um konunga. Áður en sagt er frá orðum Finns eru þau kölluð „skrök" og sálfræðilegar skýringar fylgja einnig: „Þá mælti Finnur jarl orðskrök það, er síðan er uppi haft og frá sagt hversu reiður hann var, er hann fekk eigi stillt orðum sínum" (Msk., 214). Í kjölfarið fylgir sagan um Svein og kerlingu sem er af allt öðru tagi en aftur framin hátignarmóðgun, nú af heimsku en ekki reiði. Kerling kallar konung „haltan og ragan" án þess að átta sig á að hann situr sjálfur hjá henni. Síðan þykir höfundi rétt að skýra hvers vegna sagt sé frá slíku og túlkar atburði ofan í söguhlýðendur: „Þetta er gamans frásögn og eigi sögulegt einskostar nema fyr þá sök að hér er lýst grein speki og óvisku" (Msk., 215). Síðan segir hann að allir hafi virt orð Finns sem „barns orð".

Persónan „vér" birtist í hinstu orustu Magnúsar berfætts og getur þess að hún geti ekki skýrt nákvæmlega frá öllum hernaðarbrellum konungs (Msk., 333). Síðar er sagt að frásögnin af láti konungs sé ættuð frá þeim sem fylgdu honum lengst: „kunni engi frá því glöggra að segja en Víðkunnur Jóansson því að hann hafði einna manna best fylgt konungi og flýði eigi fyrr, sem áður gat eg, en konungi var ráðinn bani og konungur sjálfur bað hann flýja" (Msk., 336–37). Hér talar höfundur sem hlutlægur sagnfræðingur en þó í fyrstu persónu. Í ævintýralegri frásögnum virðast slík höfundarinnskot eiga síður við.

Höfundarafstaða getur komið skýrt fram þó að höfundur tali ekki í eigin persónu.[33] Almannarómur er þannig gjarnan notaður til að koma dómi á framfæri, svipað og í Íslendingasögum. Hreiðari Grjótgarðssyni er svo lýst: „Og það mæltu allir að hann þótti vel og prúðlega hafa fylgt sínum lánardrottni og gott er hverjum er slíkan orðróm getur" (Msk., 433). Aðrir eru bornir fyrir orðstír Hreiðars en seinasta athugasemdin er sögumanns sjálfs. Eins segja viðbrögð almennings sína sögu um Hallvarð Gunnarsson, banamann Sigurðar skrúðhyrnu: „var hann skotinn í lofti einu og harmaði hann engi maður" (Msk., 457). Refsingu banamanns Tryggva Ólafssonar er svo lýst: „eftir það lét konungur festa hann upp á gálga og hreinsaði svo landið en hefndi konungs" (Msk., 250–51). Notkun orðsins hreinsa sýnir að refsingin er litin jákvæðum augum.[34] Þegar um er að ræða glæpi gegn lögum guðs er höfundur óhræddur að taka afstöðu. Tekið er sterkt til orða um aftöku Reinalds byskups: „er glíklegt að þetta óverkan hafi dregið Noreg til mikillar ógiftu, og þeim er gerðu og féllu með í bann og guðs reiði" (Msk., 402).

Þó að fram komi höfundarafstaða í verkinu og sögumaður tali stöku sinnum í fyrstu persónu merkir það ekki að höfundur þurfi að hafa verið einn. Um það verður ekkert fullyrt. Í verkinu má finna skýra höfundarvitund. Það er þannig óhætt að minnast á „höfund" Morkinskinnu ef átt er við höfundinn í textanum. Sá höfundur þarf ekki að vera einn. En engu minni líkur eru þó á að einn höfundur í holdinu sé á bak við Morkinskinnu en aðrar íslenskar miðaldasögur. Sjaldan er hægt að kveða upp úr um að aðeins einn höfundur eigi textann.

Þar fyrir utan var afstaðan til höfunda allt önnur á þeim tíma en nú. Miðaldatextar voru ekki óumbreytanlegir eða eign höfunda sinna. Ekki er hægt að miða við „frumtexta" sem sé endanleg afurð höfundar. Það merkir ekki að hætta beri allri leit að sem frumlegustum texta eða að enginn munur hafi verið gerður á skrifara, safnara og höfundi. En jafnvel þeir sem töldust höfundar settu ekki aðeins á blað eigin orð.[35] Erfitt er að meta þátt skrifara í sköpun hins varðveitta texta Morkinskinnu en ekkert bendir sérstaklega til þess að skrifarar hins varðveitta handrits (GKS 1009 fol.) hafi lagt meira til málanna en skrifarar almennt. Þeir voru að skapa annað listaverk, bókina Morkinskinnu.

Hvers konar maður var „höfundur" Morkinskinnu? Höfundurinn í verkinu er á sinn hátt hógvær því að hann er klæddur gervi sagnaritarans sem virðist miðla fornum fróðleik á hlutlægan hátt. En þó að sagnarit séu í orði kveðnu hlutlæg eru þau sköpuð á ákveðnum forsendum og miðla tilteknum gildum og jafnvel boðskap. Öll sagnfræði hefur tilgang; ekki síður á miðöldum enda var tilfinningin fyrir einingu og samfellu sögunnar þá sterk. Sagnarit hljóta alltaf að bera höfundi sínum vitni og af Morkinskinnu má ráða margt um höfundinn þó að nafn hans verði jafnan móðu hulið.

Höfundur Morkinskinnu var ef að líkum lætur íslenskt skáld sem hafði þjónað Noregskonungi. Af sögunni má ráða ást á því íslenska og því framandlega, ást á kvæðum og á dæmisögum. Höfundur Morkinskinnu var hugsjónamaður sem trúði á konungsvaldið og boðskap kirkjunnar, þó að í sögu hans sjáist ekki sami áhugi á andlegum málefnum og veraldlegum. Hann hafði áhuga á samskiptum manna, tilfinningum þeirra og einkalífi og því samfélagi sem hann hafði séð í mótun í Noregi. Allt þetta má ráða af texta hans en hér verður ekki reynt að geta upp á nafni hans.[36] Þó að við þekkjum það ekki vitum við býsna margt um höfund Morkinskinnu.

17.3 Íslendingur fer út í heim

Hér hefur ítrekað verið minnst á Ívarsþátt Ingimundarsonar. Þar er dregin upp mynd af samfélagi þar sem allt hverfist um konung og þegna, veislur, gleði og skáldskap. Fjallað er um hlutverk hirðmanns og skálds en þó enn frekar konungs. Þessi þáttur snýst um einkalíf skáldsins en meginefni hans er vinátta skáldsins við konung sem hjálpar honum að komast yfir ástarsorgina. Þessi stutta saga virðist lítilsverð í hinu stóra samhengi sögu Noregs á 11. og 12. öld. En þó að sértækt gildi sögunnar sé lítið er almenna gildið þeim mun meira. Þátturinn er að stofni til dramatísk frásögn með almennt gildi, dæmisaga. Það á við um fleiri frásagnir; mikilvægi þeirra er þeim mun meira sem þær virðast styttri og ómerkilegri. Hér verða tíu slíkar frásagnir vegnar og metnar, allar örstuttar og hafa engin augljós bein áhrif á sögu Noregs. Í þeim hópi eru ekki frásagnir eins og Karlsþáttur, Auðunarþáttur eða Þingasaga sem hafa beina skírskotun til mikilvægra viðburða.

Í Arnórsþætti jarlaskálds er hvorki lýst bardaga né mikilvægum stjórnvaldsaðgerðum, aðeins flutningi kvæðis. Þó snýst þátturinn um konungsvald. Bornir eru saman tveir konungar; annar sýnir öryggi og stillingu en hinn grípur stöðugt fram í fyrir skáldinu og á greinilega erfitt með að þola samanburðinn. Þátturinn lýsir einnig þegni sem nær að gera upp á milli konunga án þess að móðga þann sem hallað er á. Framkoma Arnórs er fáguð. Hann kann að koma fram við konunga, er kurteis í frummerkingu orðsins. Þar sem Arnór er Íslendingur felast í þættinum þau skilaboð að Íslendingar séu ekki síðri hirðmenn en aðrir, ef ekki betri. Þá er dregin upp mynd af samfélagi þar sem hegðun manna lýtur skýrum en flóknum reglum en þar er einnig keppni; í þessu tilviki milli konunga. Að síðustu fjallar sagan um skáldskap og vægi hans í samfélaginu, um listina. Í henni eru kaflar úr Hrynhendu Arnórs. Þannig er eitt listaverk fléttað inn í annað.

Brandsþáttur örva virðist í fyrstu lítilsverð saga um hrekk konungs við íslenskan hirðmann. Haraldur leggur fyrir Brand próf en reynist sjálfur vera í prófi sem Brandur hjálpar honum að standast. Þátturinn fjallar um gildi stillingar fyrir réttlátan konung og tengist fjölmörgum öðrum frásögnum um stillingu í Morkinskinnu, m.a. Arnórsþætti. Hann er dæmi um konungsvald almennt en einnig mannlýsing á Haraldi, eins og Arnórsþáttur. Þar sem Brandur er Íslendingur er þátturinn stykki í mósaíkmynd um Íslending í þjónustu konungs. Hlutverk hirðmannsins er erfitt; það kemur skýrt fram í þættinum. Bæði Þjóðólfur skáld og Brandur eiga á hættu að falla í ónáð ef þeir standast ekki raun konungs. Þessi raun er þó engu að síður leikur — og leikurinn er mikilvægur í því kurteisa samfélagi sem lýst er í Morkinskinnu. Leikur getur bæði verið barnaskapur og list. Brandur flytur ekki drápu en er sjálfur listaverk; það sést þar sem hann stendur óhagganlegur við iðju sína og mælir ekki orð af vörum þegar hann er beðinn um gjöf til konungs.

Efni þáttarins um sögufróðan Íslending er ekki síður smátt; þar er sögð saga af manni að segja sögu og raunar sögu sem hefur áður verið sögð í Morkinskinnu, útferðarsögu Haralds harðráða. Ekkert gerist í þættinum annað en að sú saga er sögð en þó skapast spenna vegna þess að söguflutningurinn er leikræn athöfn. Miklu skiptir hvernig áheyrendur við hirðina bregðast við en mestu hvað konungi sjálfum finnst. Hann er í senn aðstoðarmaður Íslendingsins sögufróða, leikstýrir söguflutningnum og er yfirgagnrýnandi viðburðarins. Þessi saga snýst um sjálfa sig. Þátturinn fjallar um skáldskap í samfélagi og lýsir kurteisu samfélagi þar sem ríkir spenna og keppni, skoðanir eru skiptar en konungur trónir efstur. Þessi saga eykur dráttum við lýsingu Haralds konungs, sýnir stuðning hans við menningu og hefur vægi í sögunni um skipti konungs og Íslendinga.

Sagan um Þorvarð krákunef fjallar fyrst og fremst um íslenskt þjóðerni; Haraldur harðráði lætur synd eins Íslendings bitna á öðrum. Um leið sést gildi stillingar fyrir konung. Hann er í vondu skapi og hafnar góðri gjöf en Eysteinn orri bætir úr og sýnir mikilvægi góðra þegna fyrir konung. Hér er enn lýst friðsömu hirðsamfélagi þar sem tími gefst fyrir leiki, skemmtun og íþróttir. Fáar norrænar konungasögur veita jafn ríka innsýn í friðsælt samfélag og Morkinskinna.

Í þætti um fiskimann sem kveðst á við konung er einnig leikið. Kviðlingar fljúga og glímt er við þrautir. Leikgleði og listást Haralds konungs koma fram og fiskimaður er skjótur til svara en sýnir konungi þó virðingu. Hann er ekki Íslendingur. Það er aftur á móti skáldið Þjóðólfur sem er ekki snöggur upp á lagið þó að hann sé skáld og hörundsár með afbrigðum. Endurteknir hrekkir Haralds konungs við Þjóðólf eru ekki aðeins lýsandi fyrir skapgerð konungs heldur sýna þeir einnig að konungshirð er harður heimur. Fiskimaðurinn færir sér mátt orðsins í nyt; kemst í náð konungs með orðheppni. Orðið er mikilvægur auður við hirðina. Það kemur einnig á daginn í Stúfsþætti og enn er sýnt hvernig klókur þegn getur sneitt að hörundsárum konungi án þess að móðga hann. Stúfur leikur sama leik og Arnór jarlaskáld áður, en stillingu Haralds konungs hefur farið fram. Eftir því sem líður á söguna eykst hún og þá sést að mikilvægt er fyrir konung að gæta stillingar; Haraldur er réttlátur ef hann hemur skap sitt. Í Stúfsþætti sést að hirðin er ógreið inngöngu. Stúfur kemst í þjónustu konungs og er landi sínu til sóma því að hann er enn einn Íslendingurinn í Morkinskinnu.

Þær sex stuttsögur sem hér hefur verið lýst gerast á dögum Haralds harðráða. Svipuð er saga um Ólaf kyrra og krákukarl. Þar er enn á ferð smávægilegur hrekkur, fyrst og fremst til gamans. Enn er kastað fram kviðlingum, í för með konungi eru hirðmenn hans og skoðanir skiptar. Þættinum lýkur með því að konungur sýnir örlæti sitt. Mildi er mikilvæg konungsdyggð í Morkinskinnu og Ólafur kyrri er fulltrúi hennar. Ívarsþáttur gerist við hirð Eysteins konungs Magnússonar og Þórarinsþáttur stuttfeldar við hirð Sigurðar Jórsalafara. Þar er lýst hörðu hirðsamfélagi þar sem skáldskapur er í öndvegi og Íslendingar njóta þess. Sama á við um Einarsþátt Skúlasonar sem eru þrjár sögur sem mynda heild. Megininntak þeirra er staða dróttkvæðalistarinnar í nýju samfélagi þar sem aðrar listir eru orðnar atkvæðamiklar. Um leið er þar lýst Íslendingi sem nýtur hylli konungs fyrir list sína og konungi sem styður við skáld, Eysteini Haraldssyni. Sögurnar gerast í bæjarsamfélagi þar sem fjölmenni er á sviðinu og nægur tími til gleði og leikja.

Hraðferð yfir þessar tíu stuttsögur sýnir að litlar sögur geta haft mikla merkingu. Tiltekin minni eru síendurtekin. Ítrekað er hugað að eðli valdsins. Konungar eru hvað eftir annað sýndir í ljósi þegna sinna og áhersla er lögð á vinsældir þeirra, gleði og mildi. Æ ofan í æ kemur mikilvægi stillingarinnar fram. Endurtekinn samanburður tveggja konunga (eða konungs við höfðingja) sýnir að það leiðir til átaka að í ríkinu séu fleiri höfuð en eitt. Samanburðurinn varpar einnig ljósi á konungsvaldið og hlutverk konunga. Í sögunni er lýst samfélagi sem er eins þó að 125 ár líði. Baksviðið er hið sama í öllum þáttunum tíu. Það er skrautlegt samfélag þar sem áhersla er á hið ytra. Þar eru gleði og glaumur. Sjónum er beint að einkalífinu og tilfinningum manna. Um leið ríkir þar harka og keppni. Samfélag Morkinskinnu er nýstárlegt og sennilega líkara því sem höfundur og hlýðendur sögunnar hrærðust í en norsku samfélagi á þeim árum sem sagan á að gerast.

Íslendingar eru hvarvetna í Morkinskinnu. Þegar Haraldi harðráða er varpað í dyflissu í Miklagarði eru með honum tveir Íslendingar, Úlfur stallari og Halldór Snorrason. Annar deyr rétt fyrir hinstu herferð Haralds til Englands og er dauði hans einn margra váboða fyrir þá ferð. Hinn skilur við konung, heldur til Íslands og segir þar sögur af sjálfum sér og konungi. Þær sögur nemur ungur Íslendingur og skemmtir síðar konungi sjálfum með. Þeirri frásögn lýkur með því að nafn Halldórs er nefnt. Það skilur enginn sem les þáttinn einan sér en söguhlýðendur Morkinskinnu þekkja hér gamlan vin. Skáldskapurinn er bindiefni í Morkinskinnu. Snemma í sögunni segir Sighvatur skáld Magnúsi góða til syndanna í vísum. Skömmu fyrir sögulok kveður Einar Skúlason dróttkvæðar vísur sem enginn getur lagt á minnið. Þar á milli eru sagðar fjölmargar sögur. Haraldur harðráði segir Magnúsi góða útferðarsögu sína og um leið segir sögumaður Morkinskinnu söguhlýðendum sömu sögu. Löngu síðar sofnar Einar þambarskelfir undir henni og enn síðar kemur ungur Íslendingur með hana til konungs úr munni Halldórs Snorrasonar.

Þær sögur sem virðast hvað lítilfjörlegastar eru þvert á móti brýnastar. Eins og allar dæmisögur geyma þær almenna visku. Smáatvik hversdagsins verða táknræn og almenn sannindi því að allt er hliðstætt og í litlum atburði geta mikil sannindi tákngerst. Að þessu leyti eru þær hliðstæðar málsháttum og kjarnyrðum þar sem leitast er við að fanga sannleik í fáum orðum. Eins og öll sagnarit fjallar Morkinskinna um einstaka liðna atburði. En þeirri höfundarskyldu að segja satt fylgir leyfi til að draga lærdóm af sögunni. Í sögunni eru táknsögur sem hafa þó ekki eina merkingu heldur geyma í senn sannindi um einstaka menn og alla menn, konungsvald, samfélag og heiminn. Í þeim hverfur sagnaritarinn frá hinu sértæka til hins almenna. Sjá má fágaða táknhugsun þar sem vísað er í margt í senn. Sagan er ekki aðeins Noregssaga eða dæmisaga heldur saga skáldsins sjálfs. Það sést á síendurteknum minnum í sögunni: konungsvaldi, skiptum konungs og þegna, fáguðum íslenskum hirðskáldum með dýrmætan auð dróttkvæða í farteskinu, fátækum og heimskum Íslendingum og öðrum grænjöxlum sem eru sem álfar úr hól á hinu kurteisa sviði, harðneskju hirðlífsins, gleði þess og gáska, skrauti og íburði, ævintýrum, fjarlægum löndum, sögum og kvæðum. Öll leiðarstef Morkinskinnu rúmast í reynslu íslensks skálds sem hefur eytt hluta ævinnar við hirð Noregskonungs. Ef eitthvað má fullyrða um höfund sögunnar er það einmitt þetta: Hann var íslenskt skáld sem þekkti norsku hirðina.

Í Morkinskinnu er ekki aðeins fjallað um efni sem voru brýn fyrir samtímann heldur er sagan nálæg höfundi sjálfum. Horft er til nýs samfélags þar sem kurteisin er hugsjón. Um leið er horft á Íslendinginn við hirðina. Hvaða stað á íslenskt skáld í nýjum heimi? Sagan er leit að höfundi sínum og sjálfsmynd hans, sjálfsmynd þar sem konungur er í miðjunni ásamt skáldskapnum. Þriðja auga sögunnar hvílir á skáldskapnum. Þetta þrennt heldur saman sögu sem líður áfram frá Magnúsi góða til Inga Haraldssonar þó að persónur hverfi stöðugt af sviðinu og nýjar taki við. Tíminn líður en þegar staðar er numið á sviðinu sjáum við þar hirðsamfélag og í því manninn; annars vegar hirðmann sem stundum er íslenskur, hins vegar konung. Og frásögnin: saga, kvæði og tungan sjálf.

Stundum er sagan alvöruþrungin sagnfræði, stundum ævintýri lík. Hún fjallar um konung sem var ekki einn í heiminum heldur við hirð þar sem voru skáld og skemmtanir. Um konung Íslendinga. Um Íslending sem fór út í heim, stundum með bjarndýr eða óhreinar krummur, stundum með orðhengilshátt en oft með skáldskap. Um Íslending sem gerði norsku hirðina að samfélagi sínu og Noregskonung að herra sínum. Síðan fann hann Íslandi stað í nýjum heimi.

1 Í þröngri skilgreiningu eru hirðbókmenntir aðeins textar sem sannanlega eru samdir við hirð en víðari skilgreining er um margt gagnlegri (Burnley, Courtliness and Literature in Medieval England, 122–47).

2 Sbr. Gade, Poetry and its changing importance in medieval Icelandic culture, 69–70. Í brotum Elstusögu (Otte Brudstykker af den ældste Saga) eru bæði þættir og kvæði og vera má að form hennar hafi verið svipað Morkinskinnu. Sjá Louis-Jensen, »Syvende og ottende brudstykke«; Jónas Kristjánsson, Um Fóstbræðrasögu, 151–90; Jónas Kristjánsson, The Legendary Saga. Um Elstusögu segir Jónas Kristjánsson: „Athuganir þessar á brotunum úr Elztu sögu, sem að sumu leyti eru aðeins til að hnykkja á niðurstöðum Sigurðar Nordals, sýna að dómur hans um söguna er sízt of harður.“ (Um Fóstbræðrasögu, 156)

3 Tristrams saga ok Ísöndar, 28. Sbr. Sverrir Tómasson, Hvenær var Tristrams sögu snúið?

4 Möttuls saga, 6; Ívens saga, 98; Elis saga ok Rosamundu, 116; Strengleikar, 4.

5 Sjá Fidjestøl, Erotisk lesnad ved Håkon Håkonssons hoff, 72–76; Halvorsen, Norwegian Court Literature; Halvorsen, The Norse Version of Chanson de Roland, 1–31. Frá dögum Meissners (Die Strengleikar, 119) hafa margir sem hafa ritað um norrænar þýðingar á riddarasögum á 13. öld lagt áherslu á fræðslugildi þeirra (Barnes, The riddarasögur and mediæval European literature; Barnes, Arthurian Chivalry in Old Norse; Barnes, Some current issues in riddarasögur research; Barnes, Parcevals Saga: Riddara Skuggsjá?; Kramarz-Bein, Höfische Unterhaltung und ideologisches Ziel; Bagge, Mennesket i middelalderens Norge, 184–90; Sverrir Tómasson, Ei skal haltr ganga; Fidjestøl, Erotisk lesnad, 82–88; Bibire, From riddarasaga to lygisaga, 57 og 62; Kalinke, The Foreign Language Requirement). Líklega hallast þó flestir að því að tilgangurinn hafi bæði verið skemmtun og fræðsla. Sbr. Kalinke, King Arthur North-by-Northwest, 20–45; Weber, The decadence of feudal myth, 428–53. Kalinke segir: „To attribute solely didactic considerations to Hákon's interest in making French literature available in the Norwegian language seems too facile an explanation: that would mistake the nature of the translated romances as well as the sophistication, the intelligence, and capacity for amusement of the Norwegian court.“ (21)

6 Fidjestøl, Erotisk lesnad ved Håkon Håkonssons hoff, 82. Sbr. Duby, The Culture of the Knightly Class.

7 Um dróttkvæðahefð 13. aldar og fagurfræði hennar, sjá Guðrún Nordal, The Tools of Literacy.

8 Seinasti hluti Hákonarsögu fjallar að verulegu leyti um jákvæð skipti hans við aðra höfðingja,

t.d. er getið um hól páfa og miklu rými eytt í giftingu dóttur Hákonar til Spánar. Um vináttu Hákonar og Friðriks 2.: Hákonar saga, 84, 98, 136 og 154. Þar er sagt að með þeim hafi verið „hínn meſti felaghſkapr." (154) Um siðvæðingarstarf Hákonar og almenna utanríkisstefnu, sjá m.a. Ármann Jakobsson, Hákon Hákonarson — friðarkonungur eða fúlmenni?, 179–84; Fidjestøl, Erotisk lesnad ved Håkon Håkonssons hoff, 83; Meissner, Die Strengleikar, 105–35; Lustig, Some views on Norwegian foreign service; Bagge, From Gang Leader to the Lord's Anointed, 121–28 o.v.

9 Um Konungsskuggsjá sjá Ármann Jakobsson, Í leit að konungi, 88 og tilvitnuð rit þar; sbr. einnig Kramarz-Bein, Zur Darstellung und Bedeutung der Höfischen in der Konungs skuggsjá; Einar Már Jónsson, Le Miroir; Einar Már Jónsson, Staða Konungsskuggsjár í vestrænum miðaldabókmenntum.

10 Indrebø, Fagrskinna, 275–84; Bjarni Einarsson, Formáli, cxxiii–v.

11 Torfi H. Tulinius, La «Matière du Nord», 88–91. Þetta tengist greiningu Jochens (The Politics of Reproduction) á stefnu Hákonar í erfðamálum.

12 Sbr. Fidjestøl, Erotisk lesnad ved Håkon Håkonssons hoff, 72–73.

13 Viktors saga ok Blávus, 3. Bibire (From riddarasaga to lygisaga, 56) telur að hér sé ritklif á ferð. Um Hákon unga og Barlaamssögu, sjá Biskupa sögur II, 54. Sbr. Widding, Et norsk fragment af Barlaams saga; Widding, Om fragmenter af Barlaams saga ok Josaphats; Haugen, Om tidsforholdet mellom Stjórn og Barlaams ok Jósaphats saga; Haugen, Buddha i Bjørgvin; Astås, Barlaams ok Josaphats saga i nærlys, Astås, Romantekst på vandring; Haugen, Barlaam og Josaphat i ny utgåve.

14 Bent hefur verið á áhrif frá hirðheiminum löngu fyrir þýðingu Tristramssögu, bæði hugmyndaleg og listræn. Sjá m.a. Clover, The Medieval Saga, 148–88; Bibire, From riddarasaga to lygisaga, 58–59, 62. Andersson (Composition and Literary Culture in Þiðreks saga) og Würth (Der Antikenroman in der isländischen Literatur des Mittelalters, 126–35 o.v.) hafa fjallað um undanfara riddarasagnanna, eldri þýðingar veraldlegra sagnarita sem eiga sumt sameiginlegt með frönsku rómönsunum en annað ekki. Rubow (Den islandske familieroman; De islandske Sagaer) og Bjarni Einarsson (Skáldasögur o.v.) gerðu mikið úr rómönsuáhrifum á Íslendingasögur en þau viðhorf mættu andstöðu (sjá m.a. Liestøl, Tradisjon og forfattar i den islandske ættesaga; Strömbäck, Författarskap och tradition i den isländska ättesagan; sjá einnig Finlay, Skald Sagas in their Literary Context 2: Possiple European Contexts). Umræðan um evrópsk áhrif á íslenskar miðaldabókmenntir er reifuð af Lönnroth (The European Sources) og Tveitane (Europeisk påvirkning på den norrøne sagalitteraturen). Fáir neita því núorðið að íslenskar miðaldasögur hafi orðið fyrir miklum og fjölbreyttum áhrifum frá evrópskum samtímabókmenntum. Annað mál er auðvitað að riddarastéttin á Norðurlöndum verður til síðar (sjá m.a. Löfqvist, Om riddarväsen och frälse i nordisk medeltid; Barnes, Romance in Iceland, 268) en ekki þarf hugarfar og félagskerfi að fylgjast svo þétt að.

15 Ker (Epic and Romance, 4) lýsir þessum höfuðgreinum frásagnarbókmennta miðalda svo: „Whatever Epic may mean, it implies some weight and solidity; Romance means nothing, if it does not convey some notion of mystery and fantasy." Í norrænum miðaldasögum blandast raunar iðulega saman erlend form, t.d. helgisögur og rómönsur (sbr. Hume, Structure and Perspective).

16 Dronke (The Poet's Persona in the Skalds' Saga, 23) gengur svo langt að segja: „Without the poets, I suspect, we should have had no Icelandic saga." Clunies Ross (The Skald Sagas as a Genre: Definitions and typical features, 40–43) bendir á margvísleg líkindi milli skáldasagnanna og konungasagna og fleiri hafa nýverið rætt líkindi milli þessara sagna og þátta (sjá m.a. Poole, Introduction, 16; Lindow, Skald Sagas in their Literary Context 1: Related Icelandic Genres, 218–31). Lindow orðar það svo: „it would be fair to say that the kings' sagas of Morkinskinna and Flateyjarbók, but not those of Heimskringla, share important thematic aims with some of the skalds sagas." (231)

17 Bibire, From riddarasaga to lygisaga, 64–74. Hann segir: „It is not the Icelandic Secondary Romances which inherit from Primary Romance the pursuit of honour or of adulterous love, and the tragic outcome which can ensue. It is Kormakr or Kjartan who is the true heir of Tristram, and it is the Íslendinga sögur which have assumed within their ample range the true functions of European romance.“ (73)

18 Samkenni fornaldar- og riddarasagna eru ýmis (sbr. Ármann Jakobsson, Le Roi Chevalier; Hallberg, Some Aspects of the Fornaldarsögur as a Corpus; Ney, Genus och rumslighet i Völsunga saga). Sbr. Lange, Europäische Bildungsideale des Mittelalters in den Fornaldarsögur. Um frumsamdar riddarasögur, sjá Schlauch, Romance in Iceland; Glauser, Isländische Märchensagas; Nahl, Originale Riddarasögur; Kalinke, Bridal-Quest Romance in Medieval Iceland; Driscoll, The Unwashed Children of Eve.

19 Bruhn (Tekstualisering, 214–23) ræðir ýmis vandkvæði við bókmenntagreinina konungasögur og sýnir sú umræða hve lítið hefur verið fjallað um konungasögurnar sem bókmenntagrein þegar til kastanna kemur (sbr. Ármann Jakobsson, King and Subject in Morkinskinna, 102–3).

20 Fagurfræði Saxa hefur nokkuð verið rædd seinustu ár, sjá Christiansen, The place of fiction in Saxo's later books; Friis-Jensen, Saxo Grammaticus as a Latin Poet, 29–63; Skovgaard Petersen, Da Tidernes Herre var nær, 61–178; Johannesson, Saxo Grammaticus. Um tengsl þess við íslenskar sögur, sjá Meulengracht Sørensen, The Prosimetrum Form 1: Verses as the Voice of the Past, 173–74 og 186–87.

21 Málið er ágætlega reifað af Bagge (Icelandic Uniqueness or a Common European Culture?) og er afstaða hans ekki fjarri þeirri sem ég hef sjálfur sett fram (Í leit að konungi, 288–90 o.v.).

22 Andersson (Introduction, 83) segir fagurlega: „Whatever came before Morkinskinna looks parochial by comparison, and whatever came afterward was obliged to take the wider parameters into account.“

23 Finnur Jónsson, Indledning, xl. Sjá kafla 3.

24 Sjá m.a. Chatman, Story and Discourse, 147–51; Rimmon-Kenan, Narrative Fiction, 86–105.

25 Eins hættir sagan varla að vera munnleg þó að hún sé sett á blað; eftir sem áður hefur hún verið flutt hinum og þessum hlýðendum sem tæpast hafa allir verið læsir.

26 Þessi margnotaða myndlíking er sótt til C.S. Lewis (The Discarded Image, 31).

27 Menn hafa undanfarið rætt þann möguleika í tengslum við Heimskringlu. Sbr. Whaley, Heimskringla, 18; Louis-Jensen, Heimskringla — Et værk af Snorri Sturluson? Kolbrún Haraldsdóttir, Der Historiker Snorri: Autor oder Kompilator?

28 Hallberg, Hryggjarstykki, 120.

29 Misjafnt er raunar hversu gjarnir Íslendingasagnahöfundar eru á að koma fram. Schach (Some Forms of Writer Intrusion in the Íslendingasögur) nefnir nokkrar tegundir höfundarinnskota og telur þau tíðari í árdaga Íslendingasagnaritunar. Morkinskinna er að öllum líkindum einmitt frá þeim tíma (um 1220).

30 Sbr. Sverrir Tómasson, Formálar íslenskra sagnaritara á miðöldum, 236–38 o.v.

31 Sbr. Finnur Jónsson, Indledning, xxxv–xl.

32 Sbr. Andersson, A Note on the Prehistory of Saga Criticism.

33 Sbr. Lönnroth, Rhetorical Persuasion in the Sagas.

34 Víða í sögunni má og greina höfundarafstöðu af notkun lýsingarorða (t.d. Msk., 264–65, 337 og 390).

35 Sjá m.a. Sverrir Tómasson, Formálar íslenskra sagnaritara á miðöldum, 180–94; Minnis, Medieval theory of authorship; Nykrog, The Rise of Literary Fiction.

36 Kari Ellen Gade hefur nýlega sett fram þá tilgátu (A Riddle Unraveled) að höfundur Morkinskinnu sé Styrmir Kárason hinn fróði (d. 1245).

VII. NIÐURSTÖÐUR

18. Goðsagnasmiður

Í upphafi þessa rits var því haldið fram að Morkinskinna væri forvitnilegt verk sem ekki hefði verið sinnt sem skyldi. Hún er ekki aðeins mikilvæg vegna þess að hún hafði áhrif á Fagurskinnu, Heimskringlu og fleiri sögur. Þvert á móti er full ástæða til að gefa gaum Morkinskinnu sjálfri, hugmyndum hennar og sagnalist. Í þessu riti hefur þannig lítið verið hugað að tengslum Morkinskinnu við önnur rit; megináherslan hefur verið á söguna sjálfra og list hennar.

Eflaust verður ætíð móðu hulið hvernig og hvenær Morkinskinna varð til. Flest rök hníga þó að því að hún sé samin nálægt 1220. Lengi var talið að sá texti væri mjög aukinn frá Frum-Morkinskinnu þó að fræðimenn yrðu aldrei á eitt sáttir um nákvæmlega hverju hefði verið aukið við. Þó að margir hafi velt þessu fyrir sér hafa öruggar og nákvæmar niðurstöður um þessar meintu viðbætur aldrei fengist. Þegar rökin fyrir þeim eru grandskoðuð virðast fáar knýjandi ástæður til að ætla að Morkinskinna hafi tekið miklum breytingum frá frumgerð sinni til hins varðveitta handrits. Hér hefur því verið reiknað með því að hinn varðveitti Morkinskinnutexti sé að mestu verk íslensks manns, saminn nálægt 1220 og notaður sem heimild í Fagurskinnu og Heimskringlu.

Morkinskinna er heildstæð saga, ekki síður en hin sagnaritin tvö. Fagurfræði sögunnar er flókin en þó í góðu samræmi við tíðarandann. Ýmist efni sem áður var talið aðskotahlutir reynist eiga vel heima í margþættri sögu. Formgerð Morkinskinnu reynist alls ekki hugsunarlaus eða klaufaleg heldur í góðu samræmi við fagurfræði sagnaritarans. Form sögunnar og inntak eru samþætt og verða vart greind sundur. Margt af því efni sem áður var talið falla illa að heild sögunnar reynist hafa merkingu fyrir boðskap hennar um samfélagið, konungsvaldið og stöðu Íslendinga við norsku hirðina. Með því að skoða Morkinskinnu í heild sinni án þess að skýra burtu þætti um Íslendinga og annað efni fæst ný sýn. Þá grillir í sögu sem er vissulega sérstæð en um leið afar heillandi.

Um formgerð og inntak Morkinskinnu hefur næsta lítið verið rætt fram að þessu. Þar af leiðandi er sjaldan á fyrri rannsóknum að byggja. Fræðimenn sem hafa fjallað um söguna hafa einkum haft áhuga á uppruna hennar og þeim flækjum sem leiddu af tilgátunni um Frum-Morkinskinnu. Þess vegna er þessi rannsókn í senn kynning á Morkinskinnu og ritskýring. Þegar leitað er heildarinntaks sögunnar má nema staðar við hirðsamfélagið sem alltaf er eitt og samt og hugsjónir þess. Á því sviði eru tvær höfuðpersónur einnar sögu um þjónustu hirðmanns við konung. Sú þjónusta snýst að verulegu leyti um það sem Morkinskinna er sjálf: listaverk Íslendinga um norska konunga.

Hér hefur verið gert ráð fyrir því að Morkinskinna snúist ekki aðeins um hið sértæka heldur sé hún boðandi sagnfræði með almennan tilgang. Ef svo er má skilja ýmsa „útúrdúra" sem dæmisögur sem eru í raun kjarni sögunnar; þar eru ýmis málefni sem eru í öndvegi í sögunni grandskoðuð. Þau eru svo samtvinnuð að erfitt er að skilja þau að. Þar á meðal eru konungsvaldið og eðli þess, skipti konungs við þegnana og þjónusta þeirra við konung, hæverskur samfélagsandi, staða Íslendinga við norsku hirðina og gildi skáldskapar og sagnalistar. Allt gæti hafa farið saman í hlutskipti eins manns, Íslendings sem fór til Noregs og þjónaði þar konungi sem skáld og hirðmaður. Sagan er unnin úr ævi höfundar. Engin þörf er á að nefna þann mann. Andi hans er í Morkinskinnu.

Sjónarhorn Morkinskinnu er tvöfalt. Annars vegar er það við norsku hirðina, með konungi og mönnum hans. Á hinn bóginn er reglulega haldið frá fátæku skeri á norðurhjara til þessa heims og hann skoðaður með gestsaugum Íslendings. Þó að sagan gerist nánast öll á fagurbúnu sviði hirðlífsins eru tvö samfélög í sjónmáli: hið auðuga og hæverska konungsríki og samfélagið sem höfundur sögunnar og hlýðendur hennar eru sprottnir úr og gleyma ekki svo glatt: íslenska bændasamfélagið. Söguhlýðendahópurinn gæti verið tvískiptur. Annars vegar má gera ráð fyrir hirð Noregskonungs sem einnig er eins konar persóna í sögunni. Hins vegar er sagan ætluð Íslendingum og um þá er hún líka. Ekki aðeins Íslendingum við hirðina heldur einnig þeim sem voru „heimskir" á skeri í úthafi og fóru aðeins til útlanda í sögum eins og Morkinskinnu. Það er ekki síst þeirra vegna að dregin er upp skrautleg mynd af framandi og fáguðum heimi. Það er einnig þess vegna að ein aðalsagan í sögunni snýst um það hvernig Íslendingar fóta sig í þessum heimi.

Annarleikinn er mikilvægt viðfangsefni sögunnar. Íslendingarnir í henni eru ekki heima hjá sér heldur í öðru landi. Sú „útlegð" er drifkraftur sögunnar. Þeir sem hafa verið lengi við hirðina sjá í tvo heimana. Sérhver íslenskur hirðmaður er tveir menn. Annars vegar er fágaður heimsmaður, stundum skáld, sem leynir og afneitar jafnvel íslenskum uppruna sínum og leggst gegn nýliðum við hirðina. Á bak við það gervi er æska í sárri fátækt og jafnvel hungri. Í þættinum um Sneglu-Halla kemur slík tvöfeldni fram í persónu Þjóðólfs Arnórssonar. Vera kann að í sögu hans sé sögð saga allra íslenskra hirðmanna í Noregi. Hver veit nema í honum birtist höfundur Morkinskinnu sjálfur.

Morkinskinna tengist hæverskum bókmenntum sunnan úr álfu að stíl, formi og áhuga. Hún er samin af manni sem gjörþekkti hirðmenningu. Hún fjallar að verulegu leyti um hirðmenn konungs. En hún á sér fleiri rætur. Hún er rituð í kjölfar annarra sagnarita um Noregskonunga og í henni eru dróttkvæði sem kunna að hafa mótað formgerð hennar ekki síður en erlendar fyrirmyndir. Dróttkvæðaskáld og sagnaskáld eru málsvarar hefðar. Sagnarit á borð við Morkinskinnu snúast ávallt um liðna tíma, liðna siði, liðið fólk. En þó að í Morkinskinnu sé horft til liðins tíma eru nútíminn og framtíðin einnig í sjónmáli því að samfélagið sem lýst er þar er hæverskt samfélag 13. aldar. Á 13. öld tóku Norðurlöndin menningarstraumum sunnan úr álfu opnum örmum. Hákon Hákonarson var þar í fararbroddi. Hann var unglingur þegar Morkinskinna er sett saman en síðar lagði hann kapp á að færa norrænum málheimi riddarabókmenntir.

Morkinskinna er dæmi um annars konar viðbrögð við nýjum veruleika. Höfundurinn stendur styrkum fótum í fornri sagna- og kvæðahefð. En um leið og hann dregur upp mynd af fortíðinni horfist hann í augu við þá framtíð sem blasir við. Þó að Morkinskinna sé saga fortíðarinnar er þar enga fortíðarþrá að greina. Þar er enginn tregi eða tilfinning fyrir því að heimur sögunnar sé horfinn, veröld sem var. Þvert á móti snýst Morkinskinna um samtímann og þann heim sem blasti við höfundi hennar og þeim sem sagan er ætluð. Morkinskinna er saga um stöðu manns í nýjum heimi.

Sagnarit eru að jafnaði annað tveggja grundvölluð að einhverju eða öllu leyti á almennum eða sértækari goðsögnum um fortíðina eða þau leitast sjálf við að skapa eigin goðsögn um fortíðina. Þekking okkar á heimildum Morkinskinnu er brotakennd og þar af leiðandi verður aldrei fullyrt með vissu hvort höfundurinn var að gera. Margt er þó sérstætt og frumlegt við Morkinskinnu og bendir til þess að höfundurinn skapi sjálfur eigin goðsagnir, bæði um heiminn og Noregssöguna.

Áhugi Morkinskinnuhöfundar á hirðsamfélaginu var skapandi og ekki síður afstaða hans til söguefnisins, hinnar nýliðnu sögu Noregs. Í sögu hans er sköpuð ný fortíð og höfundur er sjálfur eigið viðmið. Þannig geymir Morkinskinna ekki aðeins goðsögn um fortíðina heldur um hinn nýja heim, hirðsamfélagið. Sá heimur er ekki síst nýr frá sjónarhorni Íslendings sem alinn er upp í annars konar samfélagi. Höfundur Morkinskinnu er eins og landkönnuður sem hefur fundið nýjan heim á ferð sinni. Þá gildir einu þó að aðrir hafi fundið hann áður. Síðan færir hann söguhlýðendum sínum á Íslandi þann heim. Undir yfirborði sögu seinustu tveggja alda í Noregi leynist sá heimur: hið nýja samfélag, konungurinn sem skáldið þjónar, hirðmaðurinn sjálfur og listin sem er vopn hans.

Þannig er sagan til orðin úr höfundi sínum og leit hans að sjálfum sér. Allir Íslendingar, allir hirðmenn og öll skáld í sögunni eru brot úr höfundi sem var allt þetta. Konungarnir eru orðnir til úr þeim konungum sem hann hafði þjónað. Skáld búa sér til eigin heim með málinu til þess að bera að reynslu sinni, skilja veröldina og skýra fyrir öðrum. Þau þurfa ekki alltaf að skapa nýja viðburði eða persónur, stundum klæðast þau gervi sagnaritarans og sækja persónur sínar úr veruleikanum. Það gerði höfundur Morkinskinnu en þó minnir hann stöðugt stríðnislega á gervið sem hann er í.

Morkinskinna er ekki samin undir oki einnar stefnu. Hún er raunar engu öðru riti lík. Morkinskinna er þversagnakennd. Ekki aðeins vegna þess að í henni rennur saman rækt við hefð og hugsjón um nýtt samfélag. Sagan fer um veröld víða en snýst þó um stað Íslendings í heiminum. Höfundur er hugsjónamaður sem segir dæmisögur til að kenna en um leið ævintýramaður sem elskar frásögnina vegna hennar sjálfrar. Varasamt er að einblína um of á mótsagnir í sögunni. Höfundur hennar veit vel af eigin tvöfeldni. Hann veit að hann er í gervi. Hann veit að það er fátt einfalt við hegðun einnar manneskju.

Snorri Sturluson dvaldi við hirð Noregskonungs um það leyti sem Morkinskinna varð til. Áhugi hans á Noregskonungum var samur og höfundar Morkinskinnu en sagnaritin sem þeir settu saman eru ólík. Snorri orti um konung og Skúla jarl, varð hirðmaður þeirra beggja og kann að hafa dreymt um að verða jarl yfir Íslandi. Þrátt fyrir mikla þekkingu á fornum siðum var Snorri Sturluson ekki ósnortinn af hinum nýja tíma. Um það vitnar Heimskringla. Hún og Morkinskinna eru ritaðar hvor undir sinni stefnu. Á hinn bóginn fjalla þær báðar um Íslendinga og konungsvald.

Á árunum kringum 1220 var Noregskonungur orðinn viðmið Íslendinga. Valdabarátta þeirra tók að snúast um hann í æ ríkara mæli. Engin varðveitt sagnarit Norðmanna eru jafn mikil að vöxtum og þær sögur sem Íslendingar settu saman um norska konunga á þessum tíma, fjórum áratugum áður en þjóðin gekk Noregskonungi á hönd. Í engri annarri sögu Noregskonunga fá íslenskir menn viðlíka vægi og í Morkinskinnu. Samt eru konungarnir söguhetjurnar. Í ævi hvers hirðskálds í hirðsamfélagi 13. aldar ber einn maður ægishjálm yfir aðra. Það er konungurinn og án hans væri engin saga. En konungur er ekki einn. Morkinskinna fjallar ekki um mann heldur menn. Höfundur hennar hefur mestan áhuga á þeim flækjum sem verða til í skiptum manna. Hann nýtur sín enda best í að greina og skilja slík sambönd og setja þau á svið.

Í víðfeðmum heimi Morkinskinnu er að mörgu að hyggja. Í djúpum sögunnar leynast enn mörg rannsóknarefni sem hér hefur aðeins verið drepið á. Þarflaust er að metast um hvaða íslenskar miðaldasögur séu öðrum fremri. Um hitt verður vart deilt að höfundur Morkinskinnu er eitt af stórskáldum Íslands á miðöldum. Saga hans er til vitnis um það þótt fennt hafi yfir nafn hans í logndrífu gleymskunnar.

KONUNGASKRÁ

Hér er listi yfir konunga Noregs á því skeiði sem fjallað er um í Morkinskinnu, ætlaður lesendum til glöggvunar.

Noregskonungar

Ólafur helgi	1015–1028
Sveinn Alfífuson	1028–1035
Magnús góði (s. Ólafs helga)	1035–1047
Haraldur harðráði (br. Ólafs helga)	1046–1066
Magnús (s)	1066–1069
Ólafur kyrri (br)	1066–1093
Hákon Þórisfóstri (s. Magnúss Haraldssonar)	1093–1094
Magnús berfættur (s. Ólafs kyrra)	1093–1103
Ólafur (s)	1103–1115
Eysteinn (br)	1103–1123
Sigurður Jórsalafari (br)	1103–1130
Magnús blindi (s)	1130–1135
Haraldur gilli (s. Magnúss berfætts)	1130–1136
Sigurður slembir (br?)	1136–1139
Sigurður munnur (s. Haralds gilla)	1136–1155
Ingi (br)	1136–1161
Eysteinn (br)	1142–1157

HEIMILDIR

1. Textar

Adam von Bremen, *Hamburgische Kirchengeschichte*. Bernard Schmeidler gaf út. [3. útg.] Hannover og Leipzig 1917.

Aristóteles, *Um skáldskaparlistina*. Kristján Árnason þýddi. Rvík 1976.

Ágrip af Nóregskonunga sǫgum, *Íslenzk fornrit* 29. Bjarni Einarsson gaf út. Rvík 1985.

Biskupa sögur 1–2. Guðbrandur Vigfússon og Jón Sigurðsson gáfu út. Khöfn 1858–78.

Bjarnar saga Hítdœlakappa, *Íslenzk fornrit* 3. Sigurður Nordal og Guðni Jónsson gáfu út. Rvík 1938.

Brennu-Njáls saga, *Íslenzk fornrit* 12. Einar Ólafur Sveinsson gaf út. Rvík 1954.

Danakonunga sǫgur, *Íslenzk fornrit* 35. Bjarni Guðnason gaf út. Rvík 1982.

Edda Snorra Sturlusonar. Finnur Jónsson gaf út. Khöfn 1931.

Elis saga ok Rosamundu. Eugen Kölbing gaf út. Heilbron 1881.

Erex saga. Marianne E. Kalinke þýddi og gaf út. *Norse Romance II: Knights of the Round Table*. Marianne E. Kalinke ritstýrði. Cambridge 1999, 217–65. (Arthurian Archives 4)

Fagrskinna. Nóregs kononga tal. Finnur Jónsson gaf út. Khöfn 1902. (Samfund til Udgivelse af Gammel Nordisk Litteratur 30)

Fagrskinna – Nóregs konunga tal, *Íslenzk fornrit* 29. Bjarni Einarsson gaf út. Rvík 1985.

Fjörutíu Íslendinga-þættir. Þorleifur Jónsson gaf út. Rvík 1904. (Íslendinga sögur 16)

Flateyjarbok. En Samling af norske Konge-sagaer med indskudte mindre Fortællinger om Begivenheder i og udenfor Norge samt Annaler 1–3. C.R. Unger gaf út. Kristiania 1860–68.

Flateyjarbók 1–4. Finnbogi Guðmundsson, Vilhjálmur Bjarnar og Sigurður Nordal gáfu út. Akranes 1944–1945.

Flóres saga ok Blankiflúr. Eugen Kölbing gaf út. Halle 1896. (Altnordische Saga-Bibliothek 5)

Fornmanna sögur eptir gömlum handritum útgefnar að tilhlutun Hins kónungliga norræna fornfræða fèlags 6–7. Khöfn 1831–1832.

Fóstbræðra saga, *Íslenzk fornrit* 6. Björn K. Þórólfsson og Guðni Jónsson gáfu út. Rvík 1943.

Færeyinga saga. Ólafur Halldórsson gaf út. Rvík 1987. (Rit Stofnunar Árna Magnússonar 30)

Gunnlaugs saga ormstungu, *Íslenzk fornrit* 3. Sigurður Nordal og Guðni Jónsson gáfu út. Rvík 1938.

Hákonar saga Hákonarsonar etter Sth. 8 fol., AM 325 VIII, 4o og AM 304,4 4o. Marina Mundt gaf út. Osló 1977.

Hálfs saga saga ok Hálfsrekka. A. Le Roy Andrews gaf út. Halle 1909. (Altnordische Saga-Bibliothek 14)

Heimskringla I, *Íslenzk fornrit* 26. Bjarni Aðalbjarnarson gaf út. Rvík 1941.

Heimskringla II, *Íslenzk fornrit* 27. Bjarni Aðalbjarnarson gaf út. Rvík 1945.

Heimskringla III, *Íslenzk fornrit* 28. Bjarni Aðalbjarnarson gaf út. Rvík 1951.

Hergé, *Veldissproti Ottókars konungs*. Loftur Guðmundsson þýddi. Rvík 1974. (Ævintýri Tinna 7) (Frumútg. *Le Sceptre d'Ottokar*, 1939)

Hrólfs saga kraka. Desmond Slay gaf út. Khöfn 1960. (Editiones arnamagnæanæ B, 1)

Hulda. Sagas of the Kings of Norway 1035–1177: Manuscript no. 66 fol. in the Arnamagnæan Collection. Jonna Louis-Jensen gaf út. Khöfn 1968. (Early Icelandic Manuscripts in Facsimile 8)

Hungrvaka, *Byskupa sǫgu*r I. Jón Helgason gaf út. Khöfn 1938. (Editiones arnamagnæanæ A, 13.1)

Íslendingabók, *Íslenzk fornrit* 1. Jakob Benediktsson gaf út. Rvík 1968.

Íslendinga sögur 1–13. Guðni Jónsson gaf út. Rvík 1953.

Íslendinga sögur 1–9. Grímur M. Helgason og Vésteinn Ólason gáfu út. Hafnarfirði 1968–1976.

Íslendinga sögur og þættir 1–2. Bragi Halldórsson, Jón Torfason, Sverrir Tómasson og Örnólfur Thorsson gáfu út. Rvík 1985–86.

Íslendinga þættir. Guðni Jónsson gaf út. Rvík 1935.

Íslendingaþættir: Úrval þrettán þátta með inngangi, skýringum og skrám. Bragi Halldórsson og Knútur S. Hafsteinsson sáu um útgáfuna. Rvík 1999.

Ívens saga. Marianne E. Kalinke þýddi og gaf út. *Norse Romance II: Knights of the Round Table*. Marianne E. Kalinke ritstýrði. Cambridge 1999, 33–102. (Arthurian Archives 4)

Karlamagnús saga og kappa hans 1–3. Bjarni Vilhjálmsson gaf út. Rvík 1954.

Króka-Refs saga, *Íslenzk fornrit* 14. Jóhannes Halldórsson gaf út. Rvík 1959.

Laxdœla saga, *Íslenzk fornrit* 5. Einar Ól. Sveinsson gaf út. Rvík 1934.

Medieval Literary Criticism. Ritstj. O.B. Hardison, Jr., Alex Preminger, Kevin Kerrane og Leon Golden. New York 1974.

Monumenta Historica Norvegiæ: Latinske kildeskrifter til Norges historie i middelalderen. Gustav Storm gaf út. Kria 1880.

Morkinskinna. Pergamentsbog fra første halvdel af det trettende aarhundrede indeholdende en af de ældste optegnelser af norske kongesagaer. C.R. Unger gaf út. Kria 1867.

Morkinskinna. Finnur Jónsson gaf út. Khöfn 1932. (Samfund til Udgivelse af Gammel Nordisk Litteratur 53)

Morkinskinna: MS. No. 1009 fol. in the Old Royal collection of The Royal Library, Copenhagen. Jón Helgason gaf út. Khöfn 1934. (Corpus codicum Islandicorum medii aevi 6)

Morkinskinna: The Earliest Icelandic Chronicle of the Norwegian Kings (1030–1157). Theodore M. Andersson og Kari Ellen Gade þýddu og gáfu út. Íþöku og Lundúnum 2000. (Islandica 51)

Morkinskinna: Norske kongesoger 1030–1157. Kåre Flokenes þýddi. Stavanger 2001.

Möttuls saga. Marianne E. Kalinke þýddi og gaf út. *Norse Romance II: Knights of the Round Table*. Marianne E. Kalinke ritstýrði. Cambridge 1999, 1–31. (Arthurian Archives 4)

Olafs saga hins helga. Die „Legendarische Saga" über Olaf den Heiligen (Hs. Delagard. saml. nr. 8^{II}). Anne Heinrichs, Doris Janshen, Elke Radicke og Hartmut Röhn gáfu út. Heidelberg 1982.

Otte Brudstykker af den ældste Saga om Olav den hellige. Gustav Storm gaf út. Kria 1893.

Palæografisk Atlas. Oldnorsk-islandsk afdeling. Khöfn og Kria 1905.

Prolusiones et opuscula academica 3. Birgir Thorlacius gaf út. Khöfn 1815.

Rómveria saga (AM 595, 4°). Rudolf Meissner gaf út. Berlín 1910. (Palaestra 88)

Saga Ðidriks konungs af Bern. Fortælling om kong Thidrik af Bern og hans kæmper i norsk bearbeidelse fra det trettende aarhundrede efter tydske kilder. C.R. Unger gaf út. Kria 1853.

Samlestrarbókin: Úr safni Steingríms Arasonar. Gunnar Guðmundsson og Jónas Guðjónsson gáfu út. Rvík 1972.

Samsons saga fagra. John Wilson gaf út. Khöfn 1953. (Samfund til Udgivelse af Gammel Nordisk Litteratur 65)

Saxonis Gesta Danorum I. Jørgen Olrik og Hans Ræder gáfu út. Khöfn 1931.

Sex sögu-þættir. Jón Þorkelsson gaf út. Rvík 1855.

Sigurd Ranessöns Proces. Gustav Storm gaf út. Kria 1877.

Skjaldevers. Jón Helgason gaf út. Khöfn o.v. 1968. (Nordisk filologi A 12)

Strengleikar. An Old Norse Translation of Twenty-one Old French Lais. Edited from the Manuscript Uppsala De la Gardie 4–7 – AM 666 b, 4°. Robert Cook og Mattias Tveitane gáfu út. Osló 1979.

Sturlunga saga I. Jón Jóhannesson, Magnús Finnbogason og Kristján Eldjárn gáfu út. Rvík 1946.

Sverris saga. Etter Cod. AM 327 4to. Gustav Indrebø gaf út. Kria 1920.

Tristrams saga ok Ísöndar. Peter Jorgensen þýddi og gaf út. *Norse Romance I: The Tristan Legend*. Marianne E. Kalinke ritstýrði. Cambridge 1999, 23–226. (Arthurian Archives 3)

Utvalgte þættir fra Morkinskinna. Tor Ulset gaf út. Osló 1978. (Nordisk filologi 14)
Vatnsdæla saga, *Íslenzk fornrit* 8. Einar Ól. Sveinsson gaf út. Rvík 1939.
Viktors saga ok Blávus. Jónas Kristjánsson gaf út. Rvík 1964.
Þrjár þýðingar lærðar frá miðöldum: Elucidarius. Um kostu og löstu. Um festarfé sálarinnar. Gunnar Ág. Harðarson gaf út. Rvík 1989. (Íslensk heimspeki 3)

2. Fræðirit

Aalbæk-Nielsen, Kaj, *Kærlighed i middelalderen*. Khöfn 1999. (I tidens ånd 2)
Agnes S. Arnórsdóttir, *Konur og vígamenn: Staða kynjanna á Íslandi á 12. og 13. öld*. Rvík 1995. (Sagnfræðirannsóknir 12)
Agnes S. Arnórsdóttir og Helgi Þorláksson, „Heimili," *Íslenska söguþingið 28.–31. maí 1997: Ráðstefnurit* 1. Guðmundur J. Guðmundsson og Eiríkur K. Björnsson ritstýrðu. Rvík 1998, 45–56.
Albeck, Gustav, *Knytlinga: Sagaerne om Danmarks konger*. Khöfn 1946.
Aldís Guðmundsdóttir, „Því ertu þá svo fölur?" Um tilfinningar í nokkrum Íslendingasögum. Heimspekideild Háskóla Íslands, júní 1999.
Allen, Richard F., *Fire and Iron: Critical Approaches to Njáls saga*. Pittsburgh 1971.
Althoff, Gerd, „Friendship and Political Order," *Friendship in Medieval Europe*. Julian Haseldine ritstýrði. Phoenix Mill/Thrupp/Stroud, Gloucestershire 1999, 91–105.
Andersen, Lise Præstgaard, *Skjoldmøer – en kvindemyte*. Viborg 1982.
Andersson, Theodore M., „The Doctrine of Oral Tradition in The Chanson de geste and Saga," *Scandinavian Studies* 34 (1962), 219–36.
Andersson, Theodore M., *The Problems of Icelandic Saga Origins: A Historical Survey*. New Haven og Lundúnum 1964.
Andersson, Theodore M., *The Icelandic Family Saga: An Analytic Reading*. Cambridge, Mass. 1967.
Andersson, Theodore M., „Skalds and Troubadours," *Mediaeval Scandinavia* 2 (1969), 7–41.
Andersson, Theodore M., „Splitting the Saga," *Scandinavian Studies* 47 (1975), 437–41.
Andersson, Theodore M., „King's Sagas (Konungasögur)," *Old Norse-Icelandic Literature. A Critical Guide*. Carol J. Clover og John Lindow ritstýrðu. Íþöku og Lundúnum 1985, 197–238. (Islandica 45)
Andersson, Theodore M., „Snorri Sturluson and the saga school at Munkaþverá," *Snorri Sturluson: Kolloquium anläßlich der 750. Wiederkehr seines Todestages*. Alois Wolf ritstýrði. Tübingen 1993, 9–25. (Scripta Oralia 51)
Andersson, Theodore M., „The Politics of Snorri Sturluson," *Journal of English and Germanic Philology* 93 (1994), 55–78.

Andersson, Theodore M., „Composition and Literary Culture in Þiðreks saga," *Studien zum Altgermanischen: Festschrift für Heinrich Beck*. Heiko Uecker ritstýrði. Berlín og New York 1994, 1–23. (Ergänzungsbände zum Reallexikon der Germanischen Altertumskunde 11)

Andersson, Theodore M., „The Literary Prehistory of Eyjafjǫrðr," *Samtíðarsögur, Forprent: Níunda alþjóðlega fornsagnaþingið á Akureyri 31.7–6.8. 1994*. Rvík 1994, 16–30.

Andersson, Theodore M., „The Unity of Morkinskinna," *Sagas and the Norwegian Experience. Preprints. 10. Internasjonale Sagakonferanse, Trondheim 3.–9. august 1997*. Þrándheimi 1997, 1–10.

Andersson, Theodore M., „The Continuation of *Hlaðajarla saga," *Journal of English and Germanic Philology* 97 (1998), 155–67.

Andersson, Theodore M., „The King of Iceland," *Speculum* 74 (1999), 923–34.

Andersson, Theodore M., „Why do Americans say "Family Sagas"?" *Gudar på jorden: Festskrift til Lars Lönnroth*. Stina Hansson og Mats Malm ritstýrðu. Stokkhólmi 2000, 297–307.

Andersson, Theodore M., „Skald Sagas in their Literary Context 3: The Love Triangle Theme," *Skaldsagas: Text, Vocation, and Desire in the Icelandic Sagas of Poets*. Russell Poole ritstýrði. Berlín og New York 2001, 272–84. (Ergänzungsbände zum Reallexikon der Germanischen Altertumskunde 27)

Andersson, Theodore M., A Note on the Prehistory of Saga Criticism. Óprentað erindi, flutt árið 2000.

Andersson, Theodore M. og Kari Ellen Gade, „Introduction," *Morkinskinna. The Earliest Icelandic Chronicle of the Norwegian Kings (1030–1157)*. Theodore M. Andersson og Kari Ellen Gade þýddu og gáfu út. Íþöku og Lundúnum 2000.

Astås, Reidar, „Barlaams ok Josaphats saga i nærlys," *Maal og minne* (1990), 124–52.

Astås, Reidar, „Romantekst på vandring: «Barlaams og Josaphats saga» fra India til Island," *Edda* 90 (1990), 3–13.

Auður G. Magnúsdóttir, „Ástir og völd: Frillulífi á Íslandi á þjóðveldisöld," *Ný saga* 2 (1988), 4–12.

Auður G. Magnúsdóttir, „Hövdingar, hustrur och frillor: Frilloväsendet på Island under fristatstiden," *Kirkehistorier: Rapport fra et middelaldersymposium*. Nanna Damsholt, Grethe Jacobsen og Niels Henrik Holmqvist-Larsen ritstýrðu. Khöfn 1996, 93–113.

Auður G. Magnúsdóttir, *Frillor och fruar: Politik och samlevnad på Island 1120–1400*. Gautaborg 2001. (Avhandlinger från Historiska Institutionen i Göteborg 29)

Ármann Jakobsson, „Sannyrði sverða: Vígaferli í Íslendinga sögu og hugmyndafræði sögunnar," *Skáldskaparmál* 3 (1994), 42–78.

Ármann Jakobsson, „Hákon Hákonarson – friðarkonungur eða fúlmenni?" *Saga* 33 (1995), 166–85.

Ármann Jakobsson, „Að sofna undir sögum," *Þorlákstíðir sungnar Ásdísi Egilsdóttur fimmtugri 26. október 1996*. Rvík 1996, 11–13.

Ármann Jakobsson, *Í leit að konungi: Konungsmynd íslenskra konungasagna*. Rvík 1997.

Ármann Jakobsson, „Konge og undersåt i Morkinskinna," *Sagas and the Norwegian Experience: Preprints. 10. Internasjonale Sagakonferanse, Trondheim 3.–9. august 1997*. Þrándheimi 1997, 11–21.

Ármann Jakobsson, „Í heimana nýja: Skáldkona skapar sér veröld," *Andvari* nýr fl. 39 (1997), 109–27.

Ármann Jakobsson, „Var Hákon gamli upphafsmaður Íslendingasagna?" *Lesbók Morgunblaðsins* 12. sept. 1998.

Ármann Jakobsson, „History of the Trolls? Bárðar saga as a Historical Narrative," *Saga-Book* 25 (1998), 53–71.

Ármann Jakobsson, „Konungasagan Laxdæla," *Skírnir* 172 (1998), 357–83.

Ármann Jakobsson, „Efinn kemur til sögu: Nýtt líf Jóns Thoroddsens," *Andvari* nýr fl. 40 (1998), 86–100.

Ármann Jakobsson, „King and Subject in Morkinskinna," *Skandinavistik* 28 (1998), 101–17.

Ármann Jakobsson, „(Miðalda)kona verður til: Forleikur að grein eftir Dagnýju," *Kynlegir kvistir tíndir til heiðurs Dagnýju Kristjánsdóttur fimmtugri 19. maí 1999*. Soffía Auður Birgisdóttir ritstýrði. Rvík 1999, 75–80.

Ármann Jakobsson, „Le Roi Chevalier. The Royal Ideology and Genre of Hrólfs saga kraka," *Scandinavian Studies* 71 (1999), 139–66.

Ármann Jakobsson, „Rundt om kongen: En genvurdering af Morkinskinna," *Maal og minne* (1999), 71–90.

Ármann Jakobsson, „The Rex Inutilis in Iceland," *Majestas* 7 (1999), 41–53.

Ármann Jakobsson, „Royal pretenders and faithful retainers: The Icelandic vision of kingship in transition," *Gardar* 30 (1999), 47–65.

Ármann Jakobsson, „The Individual and the Ideal: The Representation of Royalty in Morkinskinna," *Journal of English and Germanic Philology* 99 (2000), 71–86.

Ármann Jakobsson, „Ekki kosta munur: Kynjasagan Njála," *Skírnir* 174 (2000), 21–48.

Ármann Jakobsson, „Kongesagaen som forsvandt: Nyere kongesagastudier med særligt henblik på Morkinskinna," *Den nordiske renessansen i høymiddelalderen*. Jón Viðar Sigurðsson og Preben Meulengracht Sørensen ritstýrðu. Osló 2000, 65–81. (Tid og Tanke 6)

Ármann Jakobsson, „Um uppruna Morkinskinnu: Drög að rannsóknarsögu," *Gripla* 11 (2000), 221–45.

Ármann Jakobsson, „The Amplified Saga: Structural Disunity in Morkinskinna," *Medium Aevum* 70 (2001), 29–46.

Ármann Jakobsson, „Dulargervið," *Sagnaheimur: Studies in Honour of Hermann Pálsson on his 80th birthday, 26th May 2001*. Ásdís Egilsdóttir og Rudolf Simek ritstýrðu. Vín 2001, 1–12. (Studia Medievalia Septentrionalia 6)

Ármann Jakobsson, „Strukturelle Brüche in der Morkinskinna," *Arbeiten zur Skandinavistik. 14. Arbeitstagung der deutschsprachigen Skandinavistik, 1.–5.9.1999 in München*. Annegret Heitmann ritstýrði. Frankfurt am Main 2001, 389–400. (Texte und Untersuchungen zur Germanistik und Skandinavistik 48)

Ármann Jakobsson, „Den kluntede afskriver: Finnur Jónsson og Morkinskinna," *Opuscula* 11 (Væntanleg)

Ármann Jakobsson og Ásdís Egilsdóttir, „Er Oddaverjaþætti treystandi?" *Ný saga* 11 (1999), 91–100.

Árni Magnússon, *Brevveksling med Torfæus (Þormóður Torfason)*. Kr. Kålund gaf út. Khöfn og Kria 1916.

Árni Sigurjónsson, *Bókmenntakenningar fyrri alda*. Rvík 1991.

Ásdís Egilsdóttir, Þættir: Einkenni og staða innan íslenskra miðaldabókmennta. Ritgerð til kandidatsprófs í íslenskum bókmenntum, Háskóla Íslands, 1982.

Ásdís Egilsdóttir, „Um biskupasögur," *Biblían og bókmenntirnar: Rit helgað minningu séra Jakobs Jónssonar, dr. theol.* Rvík 1994, 39–54. (Studia theologica islandica 9)

Ásdís Egilsdóttir, „Eru biskupasögur til?" *Skáldskaparmál* 2 (1992), 207–20.

Ásdís Egilsdóttir, „Af óskynlegum Íslendingi," *Orðaforði heyjaður Guðrúnu Kvaran 21. júlí 1993*. Rvík 1993, 11–13.

Ásdís Egilsdóttir, „Hetjur og konungar, riddarar og helgir menn," *Íslensk fræði í fortíð, nútíð og framtíð: Afmælismálþing Mímis í Háskólabíói, 12.–13. október 1996*. Rvík 1997. (Mímir 44)

Ásdís Egilsdóttir, „Drekar, slöngur og heilög Margrét," *Heiðin minni: Greinar um fornar bókmenntir*. Haraldur Bessason og Baldur Hafstað ritstýrðu. Rvík 1999, 241–56.

Ásgeir Blöndal Magnússon, *Íslensk orðsifjabók*. Rvík 1989.

Bagerius, Henric, „Vita vikingar och svarta sköldmör: Föreställningar om sexualitet i Snorre Sturlassons kungesagor," *Scripta Islandica* 48 (1997), 13–38.

Bagge, Sverre, „Borgerkrig og statsutvikling i Norge i middelalderen," *(Norsk) Historisk tidsskrift* 65 (1986), 145–97.

Bagge, Sverre, „Theodoricus Monachus – Clerical Historiography in Twelfth-century Norway," *Scandinavian Journal of History* 14 (1989), 113–33.

Bagge, Sverre, „Kvinner i politikken i middelalderen," *Middelalderkvinner – liv og virke*. Ingvild Øye ritstýrði. Björgvin 1989, 5–30. (Onsdagskvelder i Bryggens museum 4)

Bagge, Sverre, „Harald Hardråde i Bysants: To fortellinger, to kulturer," *Hellas og Norge: Kontakt, komparasjon, kontrast*. Øivind Andersen og Tomas Hägg ritstýrðu. Björgvin 1990, 169–92.

Bagge, Sverre, *Society and Politics in Snorri Sturluson's Heimskringla*. Berkeley o.v. 1991.

Bagge, Sverre, „Ideas and narrative in Otto of Freising's Gesta Frederici," *Journal of Medieval History* 22 (1996), 345–77.

Bagge, Sverre, *From Gang Leader to the Lord's Anointed: Kingship in Sverris saga and Hákonar saga Hákonarsonar*. Óðinsvéum 1996. (The Viking Collection 8)

Bagge, Sverre, „Icelandic Uniqueness or a Common European Culture? The Case of the Kings' Sagas," *Scandinavian Studies* 69 (1997), 418–42.

Bagge, Sverre, „Mannlýsingar í konungasögum," *Skáldskaparmál* 4 (1997), 20–39.

Bagge, Sverre, *Mennesket i middelalderens Norge: Tanker, tro og holdninger 1000–1300*. Osló 1998.

Bagge, Sverre, „The Structure of the Political Factions in the Internal Struggles of the Scandinavian Countries during the High Middle Ages," *Scandinavian Journal of History* 24 (1999), 299–320.

Bakhtin, Mikhail, *Rabelais and His World*. Hélène Iswolsky þýddi. Bloomington 1984.

Baldwin, John W., *The Government of Philip Augustus: Foundations of French Royal Power in the Middle Ages*. Berkeley o.v. 1986.

Barnes, Geraldine, „The riddarasögur and mediæval European literature," *Mediaeval Scandinavia* 8 (1975), 140–58.

Barnes, Geraldine, „Parcevals Saga: Riddara Skuggsjá?" *Arkiv för nordisk filologi* 99 (1984), 49–62.

Barnes, Geraldine, „Arthurian Chivalry in Old Norse," *Arthurian Literature* 7 (1987), 50–102.

Barnes, Geraldine, „Some current issues in riddarasögur research," *Arkiv för nordisk filologi* 104 (1989), 73–88.

Barnes, Geraldine, „Authors, dead and alive, in old Norse fiction," *Parergon* 8,2 (1990), 5–22.

Barnes, Geraldine, „Romance in Iceland," *Old Icelandic Literature and Society*. Margaret Clunies Ross ritstýrði. Cambridge 2000, 266–86. (Cambridge Studies in Medieval Literature 42)

Barthes, Roland, „The Discourse of History," *The Rustle of Language*. Richard Howard þýddi, Oxford 1986, 127–40.

Beck, Heinrich, „Hit óarga dýr und die mittelalterliche Tiersignificatio," *Saga og språk: Studies in language and literature*. John M. Weinstock ritstýrði. Austin 1972, 97–111.

Benton, John, „Consciousness of Self and Perceptions of Individuality," *Renaissance and Renewal in the Twelfth Century*. Ritstj. Robert L. Benson og Giles Constable ásamt Carol D. Lanham. Oxford 1982, 263–95.

Berg, Mai-Elisabeth, „Skírnismál — kjærlighetspoesi eller hierogamimyte?" *Edda* (1998), 226–45.

Berger, Alan J., „The Textual History of Þinga saga," *Arkiv för nordisk filologi* 94 (1979), 50–56.

Berger, Alan J., „Heimskringla and the Compilations," *Arkiv för nordisk filologi* 114 (1999), 5–15.

Berger, Alan J. „Heimskringla is an abbreviation of Hulda-Hrokkinskinna," *Arkiv för nordisk filologi* 116 (2001), 65–69.

Bibire, Paul, „From riddarasaga to lygisaga: The norse response to romance," *Les sagas de chevaliers (Riddarasögur): Actes de la Ve Conférence Internationale sur les Sagas (Toulon, Juillet 1982)*. Regis Boyer ritstýrði. Toulon 1982, 55–74.

Bisgaard, Lars, *Tjenesteideal og fromhedsideal: Studier i adelens tænkemåde i dansk senmiddelalder*. Árósum 1988.

Bjarni Aðalbjarnarson, *Om de norske kongers sagaer*. Osló 1937. (Skrifter utgitt av Det Norske Vitenskaps-Akademi i Oslo II. Hist.–filos. klasse. 1936. no. 4)

Bjarni Aðalbjarnarson, „Formáli," *Íslenzk fornrit* 26. Rvík 1941.

Bjarni Aðalbjarnarson, „Formáli," *Íslenzk fornrit* 28. Rvík 1951.

Bjarni Einarsson, *Skáldasögur. Um uppruna og eðli ástarskáldasagnanna fornu*. Rvík 1961.

Bjarni Einarsson, „The Lovesick Skald: A Reply to Theodore M. Andersson," *Mediaeval Scandinavia* 4 (1971), 21–41.

Bjarni Einarsson, „On the rôle of verse in saga-literature," *Mediaeval Scandinavia* 7 (1974), 118–25.

Bjarni Einarsson, „On the status of Free Men in Society and Saga," *Mediaeval Scandinavia* 7 (1974), 45–55.

Bjarni Einarsson, *Litterære forudsætninger for Egils saga*. Rvík 1975. (Rit Stofnunar Árna Magnússonar á Íslandi 8)

Bjarni Einarsson, *To skjaldesagaer: En analyse af Kormáks saga og Hallfreðar saga*. Björgvin o.v. 1976.

Bjarni Einarsson, „Formáli," *Íslenzk fornrit* 29. Rvík 1985.

Bjarni Einarsson, *Mælt mál og forn fræði: Safn ritgerða eftir Bjarna Einarsson gefið út á sjötugsafmæli hans 11. apríl 1987*. Rvík 1987.

Bjarni Guðnason, *Um Skjöldungasögu*. Rvík 1963.

Bjarni Guðnason, „Þættir," *Kulturhistorisk leksikon for nordisk middelalder fra vikingetid til reformationstid* 20 (1976), 405–10.

Bjarni Guðnason, *Fyrsta sagan*. Rvík 1978. (Studia Islandica 37)

Bjarni Guðnason, *Túlkun Heiðarvígasögu*. Rvík 1993. (Studia Islandica 50)

Bjarni Guðnason, „Guðrún Ósvífursdóttir och Laxdæla Saga," *Scripta Islandica* 50 (1999), 9–30.

Bjork, Robert E., „Digressions and Episodes," *A Beowulf Handbook*. Robert E. Bjork og John D. Niles ritstýrðu. Exeter 1997, 193–212.

Björn Gíslason, „Klám og gróteska í Sneglu-Halla þætti," *Mímir* 47 (1999), 33–42.

Björn M. Ólsen, „Formáli. *Stúfs saga: Gefin út í firsta sinn eftir handritunum*," Reykjavík 1912 (Fylgirit Árbókar Háskóla Íslands 1912)

Björn M. Ólsen, *Um Íslendingasögur: Kaflar úr háskólafyrirlestrum*. Sigfús Blöndal og Einar Ól. Sveinsson bjuggu til prentunar. Rvík 1937–39. (Safn til sögu Íslands og íslenzkra bókmennta VI, 3)

Blaisdell, Foster W. Jr., „The Figure of the King: Arthur vs. Hrólf,“ *Fourth International Saga Conference, München, July 30th – August 4th, 1979*. München 1979.

Bloch, R. Howard, *Etymologies and Genealogies: A Literary Anthropology of the French Middle Ages*. Chicago og London 1986.

Bloch, R. Howard, „New Philology and Old French,“ *Speculum* 65 (1990), 38–58.

Bloch, Marc, *Feudal Society*. L.A. Manyon þýddi. Lundúnum og Henley 1961.

Boberg, Inger M., *Motif-Index of Early Icelandic Literature*. Khöfn 1966. (Bibliotheca Arnamagnæana 27)

Bogi Th. Melsteð, „Töldu Íslendingar sig á dögum þjóðveldisins vera Norðmenn?“ *Afmælisrit til dr. phil. Kr. Kålunds bókavarðar við Safn Árna Magnússonar 19. ágúst 1914*. Khöfn 1914, 16–33.

Bouman, A.C., *Patterns in Old English and Old Icelandic Literature*. Leiden 1962.

Boyer, Regis, „To Make a Good Fornaldarsaga: A Recipe (About Gautreks saga),“ *Fourth International Saga Conference, München, July 30th – August 4th, 1979*. München 1979.

Bragi Halldórsson og Knútur Hafsteinsson, „Um þætti,“ *Íslendingaþættir: Úrval þrettán þátta með inngangi, skýringum og skrám*. Bragi Halldórsson og Knútur S. Hafsteinsson gáfu út. Rvík 1999.

Brandt, William, *The Shape of Medieval History: Studies in Modes of Perception*. New Haven, Conn. 1966.

Breisch, Agneta (síðar Ney), *Frid och fredlöshet: Sociala band och utanförskap på Island under äldre medeltid*. Uppsölum 1994. (Studia Historica Upsaliensia 174)

Brooke, Christopher, *The Structure of Medieval Society*. London 1971. (Library of Medieval Civilization)

Brooke, Christopher N.L., *The Medieval Idea of Marriage*. Oxford 1989.

Brown, Ursula (síðar Dronke), „Introduction,“ *Þorgils saga ok Hafliða*. Ursula Brown gaf út. Lundúnum 1952.

Bruhn, Ole, „Earl Rognvald and the Rise of Saga Literature,“ *The Viking Age in Caithness, Orkney and the North Atlantic: Select Papers from the Proceedings of the Eleventh Viking Congress, Thurso and Kirkwall, 22 august–1 september 1989*. Colleen E. Batey, Judith Jesch og Christopher D. Morris ritstýrðu. Edinborg 1993, 240–47.

Bruhn, Ole, *Tekstualisering: Bidrag til en litterær antropologi*. Árósum 1999.

Brünger, Tanja, „„„Hugkvæmir og höfðingjadjarfir“: Urteile und Vorurteile über Isländer in zwei Kurzerzählungen des 13. Jahrhunderts,“ *Skandinavistik* 29 (1999), 36–52.

Bull, Edvard, „Håkon Ivarssons saga,“ *Edda* 27 (1927), 33–44.

Bumke, Joachim, *Studien zum Ritterbegriff im 12. und 13. Jahrhundert*. Heidelberg 1964.

Bumke, Joachim, *Höfische Kultur: Literatur und Gesellschaft im hohen Mittelalter* 1–2. [3. útg.] München 1986.

Bumke, Joachim, „Höfischer Körper – Höfische Kultur,“ *Modernes Mittelalter: Neue Bilder einer populären Epoche*. Ritstj. Joachim Heinzle. Frankfurt am Main og Leipzig 1994, 67–102.

Burke, Peter, *The Renaissance Sense of the Past*. Lundúnum 1969.

Burke, Peter, *History & Social Theory*. Cambridge 1992.

Burke, Peter, „Humanism and Friendship in Sixteenth-Century Europe,“ *Friendship in Medieval Europe*. Julian Haseldine ritstýrði. Phoenix Mill/Thrupp/Stroud, Gloucestershire 1999, 262–74.

Burnley, J. David, *Courtliness and Literature in Medieval England*. London o.v. 1998.

Burns, E. Jane, *Bodytalk: When Women Speak in Old French Literature*. Philadelphia 1993.

Burns, E. Jane, „Refashioning Courtly Love: Lancelot as Ladies' Man or Lady/Man?“ *Constructing Medieval Sexuality*. Ritstj. Karma Lochrie, Peggy McCracken og James A. Schultz. Minneapolis og Lundúnum 1997, 111–34.

Burrow, J.A., *Medieval Writers and their Work: Middle English Literature and its Background 1100–1500*. Oxford 1982.

Butler, Judith, *Gender Trouble: Feminism and the Subversion of Identity*. New York og Lundúnum 1990.

Bynum, Caroline Walker, „Did the XIIth Century discover the individual?“ *Journal of Ecclesiastical History* 31 (1980), 1–17.

Bynum, Caroline Walker, *Jesus as Mother: Studies in the Spirituality of the High Middle Ages*. Berkeley o.v. 1982.

Byock, Jesse L. „Þjóðernishyggja nútímans og Íslendingasögurnar,“ *Tímarit Máls og menningar* 54, 1 (1993), 36–50.

Bååth, Albert Ulrich, *Studier öfver kompositionen i några isländska ättsagor*. Lundi 1885.

Caie, Graham D., „A City Built to Music: An Introduction to the Story of Arthur,“ *The Vitality of the Arthurian Legend: A Symposium*. Mette Pors ritstýrði. Óðinsvéum 1988, 13–23.

Cantor, Norman F., *Inventing the Middle Ages: The Lives, Works, and Ideas of the Great Medievalists of the Twentieth Century*. New York 1991.

Cerquiglini, Bernard, *Éloge de la variante: Histoire critique de la philologie*. París 1989.

Chatman, Seymour, *Story and Discourse: Narrative Structure in Fiction and Film*. Íþöku og London 1978.

Christensen, Aksel E., *Kongemagt og aristokrati: Epoker i middelalderlig dansk statsopfattelse indtil unionstiden*. [2. útg.] Khöfn 1968.

Christiansen, Eric, „The place of fiction in Saxo's later books,“ *Saxo Grammaticus: A Medieval Author Between Norse and Latin Culture*. Karsten Friis–Jensen ritstýrði. Khöfn 1981, 27–37.

Ciklamini, Marlene, *Snorri Sturluson*. Boston 1978.

Clanchy, Michael T., *From Memory to Written Record: England, 1066–1307*. Lundúnum 1979.

Clover, Carol J., „Scene in Saga Composition," *Arkiv för nordisk filologi* 89 (1974), 57–83.

Clover, Carol J., „Hárbarðsljóð as Generic Farce," *Scandinavian Studies* 51 (1979), 124–45.

Clover, Carol J., „The Language of Interlace: Notes on Composition in Saga and Romance," *Fourth International Saga Conference, München, July 30th – August 4th, 1979*. München 1979.

Clover, Carol J., „The Germanic Context of the Unferþ Episode," *Speculum* 55 (1980), 444–68.

Clover, Carol J., *The Medieval Saga*. Íþöku 1982.

Clover, Carol J., „The Long Prose Form," *Arkiv för nordisk filologi* 101 (1986), 10–39.

Clover, Carol J., „Maiden Warriors and Other Sons," *Journal of English and Germanic Philology* 85 (1986), 35–49.

Clover, Carol J., „The Politics of Scarcity: Notes on the Sex Ratio in Early Scandinavia," *Scandinavian Studies* 60 (1988), 147–88.

Clover, Carol J., „Regardless of Sex: Men, Women, and Power in Early Northern Europe," *Speculum* 68 (1993), 363–87.

Clunies Ross, Margaret, „The Development of Old Norse Textual Worlds: Genealogy as a Principle of Literary Organisation in Early Iceland," *Journal of English and Germanic Philology* 92 (1993), 372–85.

Clunies Ross, Margaret, „From Iceland to Norway: Essential Rites of Passage for an Early Icelandic Skald," *Alvíssmál* 9 (1999), 55–72.

Clunies Ross, Margaret, „The Skald Sagas as a Genre: Definitions and Typical Features," *Skaldsagas: Text, Vocation, and Desire in the Icelandic Sagas of Poets*. Russell Poole ritstýrði. Berlín og New York 2001, 25–49. (Ergänzungsbände zum Reallexikon der Germanischen Altertumskunde 27)

Cohen, Jeffrey Jerome, *Of Giants: Sex, Monsters, and the Middle Ages*. Minneapolis og Lundúnum 1999. (Medieval Cultures 17)

Contamine, Philippe, *War in the Middle Ages*. Michael Jones þýddi. Oxford 1985. (Frumútg.: *La Guerre au Moyen Age*. París 1980)

Cook, Robert, „The Reader in Grettis saga," *Saga-Book* (1984–85), 133–54.

Cormack, Margaret, „Heimskringla, Egils saga, and the daughter of Eiríkr blóðöx," *Sagas and the Norwegian Experience: Preprints: 10. Internasjonale Sagakonferanse, Trondheim 3.–9. august 1997*. Þrándheimi 1997, 139–48.

Crane, Susan, „Knights in Disguise: Identity and Incognito in Fourteenth-Century Chivalry," *The Stranger in Medieval Society*. F.R.P. Akehurst og Stephanie Cain Van D'Elden ritstýrðu. Minneapolis o.v. 1998, 63–79. (Medieval Cultures 12)

Crouch, David, *The Image of the Aristocracy in Britain, 1000–1300*. Lundúnum og New York 1992.

Curtius, Ernst Robert, „Zur Interpretation des Alexiusliedes," *Zeitschrift für romanische Philologie* 56 (1936), 113–137.

Curtius, Ernst Robert, *European Literature and the Latin Middle Ages*. Willard R. Trask þýddi. Princeton 1973. (Frumútg.: *Europäisches Literatur und lateinisches Mittelalter*. Bern 1948)

Dagný Kristjánsdóttir, „Innan og utan við krosshliðið: Um íróníu í Brekkukotsannál Halldórs Laxness," *Tímarit Máls og menningar* 43 (1982), 180–200.

Dagný Kristjánsdóttir, *Undirstraumar: Greinar og fyrirlestrar*. Rvík 1999.

Damsholt, Nanna, *Kvinnebilledet i dansk højmiddelalder*. Khöfn 1985.

Danielsson, Tommy, *Om den isländska släktsagans uppbyggnad*. Uppsölum 1986. (Skriftar utgivna af Literaturvetenskapliga institutionen vid Uppsala universitet 22)

Danielsson, Tommy, „Magnús berfættrs sista strid," *Scripta Islandica* 39 (1988), 44–70.

Darnton, Robert, „History of Reading," *New Perspectives on Historical Writing*. Peter Burke ritstýrði. Cambridge 1991, 140–67.

Davis, Natalie Zemon, *Society and Culture in Early Modern France: Eight Essays*. Stanford, Cal. 1975.

Davíð Erlingsson, „Saga gerir mann: Hugleiðing um gildi og stöðu hugvísinda," *Skírnir* (166) 1992, 321–345.

Davíð Erlingsson, „Um raunhyggju-meinlokur: Neðanmálsgrein við fræðihugtök," *Þorlákstíðir sungnar Ásdísi Egilsdóttur fimmtugri 26. október 1996*. Rvík 1996, 21–25.

Davíð Erlingsson, „Fótaleysi göngumanns: Atlaga til ráðningar á frumþáttum táknmáls í sögu af Hrólfi Sturlaugssyni, ásamt formála," *Skírnir* 170 (1996), 340–56.

Davíð Erlingsson, „Bakrauf og bakrauf," *Skírnir* 171 (1997), 401–11.

Davíð Erlingsson, „Manneskja er dýr og henni er hætt: Um nykrað," *Gripla* 10 (1998), 49–61.

Davíð Erlingsson, *Þjóðleikhús í Hegranesi? – Þegar skógarmaður kemur á þing* (fjölrit). Rvík 1999.

Davíð Erlingsson, „Úlfljótr vas austr í Lóni: Stikl um nokkur atriði sem varða tákngildi hrings," *Lesbók Morgunblaðsins* 16. sept. 2000.

Driscoll, Matthew James, „Introduction," *Sigurðar saga þögla: The Shorter Redaction Edited from AM 596 4to*. Reykjavík 1992.

Driscoll, Matthew James, *The Unwashed Children of Eve: The Production, Dissemination and Reception of Popular Literature in Post-Reformation Iceland*. Enfield Lock, Middlesex 1997.

Dronke, Peter, *Poetic Individuality in the Middle Ages: New Departures in Poetry 1100–1150*. Oxford 1970.

Dronke, Ursula, „The Poet's Persona in the Skalds' Saga," *Parergon* 22 (1978), 23–28.

Dronke, Ursula, *The role of sexual themes in Njáls Saga: The Dorothea Coke*

Memorial Lecture in Northern Studies, University College London, 27 May 1980. Lundúnum 1981.

Duby, Georges, „Les «jeunes» dans la société aristocratique dans la France du Nord-Ouest au XIIe siècle," *La Société chevaleresque. Hommes et structures du Moyen Age (I).* París 1979, 129–42. (Frumútg. í *Annales, Economies–Sociétés–Civilisations* 19 (1964), 835–46)

Duby, Georges, „The Diffusion of Cultural Patterns in Feudal Society," *Past and Present* 39 (1968), 3–10.

Duby, Georges, „The Culture of the Knightly Class: Audience and Patronage," *Renaissance and Renewal in the Twelfth Century.* Ritstj. Robert L. Benson og Giles Constable ásamt Carol D. Lanham. Oxford 1982, 248–62.

Duby, Georges, *Medieval Marriage. Two Models from Twelfth-Century France.* Elborg Forster þýddi. Baltimore og Lundúnum 1978.

Duby, Georges, *The Three Orders: Feudal Society Imagined.* Arthur Goldhammer þýddi. Chicago og Lundúnum 1980. (Frumútg. *Les trois ordres ou l'imaginaire du féodalisme.* París 1978)

Duby, Georges, *Le chevalier, la femme et le prêtre: Le mariage dans la France féodale.* París 1981.

Duby, Georges, „Communal Living," *A History of Private Life II: Revelations of the Medieval World.* Georges Duby ritstýrði. Arthur Goldhammer þýddi. Cambridge, Mass. og Lundúnum 1988, 35–85. (Frumútg. *Histoire de la vie Privée 2: De l'Europe féodale à la Renaissance.* París 1985)

Duby, Georges, *Love and Marriage in the Middle Ages.* Jane Dunnett þýddi. Cambridge 1994. (Frumútg. *Mãle moyen age.* París 1988)

Dundes, Alan, *The Morphology of North American Indian Folktales.* Helsinki 1964. (FF Communications 195)

Ebel, Else, *Der Konkubinat nach altwestnordische Quellen: Philologische Studien zur sogenannten „Friedelehe".* Berlín og New York 1993. (Ergänzungsbände zum Reallexikon der Germanischen Altertumskunde 8)

Eco, Umberto, „The Return of the Middle Ages," *Faith in Fakes: Travels in Hyperreality.* William Weaver þýddi. Lundúnum 1986, 61–85.

Einar Már Jónsson, „Staða Konungsskuggsjár í vestrænum miðaldabókmenntum," *Gripla* 7 (1990), 323–54.

Einar Már Jónsson, *Le miroir: Naissance d'un genre littéraire.* París 1995.

Einar Gunnar Pétursson, *Eddurit Jóns Guðmundssonar lærða. Samantektir á Eddu og Að fornu í þeirri gömlu norrænu kölluðust rúnir bæði ristingar og skrifelsi: Þættir úr fræðasögu 17. aldar. I. Inngangur.* Rvík 1998.

Einar Ólafur Sveinsson, *Verzeichnis isländischer Märchenvarianten.* FF Comm. no. 83. Helsinki 1929.

Einar Ólafur Sveinsson, „Ek ætla mér ekki á braut," *Afmælisrit Jóns Helgasonar 30. júní 1969.* Rvík 1969, 48–58.

Elias, Norbert, *The Civilizing Process*. Edmund Jephcott þýddi. Oxford 1994. (Frumútg.: *Über den Prozess der Zivilisation*. Basel 1939)

Elias, Norbert, *The Court Society*. Edmund Jephcott þýddi. Oxford 1983. (Frumútg.: *Die höfische Gesellschaft: Untersuchungen zur Soziologie des Königtums und der höfischen Aristokratie*, 1969)

Europa og de fremmede i middelalderen. Kurt Villads Jensen ritstýrði. Khöfn 1989.

Faulkes, Anthony, „Introduction,“ *Two Icelandic Stories: Hreiðars þáttr. Orms þáttr.* Anthony Faulkes gaf út. Lundúnum 1967. (Viking Society for Northern Research Text Series 4)

Fentress, James og Chris Wickham, *Social Memory*. Oxford og Cambridge, Mass. 1992. (New Perspectives on the Past)

Fichtner, Edward G., „Gift Exchange and Initiation in the Auðunar þáttr vestfirzka,“ *Scandinavian Studies* 51 (1979), 249–72.

Fidjestøl, Bjarne, „Tåtten om Harald Hardråde og fiskaren Þorgils,“ *Maal og minne* (1971), 34–49.

Fidjestøl, Bjarne, „Ut no glytter dei fagre droser: Om kvinnesynet i norrøn litteratur,“ *Syn og segn* 82 (1976), 464–72.

Fidjestøl, Bjarne, „Arnórr Þórðarson: Skald of the Orkney Jarls,“ *The Northern and Western Isles in the Viking World: Survival, Continuity and Change*. Alexander Fenton og Hermann Pálsson ritstýrðu. Edinborg 1984, 239–57.

Fidjestøl, Bjarne, „Har du høyrt eit dyrare kvæde?“ Litt om økonomien bak den eldste fyrstediktinga. *Festskrift til Ludvig Holm-Olsen på hans 70–årsdag den 9. juni 1984*. Bjarne Fidjestøl o.fl. ritstýrðu. Øvre Ervik 1984, 61–73.

Fidjestøl, Bjarne, „Erotisk lesnad ved Håkon Håkonssons hoff,“ *Middelalderkvinner – liv og virke*. Ingvild Øye ritstýrði. Björgvin 1989, 72–89. (Onsdagskvelder i Bryggens museum 4)

Fidjestøl, Bjarne, „Skaldenstrophen in der Sagaprosa: Bemerkungen zum Verhältnis zwischen Prosa und Poesie in der Heimskringla,“ *Snorri Sturluson: Kolloquium anläßlich der 750. Wiederkehr seines Todestages*. Alois Wolf ritstýrði. Tübingen 1993, 77–98. (Scripta Oralia 51)

Fidjestøl, Bjarne, „The king's skald from Kvinesdal and his poetry,“ *Selected Papers*. Odd Einar Haugen og Else Mundal ritstýrðu. Peter Foote þýddi á ensku. Óðinsvéum 1997, 68–92. (The Viking Collection 9) (Frumútg. „Kongsskalden frå Kvinesdal og diktinga hans,“ *Rikssamling på Agder*. Kristiansand 1976, 7–31)

The Final Argument: The Imprint of Violence on Society in Medieval and Early Modern Europe. Donald J. Kagay og L.J. Andrew Villalon ritstýrðu. Woodbridge, Suffolk 1998.

Fineman, Joel, „The History of the Anecdote: Fiction and Fiction,“ *The New Historicism*. H. Aram Veeser ritstýrði. New York og Lundúnum 1989, 49–76.

Finlay, Alison, „Skalds, Troubadours and Sagas,“ *Saga-Book* 24 (1995), 105–53.

Finlay, Alison, „Kings and Icelanders in Poets' Sagas and Þættir,“ *Sagas and the Nor-*

wegian Experience. Preprints. 10. Internasjonale Sagakonferanse, Trondheim 3.–9. august 1997. Þrándheimi 1997, 159–68.

Finlay, Alison, „Pouring Óðinn's Mead: An Antiquarian Theme?" *Old Norse Myths, Literature and Society. Proceedings of the 11th International Saga Conference, 2–7 July 2000, University of Sydney*. Geraldine Barnes og Margaret Clunies Ross ritstýrðu. Sydney 2000, 85–99.

Finlay, Alison, „Skald Sagas in their Literary Context 2: Possible European Contexts," *Skaldsagas: Text, Vocation, and Desire in the Icelandic Sagas of Poets*. Russell Poole ritstýrði. Berlín og New York 2001, 232–71. (Ergänzungsbände zum Reallexikon der Germanischen Altertumskunde 27)

Finnur Jónsson, „Fortale," *Egils saga Skallagrímssonar*. Khöfn 1886–88. (STUAGNL 17)

Finnur Jónsson, *Den oldnorske og oldislandske Litteraturs Historie* II, 2. Khöfn 1901.

Finnur Jónsson, „Tilnavne i den islandske Oldlitteratur," *Aarbøger for nordisk Oldkyndighed og Historie* (1907), 161–381.

Finnur Jónsson, „Flateyjarbók," *Aarbøger for nordisk Oldkyndighed og Historie* (1927), 139–90.

Finnur Jónsson, „Indledning," *Morkinskinna*. Finnur Jónsson gaf út. Khöfn 1932. (STUAGNL 53)

Fleischhauer, Wolfgang, *Kalf Arnason: Die Berührungen zwischen Heldenlied und Königssaga*. Köln 1938.

Foote, Peter, „Notes on the Prepositions OF and UM(B) in Old Icelandic and Old Norwegian Prose," *Studia Islandica* 14 (1955), 41–83.

Foote, Peter, *On the Saga of the Faroe Islanders: An Inaugural Lecture delivered at University College London*. Lundúnum 1964.

Foote, Peter, „Aachen, Lund, Hólar," *Les relations littéraires Franco-Scandinaves au moyen âge: Actes du College de Liège (avril 1972)*. París 1972, 53–76.

Foote, Peter, „Latin rhetoric and Icelandic poetry: Some contacts," *Saga och sed* (1982), 107–27.

Foucault, Michel, *Discipline and Punish: The Birth of Prison*. Alan Sheridan þýddi. Lundúnum 1977. (Frumútg. *Surveiller et punir: naissance de la prison*. París 1976)

Fowler, Alastair, *Kinds of Literature: An Introduction to the Theory of Genres and Modes*. Oxford 1982.

Frank, Roberta, „Marriage in Twelfth- and Thirteenth-Century Iceland," *Viator* 4 (1973), 473–84.

Frank, Roberta, „Viking atrocity and Skaldic verse: The Rite of the Blood-Eagle," *English Historical Review* 99 (1984), 332–43.

Frank, Roberta, „Why Skalds Address Women," *Poetry in the Scandinavian Middle Ages: The Seventh International Saga Conference, Spoleto, 4–10 September 1988*. Ritstj. Teresa Pàroli. Spoleto 1990, 67–83.

Frank, Roberta, „Germanic Legend in Old English Literature," *The Cambridge*

Companion to Old English Literature. M. Godden og M. Lapidge ritstýrðu. Cambridge 1991, 88–106.

Frantzen, Allen J., *Before the Closet: Same-Sex Love from Beowulf to Angels in America*. Chicago og Lundúnum 1998.

Friedman, John Block, *The Monstrous Races in Medieval Art and Thought*. Cambridge, Mass. 1981.

Friendship in Medieval Europe. Julian Haseldine ritstýrði. Phoenix Mill/Thrupp/ Stroud, Gloucestershire 1999.

Friis-Jensen, Karsten, *Saxo Grammaticus as a Latin Poet: Studies in the Verse Passages of the Gesta Danorum*. Róm 1987.

Frye, Northrop, *Anatomy of Criticism: Four Essays*. Princeton 1957.

Gade, Kari Ellen, „Hanging in Northern Law and Literature," *Maal og minne* (1985), 159–83.

Gade, Kari Ellen, „The Naked and the Dead in Old Norse Society," *Scandinavian Studies* 60 (1988), 219–45.

Gade, Kari Ellen, „Einarr Þambarskelfir's Last Shot," *Scandinavian Studies* 67 (1995), 153–62.

Gade, Kari Ellen, „Einarr Þambarskelfir, Again," *Scandinavian Studies* 67 (1995), 547–50.

Gade, Kari Ellen, „1236: Órækja meiddr ok heill gǫrr," *Gripla* 9 (1995), 115–32.

Gade, Kari Ellen, „Northern Lights on the Battle of Hastings," *Viator* 28 (1997), 65–81.

Gade, Kari Ellen, „Kaupangr–Þrándheimr–Niðaróss: On the dating of the Old Norse kings' sagas," *Maal og Minne* (1998), 41–60. (Áður prentað í *Sagas and the Norwegian Experience. Preprints. 10. Internasjonale Sagakonferanse, Trondheim 3.–9. august 1997*. Þrándheimi 1997, 169–78)

Gade, Kari Ellen, „Poetry and its changing importance in medieval Icelandic culture," *Old Icelandic Literature and Society*. Margaret Clunies Ross ritstýrði. Cambridge 2000, 61–95. (Cambridge Studies in Medieval Literature 42)

Gade, Kari Ellen, „Morkinskinna's Giffarðsþáttr: Literary fiction or historical fact?" *Gripla* 11 (2000), 181–98.

Gade, Kari Ellen, A Riddle Unraveled: The Identity of the Author of Morkinskinna. Ópr. erindi, flutt árið 1998.

Ganshof, F.L., *Feudalism*. Philip Grierson þýddi. Lundúnum 1952. (Frumútg. *Qu'est-ce que la féodalite*? Bruxelles 1944)

Gaunt, Simon, *Gender and genre in medieval French literature*. Cambridge 1995.

Gelsinger, Bruce E., „The Battle of Stamford Bridge and the Battle of Jaffa: A Case of Confused Identity?" *Scandinavian Studies* 60 (1988), 13–29.

Gimmler, Heinrich, *Die Thættir der Morkinskinna: Ein Beitrag zur Überlieferungsproblematik und zur Typologie der altnordischen Kurzerzählung*. Frankfurt am Main 1976.

Glauser, Jürg, „Erzähler – Ritter – Zuhörer: Das Beispiel der Riddarasögur:

Erzählkommunikation und Hörergemeinschaft im mittelalterlichen Island," *Les sagas de chevaliers (Riddarasögur). Actes de la Ve Conférence Internationale sur les Sagas (Toulon, Juillet 1982)*. Regis Boyer ritstýrði. Toulon 1982, 93–119.

Glauser, Jürg, *Isländische Märchensagas: Studien zur Prosaliteratur im spätmittelalterlichen Island*. Basel og Frankfurt am Main 1983. (Beiträge zur nordischen Philologie 12)

Goetz, Hans-Werner, „'Beatus homo qui invent amicum.: The Concept of Friendship in Early Medieval Letters of the Anglo–Saxon Tradition on the Continent (Boniface, Alcuin)," *Friendship in Medieval Europe*. Julian Haseldine ritstýrði. Phoenix Mill/Thrupp/Stroud, Gloucestershire 1999, 124–36.

Goffman, Erving, *The Presentation of Self in Everyday Life*. New York 1959.

Gramsci, Antonio, *Selections from the Prison Notebooks*. Quentin Hoare og Geoffrey Nowell-Smith þýddu og bjuggu til prentunar. New York 1971.

Greenblatt, Stephen, *Marvelous Possessions: The Wonder of the New World*. Oxford 1991.

Guðbrandur Vigfússon, „Prolegomena," *Sturlunga saga* I. Oxford 1878.

Guðni Jónsson, „Formáli," *Íslendinga þættir*. Rvík 1935.

Guðni Jónsson, „Formáli," *Íslenzk fornrit* 7. Rvík 1936.

Guðni Jónsson, „Formáli," *Íslenzk fornrit* 6. Björn K. Þórólfsson og Guðni Jónsson gáfu út. Rvík 1943.

Guðni Jónsson, „Formáli," *Konungasögur 1: Ólafs saga Tryggvasonar eftir Odd munk. Helgisaga Ólafs Haraldssonar. Brot úr Elztu sögu*. Rvík 1957.

Guðrún Ása Grímsdóttir, „Um sárafar í Íslendinga sögu Sturlu Þórðarsonar," *Sturlustefna: Ráðstefna haldin á sjö alda ártíð Sturlu Þórðarsonar sagnaritara 1984*. Guðrún Ása Grímsdóttir og Jónas Kristjánsson ritstýrðu. Rvík 1988, 184–203. (Rit Stofnunar Árna Magnússonar á Íslandi 32)

Guðrún Ása Grímsdóttir, „Fornar menntir í Hítardal: Eilítið um íslenska tignarmenn og ættartölurit á 17. öld," *Ný saga* 7 (1995), 43–52.

Guðrún Ingólfsdóttir, „Um hlutverk vísna í Íslendinga sögum," *Skáldskaparmál* 1 (1990), 226–40.

Guðrún Nordal, „„Eitt sinn skal hverr deyja." Dráp og dauðalýsingar í Íslendinga sögu," *Skírnir* 163 (1989), 72–94.

Guðrún Nordal, *Ethics and action in thirteenth-century Iceland*. Óðinsvéum 1998. (The Viking Collection 11)

Guðrún Nordal, *Tools of Literacy: The Role of Skaldic Verse in Icelandic Textual Culture of the Twelfth and Thirteenth Centuries*. Toronto o.v. 2001.

Guðrún Nordal, „Samhengið í íslenskum fornbókmenntum," *Sagnaheimur: Studies in Honour of Hermann Pálsson on his 80th birthday, 26th May 2001*. Ásdís Egilsdóttir og Rudolf Simek ritstýrðu. Vín 2001, 91–106. (Studia Medievalia Septentrionalia 6)

Gunnar Finnbogason, „Formáli," *Njálssaga*. Rvík 1977.

Gunnar Karlsson, „Kenningin um fornt kvenfrelsi á Íslandi,“ *Saga* 24 (1986), 45–77.

Gunnar Karlsson, „Siðamat Íslendingasögu,“ *Sturlustefna: Ráðstefna haldin á sjö alda ártíð Sturlu Þórðarsonar sagnaritara 1984*. Guðrún Ása Grímsdóttir og Jónas Kristjánsson ritstýrðu. Rvík 1988, 204–21. (Rit Stofnunar Árna Magnússonar á Íslandi 32)

Gurevich, Aaron J., *Categories of Medieval Culture*. G.L. Campbell þýddi. Lundúnum o.v. 1985. (Frumútg. *Kategorii srednevekovi kultury*. Moskva 1972)

Gurevich, Aaron J., *Das Individuum im europäischen Mittelalter*. Erhard Glier þýddi. München 1994.

Gurevich, Aaron J., *The Origins of European Individualism*. Katharine Judelson þýddi. Oxford 1995.

Gurevich, Elena, „Skaldic Praise Poetry and Macrologia: some observations on Óláfr Þórðarson's use of his sources,“ *Old Norse Myths, Literature and Society: Proceedings of the 11th International Saga Conference, 2–7 July 2000, University of Sydney*. Geraldine Barnes og Margaret Clunies Ross ritstýrðu. Sydney 2000, 100–8.

Gustafsson, Harald, „Hugleiðingar um samfélagsgerð Íslendinga á árnýöld,“ *Íslenska söguþingið 28.–31. maí 1997: Ráðstefnurit* 2. Guðmundur J. Guðmundsson og Eiríkur K. Björnsson ritstýrðu. Rvík 1998, 109–17.

Gössmann, Elisabeth, „'Antiqui' und 'Moderni' im 12. Jahrhundert.“ *Antiqui et Moderni: Traditionsbewußtsein und Fortschrittbewußtsein im späten Mittelalter*. Albert Zimmermann ritstýrði. Berlín 1974, 40–57. (Miscellanea Mediaevalia 9)

Habermas, Jürgen, *The Structural Transformation of the Public Sphere: An Inquiry into a Category of Bourgeois Society*. Thomas Burger þýddi. Cambridge, Mass. 1989. (Frumútg. *Strukturwandel der Öffentlichkeit*. Darmstadt og Neuwied 1962)

Hagland, Jan Ragnar, „Olavslegender frå Bysants,“ *Hellas og Norge: Kontakt, komparasjon, kontrast*. Øivind Andersen og Tomas Hägg ritstýrðu. Björgvin 1990, 193–210.

Hallberg, Peter, „Hryggjarstykki: Några anteckningar,“ *Maal og minne* (1979), 113–21.

Hallberg, Peter, „Some Aspects of the Fornaldarsögur as a Corpus,“ *Arkiv för nordisk filologi* 97 (1982), 1–35.

Halsall, Guy, „Violence and society in the early medieval west: an introductory survey,“ *Violence and Society in the Early Medieval West*. Guy Halsall ritstýrði. Woodbridge, Suffolk 1998, 1–45.

Halvorsen, Eyvind Fjeld, *The Norse Version of Chanson de Roland*. Khöfn 1959. (Bibliotheca Arnamagnæana 19)

Halvorsen, Eyvind Fjeld, „Fagrskinna,“ *Kulturhistorisk leksikon for nordisk middelalder fra vikingtid til reformasjonstid* 4 (1959), 139–40.

Halvorsen, Eyvind Fjeld, „Riddersagaer,“ *Kulturhistorisk leksikon for nordisk middelalder fra vikingtid til reformasjonstid* 14 (1969), 175–83.

Halvorsen, Eyvind Fjeld, „Norwegian Court Literature in the Middle Ages," *Orkney Miscellany* 5 (1973), 17–26.

Hanning, Robert, *The Individual in Twelfth-Century Romance*. New Haven, Conn. 1977.

Harris, Joseph, The King and the Icelander: a Study in the Short Narrative Forms of Old Icelandic Prose. Ph.D.-ritgerð. Harvard 1969.

Harris, Joseph, „Genre and Narrative Structure in Some Íslendinga þættir," *Scandinavian Studies* 44 (1972), 1–27.

Harris, Joseph, „Genre in Saga Literature: A Squib," *Scandinavian Studies* 47 (1975), 427–36.

Harris, Joseph, „Qgmundar þáttr dytts ok Gunnars helmings: Unity and Literary Relations," *Arkiv för nordisk filologi* 90 (1975), 156–82.

Harris, Joseph, „Theme and Genre in some Íslendinga þættir," *Scandinavian Studies* 48 (1976), 1–28.

Harris, Joseph, „The King in Disguise. An International Popular Tale in Two Old Icelandic Adaptions," *Arkiv för nordisk filologi* 94 (1979), 57–81.

Harris, Joseph, „Saga as historical novel," *Structure and Meaning in Old Norse Literature: New Approaches to Textual Analysis and Literary Criticism*. John Lindow, Lars Lönnroth og Gerd Wolfgang Weber ritstýrðu. Óðinsvéum 1986, 187–219. (The Viking Collection 3)

Harris, Joseph, „Þættir," *Dictionary of the Middle Ages* 12 (1989), 1–6.

Harris, Joseph, „Gender and genre: short and long forms in the saga literature," *The Making of the Couple: The Social Function of Short-form Medieval Narrative. A Symposium*. Óðinsvéum 1991, 43–66.

Harris, Joseph, „The Prosimetrum of Icelandic Saga and Some Relatives," *Prosimetrum: Cultural Perspectives on Narrative in Prose and Verse*. Joseph Harris og Karl Reichl ritstýrðu. Cambridge 1997, 131–63.

Hartmann, Wilfried, „'Modernus' und 'Antiquus': Zur Verbreitung und Bedeutung dieser Bezeichnungen in der wissenschaftlichen Literatur vom 9. bis zum 12. Jahrhundert." *Antiqui et Moderni: Traditionsbewußtsein und Fortschrittbewußtsein im späten Mittelalter*. Ritstj. Albert Zimmermann. Berlín 1974, 21–39. (Miscellanea Mediaevalia 9)

Harvey, David, *The Condition of Postmodernity: An Enquiry into the Origins of Cultural Change*. Oxford 1989.

Haugen, Odd Einar, „Om tidsforholdet mellom Stjórn og Barlaams ok Josaphats saga," *Maal og minne* (1983), 18–28.

Haugen, Odd Einar, „Buddha i Bjørgvin: Den norrøne soga om kongssonen Josaphat og munken Barlaam," *Syn og segn* (1986), 263–70.

Haugen, Odd Einar, „Barlaam og Josaphat i ny utgåve," *Maal og minne* (1991), 1–24.

Heffernan, Thomas J., *Sacred Biography: Saints and their Biographers in the Middle Ages*. Oxford 1988.

Heimir Þorleifsson, *Saga Reykjavíkurskóla 2: Skólalífið í Lærða skólanum*. Rvík 1978.

Heinrichs, Anne, „"Intertexture" and its Functions in Early Written Sagas: a Stylistic Observation of Heiðarvíga saga, Reykdæla saga and the Legendary Olafssaga," *Scandinavian Studies* 48 (1976), 127–45.

Heinrichs, Anne, „Wenn ein König liebeskrank wird: Der Fall Óláfr Haraldsson," *Die Aktualität der Saga: Festschrift für Hans Schottmann*. Stig Toftgaard Andersen ritstýrði. Berlín og New York 1999, 27–51. (Ergänzungsbinde zum Reallexikon der Germanischen Altertumskunde 21)

Heinrichs, Heinrich Matthias, „Die Geschichte vom sagakündigen Isländer (Íslendings þáttr sǫgufróða): Ein Beitrag zur Sagaforschung," *Literaturwissenschaft und Geschichtsphilosophie: Festschrift für Wilhelm Emrich*. Helmut Arntzen, Bernd Balzer, Karl Pestalozzi og Rainer Wagner ritstýrðu. Berlín 1975, 225–31.

Helga Kress, „Bróklindi Falgeirs: Fóstbræðrasaga og hláturmenning miðalda," *Skírnir* 161 (1987), 271–86.

Helga Kress, „Staðlausir stafir: Um slúður sem uppsprettu frásagnar í Íslendingasögum," *Skírnir* 165 (1991), 130–56.

Helga Kress, *Máttugar meyjar: Íslensk fornbókmenntasaga*. Rvík 1993.

Helgi Þorláksson, „Kaupmenn í þjónustu konungs," *Mímir* 13 (1968), 5–12.

Helgi Þorláksson, „Draumar Dalamanns," *Fjölmóðarvíl til fagnaðar Einari G. Péturssyni fimmtugum 25. júlí 1991*. Rvík 1991, 43–49.

Helgi Þorláksson, „Hvað er blóðhefnd?" *Sagnaþing helgað Jónasi Kristjánssyni sjötugum 10. apríl 1994*. Gísli Sigurðsson, Guðrún Kvaran og Sigurgeir Steingrímsson ritstýrðu. Rvík 1994, 389–414.

Helgi Þorláksson, Ofbeldismenning á undanhaldi. Erindi hjá Félagi íslenskra fræða 3. des. 1999.

Helgi Þorláksson, „Virtir menn og vel metnir," *Sæmdarmenn: Um heiður á þjóðveldisöld*. Rvík 2001, 15–22.

Heller, Rolf, *Die literarische Darstellung der Frau in den Isländersagas*. Halle (Saale) 1958. (Saga 2)

Hermann Pálsson, *Sagnaskemmtun Íslendinga*. Rvík 1962.

Hermann Pálsson, „Brands þáttur örva," *Gripla* 7 (1990), 117–30.

Hermann Pálsson, „Hirðskáld í spéspegli," *Skáldskaparmál* 2 (1992), 148–69.

Hermann Pálsson, „Mannfræði, dæmi, fornsögur," *Twenty-Eight Papers Presented to Hans Bekker-Nielsen on the Occasion of his Sixtieth Birthday 28 April 1993*. Óðinsvéum 1993, 303–22.

Hermann Pálsson, *Úr landnorðri: Samar og ystu rætur íslenskrar menningar*. Rvík 1997. (Studia Islandica 54)

Hermanson, Lars, *Släkt, vänner och makt: En studie av elitens politiska kultur i 1100-talets Danmark*. Gautaborg 2000.

Heusler, Andreas, „Die Anfänge der isländischen Saga," *Abhandlungen der Königlich Preussischen Akademie der Wissenschaften 1913. Phil.-hist. Klasse. no. 9*. Berlín 1913.

Hoffmann, Dietrich, „Sagaprosa als Partner von Skaldenstrophen," *Mediaeval Scandinavia* 11 (1978–79), 68–81.

Holbek, Bengt, *Interpretation of Fairy Tales: Danish Folklore in a European Perspective*. Helsinki 1987. (FF Comm. N:o 239)

Holbek, Bengt, *Tolkning af trylleeventyr*. Khöfn 1989.

Holm-Olsen, Ludvig, „En replikk i Harald Hardrådes saga," *Maal og minne* (1959), 35–41.

Holtsmark, Anne, „Harald Gille, en sending," *Arkiv för nordisk filologi* 77 (1962), 84–89.

Holtsmark, Anne, „Kattar Sonr," *Saga-Book* 16 (1963–64), 144–55.

Holtsmark, Anne, „Kongesaga," *Kulturhistorisk leksikon for nordisk middelalder fra vikingtid til reformasjonstid* 9 (1964), 41–46.

Hreinn Benediktsson, *Early Icelandic Script as Illustrated in Vernacular Texts from the Twelfth and Thirteenth Centuries*. Rvík 1965. (Icelandic Manuscripts, series in folio 2)

Hughes, Shaun F.D., „The Battle of Stamford Bridge and the Battle of Bouvines," *Scandinavian Studies* 60 (1988), 30–76.

Huizinga, Johan, *The Waning of the Middle Ages: A Study of the Forms of Life, Thought, and Art in France and the Netherlands in the Fourteenth and Fifteenth Centuries*. F. Hopman þýddi. [5. útg. á ensku] Harmondsworth 1976. (Frumútg. *Herfsttij der Middeleeuwen*. Haarlem 1919)

Huizinga, Johan, *Homo ludens: A Study of the Play Element in Culture*. [2. útg. á ensku] Lundúnum 1970.

Hume, Kathryn, „Structure and Perspective: Romance and Hagiographic Features in the Amicus and Amelius Story," *Journal of English and Germanic Philology* 69 (1970), 89–107.

Hume, Kathryn, „Beginnings and Endings in the Icelandic Family Sagas," *Modern Language Review* 68 (1973), 593–606.

Hume, Kathryn, „The Thematic Design of Grettis saga," *Journal of English and Germanic Philology* 73 (1974), 469–86.

Hødnebø, Finn, „Morkinskinna," *Kulturhistorisk leksikon for nordisk middelalder fra vikingtid til reformasjonstid* 11 (1966), 703–4.

Hørby, Kai, „Middelalderen," *Dansk social historie 2: Samfundet i vikingetid og middelalder 800–1500*. Khöfn 1980, 79–313.

Indrebø, Gustav, *Fagrskinna: Avhandlinger fra Universitetets historiske seminar*. Kria 1917.

Indrebø, Gustav, „Aagrip," *Edda* 17, 1 (1922), 18–65.

Indrebø, Gustav, „Harald Hardraade i Morkinskinna," *Festskrift til Finnur Jónsson 29. maj 1928*. Khöfn 1928, 173–80.

Indrebø, Gustav, „Nokre merknader til den norröne kongesoga," *Arkiv för nordisk filologi* 54 (1939), 58–79.

Íslensk bókmenntasaga I. Höfundar efnis: Vésteinn Ólason, Sverrir Tómasson og Guðrún Nordal. Rvík 1992.

Jaeger, C. Stephen, *The Origins of Courtliness: Civilizing Trends and the Formation of Courtly Ideals 939–1210*. Philadelphia 1985.

Jaeger, C. Stephen, *The Envy of Angels: Cathedral Schools and Social Ideals in Medieval Europe, 950–1200*. Philadelphia 1994.

Jakobsen, Alfred, „Om forholdet mellom Fagrskinna og Morkinskinna," *Maal og minne* (1968), 47–58.

Jakobsen, Alfred, „Om Fagrskinna-forfatteren," *Arkiv för nordisk filologi* 85 (1970), 88–124.

Jakobsen, Alfred, „Tåtten om Måne skald," *Maal og minne* (1981), 167–72.

Jakobsen, Alfred, „Har det eksistert en skriftlig saga om Tore Hund og hans ætt?" *Maal og minne* (1988), 1–12.

Jameson, Fredric, *The Political Unconscious: Narrative as a socially symbolic act*. Íþöku og New York 1981.

Jauss, Hans Robert, *Alterität und Modernität der mittelalterlichen Litteratur: Gesammelte Aufsätze 1956–1976*. München 1977.

Jesch, Judith, *Women in the Viking Age*. Woodbridge, Suffolk 1991.

Jesch, Judith, „Sagas and Scaldic Poetry," *Artikler udgivet i anledning af Preben Meulengracht Sørensens 60 års fødselsdag 1. marts 2000*. Árósum 2000, 7–18.

Jochens, Jenny, „Consent in Marriage: Old Norse Law, Life, and Literature," *Scandinavian Studies* 58 (1986), 142–76.

Jochens, Jenny, „The Medieval Icelandic Heroine: Fact or Fiction?" *Viator* 17 (1986), 35–50.

Jochens, Jenny, „The Female Inciter in the Kings' Sagas," *Arkiv för nordisk filologi* 102 (1987), 100–19.

Jochens, Jenny, „The Politics of Reproduction: Medieval Norwegian Kingship," *The American Historical Review* 92 (1987), 327–49.

Jochens, Jenny, *Women in Old Norse Society*. Íþöku og Lundúnum 1995.

Jochens, Jenny, *Old Norse Images of Women*. Philadelphia 1996.

Jochens, Jenny, „Representations of Skalds in the Sagas 2: Gender Relations," *Skald-sagas: Text, Vocation, and Desire in the Icelandic Sagas of Poets*. Russell Poole ritstýrði. Berlín og New York 2001, 309–32. (Ergänzungsbände zum Reallexikon der Germanischen Altertumskunde 27)

Johannesson, Kurt, *Saxo Grammaticus: Komposition och världsbild i Gesta Danorum*. Stokkhólmi 1978.

Joseph, Herbert S., „The Þáttr and the Theory of Saga Origins," *Arkiv för nordisk filologi* 87 (1972), 86–96.

Jón Hnefill Aðalsteinsson, „Íslenski skólinn," *Skírnir* 165 (1991), 103–29.

Jón Helgason, „Introduction," *Morkinskinna. MS. No. 1009 fol. in the Old Royal col-*

lection of The Royal Library, Copenhagen. Khöfn 1934. (Corpus codicum Islandicorum medii aevi 6)

Jón Helgason, „Bókasafn Brynjólfs biskups," *Landsbókasafn Íslands: Árbók* (1946–47), 115–47.

Jón Helgason, *Handritaspjall*. Rvík 1958.

Jón Viðar Sigurðsson, *Frá goðorðum til ríkja: Þróun goðavalds á 12. og 13. öld*. Rvík 1989. (Sagnfræðirannsóknir 10)

Jón Viðar Sigurðsson, „Friendship in the Icelandic Commonwealth," *From Sagas to Society: Comparative Approaches to Early Iceland*. Gísli Pálsson ritstýrði. Enfield Lock, Middlesex 1992, 205–15.

Jón Viðar Sigurðsson, *Goder og maktforhold på Island i fristatstiden*. Osló 1993.

Jón Viðar Sigurðsson, „Forholdet mellom frender, hushold og venner på Island i fritatstiden," *(Norsk) Historisk tidskrift* 74 (1995), 311–30.

Jón Viðar Sigurðsson, „Heimili, þingmennska, frændur og vernd á þjóðveldisöld," *Íslenska söguþingið 28.–31. maí 1997: Ráðstefnurit* 1. Guðmundur J. Guðmundsson og Eiríkur K. Björnsson ritstýrðu. Rvík 1998, 107–16.

Jón Viðar Sigurðsson, *Chieftains and Power in the Icelandic Commonwealth*. Jens Lundskær-Nielsen þýddi. Óðinsvéum 1999. (The Viking Collection 12)

Jón Viðar Sigurðsson, *Norsk historie 800–1300: Frå høvdingmakt til konge- og kyrkjemakt*. Osló 1999.

Jón Þorkelsson, „Morkinskinna (ritdómur)," *Norðanfari* 7 (1868), 66–67.

Jónas Kristjánsson, *Um Fóstbræðrasögu*. Rvík 1972. (Rit Stofnunar Árna Magnússonar 1)

Jónas Kristjánsson, „The Legendary Saga," *Minjar og menntir. Afmælisrit helgað Kristjáni Eldjárn 6. desember 1976*. Guðni Kolbeinsson ritstýrði. Rvík 1976, 281–93.

Jónas Kristjánsson, „Bókmenntasaga," *Saga Íslands* 3. Rvík 1978, 261–350.

Kaalund, Kristian, „Indledning," *Laxdœla saga*. Khöfn 1889–1891. (STUAGNL 19)

Kaeuper, Richard W. „Chivalry and the 'Civilizing Process'," *Violence in Medieval Society*. Richard W. Kaeuper ritstýrði. Woodbridge, Suffolk 2000, 21–35.

Kaiser, Charlotte, *Krankheit und Krankheitsbewältigung in den Isländersagas: Medizinhistorischer Aspekt und erzähltechnische Funktion*. Köln 1998.

Kalinke, Marianne E., „Amplification in *Möttuls saga*: Its Function and Form," *Acta Philologica Scandinavica* 32 (1979), 239–55.

Kalinke, Marianne E., *King Arthur North-by-Northwest: The matière de Bretagne in Old Norse-Icelandic Romances*. Khöfn 1981. (Bibliotheca Arnamagnæana 37)

Kalinke, Marianne E., „The Foreign Language Requirement in Medieval Icelandic Romance," *Modern Language Review* 78 (1983), 850–61.

Kalinke, Marianne E., „Sigurðar Saga Jórsalafara: The Fictionalization of Fact in Morkinskinna," *Scandinavian Studies* 56 (1984), 152–67.

Kalinke, Marianne E., „Norse Romance (Riddarasögur)," *Old Norse-Icelandic*

Literature: A Critical Guide. Carol J. Clover og John Lindow ritstýrðu. Íþöku og Lundúnum 1985, 316–63. (Islandica 45)

Kalinke, Marianne E., „The Misogamous Maiden Kings of Icelandic Romance,“ *Scripta Islandica* 37 (1986), 47–71.

Kalinke, Marianne E., *Bridal-Quest Romance in Medieval Iceland*. Íþöku og Lundúnum 1990. (Islandica 46)

Kalinke, Marianne E., „Víglundar saga: An Icelandic Bridal-Quest Romance,“ *Skáldskaparmál* 3 (1994), 119–43.

Katalog over den arnamagnæanske håndskriftsamling 1–2. Kr. Kålund gaf út. Khöfn 1889–94.

Katalog over de oldnorsk-islandske håndskrifter i Det store kongelige bibliotek og i Universitetsbiblioteket (udenfor Den arnamagnæanske samling) samt Den arnamagnæanske samlings tilvækst 1894–1899. Kr. Kålund gaf út. Khöfn 1900.

Keen, Maurice H., *Nobles, Knights and Men-at-Arms in the Middle Ages*. Lundúnum 1996.

Keen, Maurice H., *Chivalry*. New Haven, Conn. 1984.

Kellermann, Wilhelm, *Aufbaustil und Weltbild Chrestiens von Troyes im Percevalroman*. Halle/Saale 1936. (Beihefte zur Zeitschrift für Romanische Philologie 87)

Ker, W.P., *Epic and Romance: Essays on Medieval Literature*. [4. prentun] Lundúnum 1926.

Kersbergen, Anna Cornelia, „Frásagnir in de Laxdœla Saga,“ *Neophilologus* 19 (1933), 53–67.

Kjær Hansen, Ulf, Morkinskinna: Dens Alder, Kilder, Komposition og Forhold til andre Værker. Óprentuð ritgerð. Khöfn 1945.

Klaniczay, Gabor, *The Uses of Supernatural Power: The Transformation of Popular Religion in Medieval and Early-Modern Europe*. Susan Singerman þýddi. Karen Margolis ritstýrði. Cambridge 1990.

Kolbrún Haraldsdóttir, „Ein lítil athugasemd um byggingu Flateyjarbókar,“ *Lygisögur sagðar Sverri Tómassyni fimmtugum 5. apríl 1991*. Rvík 1991, 61–64.

Kolbrún Haraldsdóttir, „Der Historiker Snorri: Autor oder Kompilator?“ *Snorri Sturluson: Beiträge zu Werk und Rezeption*. Hans Fix ritstýrði. Berlín og New York 1998, 97–108. (Ergänzungsbände zum Reallexikon der Germanischen Altertumskunde 18)

Kolbrún Haraldsdóttir, „Innhald og komposisjon i Flateyjarbók,“ *Nordica Bergensia* 23 (2000), 93–115.

Krag, Claus, „Harald Hardrådes ungdomsår og kongesagaene: Forholdet mellom sagaprosa, skaldekvad og muntlig tradisjon,“ *Collegium medievale* 11 (1998), 9–31.

Kramarz-Bein, Susanne, „‘Modernität’ der Laxdœla saga,“ *Studien zum Altgermanischen: Festschrift für Heinrich Beck*. Heiko Uecker ritstýrði. Berlín og New York 1994, 421–42. (Ergänzungsbände zum Reallexikon der Germanischen Altertumskunde 11)

Kramarz-Bein, Susanne, „Zur Darstellung und Bedeutung der Höfischen in der Konungs skuggsjá,“ *Collegium medievale* (1994), 51–86.

Kramarz-Bein, Susanne, „Höfische Unterhaltung und ideologisches Ziel: Das Beispiel der altnorwegischen Parcevals saga,“ *Die Aktualität der Saga: Festschrift für Hans Schottmann*. Stig Toft Andersen ritstýrði. Berlín og New York 1999, 63–84. (Ergänzungsbände zum Reallexikon der Germanischen Altertumskunde 21)

Kramarz-Bein, Susanne, „Zur Erzählstruktur der Karlamagnús saga,“ *Arbeiten zur Skandinavistik. 14. Arbeitstagung der deutschsprachigen Skandinavistik, 1.–5.9. 1999 in München*. Annegret Heitmann ritstýrði. Frankfurt am Main 2001, 369–77. (Texte und Untersuchungen zur Germanistik und Skandinavistik 48)

Kristján Jóhann Jónsson, *Lykillinn að Njálu*. Rvík 1998.

Kvalén, Eivind, „Tilhøvet millom Morkinskinna, Fagrskinna, Ágrip og Orkneyinga saga,“ *Edda* 24,2 (1925), 285–335.

Kvalén, Eivind, *Den eldste norske kongesoga: Morkinskinna og Hryggjarstykki*. Osló 1925.

Lange, Gudrun, *Europäische Bildungsideale des Mittelalters in den Fornaldarsögur*. Rvík 2000.

Lange, Wolfgang, „Einige Bemerkungen zur altnordischen Novelle,“ *Zeitschrift für deutsches Altertum* 88 (1957), 150–59.

Lassen, Annette, „Hǫðr's Blindness and the Pledging of Óðinn's Eye: A Study of the Symbolic Value of the Eyes of Hǫðr, Óðinn and Þórr,“ *Old Norse Myths, Literature and Society. Proceedings of the 11th International Saga Conference, 2–7 July 2000, University of Sydney*. Geraldine Barnes og Margaret Clunies Ross ritstýrðu. Sydney 2000, 220–28.

Lassen, Annette, „Øjets sprog: En undersøgelse af blikkets og blindhedens symbolværdi i den norrœne litteratur,“ *Maal og minne* (2001), 113–34.

Laugesen, Anker Teilgård, *Syv – Ni – Tolv: Nogle iagttagelser over typiske tal i litteraturen*. Khöfn 1959. (Studier fra Sprog- og Oldtidsforskning 237)

Lawson, M.K., *Cnut: The Danes in England in the early eleventh century*. Lundúnum og New York 1993.

Leach, Henry Goddard, *Angevin Britain and Scandinavia*. Cambridge 1921.

Lears, T.J. Jackson, „The Concept of Cultural Hegemony: Problems and Possibilities,“ *American Historical Review* 90 (1985), 567–93.

Le Goff, Jacques, „Loðvík helgi sem einstaklingur og fyrirmynd í sagnaritum 13. aldar,“ *Skáldskaparmál* 4 (1997), 7–19.

Lewis, C.S., „The Anthropological Approach,“ *English and Medieval Studies presented to J.R.R. Tolkien on the Occasion of his Seventieth Birthday*. Norman Davies og C.L. Wrenn ritstýrðu. Lundúnum 1962, 219–30.

Lewis, C.S., *The Discarded Image: An Introduction to Medieval and Renaissance Literature*. Cambridge 1964.

Leyerle, John, „The Interlace Structure of Beowulf,“ *University of Toronto Quarterly* 37 (1967), 1–17.

Liberman, Anatoly, „Gone with the Wind: More Thoughts on Medieval Farting," *Scandinavian Studies* 68 (1996), 98–104.

Lie, Hallvard, *Studier i Heimskringlas stil: Dialogene og talene*. Oslo 1937. (Skrifter utgitt av Det Norske Vitenskaps- Akademi i Oslo II. Hist.–filos. klasse. 1936, no. 5)

Lie, Hallvard, „Skaldestil-studier," *Maal og Minne* (1952), 1–92.

Liestøl, Knut, „Kjetta pa Dovre: Til spursmålet om pilegrimsvegar og segnvandring," *Maal og Minne* (1933), 24–48.

Liestøl, Knut, „Tradisjon og forfattar i den islandske ættesaga," *Maal og minne* (1936), 1–16.

Lindblad, Gustaf, *Det isländska accenttecknet: En historisk-ortografisk studie with an English summary*. Lundi 1952.

Lindow, John, „Old Icelandic þáttr: Early Usage and Semantic History," *Scripta Islandica* 29 (1978), 3–44.

Lindow, John, „Hreiðars Þáttr heimska and AT 326: An Old Icelandic Novella and an International Folktale," *Arv* 34 (1978), 152–79.

Lindow, John, „Þáttr," *Medieval Scandinavia: An Encyclopedia*. Philip Pulsiano ritstýrði. New York og Lundúnum 1993, 661–62.

Lindow, John, „Skald Sagas in their Literary Context 1: Related Icelandic Genres," *Skaldsagas: Text, Vocation, and Desire in the Icelandic Sagas of Poets*. Russell Poole ritstýrði. Berlín og New York 2001, 218–31. (Ergänzungsbände zum Reallexikon der Germanischen Altertumskunde 27)

Lockertsen, Roger, „Namnet på Trondheim by i dei eldste kjeldene," *Maal og minne* (1999), 145–63.

Loomis, Roger Sherman, „Arthurian Influence on Sport and Spectacle," *Arthurian Literature in the Middle Ages: A Collaborative History*. Roger Sherman Loomis ritstýrði. Oxford 1959, 553–59.

Lordship and Community in Medieval Europe: Selected Readings. Fredric L. Cheyette ritstýrði. New York o.v. 1968.

Lot, Ferdinand, *Étude sur le Lancelot en prose*. París 1918. (Bibliothèque de l'École des hautes Études 226)

Louis-Jensen, Jonna, „Introduction," *Hulda. Sagas of the Kings of Norway 1035–1177: Manuscript no. 66 fol. in the Arnamagnæan Collection*. Jonna Louis–J ensen gaf út. Khöfn 1968, 9–24. (Early Icelandic Manuscripts in Facsimile 8)

Louis-Jensen, Jonna, „Den yngre del af Flateyjarbók," *Afmælisrit Jóns Helgasonar 30. júní 1969*. Rvík 1969, 235–50.

Louis-Jensen, Jonna, „Et forlæg til Flateyjarbók? Fragmenterne AM 325 IV ß og XI,3 4to," *Opuscula* 4 (1970), 141–58. (Bibliotheca Arnamagnæana 30)

Louis-Jensen, Jonna, „»Syvende og ottende brudstykke«: Fragmentet AM 325 IV α 4to," *Opuscula* 4 (1970), 31–60. (Bibliotheca Arnamagnæana 30)

Louis-Jensen, Jonna, *Kongesagastudier: Kompilationen Hulda-Hrokkinskinna*. Khöfn 1977. (Bibliotheca Arnamagnæana 32)

Louis-Jensen, Jonna, „A Good Day's Work: Laxdæla saga, ch. 49," *Twenty-Eight Papers Presented to Hans Bekker–Nielsen on the Occasion of his Sixtieth Birthday 28 April 1993*. Óðinsvéum 1993, 267–81.

Louis-Jensen, Jonna, „Morkinskinna," *Medieval Scandinavia. An Encyclopedia*. Philip Pulsiano ritstýrði. New York og Lundúnum 1993, 419–20.

Louis-Jensen, Jonna, „Heimskringla – Et værk af Snorri Sturluson?" *Nordica Bergensia* 14 (1997), 230–45.

Ludwig, Werner, *Untersuchungen über den Entwicklungsgang und die Funktion des Dialogs in der isländischen Saga*. Leipzig 1934.

Lustig, Richard I., „Some views on Norwegian foreign service, 1217–1319," *Mediaeval Scandinavia* 11 (1978–79), 212–40.

Lyotard, Jean-François, *The Postmodern Condition: A Report on Knowledge*. Minneapolis 1985.

Löfqvist, Karl-Erik, *Om riddarväsen och frälse i nordisk medeltid: Studier rörande adelsståndets uppkomst och tidigare utformning*. Lundi 1935.

Lönnroth, Lars, „Kroppen som själens spegel – Ett motiv i de isländska sagorna," *Lychnos* (1963–1964), 24–61.

Lönnroth, Lars, „Tesen om de två kulturerna: Kritiska studier i den isländska sagaskrivningens sociala föruttsättningar," *Scripta Islandica* 15 (1964).

Lönnroth, Lars, *The European sources of Icelandic saga-writing: an essay based on previous studies*. Stokkhólmi 1965.

Lönnroth, Lars, „Theodore M. Andersson: The Icelandic Family Saga (ritdómur)," *Speculum* 68 (1968), 115–19.

Lönnroth, Lars, „Rhetorical Persuasion in the Sagas," *Scandinavian Studies* 42 (1970), 157–89.

Lönnroth, Lars, „Charlemagne, Hrolf Kraki, Olaf Tryggvason: Parallels in the Heroic Tradition," *Les relations littéraires Franco–Scandinaves au moyen âge. Actes du College de Liège (avril 1972)*. París 1975, 29–52.

Lönnroth, Lars, „The Concept of Genre in Saga Literature," *Scandinavian Studies* 47 (1975), 419–26.

Lönnroth, Lars, *Njáls Saga: A critical introduction*. Berkeley o.v. 1976.

Lönnroth, Lars, *Den dubbla scenen: Muntlig diktning från Eddan till ABBA*. Stokkhólmi 1978.

Lönnroth, Lars, „The double scene of Arrow-Odd's drinking contest," *Medieval Narrative: A Symposium*. Óðinsvéum 1979, 94–119.

Lönnroth, Lars, „The Man-Eating Mama of Miklagard: Empress Zoe in Old Norse Saga Tradition," *Kairos: Studies in Art History and Literature in Honour of Professor Gunilla Åkerström-Hougen*. Elisabeth Piltz og Paul Åström ritstýrðu. Jonsered 1998, 37–49.

Lönnroth, Lars, „Saga and Jartegn: The appeal of mystery in saga texts," *Die Aktualität der Saga: Festschrift für Hans Schottmann*. Stig Toft Andersen ritstýrði.

Berlín og New York 1999, 111–23. (Ergänzungsbände zum Reallexikon der Germanischen Altertumskunde 21)

Maack, Rodney Alan, Þáttr and Saga: Short and long narrative in medieval Iceland. Dr-ritgerð, Univ. of Calif.; Berkeley 1987.

Madelung, Margaret Arent, „Snorri Sturluson and Laxdoela: The hero's accoutrements," *Saga og språk: Studies in language and literature*. John M. Weinstock ritstýrði. Austin 1972, 45–92.

Magerøy, Hallvard, „Skaldestrofer som retardasjonsmiddel i islendingesogene," *Sjötíu ritgerðir helgaðar Jakobi Benediktssyni 20. júlí 1977*. Einar G. Pétursson og Jónas Kristjánsson ritstýrðu. Rvík 1977, 586–99. (Rit Stofnunar Árna Magnússonar á Íslandi 12)

Magerøy, Hallvard, *Soga om austmenn: Nordmenn som siglde til Island og Grønland i mellomalderen*. Osló 1993. (Det Norske Vitenskaps-Akademi. II. Hist.–Filos. Klasse. Skrifter. Ny serie no. 19)

Manhire, William, „The Narrative Functions of Source-References in the Sagas of the Icelanders," *Saga-Book* 19 (1975–76), 170–90.

Marchello-Nizia, Christiane, „Courtly Chivalry," *A History of Young People in the West I: Ancient and Medieval Rites of Passage*. Giovanni Levi og Jean-Claude Schmitt ritstýrðu. Camille Naish þýddi. Cambridge, Mass. o.v. 1997, 120–72. (Frumútg. *Storia dei giovani 1: Dall'antichità all'età moderna*, Róm-Bari 1994)

Marold, Edith, „Nýgerving und Nykrat," *Twenty-Eight Papers Presented to Hans Bekker-Nielsen on the Occasion of his Sixtieth Birthday 28 April 1993*. Óðinsvéum 1993, 283–302.

Marold, Edith, „The Relation Between Verses and Prose in Bjarnar saga Hítdœlakappa," *Skaldsagas: Text, Vocation, and Desire in the Icelandic Sagas of Poets*. Russell Poole ritstýrði. Berlín og New York 2001, 75–124. (Ergänzungsbände zum Reallexikon der Germanischen Altertumskunde 27)

Martinez Pizarro, Joaquin, „Kings in Adversity: A Note on Alfred and the Cakes," *Neophilologus* 80 (1996), 319–26.

Maurer, Konrad, *Ueber die Ausdrücke: altnordische, altnorwegische und isländische Sprache*. München 1868. (Abhandlungen der philosophisch-philologischen Klasse Der königlich Bayerischen Akademie der Wissenschaften 42, 11)

Mauss, Marcel, *The Gift: Forms and Functions of Exchange in Archaic Societies*. Ian Cunnison þýddi. London 1970. (Frumútg. *Essai sur le don in sociologie et anthropologie*. París 1950)

Maxwell, I.R., „Pattern in Njáls Saga," *Saga-Book of the Viking Society* 15 (1957–61), 17–47.

McEvoy, James, „The Theory of Friendship in the Latin Middle Ages: Hermeneutics, Contextualization and the Transmission and Reception of Ancient Texts and Ideas, from c. AD 350 to c. 1500," *Friendship in Medieval Europe*. Julian Haseldine ritstýrði. Phoenix Mill/Thrupp/Stroud, Gloucestershire 1999, 3–44.

McGuire, Brian Patrick, *Friendship and Community: The Monastic Experience, 350–1250*. Kalamazoo, Mich. 1988.

McGuire, Brian Patrick, „Jean Gerson and the End of Spiritual Friendship: Dilemmas of Conscience,“ *Friendship in Medieval Europe*. Julian Haseldine ritstýrði. Phoenix Mill/Thrupp/Stroud, Gloucestershire 1999, 229–50.

McKinnell, John, „Ögmundar þáttr: Versions, Structure and Ideology,“ *Sagnaheimur: Studies in Honour of Hermann Pálsson on his 80th birthday, 26th May 2001*. Ásdís Egilsdóttir og Rudolf Simek ritstýrðu. Vín 2001, 159–74. (Studia Medievalia Septentrionalia 6)

McNamara, Jo Ann, „The Herrenfrage: The Restructuring of the Gender System, 1050–1150,“ *Medieval Masculinities: Regarding Men in the Middle Ages*. Claire A. Lees ritstýrði. Minneapolis og Lundúnum 1994, 3–29. (Medieval Cultures 7)

Meissner, Rudolf, *Die Strengleikar: Ein Beitrag zur Geschichte der altnordischen Prosalitteratur*. Halle a. S. 1902.

Meister, Klaus, „Herodotos,“ *Der Neue Pauly* 5 (1998), 469–75.

Meulengracht Sørensen, Preben, *Fortælling og ære: Studier i islændingesagaerne*. Árósum 1993.

Meulengracht Sørensen, Preben, „Modernitet og traditionalisme: Et bidrag til islændingesagaernes litteraturhistorie, med en diskussion af Fóstbræðra sagas alder,“ *Die Aktualität der Saga: Festschrift für Hans Schottmann*. Stig Toft Andersen ritstýrði. Berlín og New York 1999, 149–62. (Ergänzungsbände zum Reallexikon der Germanischen Altertumskunde 21)

Meulengracht Sørensen, Preben, „Social institutions and belief systems of medieval Iceland (c. 870–1400) and their relations to literary production,“ *Old Icelandic Literature and Society*. Margaret Clunies Ross ritstýrði. Cambridge 2000, 8–29. (Cambridge Studies in Medieval Literature 42)

Meulengracht Sørensen, Preben, „The Prosimetrum Form 1: Verses as the Voice of the Past,“ *Skaldsagas: Text, Vocation, and Desire in the Icelandic Sagas of Poets*. Russell Poole ritstýrði. Berlín og New York 2001, 172–90. (Ergänzungsbände zum Reallexikon der Germanischen Altertumskunde 27)

Miller, William Ian, „Justifying Skarphéðinn: Of Pretext and Politics in the Icelandic Bloodfeud,“ *Scandinavian Studies* 55 (1983), 316–44.

Miller, William Ian, *Humiliation and Other Essays on Honor, Social Discomfort, and Violence*. Íþöku og Lundúnum 1993.

Miller, William Ian, „Emotions and the Sagas,“ *From Sagas to Society: Comparative Approaches to Early Iceland*. Gísli Pálsson ritstýrði. Enfield Lock, Middlesex 1992, 89–109.

Minnis, A.J., *Medieval theory of authorship: Scholastic literary attitudes in the later Middle Ages*. [2. útg.] Aldershot 1988.

Mitchell, Stephen A., *Heroic Sagas and Ballads*. Íþöku og Lundúnum 1991.

Morris, Colin, *The Discovery of the Individual 1050–1200*. Lundúnum 1972.

Morton, Andrew Queen, *Literary Detection: How to prove authorship and fraud in literature and documents*. Epping 1978.

Motz, Lotte, „More Thoughts on Einar Þambarskelfir," *Scandinavian Studies* 68 (1996), 370–72.

Munch, Peter Andreas, *Det norske folks historie* I, 2. Kria 1853.

Mundal, Else, „Kvinnebiletet i nokre mellomaldergenrar: Eit opposisjonelt kvinnesyn?" *Edda* 82 (1982), 341–71.

Nahl, Astrid van, *Originale Riddarasögur als Teil altnordischer Sagaliteratur*. Frankfurt am Main og Bern 1981. (Texte und Untersuchungen zur Germanistik und Skandinavistik 3)

Nedrelid, Gudlaug, „Kor mange kunstar kunne kong Harald?" *Sagas and the Norwegian Experience. Preprints. 10. Internasjonale Sagakonferanse, Trondheim 3.–9. august 1997*. Þrándheimi 1997, 501–10.

Netter, Irmgard, *Die direkte Rede in den Isländersagas*. Leipzig 1935. (Form und Geist 36)

Ney, Agneta, „Genus och rumslighet i Völsunga saga," *Old Norse Myths, Literature and Society: Proceedings of the 11th International Saga Conference, 2–7 July 2000, University of Sydney*. Geraldine Barnes og Margaret Clunies Ross ritstýrðu. Sydney 2000, 363–74.

Nietzsche, Friedrich, *Die Geburt der Tragödie aus dem Geiste der Musik*. Leipzig 1872.

Nietzsche, Friedrich, „Unzeigemässige Betrachtungen I–III," *Werke* III, 1. Berlín og New York 1972, 153–423. (Upphaflega prentað í Leipzig 1873–74)

Njörður P. Njarðvík, „Maður hét Auðun," *Sagnaþing helgað Jónasi Kristjánssyni sjötugum 10. apríl 1994*. Gísli Sigurðsson, Guðrún Kvaran og Sigurgeir Steingrímsson ritstýrðu. Rvík 1994, 611–16.

Nykrog, Per, „The Rise of Literary Fiction," *Renaissance and Renewal in the Twelfth Century*. Ritstjórar Robert L. Benson og Giles Constable ásamt Carol D. Lanham. Oxford 1982, 593–612.

O'Donoghue, Heather, *The Genesis of a Saga Narrative: Verse and Prose in Kormaks Saga*. Oxford 1991.

O'Keeffe, Katherine O'Brien, „Introduction," *Reading Old English Texts*. Katherine O' Brien O' Keeffe ritstýrði. Cambridge 1997, 1–19.

Olrik, Axel, „Epische Gesetze der Volksdichtung," *Zeitschrift für deutsches Altertum und deutsche Litteratur* 51 (1909), 1–12.

Olsen, Magnus, „En skjemtehistorie av Harald Hardråde," *Maal og minne* (1953), 1–22.

Olsen, Thorkild Damsgaard, „Kongekrøniker og kongesagaer," *Norrøn fortællekunst: Kapitler af den norsk-islandske middelalderlitteraturs historie*. Hans Bekker–Nielsen, Thorkild Damsgaard Olsen og Ole Widding ritstýrðu. Khöfn 1965, 42–71.

Ólafía Einarsdóttir, „Fagrskinnas forfattelsestidspunkt: Olaf Haraldsson — Tyskland

— Håkon Håkonsson,“ *Germanisches Altertum und christliches Mittelalter: Festschrift für Heinz Klingenberg zum 65. Geburtstag*. Bela Broganyi og Thomas Krömmelbein ritstýrðu. Hamborg 2002, 51–89.

Ólafur Halldórsson, „Morgunverk Guðrúnar Ósvífursdóttur,“ *Skírnir* 147 (1973), 125–28.

Ólafur Halldórsson, „Inngangur,“ *Færeyinga saga*. Rvík 1978. (Íslensk úrvalsrit 13)

Paravaccini, Werner, *Die ritterlich-höfische Kultur des Mittelalters*. München 1994. (Enzyklopädie deutscher Geschichte 32)

Pastoureau, Michel, „Emblems of Youth: Young People in Medieval Imagery,“ *A History of Young People in the West I: Ancient and Medieval Rites of Passage*. Giovanni Levi og Jean-Claude Schmitt ritstýrðu. Camille Naish þýddi. Cambridge, Mass. o.v. 1997, 222–39. (Frumútg. *Storia dei giovani 1: Dall'antichità all'età moderna*, Róm-Bari 1994)

Patterson, Lee, „On the Margin: Postmodernism, Ironic History, and Medieval Studies,“ *Speculum* 65 (1990), 87–108.

Poole, Russell, „Some Royal Love-verses,“ *Maal og minne* (1985), 115–31.

Poole, Russell, *Viking Poems on War and Peace*. Toronto 1991.

Poole, Russell, „Introduction,“ *Skaldsagas: Text, Vocation, and Desire in the Icelandic Sagas of Poets*. Russell Poole ritstýrði. Berlín og New York 2001, 1–24. (Ergänzungsbände zum Reallexikon der Germanischen Altertumskunde 27)

Power, Eileen, *Medieval Women*. M.M. Postan ritstýrði. Cambridge 1975.

Power, Rosemary, „Magnus Bareleg's Expeditions to the West,“ *Scottish Historical Review* 65 (1986), 107–32.

Propp, Vladimir I., *Morphology of the Folktale*. Laurence A. Scott og Louis A. Wagner þýddu. [2.útg.] Austin, Texas og Lundúnum 1968.

Reichborn-Kjennerud, Ingvald, „Gamle sykdomsnavn,“ *Maal og minne* (1942), 118–21.

Reichert, Hermann, „King Arthur's Round Table: Sociological Implications of its Literary Reception in Scandinavia,“ *Structure and Meaning in Old Norse Literature: New Approaches to Textual Analysis and Literary Criticism*. Ritstj. John Lindow, Lars Lönnroth og Gerd Wolfgang Weber. Óðinsvéum 1986, 394–414. (The Viking Collection 3)

Riant, Paul, *Expéditions et pèlerinages des Scandinaves en Terre Sainte au temps des croisades*. París 1865.

Rimmon-Kenan, Shlomith, *Narrative Fiction: Contemporary Poetics*. Lundúnum og New York 1983. (New Accents)

Rittershaus, Adeline, *Altnordische Frauen*. Frauenfeld und Leipzig 1917.

Robin Hood in Popular Culture: Violence, Transgression, and Justice. Thomas Hahn ritstýrði. Cambridge 2000.

Rowe, Elizabeth Ashman, „Cultural Paternity in the Flateyjarbók Ólafs saga Tryggvasonar,“ *Alvíssmál* 8 (1998), 3–28.

Rowe, Elizabeth Ashman, „Folktale and Parable: The Unity of Gautreks saga," *Gripla* 10 (1998), 155–66.

Rubow, Paul V., „Den islandske Familieroman," *Tilskueren* maí 1928. (Endurpr. í *Sagadebatt*. Else Mundal ritstýrði. Osló o.v. 1977).

Rubow, Paul V., „De islandske Sagaer," *Smaa kritiske Breve*. Khöfn 1936, 7–33.

Ryding, William W., *Structure in Medieval Narrative*. Haag og París 1971.

Sandaaker, Odd, „Ágrip og Morkinskinna: Teksthistoriske randnotar," *Maal og minne* (1996), 31–56.

Sandaaker, Odd, „Magnus Erlingssons kroning: Ein „politiserande" sagatradisjon?" *Historisk tidsskrift* 77 (1998), 181–96.

Sandnes, Jørn, *Kniven, ølet og æren: Kriminalitet og samfunn i Norge på 1500- og 1600-tallet*. Osló 1990.

Sandvik, Gudmund, *Hovding og konge i Heimskringla*. Osló 1955. (Avhandlinger fra Universitetets Historiske Seminar 9)

Saunders, Corinne J., *The Forest of Medieval Romance: Avernus, Broceliande, Arden*. Cambridge 1993.

Saxtorph, Niels M., Hans H. Ronge og Finn Hødnebø, „Turnering," *Kulturhistorisk leksikon for nordisk middelalder fra vikingetid til reformationstid* 19 (1975), 71–73.

Sayers, William, „The Honor of Guðlaugr Snorrason and Einarr Þambarskelfir: A Reply," *Scandinavian Studies* 67 (1995), 537–44.

Schach, Paul, „Some Forms of Writer Intrusion in the Íslendingasögur," *Scandinavian Studies* 42 (1970), 128–56.

Schach, Paul, „Some Observations on the Generation-Gap Theme in the Icelandic Sagas," *The Epic in Medieval Society. Aesthetics and Moral Values*. Harald Schotter ritstýrði. Tübingen 1977, 361–81.

Schlauch, Margaret, *Romance in Iceland*. Lundúnum 1934.

Scholes, Robert og Robert Kellogg, *The Nature of Narrative*. Oxford o.v. 1966.

Schultz, James A., „Bodies That Don't Matter: Heterosexuality before Heterosexuality in Gottfried's Tristan," *Constructing Medieval Sexuality*. Ritstj. Karma Lochrie, Peggy McCracken og James A. Schultz. Minneapolis og Lundúnum 1997, 91–110.

See, Klaus von, „Skaldenstrophe und Sagaprosa: Ein Beitrag zum Problem der mündlichen Überlieferung in der altnordischen Literatur," *Mediaeval Scandinavia* 10 (1977), 58–82.

Seip, Didrik Arup, *Trondhjems bynavn*. Þrándheimi 1930.

Shahar, Shulamith, *The Fourth Estate: A History of Women in the Middle Ages*. Chaya Galai þýddi. Lundúnum 1983.

Shippey, Thomas A., „Structure and Unity," *A Beowulf Handbook*. Robert E. Bjork og John D. Niles ritstýrðu. Exeter 1997, 149–74.

Sigfús Blöndal, *Væringjasaga: Saga norrænna, rússneskra og enskra hersveita í þjónustu Miklagarðskeisara á miðöldum*. Rvík 1954.

Sigríður Baldursdóttir, Vopnfirðinga saga—tilurð og túlkun. MA-ritgerð í íslenskum bókmenntum, Heimspekideild Háskóla Íslands, Rvík 1998.

Sigurður Nordal, *Om Olaf den helliges saga: En kritisk undersøgelse*. Khöfn 1914.

Sigurður Nordal, *Snorri Sturluson*. Rvík 1920.

Sigurður Nordal, „Snorri Sturluson: Nokkurar hugleiðingar á 700. ártíð hans,“ *Skírnir* 115 (1941), 5–33.

Sigurður Nordal, *Íslenzk menning* I. Rvík 1942.

Sigurður Nordal, „Sagalitteraturen,“ *Nordisk kultur VIII: B. Litteraturhistorie B. Norge og Island*. Sigurður Nordal ritstýrði. Stokkhólmi o.v. 1953, 180–273.

Sigurður Samúelsson, *Sjúkdómar og dánarmein íslenskra fornmanna: Sjúkdómsgreiningar byggðar á frásögnum fornritanna*. Rvík 1998.

Sigurður Svavarsson, „Athugun á þáttum sem bókmenntagrein með dæmi af Auðunar þætti vestfirska,“ *Mímir* 29 (1981), 20–37.

Skovgaard Petersen, Inge, *Da Tidernes Herre var nær: Studier i Saxos historiesyn*. Khöfn 1987.

Skúli Björn Gunnarsson, „Hið íslenska hirðfífl: Um fíflsku Sneglu-Halla og Hreiðars heimska,“ *Mímir* 43 (1996), 55–63.

Snorrastefna 25.–27. júlí 1990. Úlfar Bragason ritstýrði. Rvík 1992. (Rit Stofnunar Sigurðar Nordals 1)

Snorri, átta alda minning. Rvík 1979.

Snorri Sturluson: Kolloquium anläßlich der 750. Wiederkehr seines Todestages. Alois Wolf ritstýrði. Tübingen 1993. (Scripta Oralia 51)

Solberg, Janet L., „“Who Was That Masked Man?” Disguise and Deception in Medieval and Renaissance Comic Literature,“ *The Stranger in Medieval Society*. F.R.P. Akehurst og Stephanie Cain Van D’Elden ritstýrðu. Minneapolis o.v. 1998, 117–38. (Medieval Cultures 12)

Spacks, Patricia Meyer, *Gossip*. Chicago og Lundúnum 1985.

Spiegel, Gabrielle M., *Romancing the Past: The Rise of Vernacular Prose Historiography in Thirteenth-Century France*. Berkeley o.v. 1993.

Spiegel, Gabrielle M., *The Past as Text: The Theory and Practice of Medieval Historiography*. Baltimore og Lundúnum 1997.

Spurkland, Terje, „Þeir báru fram bréf og segja ørendi þau sem fylgðu: Om brevveksling i middelalderen,“ *Den nordiske renessansen i høymiddelalderen*. Jón Viðar Sigurðsson og Preben Meulengracht Sørensen ritstýrðu. Osló 2000, 47–63. (Tid og Tanke 6)

Stavnem, Rolf, *Stroferne i Grettis saga: Deres funktion og betydning*. Khöfn 2000.

Stearns, Peter N. og Carol Stearns, „Emotionology: Clarifying the History of Emotions and Emotional Standards,“ *American Historical Review* 90 (1985), 813–36.

Stefán Einarsson, „Æfintýraatvik í Auðunar þætti vestfirzka,“ *Skírnir* 113 (1939), 161–71.

Stefán Karlsson, „Om norvagismer i islandske håndskrifter,“ *Maal og minne* (1978), 87–101.

Stefán Karlsson, „Islandsk bogeksport til Norge i middelalderen," *Maal og minne* (1979), 1–17.

Stock, Brian, *The Implications of Literacy. Written Language and Models of Interpretation in the Eleventh and Twelfth Centuries*. Princeton 1983.

Stock, Brian, „Tradition and Modernity: Models from the Past," *Modernité au Moyen Âge: Le défi du Passé*. Ritstj. Brigitte Cazelles og Charles Méla. Genf 1990, 33–44. (Recherches et rencontres 1)

Stock, Brian, *Listening for the Text. On the Uses of the Past*. Baltimore og Lundúnum 1990.

Storm, Gustav, *Snorre Sturlassöns Historieskrivning: En kritisk undersögelse*. Khöfn 1873.

Storm, Gustav, „Harald Haardraade og Væringerne i de græske Keiseres Tjeneste," *(Norsk) Historisk tidsskrift* II, 4 (1884), 354–86.

Strand, Birgit, *Kvinnor och män i Gesta Danorum*. Gautaborg 1980. (Kvinnohistoriskt arkiv 18)

The Stranger in Medieval Society. F.R.P. Akehurst og Stephanie Cain Van D'Elden ritstýrðu. Minneapolis o.v. 1998. (Medieval Cultures 12).

Strömbäck, Dag, „Författarskap och tradition i den isländska ättesagan," *Kungl. Humanistiska Vetenskaps-Samfundet i Uppsala: Årsbok 1943*. Uppsölum 1943, 37–55.

Strömbäck, Dag, „The Dawn of West Norse Literature," *Bibliography of Old Norse-Icelandic Studies* (1963), 7–24.

Svava Jakobsdóttir, *Skyggnst á bak við ský*. Rvík 1999.

Sverrir Jakobsson, „Haraldur harðráði í samtíð og sögu," *Lesbók Morgunblaðsins* 18. maí 1996.

Sverrir Jakobsson, „Griðamál á ófriðaröld," *Íslenska söguþingið 28.–31. maí 1997: Ráðstefnurit* 1. Guðmundur J. Guðmundsson og Eiríkur K. Björnsson ritstýrðu. Rvík 1998, 117–34.

Sverrir Jakobsson, „Friðarviðleitni kirkjunnar á 13. öld," *Saga* 36 (1998), 7–46.

Sverrir Jakobsson, „Hvers konar þjóð voru Íslendingar á miðöldum?" *Skírnir* 173 (1999), 111–40.

Sverrir Jakobsson, „Defining a Nation: Popular and Public Identity in the Middle Ages," *Scandinavian Journal of History* 24 (1999), 91–101.

Sverrir Jakobsson, „Óþekkti konungurinn: Sagnir um Harald hárfagra," *Ný saga* 11 (1999), 38–53.

Sverrir Jakobsson, „Uppruni nútímans á 13. öld," *Skírnir* 174 (2000), 215–21.

Sverrir Jakobsson, „Útlendingar á Íslandi á miðöldum," *Andvari* nýr fl. 43 (2001), 36–51.

Sverrir Kristjánsson, „Þjóðfélagið og skáldið," *Tímarit Máls og menningar* 31 (1970), 66–71.

Sverrir Tómasson, „Vinveitt skemmtan og óvinveitt," *Maukastella færð Jónasi Kristjánssyni fimmtugum 10. apríl 1974*. Rvík 1974, 65–68.

Sverrir Tómasson, „Hvenær var Tristrams sögu snúið?“ *Gripla* 2 (1977), 47–78.

Sverrir Tómasson, *Formálar íslenskra sagnaritara á miðöldum: Rannsókn bókmenntahefðar*. Rvík 1988. (Rit Stofnunar Árna Magnússonar 33)

Sverrir Tómasson, „Hugleiðingar um horfna bókmenntagrein,“ *Tímarit Máls og menningar* 50 (1989), 211–26.

Sverrir Tómasson, „Skorið í fornsögu: Þankar um byggingu Hrafnkels sögu,“ *Sagnaþing helgað Jónasi Kristjánssyni sjötugum 10. apríl 1994*. Gísli Sigurðsson, Guðrún Kvaran og Sigurgeir Steingrímsson ritstýrðu. Rvík 1994, 787–99.

Sverrir Tómasson, „„Ei skal haltr ganga“: Um Gunnlaugs sögu ormstungu,“ *Gripla* 10 (1998), 7–22.

Sverrir Tómasson, „Snorri Sturluson als Hagiograph,“ *Snorri Sturluson: Beiträge zu Werk und Rezeption*. Hans Fix ritstýrði. Berlín og New York 1998, 275–86. (Ergänzungsbände zum Reallexikon der Germanischen Altertumskunde 18)

Taylor, Arnold R., „Auðunn and the Bear,“ *Saga-Book of the Viking Society* 13 (1947–48), 78–96.

Tolkien, J.R.R., „Beowulf: the Monsters and the Critics,“ *Proceedings of the British Academy* 22 (1936), 245–95.

Torfi H. Tulinius, *La «Matière du Nord»: Sagas légendaires et fiction dans la littérature islandaise en prose du XIIIe siècle*. París 1995.

Torfi H. Tulinius, „Le regard de l'autre porté sur soi dans une saga du XIIIe siècle: Identité marginale et désir d'assimilation dans l'Islande médiévale,“ *Identité et Droit de l'Autre*. Laurent Mayali ritstýrði. Berkeley, Calif. 1994, 147–72.

Torfi H. Tulinius, „Framliðnir feður: Um forneskju og frásagnarlist í Eyrbyggju, Eglu og Grettlu,“ *Heiðin minni. Greinar um fornar bókmenntir*. Haraldur Bessason og Baldur Hafstað ritstýrðu. Rvík 1999, 283–315.

Torfi H. Tulinius, „Snorri og bræður hans: Framgangur og átök Sturlusona í félagslegu rými þjóðveldisins,“ *Ný saga* 12 (2000), 49–60.

Torfi H. Tulinius, „The Prosimetrum 2: Verses as an Influence in Saga Composition and Interpretation,“ *Skaldsagas: Text, Vocation, and Desire in the Icelandic Sagas of Poets*. Russell Poole ritstýrði. Berlín og New York 2001, 191–217. (Ergänzungsbände zum Reallexikon der Germanischen Altertumskunde 27)

Torfi H. Tulinius, „Virðing í flóknu samfélagi,“ *Sæmdarmenn: Um heiður á þjóðveldisöld*. Rvík 2001, 57–89.

Turville-Petre, Gabriel, *Origins of Icelandic Literature*. Oxford 1953.

Turville-Petre, Gabriel, *Haraldr the Hard-ruler and his Poets: The Dorothea Coke Memorial Lecture in Northern Studies delivered 1 December 1966 at University College London*. Lundúnum 1968.

Tveitane, Mattias, „Europeisk påvirkning på den norrøne sagalitteraturen: Noen synspunkter,“ *Edda* 69 (1969), 73–95.

Ullmann, Walter, *The Individual and Society in the Middle Ages*. Baltimore 1966.

Ulset, Tor, „Innledning,“ *Utvalgte þættir fra Morkinskinna*. Osló 1978. (Nordisk filologi 14)

Unger, C.R., „Forord,“ *Morkinskinna. Pergamentsbog fra første halvdel af det trettende aarhundrede. Indeholdende en af de ældste optegnelser af norske kongesagaer*. C.R. Unger gaf út. Kria 1867.

Unger, C.R., „Fortale,“ *Flateyjarbok. En Samling af norske Konge-sagaer med indskudte mindre Fortællinger om Begivenheder i og udenfor Norge samt Annaler* 3. Kristiania 1868.

Unger, C.R., „Fortsatte Bemærkninger om islandske Haandskrifter,“ *Arkiv för nordisk filologi* 10 (1894), 188–91.

Vale, Juliet, „Violence and the Tournament,“ *Violence in Medieval Society*. Richard W. Kaeuper ritstýrði. Woodbridge, Suffolk 2000, 143–58.

Veblen, Thorstein, *The Theory of the Leisure Class: An Economic Study of Institutions*. [4. útg.] New York 1934. (Frumútg. 1899)

Vésteinn Ólason, „Íslendingaþættir,“ *Tímarit Máls og menningar* 46 (1985), 60–73.

Vésteinn Ólason, „Den frie mannens selvforståelse i islandske sagaer og dikt,“ *Medeltidens födelse: Symposier på Krapperups Borg* 1. Anders Andrén ritstýrði. Nyhamnsläge 1989, 277–86.

Vésteinn Ólason, „Íslendingasögur og þættir,“ *Íslensk bókmenntasaga* 2. Vésteinn Ólason ritstýrði. Rvík 1993.

Vésteinn Ólason, *Samræður við söguöld: Frásagnarlist Íslendingasagna og fortíðarmynd*. Rvík 1998.

Vésteinn Ólason, „Topography and world view in Njáls saga: With special reference to the function of the Thing,“ *Gudar på jorden. Festskrift til Lars Lönnroth*. Stina Hansson og Mats Malm ritstýrðu. Stokkhólmi 2000, 131–41.

Viðar Hreinsson, „Husbrag eller herredsbrag: Overvejelser omkring litterær selvbevidsthed i islændingesagaerne,“ *Artikler udgivet i anledning af Preben Meulengracht Sørensens 60 års fødselsdag 1. marts 2000*. Árósum 2000, 47–63.

Vinaver, Eugène, *A la recherche d'une poétique médiévale*. París 1970.

Vinaver, Eugène, *The Rise of Romance*. Totowa, New Jersey 1971.

Violence and Society in the Early Medieval West. Guy Halsall ritstýrði. Woodbridge, Suffolk 1998.

Vogt, Walter Heinrich, „Die frásagnir der Landnámabók,“ *Zeitschrift für deutsches Altertum* 58 (1921), 161–204.

Wack, Mary F., *Lovesickness in the Middle Ages: The Viaticum and Its Commentaries*. Philadelphia 1990.

Weber, Gerd Wolfgang, „The decadence of feudal myth – towards a theory of riddarasaga and romance,“ *Structure and Meaning in Old Norse Literature: New Approaches to Textual Analysis and Literary Criticism*. Ritstj. John Lindow, Lars Lönnroth og Gerd Wolfgang Weber. Óðinsvéum 1986, 415–54. (The Viking Collection 3)

Weber, Max, *Wirtschaft und Gesellschaft: Grundriss der Sozialökonomik.* [2.útg.] Tübingen 1922–27.

Whaley, Diana, *Heimskringla: An Introduction*. Lundúnum 1991. (Viking Society for Northern Research Text Series 8)

Whaley, Diana, „The Kings' Sagas," *Viking Revaluations: Viking Society Centenary Symposium 14–15 May 1992*. Anthony Faulkes og Richard Perkins ritstýrðu. Lundúnum 1993, 43–64.

Whaley, Diana, „Nicknames and Narratives in the Sagas," *Arkiv för nordisk filologi* 108 (1993), 122–46.

Whaley, Diana, *The Poetry of Arnórr Jarlaskáld: An Edition and Study*. Lundúnum 1998. (Westfield Publications in Medieval Studies)

Whaley, Diana, „Representations of Skalds in the Sagas 1: Social and Professional Relations," *Skaldsagas: Text, Vocation, and Desire in the Icelandic Sagas of Poets*. Russell Poole ritstýrði. Berlín og New York 2001, 285–308. (Ergänzungsbände zum Reallexikon der Germanischen Altertumskunde 27)

White, Paul A., „The Latin Men: The Norman Sources of the Scandinavian Kings' Sagas," *Journal of English and Germanic Philology* 98 (1999), 157–69.

Whitelaw, Elizabeth, A Contribution to a Definition of Mediaeval Icelandic þættir. Óprentuð ritgerð. University of London 1980.

Widding, Ole, „Et norsk fragment af Barlaams saga," *Maal og minne* (1963), 37–46.

Widding, Ole, „Om fragmenter af Barlaams saga ok Josaphats: Holm 12 fol. V og NoRA 64," *Maal og minne* (1972), 93–103.

Wikander, Stig. „Från indisk djurfabel till isländsk saga," *Vetenskaps-societen i Lund: Årsbok 1964*, 89–114.

Wikström, Lars og Grethe Authén Blom, „Torgfrid," *Kulturhistorisk leksikon for nordisk middelalder fra vikingetid til reformationstid* 18 (1974), 475–81.

Woesler, Winfried, „Hvordan tekstfejl opstår og udbedres," *I tekstens tegn*. Jørgen Hunosøe og Esther Kielberg ritstýrðu. Khöfn 1994, 9–32.

Würth, Stefanie, *Elemente des Erzählens: Die Þættir der Flateyjarbók*. Basel og Frankfurt a. M. 1991.

Würth, Stefanie, *Der „Antikenroman" in der isländischen Literatur des Mittelalters: Eine Untersuchung zur Übersetzung und Rezeption lateinischer Literatur im Norden*. Basel og Frankfurt 1998. (Beiträge zur nordischen Philologie 26)

Würth, Stefanie, „New Historicism und altnordische Literaturwissenschaft," *Verhandlungen mit dem New Historicism: Das Text-Kontext-Problem in der Literaturwissenschaft*. Jürg Glauser og Annegret Heitmann ritstýrðu. Würzburg 1999, 193–208.

Würth, Stefanie, „Ragnarök: Götterdämmerung und Weltende in der nordischen Literatur," *Old Norse Myths, Literature and Society: Proceedings of the 11th International Saga Conference, 2–7 July 2000, University of Sydney*. Geraldine Barnes og Margaret Clunies Ross ritstýrðu. Sydney 2000, 580–89.

Würth, Stefanie, „Die Temporalität der *Laxdæla saga*," *Sagnaheimur: Studies in Honour of Hermann Pálsson on his 80th birthday, 26th May 2001*. Ásdís Egilsdóttir og Rudolf Simek ritstýrðu. Vín 2001, 295–308. (Studia Medievalia Septentrionalia 6)

Zernack, Julia, „Hyndlulioð, Flateyjarbók und die Vorgeschichte der Kalmarer Union," *Skandinavistik* 29 (1999), 89–114.

Þorleifur Hauksson og Þórir Óskarsson, *Íslensk stílfræði*. Rvík 1994.

Þormóður Torfason, *Orcades*. Khöfn 1697.

Þormóður Torfason, „Prolegomena," *Historia rerum Norvegicarum*. Khöfn 1711.

Þormóður Torfason, *Series dynastarum et regum Daniæ*. Khöfn 1702.

Þorsteinn Thorarensen, *Móralskir meistarar: Myndir úr lífi og viðhorfum þeirra, sem uppi voru um aldamótin*. Rvík 1969.

Þórhallur Guttormsson, *Brynjólfur biskup Sveinsson*. Rvík 1973.

SUMMARY

I. Subject

The name "Morkinskinna" was first given to a manuscript dating from the beginning of the thirteenth century, now preserved in the Royal Library in Copenhagen (GKS 1009 fol.). Later the name was applied also to the text of this manuscript and to the saga which it contains. In this study the whole text of Morkinskinna is regarded as a single saga ("the saga") comprising many *þættir* ("tales").

Morkinskinna is considered to have been composed around 1220, by an Icelander. It became a source for later saga-writers and was used in the composition of *Fagrskinna* and *Heimskringla*, among others. This study will treat the origin, the structure and the underlying ideas of this saga. The intention is to offer a literary assessment based on an attempt to see the saga as a unified whole.

II. Origins

Morkinskinna is preserved in GKS 1009 and also in some later manuscripts containing the same version of the text. Despite the fact that there is only one preserved version, received opinion has been that this text is far removed from the original text of the saga. This section of the present study offers a thorough examination of the arguments for that view.

Scholarly views of the origin of *Morkinskinna* have a long history, though they were aired more commonly in the first half of the twentieth century than in the second. They developed at a time when it was customary to look for different and earlier texts behind existing sagas; it was assumed, for example, that *Njáls saga* was put together from two earlier sagas, and that *Grettis saga* was a compilation of many sagas.

The most influential scholars in the field were Gustav Indrebø and Finnur Jónsson, who published an edition of the saga. Both believed in the existence of an earlier *Morkinskinna* which differed considerably from the preserved text. Both men also believed that the *Íslendingaættir* ("Tales of Icelanders") – probably the most well known part of *Morkinskinna* — belonged to the material added later. Indrebø thought that the **Older Morkinskinna* was the original creation of a historian on a par with Snorri and the author of *Fagrskinna*. This version of the saga was more concise than the preserved version and more akin to *Fagrskinna* than to the preserved *Morkinskinna*. Finnur went one step further and regarded *Morkinskinna* as a compilation, behind which were independent sagas of individual kings; these sagas were gathered together with some additional material, and more tales were added at a later date. Bjarni Aðalbjarnarson was not as radical as Finnur when it came to finding interpolations, but he also assumed that there were independent sagas behind the text of *Morkinskinna*. Jonna Louis-Jensen adopted a position similar to that of Indrebø sixty years earlier.

This common view is subjected to close scrutiny in the present study. Although there has been general consensus about the existence of an **Older Morkinskinna* which differed greatly from the extant version of the saga, scholars have not been in agreement about anything else. For example, they have not been of one mind as to the number of tales which were added later, and although there has been no overall assessment of the arguments, some scholars have assumed a much smaller difference between the older and the younger *Morkinskinna* than did Finnur and Indrebø.

Scholars thought at first that the differences between the **Older Morkinskinna* and the extant *Morkinskinna* could be ascertained by means of textual comparison. The work of Jonna Louis-Jensen, however, revealed that all of the preserved versions of *Morkinskinna* derive from texts containing the supposed additions. Even after her work has been considered, it is still possible to argue for an **Older Morkinskinna* on the following grounds: (1) comparison with *Fagrskinna*, (2) supposed interpolations from *Ágrip af Noregskonungasögum*, (3) stylistic arguments, (4) contradictions, (5) an assessment of *Morkinskinna*'s structure and (6) ideas about what belongs in a king's saga.

Comparison with *Fagrskinna* proves to be of little use in determining the contents of the original version of *Morkinskinna*, since *Fagrskinna* is so much shorter; indeed, many scholars have given up this line of argument. Many, however, still believe that there were interpolations from *Ágrip*, though it is difficult to measure their value as evidence since they are very uneven in quality and length: some consist of one clause, others of long paragraphs about which there is no unanimity as to whether they were in fact taken from *Ágrip*. One might also have doubts about what is proved by "interpolations." Could not the author of *Morkinskinna* have collected them just as easily as a later scribe? To be sure, the author of *Fagrskinna* deliberately avoided them, but his saga is also a great deal shorter than *Morkinskinna*. To this date there has been no study devoted to the style of *Morkinskinna*, and in fact such a study may not be possible on account of the differing nature of the narratives involved.

The scholars who have argued most zealously that *Morkinskinna* was greatly expanded between 1220 and 1280 have been especially concerned with inner contradictions, as well as the fact that the structure of *Morkinskinna* seemed to be clumsy and full of material superfluous to a king's saga. All these arguments are very subjective. The present study gives special treatment to one of these "contradictions" — the story about Magnus the Good's return to Norway — and questions whether it really is a contradiction. And again, one might ask what is to be gained by discovering contradictions. Could they not just as well have come from the author as from a scribe?

The result of these investigations is that the arguments for the existence of an **Older Morkinskinna* which differed greatly from the preserved *Morkinskinna* are not very compelling. No manner of textual comparison will provide conclusive proof, or indeed anything more than a subjective evaluation of the contents and the structure of the work. Although it is impossible to refute the possibility that there was an older version of *Morkinskinna*, it is better to deal with the work which actually exists than posit the existence of a lost saga for which there is no firm evidence. It is thus assumed in this study that the preserved version of *Morkinskinna* is a good representative of the version which was composed around 1220, since evidence for another version is not sufficiently strong.

III. Structure

The structure of *Morkinskinna* has appeared to many to be unwieldy and disjointed. This chapter will argue the contrary and attempt to prove that this judgment is based on a narrow view of medieval literary structure. At one time it was customary to read the Icelandic sagas in the light of Aristotelian aesthetics and classical notions of form. Recently, however, there has been a new understanding of medieval aesthetics, better accommodated to the structure of *Morkinskinna*, which is comparable to the so-called "interlace" form characteristic of romance. Lately scholars have been finding traces of such notions of form in an increasing number of Norse sagas.

At one time scholars did their best to argue that the tales in *Morkinskinna* did not belong in the saga, that they were independent narratives which an uncritical scribe had taken from other sources. The tales are not out of place, however, in a medieval saga constructed on the principle of interlace. Some tales are examined here with an eye to whether they are in fact ill-suited to the context and structure of the saga, existing in it as a kind of alien element.

Among the tales examined are "Ivar Ingimundarson's Tale," "The Tale of Audun from the West Fjords" and the tales about the mental decline of Sigurd the Jerusalem-Traveller in his later years. The conclusion reached is that these tales fit very well into the saga as a whole, and that in some cases there is no reason to believe that they ever existed apart from the saga. Other tales, which may well have had a separate existence, have been artfully tailored to the saga. The story of Audun can clearly stand on its own, but it takes on a completely different meaning in *Morkinskinna*, where the behavior of the kings is more clearly motivated and where we get a different view of Audun's behavior.

One narrative in *Morkinskinna* is singled out as indicative of the author's sense of structure. In "Hreidar's Tale" the hero walks around King Magnus and studies him from all angles. This behavior appears foolish, but is in fact a kind of pattern or paradigm of the structure of *Morkinskinna*, where the tales provide a way for the author to study kings from many angles and points of view, as if in walking around them.

In addition to being viewed in their larger context, the tales are also studied here in their own right. Many of them are quite dramatic, consisting almost entirely of dialogue. Others contain a mixture of forms. "The Tale of Arnor, the Poet of Earls" is at once epic, lyric and dramatic: the narrator is present, and yet the major part of the tale consists of dialogue among the characters, in which appear skaldic stanzas recited by Arnor before King Harald and King Magnus. In fact there are places in *Morkinskinna* where skaldic poetry plays the same role as the tales. The *Bersöglisvísur* ("Unvarnished Verses") which Sighvat the Skald recited for Magnus the Good are actually a lyric tale within the saga.

Another artistic feature of *Morkinskinna* is ambiguity or irony. The tales may be interpreted in many ways — sociologically, psychologically, and in terms of the relationship between Iceland and Norway. A certain measure of play with disguise and deception is also common. One tale in *Morkinskinna* contains a good instance of irony: a poem of praise is recited for a man who does not deserve praise, producing an effect of mockery rather than praise.

The tales in *Morkinskinna* shape the meaning of the saga without in any way making it incoherent or clumsy; quite the opposite, they contribute brilliantly to the narrative art of the saga, an art somewhat reminiscent of the so-called *nykrat* in skaldic poetry, where variety replaces uniformity and a mixture of forms is not considered a deformity.

IV. Society

Morkinskinna can be thought of as a kind of drama, requiring a stage. The stage — the Norwegian court — is one of the things that creates continuity in the saga: this stage does not change, even though the events are spread over a century and a half. It is colorful and complex in comparison to what the Icelandic audience would have been accustomed to. Frequently there are details which relate to urban culture and elevated manners, sometimes in bold contrast to the rough behavior, the violence and fighting, of those on the stage. Journeys to distant countries are also common in *Morkinskinna*. Its world is vast and colorful and civilized.

In some of the early kings' sagas the kings are virtually alone on the stage — there is no sense of their subjects or of society as a whole. In *Morkinskinna*, on the other hand, many characters are involved in the story. *Morkinskinna* is thus a saga about a society in which the court plays no less a role than the kings.

On the *Morkinskinna* stage are many feasts and games and precious items. The items sometimes exist for their own sake, but they can also have symbolic meaning. Gifts are important symbols of personal relationships; perhaps the clearest example of this comes when Magnus the Good gives his sceptre and half his kingdom to Harald Hardrule.

As frequent as feasts are in the saga, a strong point is made that they can turn into their opposite. There is much eating and drinking and laughing, but before one is aware of it the laughter gives way to heavy seriousness, assaults and even fights. The society in the saga is not stable and the hierarchy is not fixed. On the contrary, society is in constant motion – the wheel of fortune keeps turning. Even a king can take nothing for granted, and his subjects are constantly vying for his favor and attention. Within the society of *Morkinskinna* everybody must be constantly on his guard, wearing his mask.

The society depicted in *Morkinskinna* resembles to a large extent the description of medieval courtly society presented by Norbert Elias, Stephen Jaeger and others: this was a time of extremes in behavior and emotions. The clergy tried to stress moderation, while laymen displayed exaggerated cruelty or exaggerated mercy. Accounts of royal funerals, like those of Magnus the Good and Eystein Magnusson, describe the violent grief suffered by the courtiers, while at feasts there was often excessuve merriment. But the result is unanticipated violence and slaughter.

Emotions are of great importance in *Morkinskinna*. Depression occurs frequently: Ivar Ingimundarson, in the tale which bears his name, is cured of depression by King Eystein with a technique that resembles modern psychological methods. Much is made also of the depression of Sigurd the Jerusalem-Traveller in his later years.

Private life is at the center of *Morkinskinna.* To a large extent the saga is about the private life of kings, including their affairs with women. A great number of women come into the saga, most of whom are admirable and placed on a pedestal, just as they are in romance. But in fact the saga has much less to do with women than with the relations between men. "Ivar Ingimundarson's Tale" is a case in point: Ivar suffers the pangs of love for a woman, and yet the important relationship in the tale is the one between king and follower.

It is possible to think of *Morkinskinna* as the harbinger of a new age. Personal matters did not have much importance in earlier sagas, but this changed around 1220, as can be seen not only from the new emphasis in the kings' sagas but also from the rise of new literary genres, the romances and the Sagas of Icelanders, among which are love stories like *Tristram's Saga* and *Kormak's Saga.*

Morkinskinna describes a new society, not the one which is passing but the society of the future: courtly society. A youthful spirit prevails in it, not unlike the one in *The Saga of the People of Laxardal*, expressing the new ideals of romance rather than the faded values of an earlier time. There remains a great interest in tradition and the cultural inheritance (e.g. skaldic poetry), but the tradition is unambiguously in the service of a new age.

V. People

There are two main dramatic roles in *Morkinskinna* — king and subject — with many characters participating, including quite a few Icelanders. It is possible to interpret character in *Morkinskinna* as a kind of disguise or mask. Disguise is a common motif in the saga, as it is in foreign romance literature, and this may have something to do with the nature of courtly society where competition was strong and men had to be constantly in some kind of disguise, if only to appear to be happy when things were going badly.

In the description of individual kings and subjects there is a strong emphasis on ideology. All kings are individual embodiments of the general notion of "kingship" and the virtues which attach to it. Each individual case sheds light on the overall phenomenon. There are many kings in *Morkinskinna*, and most of the saga is devoted to periods when several kings were ruling at the same time. These paired kings are compared in a way that defines the proper role of a king. The saga also shows how local rulers struggled against the kings for power in the realm. The narratives dealing with the struggle for power reveal the author's conviction that the king should stand alone, that having more than one king leads to difficulties, and that trouble is sure to arise when local rulers compete with the king.

The first king to be described in the saga is Magnus the Good. His saga turns on the importance of moderation for a king. Magnus is a strong and wise king who at first lacks control over his harsh temperament. He deserves admonition, and Sighvat the Poet supplies it, with the result that Magnus changes into Magnus the Good, an unusually kind-hearted and peace-loving king. Olaf the Quiet is another example of such a king.

Moderation is a key concept again in the saga of Harald Hardrule. Unlike Magnus, he undergoes no radical change, but tries repeatedly to observe moderation. Some scholars have thought the picture of Harald in *Morkinskinna* to be negative, but the viewpoint taken here is that his positive qualities are much emphasized — his wisdom, his love of poetry and his friendliness toward Icelanders. In spite of these qualities, however, Harald finds it difficult to practice moderation and occasionally behaves with the excessive harshness of a tyrant.

Harald is nevertheless treated very sympathetically by the saga-writer, who takes pleasure in describing both his good and bad sides. At the very worst he is an attractive rogue. His grandson Magnus Bare-Leg is presented in a much more negative light, as he seems to lack some of Harald's admirable qualities, is no special friend of Icelanders and is not portrayed as a patron of the arts. He, like Harald, is a hard and tough man, but he is also very able and does his subjects a good turn by treating criminals harshly. On the other hand, he shows no moderation in acquiring territory. At the end he is abandoned by his men on a raiding expedition to Ireland, which dramatizes the difference between him and Harald several generations earlier: Harald's men stayed with him to the death.

The sons of Magnus Bare-Leg ruled together but represent different types of kings. Eystein is a good king, concerned for his subjects. He does his best to fulfill the duties of his royal office and to be of use to others. Sigurd is more of a typical warrior-king, though his youth is described in favorable terms. In his later years he suffered from depression. His saga is tragic: a good king loses his sense of direction and becomes in effect a tyrant.

Morkinskinna places special emphasis on the courtly virtues of kings: skill in sports and battle on the one hand, and a gracious disposition and *mildi* (perhaps best translated "magnanimity" — the word includes both generosity and clemency) on the other. It is important in *Morkinskinna* for the king to be popular and capable of mixing with his subjects. He needs, for example, to know how to take advice from them. On the other hand, subjects must obey the king and show him their loyalty. There are many cases of virtuous subjects who let their king down. Their story serves as a lesson to others and demonstrates that serving a king is an intricate matter — this is indeed a leitmotif in the saga.

The author is especially concerned with depicting Icelanders in the service of the king, and the tales are especially concerned with this topic. Icelanders turn out to be good subjects of the king, even excelling Norwegians. Icelanders are not all the same, however, and they deserve being treated as individuals, not as a group. Some are not trustworthy, but a special point is made that the king should not let all the Icelanders suffer for the misdoings of individuals; some stories reveal the injustice of this.

Relations between kings and Icelanders are for the most part successful, and even the stories that tell of dissension have a happy ending. The Icelanders in *Morkinskinna* fall into two groups: some are refined courtiers, well-mannered and with skaldic verses on their lips, of great use to the king as messengers and court poets. Others are clumsy and unpolished at court and objects of ridicule. It is possible to see these two types as a single man's *Bildungsroman*: even the most refined of courtiers was once a newcomer to the court and an object of laughter. This appears clearly in the case of the skald Thjodolf Arnorsson whom Sneglu-Halli provokes to anger by telling about his miserable youth in Iceland. The Icelanders in the saga are perhaps all representatives of the author himself, an Icelander who went to Norway and became a court poet for Norwegian kings.

VI. The Work of Art

Stories and poems play a large role in *Morkinskinna*, where they are clearly an important cultural treasure within the society of the saga. In addition, the stories make the saga distinctively self-reflective. In one instance there is an announcement that the story being told was told earlier in the saga. The saga draws attention to itself, and at the same time takes pains to cite sources and emphasize that the story is factual. There is no contradiction here: the story is both factual and a work of art.

Although this study frequently refers to the "author" of *Morkinskinna*, no claim is made for a single author. In addition to the general complication surrounding the concept of "author" in the Middle Ages, this saga reports on historical events and takes much of its subject matter from others, making it difficult to determine how much of the finished product comes from the author himself. In spite of these things, it is necessary to assume the presence of an author when discussing such texts — a kind of implied author. No effort is made here to determine which flesh-and-blood person might have been the author of *Morkinskinna*, but he appears to have been an Icelander who served in the court of the Norwegian king, and he was probably a poet. The fact that there are many such persons in the saga adds to its unusually self-reflective quality.

Morkinskinna was composed during the first years of the reign of Hákon Hákonarson (1217–63), the king who introduced French romances to Norway and enthusiastically promoted literature at his court. *Morkinskinna* is an offshoot of courtly culture, but it is not itself a pure romance; it is rather a romantic king's saga, a new breed of king's saga in which more attention is paid to the social setting, the relations between king and subjects and the roles of both. It is a philosophical appraisal of royal power, presented with great concern for the narrative itself, its dramas and tensions and all its adventure and fantasy.

VII. Conclusion

This study has reviewed the main arguments and theories for the origin of *Morkinskinna*, concluding that the preserved text is largely the work of an Icelander, composed around 1220 and used as a source for *Fagrskinna* and *Heimskringla*. The aesthetic form of the saga is complex, but appropriate to the spirit of the time. Various elements which were formerly regarded as interpolations have their rightful place in a many-stranded and many-sided saga. The structure of *Morkinskinna* turns out to be not at all careless or clumsy — on the contrary, it is congruent with the aesthetic principles of the saga-writer. The form and content of the saga are integrated into a unified whole. Many of the elements which previously were thought to be ill-suited to the saga as a whole prove to be meaningful in terms of the saga's message about society, royal power and the place of Icelanders within the Norwegian court. Such a consideration of *Morkinskinna* in its entirely — without explaining away the tales of Icelanders and other matter — leads to a new view of the saga.

The premise here is that *Morkinskinna* is not just an account of particular events, but that it is didactic history with an ideological purpose. If this is so, various "digressions" can be seen as exemplary stories which in fact are at the heart of the saga. They treat issues which are examined at the beginning of the saga and are so interwoven that it is difficult to remove them. Among these are the nature of royal power, the relationship of a king to his subjects and their duties toward the king, the ethos of polite society, the place of Icelanders within the Norwegian court and the value of poetry and story-telling. All these things could have come together in the experience of a single man, an Icelander who travelled to Norway and served the king as poet and courtier. The saga developed out of the author's life.

The point of view of *Morkinskinna* is two-fold. One is that of the Norwegian court, the king and his men. The other is from the vantage of a desolate rock at the edge of the northern hemisphere, looking at this other world with an Icelander's "guest's eyes." Although the saga takes place almost entirely on the glamorous stage of Norwegian court life, both societies are kept in view: the wealthy and polite royal kingdom and the society of the author and his native listeners: Icelandic farm society. The audience of the saga might in fact have been two-fold: on the one hand the Norwegian court — which also acted as a character in the saga — and the

Icelanders for whom the saga was intended and about whom it was written. It was intended not only for Icelanders at the court but also those who were back home on the far-away ocean rock and who never travelled abroad except in sagas like *Morkinskinna*. It is largely on their behalf that the author drew this elaborate picture of an elegant foreign world. It is also on their behalf that one of the main stories deals with how Icelanders make their way in this world.

"Otherness" is an important theme in the saga. The Icelanders in the saga are not at home but in another country, and this state of exile is the driving force of the saga. Those who have been at the court for a long time belong to two worlds. Every Icelandic courtier is two men: he is an elegant man of the world, perhaps a poet, who conceals and even denies his Iceland origins and resists newcomers at court, but behind this disguise is his youth in painful poverty and perhaps hunger. The tale of Sneglu-Halli presents this two-fold character in the person of Thjodolf Arnorsson. It may be that his story is the story of all Icelandic courtiers in Norway.

The author is well steeped in the old saga and poetry tradition. But at the same time as he portrays the past, he also faces the approaching future. Although *Morkinskinna* is a saga of the past, there is no nostalgia for the old times, no sadness or expression of emotion about the fact that the world depicted in the saga, the world which was, is gone. On the contrary, *Morkinskinna* deals with the present and the world which faced the author and those for whom the saga was intended. *Morkinskinna* is a saga about the man's place in a new world.

As a rule, saga writing is based partly or entirely on general or abstract myths about the past, while it is also an attempt to create its own myth about the past. Our knowledge of the sources of *Morkinskinna* is fragmentary, and as a result it will never be known for certain what the author was attempting. But there is much about *Morkinskinna* that is unusual and original and indicates that the author was creating his own myths, both about the world and about Norwegian history.

The interest of the *Morkinskinna* author in courtly society was a creative one and instrumental in shaping his saga, not least his attitude toward his historical subject — the recent history of Norway. His saga creates a new past, and the author is its measuring rod. In this sense *Morkinskinna* contains not only a myth about the past but also about the new world, the society of the court. This world is a new one, especially from the point of view of an Icelander who was brought up in a different kind of society. The author of

Morkinskinna is like an explorer whose journeys have brought him to a new world — it does not matter that others have discovered it first — and who then brings this world to his audience in Iceland.

NAFNASKRÁ